குந்தரின் கூதிர்காலம்

குந்தரின் கூதிர்காலம்

எல்.ஜே. வயலட்
மொழிபெயர்ப்பாளர்

சென்னையில் வசிக்கும் எல்.ஜே. வயலட்டின் சிறுகதைகள் 'ஊதா ஸ்கர்ட் கதைகள்' (2017) என்ற தொகுப்பாக வெளிவந்திருக்கின்றது. *எனில்* என்ற இணைய இதழின் ஆசிரியர் குழுவில் இருந்தவர். இவர் மொழிபெயர்த்த கவிதைகள், கதைகள் இணைய, அச்சுப் பத்திரிகைகளில் வெளியாகியுள்ளன.

இந்நூல் செம்மையாக்கத்துக்கு உதவிய
ஜி. குப்புசாமி, சுகுமாரன் மற்றும் எஸ்.ஜே. சிவசங்கர் ஆகியோருக்கு
நன்றி

ஹுவான் மனுவேல் மார்க்கோஸ்

குந்தரின் கூதிர்காலம்

ஆங்கிலத்திலிருந்து தமிழில்
எல். ஜே. வயலட்

காலச்சுவடு பதிப்பகம்

அன்பார்ந்த வாசகருக்கு, வணக்கம்.

காலச்சுவடு நூலை வாங்கியமைக்கு நன்றி.
நூலின் உள்ளடக்கம், உருவாக்கம், அட்டைப்படம் இன்ன பிற அம்சங்கள் பற்றிய உங்கள் கருத்துகளையும் ஆலோசனைகளையும் காலச்சுவடு வரவேற்கிறது. தகவல், எழுத்து, வாக்கியப் பிழைகள் தென்பட்டால் கட்டாயம் தெரிவித்து உதவுங்கள். நூல் தயாரிப்பில் கடும் குறைபாடு இருப்பின் மாற்றுப் பிரதி உங்களுக்குக் கிடைக்க காலச்சுவடு ஏற்பாடு செய்யும்.

மின்னஞ்சல்: publisher@kalachuvadu.com
காலச்சுவடு நாகர்கோவில் தலைமையகத்துக்கும் கடிதம் அனுப்பலாம்.

தங்கள்
எஸ்.ஆர். சுந்தரம் (கண்ணன்)
பதிப்பாளர் · நிர்வாக இயக்குநர்

© JUAN MANUEL MARCOS

குந்தரின் கூதிர் காலம் ❖ பராகுவே நாவல் ❖ ஆசிரியர்: ஹுவான் மனுவேல் மார்க்கோஸ் ❖ ஆங்கிலத்தில்: ட்ரேசி கே. லூவிஸ் ❖ தமிழில்: எல்.ஜே. வயலட் ❖ முதல் பதிப்பு: டிசம்பர் 2017 ❖ வெளியீடு: காலச்சுவடு பப்ளிகேஷன்ஸ் (பி) லிட்., 669, கே.பி. சாலை, நாகர்கோவில் 629001

காலச்சுவடு பதிப்பக வெளியீடு: 812

kuntarin kuutir kaalam ❖ Tamil translation of Paraguay Novel ❖ Author: Juan Manuel Marcos ❖ Tracy K. Lewis (English) ❖ Tamil Translation from English by L.J. Violet ❖ Language: Tamil ❖ First Edition: December 2017 ❖ Size: Royal ❖ Paper: 18.6 kg maplitho ❖ Pages: 256

Published by Kalachuvadu Publications Pvt. Ltd., 669, K.P. Road, Nagercoil 629001, India ❖ Phone: 91-4652-278525 ❖ e-mail: publications@kalachuvadu.com ❖ Wrapper Printed at Print Specialities, Chennai 600014 ❖ Printed at Mani Offset, Chennai 600077

ISBN: 978-93-86820-32-7

12/2017/S.No. 812, kcp 1951,18.6 (1) ILL

செர்ஜியோ, வலேரியா மற்றும் ஹுவான் தியாகோவிற்கு
ஆத்ரே மற்றும் மேகனிற்கு

பகுதி 1

1

கொரியந்த்தெஸுக்குச் செல்லும் விமானத்தைப் பிடிப்பதற்கு சற்று முன்பு, டோடோ அசுவாகா ஒக்லஹோமாவில் தனது இலையுதிர்கால பருவத்தின் கடைசி வகுப்பை நடத்தினான். கற்றலின் தலைமைத் திருக்கோவிலின் பதின்மூன்றாவது தளத்திலிருந்த அந்த சிறிய கருத்தரங்கக் கூடத்தில் சோர்ந்துபோயிருந்த பட்ட வகுப்பு மாணவர்கள் கண்களைச் சிமிட்டினர். நிற்காது பொழியும் அடர் பனியை கடைசியாக ஒருமுறை கவலையோடு பார்த்த அசுவாகா வழக்கம் போலத் தொண்டையை சரிசெய்துகொண்டு தொடங்கினான்:

"தென் அமெரிக்க கண்டத்தின் எல்லா பழங்குடிச் சமூகங்களையும் போல, துபி – குவரானியின் மத வாழ்வும் ஆவியுலகையே மையமாகக் கொண்டிருந்தது, *பாயே* அல்லது ஆவிப் பூசாரி மற்ற இடங்களைப் போல அதே குணமாக்கும் பணிகளையே செய்தார். புராண முன்னோடிகளாலோ (சூரியன், நிலவு போன்ற) கலாச்சார கதாநாயகர்களாலோ மனித குலத்தின் மீது விதிக்கப்பட்ட இருத்தல் விதிகளின் சமூகப் பிணைப்பின் செயல்பாடாகவே சடங்கு வாழ்க்கை எப்போதும் இருந்து வந்திருக்கிறது. எனவே இந்தப் புள்ளிவரை மற்ற காட்டுச் சமூகங்களிடம் இருந்து துபி – குவரானி எவ்வகையிலும் வேறுபட்டிருக்கவில்லை. இருந்தாலும் ஃப்ரெஞ்ச், போர்த்துகீசிய, ஸ்பானியப் பயணிகளின் பதிவுகள் தென்னமெரிக்காவின் காட்டுமிராண்டிகளிடையே துபி – குவரானியின் முழுமையான தனித்துவத்திற்கு சான்றாக விளங்குகின்றன. என்ன அர்த்தத்தில் சொல்கிறோம்? இனக்குழுக்களின் இடையறாத யுத்தங்களிலும் மத அறிக்கை களிலும் ஐரோப்பியர்கள் பாகனிய வெளிப் பாட்டையும் சாத்தானின் கரத்தையும் தவிர வேறெதையும் பெரிதாக பார்க்கவில்லை. துபி – குவரானியின் வித்தியாசமான தீர்க்கதரிசன மரபு பல்வேறு விளக்கப் பிழைகளுக்கு வழிவகுத்தது. அண்மைக்காலம் வரை அது வழமையான

இடர்ப்பாட்டுகால மெஸ்ஸியாத்தனம் மற்றும் மேற்கத்திய நாகரீகத்தின் வளர்ச்சிக்கான எதிர்வினை என்றே கருதப்பட்டு வந்தது. எப்படிப் பார்த்தாலும் அது வெள்ளைக்காரர்களின் வருகைக்கு வெகுமுன்னரே தோன்றிவிட்டது. பதினைந்தாம் நூற்றாண்டின் மத்திய காலமாக இருக்கலாம். முதல் பதிவர்களுக்கு அந்நிகழ்வு புரியவில்லை என்றாலும், குறிப்பிட்ட புதிரான தோற்றங்களை ஆவிப் பூசாரிகளுடன் குழப்பிக் கொள்ளக் கூடாதென அறிந்திருந்தனர்; அவர்கள் *கரயி*. அவர்களுக்கு குணப்படுத்துதலில், அதாவது *பாயேவுக்கு* ஒதுக்கப்பட்டிருந்த செயல்பாட்டில் அக்கறையில்லை. அவர்கள் மதச்சடங்கு பூசாரிகளும் இல்லை. ஆவித் தொடர்பும் இல்லாது பூசாரியும் இல்லாது, *கரயி* என்னவாகத்தான் இருந்தார்கள்? அவர்கள் செய்ததெல்லாம் பேசியது மட்டுமே. அவர்கள் தங்கள் பணி பேசுவது என்றார்கள், எல்லா இடத்திலும். அவர்களது சொந்த சமூகத்தில் மட்டுமல்ல, எல்லா இடத்திலும். *கரயி* சொற்பொழிவாற்றியபடி ஒரு ஊரிலிருந்து மற்றொன்றிற்கு தொடர்ந்து பயணித்துக் கொண்டே இருந்தனர், போரிடும் இனக்குழுக்களிடையே பாதிப்பில்லாமல் பாதுகாப்புடன் *கரயி* சுற்றிவந்தனர், ஆவேசமாக வரவேற்கப் பட்டனர். அவர்கள் கிராமத்திற்கு வரும்போது பாதையை இலைகளால் தரைவிரிப்பிடும் அளவிற்குப் போனார்கள் மக்கள். (ஏய் நீ உண்மைல வேட்கையோட இருக்க. உன் சாமான் நீட்டத்த பார்த்தாலே எனக்குத் தெரியுது, எலிசா அவனிடம் சொல்லியிருந்தாள்.) *கரயி* எதிரிகளாக எப்போதும் கருதப்பட்டதில்லை. அது எப்படி? பழங்குடிச் சமூகத்தில் ஒரு தனிநபர் அவனது அல்லது அவளது குடும்ப உறவுகளாலும் உள்ளூர் சமூகத்தில் உறுப்பினராயிருப்பதையும் வைத்தே வரையறுக்கப்படுவார். அவன் அல்லது அவள் ஒரு மரபுவழிச் சங்கிலியிலும் உறவுமுறைகளின் வலையிலும் ஓரிடத்தில் பொறிக்கப்படுவார். துபி – குவரானியிடத்தே பரம்பரை தந்தைவழியானது; ஒருவர் தன் தந்தையின் வரிசையைச் சேர்ந்தவர். இருந்தாலும் இங்கே நம்மிடம் *கரயியின்* வினோதமான வாதமும் இருக்கிறது, அவர்கள் தங்கள் தந்தையுடனான எந்த உறவையும் மறுத்து, தாங்கள் பெண் மற்றும் கடவுளின் பிள்ளைகளென சொல்லிக்கொண்டனர். தங்களைக் கடவுளாக்கிக் கொள்ள தீர்க்கதரிசிகளை இட்டுச்செல்லும் தற்பெருமையின் ஆவியை விடுங்கள். தந்தையின் இல்லாமையும் மறுப்பும்தான் குறிப்பிடத்தக்கது. தந்தையில்லாமல் பரம்பரையில்லை. இத்தகைய வாதம் பழங்குடிச் சமூகத்தின் ரத்த உறவுகளை அடிப்படையாகக் கொண்ட கட்டமைப்பையே நிராகரிக்கிறது. எனவே அவர்களது விருப்பமோ பயணத்தின்மேல் கொண்ட ஆர்வமோ அல்ல, எந்த நிலையான சமூகத்துடனும் தொடர்பற்ற தன்மையே கரயியின் நாடோடி வாழ்க்கைக்கு காரணம். அவர்கள் எந்தக் குறிப்பிட்ட குழுவுடனும் இணைந்தவர்கள் இல்லை, யாருடைய எதிரிகளும் இல்லை. யாரும் அவர்களைத் தாக்கவோ பைத்தியமென கருதவோ இல்லை. அவர்கள் எல்லா இடத்தையும் சேர்ந்தவர்கள். *கரயி என்ன சொன்னார்கள்?* உரையாடலைக் கடந்த உரையாடல் அவர்களுடையது. மரபிலிருந்து உடைந்த ஒரு உரையாடலைக் கொண்டு இந்திய மக்கட் திரளை ஈர்த்தனர், கடவுள்களாலும் புராண முன்னோர்களாலும் விதிக்கப்பட்ட

விழுமியங்களின் விதிகளின் பண்டைய மரபின் எல்லைகளில் இருந்து தோன்றும் ஒரு உரையாடல். இதுதான் மிகப்பெரும் புதிர். பண்டைய விழுமியங்களை பாதுகாப்பதில் உறுதிகொண்ட ஒரு பழங்குடிச் சமூகம் விதிகளுக்கும் விதிகளாலான உலகிற்கும் முடிவை அறிவித்த இந்த குழப்பமான மனிதர்களை ஏன் பொறுத்துக் கொண்டிருந்திருக்கும்? *கரயி*யின் தீர்க்கதரிசன உரையாடலை ஒரு அறிவிப்பிலும் ஒரு சத்தியத்திலுமாக சுருங்கக் கூறிவிடலாம்: ஒரு பக்கம் அவர்கள் உலகின் தீய இயல்பை தவறாது அறிவித்தனர் இன்னொரு பக்கம் நன்மையின் உலகத்துடைய வெற்றியின் உறுதியையும் அவர்கள் பறைசாற்றினர். *(செல்லம், எனக்குள்ள என்ன புகுந்துகிட்டிருக்குன்னு தெரியல*, எலிசா அவனிடம் சொல்லியிருந்தாள். *இன்னிக்கு காலையில என்கிட்ட யாரும் வந்து நான் இதுமாதிரி எதையும் செய்யப் போறேன்னு சொல்லியிருந்தா, அவங்களுக்குப் பைத்தியம் பிடிச்சிருக்குன்னு சொல்லியிருப்பேன்)* ‘உலகம் தீயது! உலகம் வெறுப்பூட்டுவது!’ என அவர்கள் அறிவித்தனர். ‘நாம் அதை விட்டுச் செல்வோம்!’ உலகைப் பற்றிய அவர்களது முழுமையான அவநம்பிக்கை அவர்கள் பேசுவதைக்கேட்ட இந்தியர்களுடைய பொது ஏற்பிலும் எதிரொலித்தது. இந்த இந்தியர்கள் அவர்களது உரையாடலில் மோசமாகவோ அறிவுபிறழ்ந்ததாகவோ எதையும் காணவில்லை. உண்மையில் அந்த துபி–குவரானி சமூகமே, வெளியிலிருந்த பல்வேறு சக்திகளின் அழுத்தத்தால் ஒரு பழங்குடிச் சமூகமாக அதாவது மாற்றத்தை மறுக்கும் சமூகமாக இல்லாமல் ஆகிக்கொண்டிருந்தது. *கரயி*யின் உரையாடல் அந்த சமூகத்தின் இறப்பை மறைத்துக் கொண்டிருந்தது. திடமான மக்கட்தொகை பெருக்கம், வழமையான சிதறலுக்கு பதிலாக பெரிய கிராமங்களில் கவனம் செலுத்தும் போக்கு, சக்திவாய்ந்த கூறுகளின் தோற்றம்–இவை எல்லாமே கண்டுபிடிப்புகளிலேயே மிகவும் நிலையற்றவற்றின் அடையாளங்கள்: சமூக பிரிவுகளும் சமத்துவமின்மையும். ஒரு ஆழ்ந்த நோய்மை இந்த இனக்குழுக்களிடையே துடித்துக் கொண்டிருந்தது; *கரயி* அந்நோயை அறிந்து அதை தீமையின் இருப்பு, அசிங்கம், உலகின் பொய் என நிராகரித்தனர். வளரும் மாற்றங்களை மற்றவர்களைவிட அதிகம் உணர்ந்தவர்களான தீர்க்கதரிசிகளே மற்ற எல்லோரும் அரைகுறையாக உணர்ந்ததை முதலில் பறைசாற்றினர். எனவே இந்தியர்களுக்கும், நாம் உலகை மாற்ற வேண்டும் என அவர்களிடத்தே சொன்ன தீர்க்கதரிசிகளுக்கும் ஒரு தீவிரமான உடன்பாடிருந்தது. *(வா வந்து என்ன ஓலு, எலிசா அவனிடம் சொல்லியிருந்தாள். ஓ பேபி, உள்ள விட்டு அடி, என் புழைக்குள்ள விட்டு ஓட்டு, செல்லம், ஓ என் பொட்டியில போட்டு ஓல், எனக்கு ஒரு நல்ல ஓல் கொடு) கரயி* என்ன நிவாரணம் அளித்தனர்? அவர்கள் இந்தியர்களைத் தங்கள் கொடிய நாட்டைத் துறந்து *தீமையற்ற நிலத்து*க்கு இடம்பெயரத் தூண்டினர். அந்த நிலத்தில் அம்புகள் தாமாக இரையை நோக்கிப் பாயும்; சோளம் எந்த கவனிப்புமின்றி விளையும்; எல்லா அந்நியமாதலிலிமிருந்தும் விடுபட்ட அந்த பூரணமான நிலப்பரப்பே ஆதி மானுடம் அண்ட வெள்ளத்தால் அழிக்கப்படும் முன்பு மனிதர்களும் கடவுள்களும் சேர்ந்து வாழ்ந்த இடமாக இருந்தது. கடந்துபோன புராண காலத்திற்குத் திரும்புதலா?

இல்லை, அவர்களது பிம்ப உடைப்பின் தீவிரம் வெறுமனே கவலைகளற்ற உலகத்தை உறுதிசொல்வதோடு நிற்கவில்லை. அழிக்கும் சக்திகொண்டு தங்கள் உரையாடலை வலுப்படுத்தினர்; அதன் முன்னகர்வு பழைய ஒழுங்கின் முழுமையான சிதைவு. அவர்களுடைய அழைப்பு எந்த விதியையும் மன்னிக்கவில்லை, சமூகத்தின் அடிப்படை வேராக இருந்த பெண் வணிகத்தின் விதியையும்கூட. 'இப்போது பெண்களுக்கு எஜமானர்கள் இருக்கமாட்டார்கள்' என்றனர் *கரயி*. *(என்ன போடு, என்ன போடு, என்ன போடு எலிசா* அவனிடம் சொல்லியிருந்தாள். *ஓ டோடோ வா வந்து என்ன பண்ணுடா). தீமையற்ற நிலம் எங்கிருந்தது?* *கரயி*யின் அமானுஷ்யம் மரபார்ந்த வரையறைகளைத் தாண்டியது. ஒரு பூலோக சொர்க்கம் பற்றின கட்டுக்கதை கிட்டத்தட்ட எல்லா கலாச்சாரங்களுக்கும் பொதுவானது, இறப்புக்குப் பின்னரே மனிதன் அதை அடைய முடியும். ஆனால் *கரயி*யைப் பொறுத்தவரை *தீமையற்ற நிலம்* ஒரு உண்மையான இடம், *இங்கேயே இப்போதே* அணுகக்கூடியது அடையக்கூடியது, அதாவது இறப்பின் தீர்ப்பைக் கடக்காமலேயே. அந்தப் புராணக் கதைப்படி அது சூரியன் உதிக்கும் கிழக்கில்தான் அமைந்திருக்கும். அதைக் கண்டுபிடிக்க, பதினைந்தாம் நூற்றாண்டின் இறுதிப்பகுதி தொடங்கியே துபி – குவரானி பெரும் இடப்பெயர்வுகளைத் தொடங்கினர். ஆயிரக்கணக்கான இந்தியர்கள் கிராமங்களை, பயிர்களைத் தனித்து விட்டுவிட்டு இடையறாது உண்ணாநோன்பிருந்தபடி மறுபடி நாடோடிகளாகி ஆடிக்கொண்டு கடவுளின் தேசத்தை நோக்கிக் கிழக்கே சென்றனர். ஆழியின் கரைக்கு வந்ததும் அதைத் தாண்டி நிச்சயம் தீமையற்ற நிலம் இருக்கிறதென தங்கள் முன்னிருந்த பெரும் தடையான கடலை நோக்கி ஓடினர். குறிப்பிட்ட இனக்குழுக்கள் மாறாக அதைத் தேடி மேற்கே நடக்கத் தொடங்கின. ஒரு லட்சத்துக்கும் மேலான இந்தியர்களின் இடப்பெயர்வு பதினாறாம் நூற்றாண்டின் தொடக்கத்தில் அமேசானின் தோற்றுவாயிலிருந்து தொடங்கியது. பத்து வருடங்கள் கழித்து, பிழைத்திருந்த வெறும் முன்னூறு பேர் மட்டும் அதற்குள் ஸ்பானியர்களின் கைக்குப் போயிருந்த பெருவிற்கு வந்துசேர்ந்தனர். சத்துகுறைவுக்கும் பசிக்கும் சோர்வுக்கும் மற்றவர்கள் பலியாகியிருந்தனர். *கரயி*யின் தீர்க்கதரிசனம் கூட்டுச் சாவின் ஆபத்தைக் கொண்டிருந்தது. கடற்புர துபிக்களிடையே அந்த தீர்க்கதரிசன மரபு மறைந்துபோய்விடவில்லை, பராகுவேய குவரானிக்களிடையே நிச்சயமாக அது பாதுகாக்கப் பட்டிருக்கிறது, தீமையற்ற நிலம் தேடிய அவர்களின் கடைசி இடப்பெயர்வு 1947இல் நிகழ்ந்தபோது பன்னிரண்டு ம்ப்யா இந்தியர்கள் ப்ரேஸிலின் சாண்டோஸ் பகுதி நோக்கிச் சென்றனர். இந்த இடப்பெயர்ச்சி ஓட்டம் இன்றைய குவரானிக்களிடையே இல்லையென்றாலும் ஓர் அமானுஷ்ய அழைப்பு அவர்களின் *கரயி*யை தொடர்ந்து ஈர்க்கின்றது. தீமையற்ற நிலத்தை நோக்கி அவர்களது மக்களை வழிநடத்தும் ஆற்றலை இழந்துவிட்டாலும் *கரயி*யின் வாயிலிருந்து இன்னும் ஒலிக்கும் பிரதிகளும் புனித மந்திரங்களும் சொல்வதுபோல *கரயி* தங்களுடைய உள்முகப் பயணங்களை அமானுஷ்ய பிரதிபலிப்பு மற்றும் அப்பாலை ஊகங்களின் பாதையில் செலுத்துவதிலிருந்து நிறுத்திக்கொள்ளவில்லை. ஐந்து நூற்றாண்டுகளுக்கு முந்தைய அவர்களது முன்னோடிகளைப் போல அவர்களும் உலகம் தீயது என்று அறிந்து

அதன் முடிவுக்காக காத்திருக்கின்றனர். 'உலகம் தீயாலும் ஒரு பெரும் விண்ணுலக கருஞ்சிறுத்தையாலும் அழிக்கப்பட்டு குவரானி இந்தியர்கள் மட்டுமே பிழைத்திருப்பர். தாங்களே தேர்ந்தெடுக்கப் பட்டவர்களாதலால் விரைவிலோ காலஞ்சென்றோ கடவுள்கள் தங்களை அவர்கள் பக்கம் அழைத்துக் கொள்வார்கள் என்ற உறுதியில் அவர்களது துயரார்ந்த பாரிய பெருமை அவர்களை நிறுத்திவைத்துள்ளது. உலகின் முடிவு குறித்த அவர்களது அந்திம நம்பிக்கையில் குவரானிக்கள் தங்களது ஆட்சி வருமென்றும் தீமையற்ற நிலம் கடைசியில் தங்கள் உண்மையான இருப்பிடமாகும் என்று அறிந்திருக்கின்றனர்."[1]

---

1. இந்த உரை பியர்ரே க்ளாஸ்த்ரெஸின் "Mitos y ritos de los indios de la Amērica del sur," *Nicaráuac* (மனாகுவா, நிகரகுவா) 4 (1981), 149–154 கட்டுரையின் அடிப்படையில் உருவாக்கப்பட்டது (ஆசிரியர் குறிப்பு)

2

விடியலுக்கு முந்தைய நாழிகைகளில் அட்லாண்டா வின் அமைதியான விமான நிலையம் மேலும் பெரிதாகத் தெரிகிறது. B நுழைவாயிலில் இருக்கும் எண்ணற்ற புறப்பாட்டு வாசல் காத்திருப்புப் பகுதிகளில் ஒன்றில் டோடோ அசுவாகா தனியாக புகைபிடித்துக் கொண்டிருக்கிறான். அருகே ஞாயிறு என்பதால் பீர் விற்கமுடியாத மதுக்கூடம் ஒன்றில் ரீகன் காலத்திய பருத்த சுற்றுலா பயணிகள் இருவர் கதையடித்துக் கொண்டிருக்கிறார்கள். சிவந்த மயிர்கொண்ட ஒரு வயதான வெள்ளைக்காரர் வந்து சற்றுநேரம் பாரில் அங்குமிங்கும் உலாவிவிட்டு பக்கவாட்டில் ஓரமாக அமர்ந்து ஓர் உலர் மார்ட்டினி கொண்டுவரச் சொல்கிறார், மூடப்போகும் நேரம் என்பதால் அவர்கள் மறுக்கிறார்கள். அவர் பின்வாங்கி அன்று ஞாயிற்றுக்கிழமை ஆனது அவன் தவறால் என்பது போல அசுவாகாவை முறைத்துவிட்டு முனகியபடி விலகிச் செல்கிறார். அசுவாகா உணர்ச்சிகரமாக, "ஒரு சுத்தமும் வெளிச்சமுமான இடம்" என்ற ஹெமிங்வேயின் கதையை நினைத்துப் பார்க்கிறான், மாட்ரிட்டில் ஞாயிறுதான் மக்கள் அதிகம் குடிப்பார்கள் என்பதையும் நினைத்துக்கொள்கிறான். கெயவேடோ சதுக்கத்துக்கு பக்கத்திலிருக்கும் சின்ன மதுக்கூடத்தை நெகிழ்ச்சியோடு நினைவுகூர்கிறான். "நிச்சயமா, நாகரீகம்னா அதுதான்" கிழக்கு ஐரோப்பாவின் மிதமான சாம்பல் நிறத்தோடு ஒத்துப்போவது போன்ற மங்கி கசங்கின உள்கோட்டை அணிந்தபடி கலைந்த தலை மழிக்கப்படாத முகம், துயரோடு தொங்கும் சிகரெட், நகைமுரண் நிரம்பிய கண்களுக்கிடையே அமர்ந்திருக்கும் அவனது சிறிய மூக்கு, யாரும் அவனுக்கு அறுபது வயதிருக்குமென ஊகித்திருக்கமாட்டார்கள். மன்ஹாட்டனில் ஓர் இரவு தளுக்கான பெண்மணி ஒருத்தியிடம் "கலா ஆர்வமும் காமவேட்கையும் கொண்ட ஏதோ ஒரு ஆங்கிலோ சாக்ஸன் சீமாட்டியின் சரியாக பராமரிக்கப் படாத ஆனால் திறன் வாய்ந்த லத்தீன் காதலன், என்றாலும் ராஜபதவிக்கு போகாதபடிக்கு தந்திரமும் தெருப்புத்தியும் கொண்டவன்" என்று எலிசா அறிமுகப்படுத்தினாள். இப்போதெல்லாம் ஓக்லஹாமாவிலிருந்து தெற்கே பறக்கும் ஒவ்வொரு முறையும், அட்லாண்டாவில் நீண்ட நிறுத்தத்தை தவிர்க்க முயல்கிறான். அந்நகரம் எப்படியிருக்குமென வியக்கிறான். லேசாக அது ஸ்கார்லெட் ஒஹாராவையும் ஜனாதிபதி கார்ட்டரையும் நினைவுபடுத்துகிறது. இருவருமே

இனிமையாவர்கள், அந்நகரமும் அப்படித்தான் இருக்கவேண்டும். அந்தப் பெரிய விமானநிலையத்துக்கு எத்தனை முறை வந்திருந்தாலும் நகரத்துக்கு அவன் போனதேயில்லை. இம்முறை பனி மற்றும் பல தாமதமான விமானங்களுக்கிடையே அந்த விமானத்தில் இடம் கிடைத்தது அவன் அதிர்ஷ்டம். மியாமியில் அவன் தனது பராகுவேயன் ஏர்லைன்ஸ் விமானத்தைப் பிடிக்கவேண்டும்.

"கொஞ்சம் வைன் கொண்டுவரவா, சார்?"

இயந்திரங்களின் மெல்லிய சத்தத்தில் தாலாட்டப்பட்டு, சோம்பலோடு அவன் இமைகளை திறக்கிறான். எல்லாமே தூரத்து எதிரொலி போல நழுவிச்செல்கின்றன – முதல் வகுப்பின் பேச்சு சத்தம், பணிப்பெண்கள் குவரானியில் முணுமுணுக்கும் ஓடியாடும், ரகசியமான குரல்கள். அவன் கோப்பையை எடுக்கிறான்.

"நன்றி கரீன்"

ஒரு மிடறு அருந்துகிறான். கோன்ச்சா மது சரியாக இருக்கிறது. கோப்பையின் வளையத்தை அவன் உதடுகள் வருடுகின்றன. கண்களை பாதி மூடுகிறான். பல்வேறு நினைவுகளைப் போல விடியலின் தயங்கிய ஒளிகள் நீலமாக உள்ளே வருகின்றன ... 52, ஏழாவது நிழற்சாலை ஷெராட்டனின் உள்ளரங்கு ட்ராம்பலைனில் எலிசா குதித்துக் கொண்டிருப்பது. பேருக்கு ஒரு நீச்சலுடை, இருபால் போட்டிசெல்லி முலைகள், சாக்லேட் நிற வெயில்மேனி. அந்த பொன்னான எதேச்சையான வேனில்.

"கருத்தரங்கத்துல கலந்துக்கறேன்; ஆமா அவங்க என்ன கூப்பிட்டிருக் காங்க. எல்லா செலவையும் அவங்க ஏத்துக்காட்டி இங்க வந்திருக்க மாட்டேன்; என் புருஷன் ஒரு காசில்லாத கவிஞர். எலிசா, ஆனா நீங்க என்ன லிசான்னு கூப்பிடலாம்." பாய்ச்சல், வெதுவெதுப்பாயிருக்கும் நீச்சல் குளம் "உனக்கு என்னோட படுக்கணும், இல்லையா?" கண்ணாடியில்லாமல் அவளது முத்தங்கள், புணர்ச்சிக்குப் பின் நீர்த்தாரையில் எலிசா.

"ஆக ... நீங்கள் ஒரு புத்தகம் எழுதுறீங்க ... குஹன்ஹீம் பற்றி"

அந்த வட்ட கரிய முலைகளில் தாரைநீர், ஓர் ஆரஞ்சு துவாலை.

"தொடச்சு விடு, ப்ளீஸ் ... ஆ அற்புதம். இன்னும் அழுத்தமாடா ..."

அவனது விறைத்த உறுப்பில் அவள் கரம்.

"அத வழியனுப்பி வைக்கறேன்"

கருத்தரங்கு அமர்வு. நிறைவு விருந்தில் எலிசா, அவளுடைய குரங்குபோன்ற சிரிப்பு. பூரணமாக, அதிர்ச்சியூட்டும்படி அவளது பற்கள். எரிச்சலுற்ற கிழட்டு பேராசிரியர்கள்.

"என்னால தாங்க முடியல, உன்கிட்ட சொல்றேன். மரியாதைப்பட்ட சமயங்கள்ல மட்டும் என்னால கவனமா இருக்க முடியாது. வா கிராமத்துக்குப் போய் நம்ம உடல்நலன் பேரைச் சொல்லி குடிக்கலாம். ஒழியட்டும்! எந்த அருங்காட்சியகத்துல இந்த ஆஸ்துமாக்கார கெழட்டு குசுவ பிடிச்சாங்களோ? எப்படி நீ எப்பவும் சிரிக்கவே மாட்டேங்குற."

லஸாக்னா குவியல்களிலிருந்து பார்க்கபட்ட உலக வர்த்தக மையம். இரண்டு மார்ட்டினிகள். சலூத்!

"சரி, அந்த பர்ஸ பாக்கலாம்; உன் பொண்டாட்டி படத்தைக் காட்டு. அவ குண்டு. என்ன அழகான குட்டிப் பொண்ணுங்க... தெரியுமா நான் ஒரு கட்டிடக் கலைஞராக ஆசப்பட்டேன்னு?"

தனிமையான கடற்கரையில் எலிசா. அமைதியான நியூ ஜெர்ஸி அந்தி.

"இல்ல, என்ன இன்னொரு முறைக் கேட்காத. எனக்கு கல்யாணம் பண்ணிக்க வேண்டாம் அவ்வளவுதான்."

அலைகளின் நெருக்கமான நுரையில் வெறுங்காலோடு நடந்தபடி, குளிரால் இன்பத்தால் குலுங்கியபடி நடுங்கிக்கொண்டும் அழுதுகொண்டும்.

"ஏன் ஆம்பளைங்க கடைசியில கல்யாணம் பண்ணிக்க கேட்டே நிக்கறீங்க?"

பானங்களை உறிஞ்சியபடி. பச்சை வானத்தால் ஒளி கசியும் கண்கள். கரிய தோல், மரகதப் பார்வை, திருவிழா, நூலகம். கண்ணீருக்கு நடுவே புன்னகைகள். கடல்... படுக்கையில் புகைக்கும் எலிசா. ஆண்தனத்தின் வாசம்.

"ஏய், சரி போகட்டும், என்ன வயசாகுது உனக்கு? இப்போ உண்மையைச் சொல்லு. மதிப்பிழந்துகிட்டிருக்க நடிகையைப் போல அதப் பத்தி பொய் சொல்லாத. அவ்வளவு வயசா?"

வெட்கம்.

"அசிங்கமா பண்ணாத, சரி அதைக் குடு..."

ஒரு இழுப்பு புகை

"உன்னோட இந்த கடும் புகையிலை நாறுது!"

லாகுவார்டியாவில் எலிசா, இன்னொரு விரிவுரை அளிக்கவேண்டி, ரூஜ் பூசியபடி.

"சரி இந்த கண்ணாடியைப் பிடி. இல்ல. உயர. அப்படித்தான். எனக்கொரு முத்தம் கிடையாதா?"

தூண்டுதல். குற்றம். "டேய் முட்டாள்."

மீண்டும் கன்னச் சிவப்பும் கண்ணாடியும்.

துயேஸில் எலிசா, இன்னொரு விரிவுரையிலிருந்து திரும்பும்போது, டாக்ஸி.

"அய்யோ முடிஞ்சது; என்ன முழுநேரமும் ஸ்பானிஷ்லயே பேச வெச்சுட்டாங்க... ஆனா ஓ அந்த பென் நிழற்சாலையில மட்டி மீன்..." அவன் கை.

“சும்மா உட்கார முடியாதா உன்னால? கொஞ்சம் பொறு . . .” பின்னால் பார்க்கும் கண்ணாடியில் வண்டி ஓட்டியின் கண்கள். “எவ்ளோ அருவருப்பா.”

சீமாட்டிகளே கனவான்களே, சில நிமிடங்களில் . . .

எலிசா, பெண். சேர்ந்து.

“டோடோ . . .”

அவன் மாரில் கிடக்கும் ஆஃப்ரிக்க கூந்தல் மத்தியதேச இலையுதிர்ச் சுழல். “உன்கிட்ட ஒண்ணு சொல்லணும் . . .” வளமான நடுங்கும் உதடுகள் . . .

அசுன்சியோன் நகரத்தின் சர்வதேச விமான நிலையத்தில் நாம் தரையிறங்க இருக்கிறோம்.

“இல்ல, முட்டாள். அதில்ல. நான் என்ன செய்யறேன்னு எனக்கு தெரியாதுன்னு நினைக்கறியா நீ?”

ஈர மரகதங்களின் தீர்க்கமான பார்வை அவன் மழிக்கப்படாத தாடைக்கு கீழே. “சொல்றேன்ல, நான் கர்ப்பமா இல்ல, நாசமாப்போக; ஒரு சின்ன பொண்ண தத்தெடுத்திருக்கேன். அதப்பத்தி சொல்லவிட மாட்டியா?”

. . . தயவுசெய்து உங்கள் சீட்பெல்ட்டுகளை அணிந்துகொள்ளவும் . . .

அவள் வீட்டுவாசலில் எலிசா. இரு வண்ண பலூன்களை பிடித்தபடி கைப்பிடியில் டோட்டோவின் பதற்றமான கை.

“ஷ்ஷ் . . . கதவ மெல்லத் திற. உனக்கு வீடு புடிச்சிருக்கா? என் புது கணவன் பணக்காரன் பாத்துக்கோ . . . ஷ்ஷ் இதோ வர்றா அவ”

ஒரு வெள்ளைக்கார பராமரிப்பாளரோடு குட்டி கறுப்புச் சிறுமி.

“அவளுக்கு நாலு வயசு”

ஒரு புன்னகை.

“செல்லம் இது அம்மாவோட நண்பன்; அப்படித்தான், கைகொடு.” அப்பாவித்தனமான தடுமாற்றம்; நீல பலூனா பச்சையா?

. . . உங்கள் அடுத்த விமான பயணத்திலும் சேவையாற்றுவோம் என நம்புகிறோம் . . .

எரிச்சல், நீலமா பச்சையா?

அமைதி, அசைவற்று நிற்கும் குழந்தை.

. . . உள்ளூர் வெப்பநிலை 38 டிகிரி சென்டிகிரேட் . . .

நீலமா . . ?

“ச்சை, எதையாவது ஒண்ணு குடு. அவளுக்கு கண் தெரியாதுன்னு பார்த்தா தெரியலையா?”

. . . கொர்ரியந்த்தஸ் செல்லும் விமானம் ஆறாவது நுழைவாயிலிலிருந்து புறப்படும் . . .

3

“அப்பா புற்றுநோயால இறந்த அன்னிக்குதான் மதத்தப் பத்தி கவலைப்பட ஆரம்பிச்சேன். இல்ல கொஞ்சமா சாவைப்பற்றி” என்றாள் எலிசா. “ஆனாலும் கொர்ரியந்த்தெஸ் பேராயரோட பழகுவேன்னு கனவுகூட கண்டதில்ல”

மான்செய்ன்யூர் சிரித்துவிட்டு படுசூடாக இன்னொரு கோப்பை ஊற்றினார். மேசைமேல் எடைகுறைந்த ஏசு தன் அலுமினியக் கரங்களை ஏக்கத்தை காண்பிப்பதுபோல விரித்திருந்தார். ஜெர்மானியக் குடும்பப் பெயர் கொண்ட ஒரு சின்னப் பாதிரி அவர்களுக்கு வெள்ளி கோப்பைகளைத் தந்தார். ஆனால் மான்செய்ன்யூர் காசெரெஸ் அவர்கள் தன்னுடைய பழமையான சைனா கோப்பைகளையே பயன்படுத்திக்கொள்வதாக சொல்லிவிட்டார் அவை அவர் சாக்கோ போரில் படையணி மதகுருவாக இருந்த காலத்தின் நினைவுச் சின்னங்கள்.

“நீங்க ப்ரட்டஸ்டன்ட் குடும்பமா?” மான்செய்ன்யூர் மென்மையாகக் கேட்டார்.

“வறுமையான எபிஸ்கோபாலியர்கள். அது பணக்கார வெள்ளைக்காரங்களுக்கான பிரிவு. எப்பவுமே எனக்குக் கொஞ்சம் அவமானமா இருக்கும்”

“நீங்க கறுப்பினம். ஆனா பச்சைக் கண். நல்ல கிறித்துவர் களான எபிஸ்கோபாலியர்களை எனக்குத் தெரியும்”

“உங்களுக்குத் தெரியுமா, என் நண்பர்கள என்ன மதம்னு எப்பவுமே கேட்கமாட்டேன். அரைநூற்றாண்டா வழிபாட்டு சேவைக்கு போகல. அதாவது மாஸுக்கு” எலிசா வெட்கப் பட்டாள். “தோற்றத்த விட எனக்கு வயசு அதிகம்.”

“நீங்க வட அமெரிக்காவின் ஆங்லிகர்கள். நெறைய எபிஸ்கோபாலிய குருமார்கள் இருக்காங்க. எல்லையில பதிவில்லாத மெக்ஸிக தொழிலாளர்களுக்கு உதவிகிட்டு.”

“சுவாரஸ்யம்தான். நாங்க தெற்கில வசிச்சதே இல்ல.

எனக்கு அங்க ஒரு நண்பன் இருக்கான்; பேரு டோடோ . . . அவன் என்ன பார்க்க வரலாம் . . . எப்படியோ இது தெரிஞ்சதுல சந்தோஷம் . . .”

“நீங்க இன்னும், ஒரு எபிஸ்கோபாலியர்தானா ?”

“இப்ப இல்ல. நாங்க கல்யாணம்கூட தேவாலயத்தில போய் பண்ணிக்கல. அதாவது எந்த தேவாலயத்துக்கும் போகல. பராகுவேக்காரனா இருந்தாலும், பான்ச்சோ ப்ரட்டஸ்டண்ட்.”

“பழைய ஜெர்மானிய வழி, எனக்கு அந்த மார்க்கத்தைத் தெரியும். முடிஞ்சுபோய்ட்டதாகூட சொல்லலாம்.” “ஆனா, பான்ச்சோவோட சகோதரி அமபோலா – அவ இன்னும் பக்தியான கத்தோலிக்கர்னுதான் நெனைக்கறேன்.” “எனக்குத் தெரியும்.” “உங்களைப் பார்க்க வர்றது என்னோட திட்டம் இல்ல, பான்ச்சோவோடதும் இல்ல. உங்களுக்கு நிறைய செல்வாக்கு இருக்கதா சொன்னாங்க.”

“நான் விரும்புற அளவு இல்ல, திருமதி. குந்தர்” ஆயர் புன்னகைத்தார். கொஞ்சம் சோகமாக.

“எது எப்படியோ, நான் உயர்நிலைப் பள்ளில ஆங்கிலம் கத்துக்கொடுக்க விரும்புறேன். பொண்ணுங்கள கொஞ்சம் நல்லா தெரிஞ்சுக்க. இது நான் எழுதிட்டிருக்க ஒரு புத்தகத்துக்காக.” “அதுக்கு நிச்சயம் வாய்ப்பிருக்கு. இன்னும் கொஞ்சம் தேநீர் ?” “இல்ல நன்றி”

“உங்க அப்பா இறந்து எவ்ளோ நாளாச்சு ?”

“ஓ, அது கொஞ்ச காலமாச்சு. நாங்க புக்காரெஸ்ட் போறதுக்கு முன்ன.”

“அவர் கூட இருக்க முடிஞ்சதா உங்களால ?”

“ஆமா, கொஞ்சம். அப்பா பிட்ஸ்பர்க்ல இருந்தார். வீட்ல இருந்து பக்கம்தான். அது குறுகியகாலப் புற்றுநோய். ஒரு ஆண்டு கூட இருக்காது. அவர சில வாட்டி பாத்திருப்பேன். ஆனா கடைசி நாள் அவரோட கூட இல்ல.”

“ஏன் அந்த நேரத்துல சாவு உங்கள கவலைப்படுத்த ஆரம்பிச்சுது ?”

“அவர்தான் நான் பாத்து இறந்த முதல் நெருங்கின சொந்தம். தெரியல . . . ஒரு நாள் அதே விஷயம் எனக்கும் நடக்கும்னு புரிஞ்சுகிட்டேன்.”

“அது உங்க வாழ்க்கைய மாத்திடுச்சா ?”

“பெருசா இல்ல. ஆனா, இன்னும் சோகமாக்கிடுச்சு. சிலசமயம் இதெல்லாத்திலயும் இருக்க வெறுமைய நெனைச்சு பாக்கறேன். இவ்ளோ போட்டியும் இவ்ளோ அவசரம், கூட்டம், கல்விப்புல தரவரிசைகள், பதிப்புகள், *டெட்லைன்கள்!* உங்களுக்கு டெட்லைன்னா என்ன தெரியுமா ?”

“நாங்க *எஸ்கலாபோன்ஸ்னு* சொல்வோம்.”

“அது என்ன *ஃப்ராண்டிக் ஆக்குது*”

“...?”

“பரபரப்பான்னு சொல்றேன். ஸ்பானிஷ்ல ‘ஃப்ரெனெடிக்கா’ன்னு சொல்வொம்”

“நீங்க ஒரு குறிப்பிட்டளவு திருப்திய உணரணும்; எல்லாம் இருக்கட்டும், ஆரோக்கியமா அழகா இருக்கீங்க, படிச்சிருக்கீங்க. உங்க கணவர் நல்லா சம்பாதிக்கிறார்.”

“நிச்சயமா, அது என்னன்னா ஒவ்வொருத்தரும் சில சமயம் வழியைத் தவறவிடறாங்க, சரியா?”

“உங்களுக்கு குழந்தைங்க இருக்கா?”

“என்னால பெத்துக்கமுடியாதுன்னு...” அவள் முணுமுணுத்தாள் “நினைக்கறேன்”

“தத்தெடுக்கலையா?”

அமைதியாக இருந்தாள். காசெரெஸ் எழுந்து ஓரமாக இருந்த ஜன்னலை நோக்கி சில அடிகள் எடுத்து வைத்தார். உயரமாக கறுத்து வெள்ளை முடியுடன் பெரிய கைகளுடன் கிட்டத்தட்ட எண்பது வயதில் அவர் வாழ்வின் இறுதிப் பகுதியில் இருக்கும் விவசாயியைப் போல் இருந்தார். காலப்பிரக்ஞையற்றவராக மண்ணில் ஏர்பிளக்கும் உலர்ந்த சதுரத் தோளுடையவர். அவருடைய முறுக்கேறிய விரல்களில் ஒரு பெரிய மாணிக்கம். அவள் தனது கோட்டுக்குள் உறையிடப்பட்டு அமர்ந்தே இருந்தாள். அவளைத் தனது வெள்ளை தாடியிலிருந்து பார்த்தார்.

“எனக்கும் சாவுன்னா பயம்தான்”

அவ்வப்போது எலிசாவுக்குத் தன் வாழ்க்கையின் பகுதிகள் திருடி எழுதப்பட்ட புதினமன்றி வேறல்ல என்று தோன்றும். உதாரணத்திற்கு இப்போது இந்த தீரா சலிப்பும் உனாமுனோவிலிருந்து பிரதியெடுக்கப்பட்ட உரையாடலும்.

“உங்களுக்கா மான்செய்ன்யூர்? நீங்க நிச்சயம் சொர்க்கத்துக்குப் போவீங்க.”

“தெரியல; எப்படி இருந்தாலும், எனக்கு அவசரக் குறையா போகவேணாம்.”

“வாழ்க்கை அழகானது, இல்லையா?”

“அப்படி ஒண்ணும் அவசியமில்ல. சாவு என்ன பயமுறுத்துது. உங்களப் பண்றது போலவே”

“மனுஷன்” எலிசா கொட்டாவியை கையுறையால் மறைத்துக் கொண்டாள் “புற்றுநோயை குணப்படுத்த முடியல, கடவுளைத் தெரிஞ்சதா நினைச்சுகிட்டிருக்கான்.”

“ஒருவேள நான் அர்த்தமில்லாம பேசறேனோ”

“இல்லவே இல்ல... அப்பா சாவக்கண்டு பயந்தார், அவர் ஒரு உண்மையான விசுவாசி, ஒரு உண்மையான ப்ரார்த்திக்கும் ஆத்திகர், நீங்க சொல்றமாதிரி எபிஸ்கோபாலியர்கள் சொர்க்கத்துக்கு போவாங்களா?” “நிச்சயமா”

“எப்படியிருந்தாலும் காலம்தான் பிரச்சனை... ஒரு செம்மையான இலக்கிய கருப்பொருள்! நான் இலக்கியம் கற்பிக்கறேன்னு தெரியுமா உங்களுக்கு.”

“செய்தித்தாள்ல படிச்சேன்”

“என் புத்தகம் ஒண்ண உங்களுக்கு சமர்ப்பிக்கறேன். அந்தோனியோ மச்சாதோ எழுத்துகள்ல காலம் பத்தினது.”

“நன்றி”

“இப்ப அர்த்தமில்லாம பேசறது என்னோட முறை” “இல்ல அப்படி நெனைக்கல. மச்சாதோ அசலான கவிஞன்.” “ சில பேர் அவன் ரொம்ப பேச்சுவழக்கா எழுதறதா ஏன் சொல்றாங்கன்னு எனக்குப் புரியல, நீங்க கவிதை படிப்பீங்களா?”

“சுவிசேஷங்கள் கவிதைதான்.”

“மதச்சம்பந்தமில்லாத கவிதைய கேட்டேன்.”

“நிச்சயமா. நெருதா செத்தப்போ சிலேய கவுன்சிலா இருந்த அயெந்தேவோட நல்ல நண்பர் கேட்டுகிட்டதுக்காக இங்க வாசல்ல ஒரு அஞ்சலி பிரார்த்தனைக் கூட்டம் நடத்தினேன். நெருதா நாத்திகர்ன்னு நெனைக்கறேன்.”

“அப்படித்தான் இருக்கும். அவ்ளோ தீவிரமா காதலிக்கும் ஆற்றல் இருந்தும் உண்மையில யாரு நாத்திகரா இருக்கமுடியும்.”

“நீங்க சொல்றது சரிதான். உள்ளுக்குள்ள யாருமே நாத்திகர் இல்ல”

“நான் இல்ல”

“நிச்சயமா இல்ல, அன்பே. உங்க கணவர் குந்தர்?”

“அவர் ஒரு பொருளியலாளர்.”

“அவர் சகோதரியோட பொண்ணு, சோலெதாத் சனாப்ரியா?”

“அதெனக்கு தெரியல. அவ கத்தோலிக்கப் பள்ளியில படிக்கறா இல்லையா? அரசாங்கம் அவள கம்யூனிஸ்ட்டுனு சொல்லுதுன்னு தெரியும். ஆனா அவ அம்மா விசுவாசமுள்ள கத்தோலிக்கர். அவளும் அப்படித்தான் இருப்பான்னு நினைக்கறேன்.”

“வெள்ளைக்காரங்களோட எளிமையான மூளைதான் என்ன அழகு. குந்தரோட சகோதரி பொண்ணும் அவளோட வகுப்புத் தோழி வெரோனிகா சர்ரியாவும் ஜூன்ல ஜனாதிபதி ரீகனோட பிரதிநிதி

அலெக்ஸாண்டர் ஹைகோட வருகைக்கு எதிரா மாணவர் போராட்டங்கள ஒருங்கிணைச்சாங்க. ஃபால்க்லேண்ட்ல ஆங்கிலேயர்களுக்கு ரீகன் கொடுக்கற ஆதரவு மாணவர்களுக்கு பிடிக்கல."

"தெரியும். பாதிரியார் கார்தெனல் மாதிரி கத்தோலிக்கர்னு சொல்லவந்தேன். அப்படி ஏதோ ஒண்ணு. கார்தெனல்லோட கவிதைகள் படிச்சிருக்கீங்களா?"

"ஆமா"

"உங்களுக்குப் பிடிக்குமா"

"நிறையவே; அவர் என்னோட விருப்பமான கவிஞர் இல்லாட்டாலும்" "மான்செய்ன்யூர், அந்த கோப்பை தேநீரை இப்போ வாங்கிக்கறேன்." யோசனையில் ஆழ்ந்தவராக, காசெரெஸ் மேசைக்கு பின்னிருந்த அலமாரிக்குப் போய் சீரான நீலத் தோலில் உறையிட்ட கனமான புத்தகமொன்றை எடுத்தார். சில பக்கங்களை புரட்டியபின் உள்ளடக்க அட்டவணையை பார்த்துவிட்டு அலமாரியிலேயே வைத்தார்.

"ஒரு கவிதைய தேடிகிட்டு இருந்தேன்..." அவர் சொன்னார். "அதை உங்களுக்கு படிச்சுக் காட்ட விரும்பினேன். இருங்க அதை இன்னும் நான் கண்டுபிடிக்கல."

"எது?"

"'கடைசி பயணம்' ஹுவான் ரமோன் ஹிமெனெஸோடது." "அட வாய்யா யோவ். அது, என்ன சொல்றேன்னா, மான்செய்ன்யூர்." எலிசா சிரித்தாள். "அது எனக்கு மனப்பாடமா தெரியும்." மேலும் வசதியாக உணர்ந்தவராக சிரித்தார்.

"அப்போ பறவைகளோட நீண்ட பாடலால நீங்களும் துயருற்றிருக்கீங்க இல்லையா?" எலிசா தனக்கு தேநீரை ஊற்றியபடி சொன்னாள்.

"இந்த கதிரியக்கத்தால பறவைகளோட பாடல் கேட்காமலே போறது அதவிட மோசம்" அவர் முணுமுணுத்தார். "சொல்லு, எப்பவாவது காதலிச்சிருக்கியா?"

எலிசாவின் கன்னங்கள் சிவந்தன.

"அது... நிச்சயமா, உறுதியா. நான் இன்னும் குந்தர காதலிக்கிறேன்." "இப்போலாம் அவரோட கிறித்துவப் பெயரால கூப்பிடறதில்லையா?" "பான்ச்சோ, குந்தர் எல்லாம் ஒண்ணுதான்" "நிறைய காதல் தொடர்புகள் இருந்திருக்கா உனக்கு?"

"ஆனா மான்செய்ன்யூர்" அவள் தோளை சட்டென்று ஒரு ஸ்பானிய ஈர்ப்புடன் குலுக்கியபடி பதிலளித்தாள், "இப்படியான விஷயங்களக் கேட்கக்கூடாது. நீங்க பாதிரிகள் எல்லாம் ரொம்ப... உலகம் அழியத்தான் போகுது..."

“நாக்கு ரெண்டு பக்கம் முனைகொண்ட கத்தின்னு புனிதர் ஜான் சொல்லியும் சொல்லாமலும் இருக்கார். உங்கள உள்ளூர் பேச்சுவழக்கோட முனையக் கொண்டு கேட்டேன்.”

அவரை அதிர்ந்து பார்த்தாள்.

“நீங்க கொஞ்சம் முட்டாள்னு அவங்க சொன்னத நினைக்கும்போது.” காசெரெஸ் தனது வலது கையைக் கொடுத்தார்.

“திருமதி குந்தர், இப்போ உங்கள்ட்ட விடைபெற காலை வணக்கம் சொல்லிக்கறேன். கிட்டத்தட்ட மதிய வணக்கம்.” எலிசா எழுந்தாள், அவர்கள் செதார் மரத்தில் செதுக்கப்பட்ட உயர்ந்த கதவை நோக்கி பழைய நண்பர்களைப் போல நடந்தனர். “போய் மதர் டொர்ராக்ஸ பாருங்க. நீங்க நாளைக்கே தொடங்கலாம்.”

“நீங்க எப்படி ஃபாதர்? எப்பவுமே காதல்ல விழுந்ததில்லையா?” கொர்ரியந்த்தெஸ் சபையின் தலைமை பாதிரியார் அவளை மென்மையாக வாசலை நோக்கி நிமிட்டினார்.

“இயல்பா அன்பே. தினம் தினமும்.”

4

பேராயருடனான உரையாடலுக்குப் பின் எலிசா கோட்டின் கழுத்துப்பட்டையை உயர்த்திவிட்டுக் கொண்டு தேவாலயத்துக்கு முன்னிருந்த சதுக்கத்தில் ஓர் இருக்கையை தேடிப்பிடித்து அமர்ந்தபடி மாட்ரிட்டை நினைவுகூர்ந்தாள். அவளிடமிருந்து சில அடிகள் தள்ளி ஒரு ஸ்பானிய படைத்தலைவன் நானூறு வருடங்களுக்கு முன் எல் டொராடோவுக்குப் போகும் வழியில் அந்நகரத்தைக் கண்டடைய இட்டுச்சென்ற ஆவிகளை நோக்கி இன்னும் தனது கல் வாளை வீசிக்கொன்டிருந்தார். *உனது பாடல்வரி காலையின் பதற்றம்கூடிய காற்றில் சிந்திய ஒரு நாளையாக இருக்கட்டும்* (பால் வெர்லேன்). அந்த எடையற்ற கடல் நீலத் தெளிவில் காலையின் உற்சாகமான வடிகட்டின ஒளியில் பட்டாம்பூச்சிகளும் அரிக்கன் விளக்குகளும் நினைவால் சிறகுற்று பனித்துளியை சூரியனை, வாழ்வை காற்றை மெல்ல நினைவூட்டும். அவற்றில் ஆழ்ந்து, இலாமிச்சைகளில் நட்சத்திரங்களாய் போதையுற்று அவளுக்கு வயலின் வாசிக்கும் சில்வண்டாய் இருக்க விருப்பம், ஈர விழிகளின் பொறுமையற்ற இசைக்குழுவாய், பூக்கப்போகும் ஒரு திருட்டுத்தனமான மேட்ரிகல் பாடலாய். அவளது வழி ஒளிபெற்றுள்ளது, பாதாம் மரங்களால் பைன் மரங்களால் தளிர்த்தெழும் நீல மாணிக்கத்தால் குலவையின் மிருதுவான சந்தத்தால் தென்றலால் ஒளிக் கீற்றுகளால் ஓர் கணநேர பூரானால் ஒரு ஓய்வற்ற சுவர்க்கோழியால் அவள் குருதி எழுச்சியுற்றுள்ளது. மகிழ்ச்சிமிக்க இசைநிரம்பிய மதியப் பொழுதினைப் போல காற்றால் நிரம்பிக் குதிக்கிறாள். அவளது கைகள் பச்சை வாசங்கொண்ட பரந்த ஒளி நதிகள் அவள் உதடுகள் சொற்கள் பழுத்துத் தொங்கும் திராட்சைக் கொத்துகள். பாஸ்க்குகளும் காஸ்டிலியர்களும் பிஸாரோவின் சுரங்கங்களை எப்போதும் கண்டுபிடிக்க முடியவில்லை, ஆனால் மேலும் தெற்கே அவர்கள் அந்த இருமுகம் கொண்ட இனத்தைக் கண்டடைந்தனர். அவள் கணவன் புதிய உலகின் மெசபோடாமியாவில் பிறந்திருந்தாலும் தனது பவேரிய வளர்ப்பால் அவனால் அடையாளம் கண்டுகொள்ளமுடியாத அந்த இரட்டைத் தோல் இரட்டை ஆன்மாவும் மொழியும்

கொண்ட இனம். எலிசா குந்தரை ஐம்பதுகளில் சந்தித்தபோது அந்த இளம்பொன் தலையுடைய கறாரான ஆசிரியத்தன்மை கொண்ட பொருளியலாளன் தெற்கு கண்டத்தின் மகனாக இருப்பானென கற்பனை செய்திருக்கவே மாட்டாள். ஆனால் அவன் வெளிநாட்டில் பிறந்தவனென அவள் நிச்சயம் சந்தேகப்பட்டாள், ஏனெனில் அவனது ஆங்கிலம் மிகத் துல்லியமாயிருந்தது, ஒரு கண்டிப்பான கண்ணுக்குத் தெரியாத பள்ளித் தலைமையாசிரியையால் செயலாக்கப்படும் மிகுந்த கவனத்தோடு நகலெடுக்கப்பட்ட புதிய இங்கிலாந்து பேச்சுநடை. குந்தருக்கு அப்போது முப்பத்தேழு வயது, அவளுக்கு முப்பதும். மேரிலாந்தில் அவளுடைய துறைத்தலைவர் வீட்டில் இரண்டாந்தர பாலாடைக்கட்டியில் முக்கியெடுத்த செலரித் தண்டுகளை பிரஷ்ஷியத் தனமாக மென்றபடியே ஒருவிதமான பிடிவாதமான மென்மையோடு அவளைப் பார்த்துக்கொண்டிருந்த ஒல்லியான ஆள்... அவளை பதற்றத்துக்குள்ளாக்கினான். ஜெர்மானிய வகையைச் சேர்ந்த அவன் நிச்சயம் வாய் துர்நாற்றம் கொண்டிருப்பது மட்டுமில்லாது தன்னை வாஷிங்டனின் அதிகாரமையங்களில் தகுதிவாய்ந்த மணமாகா ஆண்களில் உயர்ந்தநிலையில் எடைபோட்டுக் கொள்பவனாக வும் படுக்கையில் பெரும் சலிப்படையச் செய்பவனாகவும் இருப்பான் என்று அவளுக்குத் தோன்றியது. அந்த பிரம்மாண்ட உடலுக்குக் கீழே தன்னை வைத்து செலரி படிந்த நாக்கால் அது தன் வாயை நிரப்ப முயல்வதை அவளால் கற்பனை செய்தும் பார்க்கமுடியவில்லை. இளமையில் எலிசா ஒரு திருமணத்தை விரைவில் முறித்துக் கொண்டாள். அதைப் பற்றி யோசிக்க அவளுக்கு விருப்பமில்லை. அந்த விவாகரத்து– அவள் நம்பியபடி–அவளது தொழில் வாழ்க்கைக்குப் பெரிதும் உதவியது. தனது பதவியில்–ஸ்பானிய உதவிப் பேராசிரியர் – மகிழ்ச்சியாயிருந்த அவள் யாரையும் தன்னை அச்சுறுத்த அனுமதித்ததில்லை, அவளது துறைத்தலைவருடன் பள்ளியில் படித்த பகட்டு பொருளியலாளர்களா யிருந்தாலும் சரி. ஆனாலும் சுத்தமாக திருமணம் செய்துகொள்ளும் விருப்பமே இல்லாமல் ஐரிஷ் கண்களும் அற்புதமான பேச்சும் கொண்ட அந்த மறுக்கவியலாத கறுப்புப் பெண் குந்தருடைய வாழ்வின் ஒற்றை உவர்ச்சியானாள். அவளது பொட்டிசெல்லி முலைகளும் குரங்குபோன்ற சிரிப்பும் அவனைப் பைத்தியமாக்கின. தாங்கமுடியாத திறனோடு அவளை வியக்கவைத்தான், அவளது பைத்தியக்காரத்தனத்தையும் இடதுசாரி அரசியலையும் – கொர்ரியந்த்தெஸின் விரைப்பான ராணுவ ஆட்கள் பொதுவில் அனுமதிக்கும் அதிகபட்ச அளவு சிவப்பாக இருக்கும் அவள் தற்போது அமர்ந்திருக்கும் ப்ளாஸா இருக்கையைப் போல் சிவப்பானது அது–ஏற்றுக்கொண்டான். குந்தர் எலிசாவின் ஜூன் மாத பாரிஸ் தேன்நிலவுக்குப் பின் மாதங்களும் ஆண்டுகளும் உச்சத்திற்கும் ரசாயன சுத்தமான சலிப்பிற்கும் இடையே முறையாக ஊடாடின, பரஸ்பர சகிப்புத்தன்மையின் தொழில்முறை முன்னேற்றத்தின் கலைந்த கருக்களின் ஒரு வாழ்க்கை, சுருக்கமாக ஒரு சுவிஸ் கடிகாரத் தொழிற்சாலை யைப் போல தடுப்புப் பாதுகாப்பாக அமைக்கப்பட்ட வாழ்க்கை. சுவிஸ் குறியீடுகளைப் பொருத்தவரை எலிசா பாலாடைக்கட்டிகளைவிட கடிகாரங்களையே விரும்பினாள்; முதலாமது அவளுக்கு அதிகமாக துறைத்தலைவரின் செலரியை நினைவூட்டியது. குந்தர் வெங்காயங்களையும்

மென்றான், சொல்லப்போனால் கரடுமுரடான ஜெர்மானிய சமையல் ராணுவத்தின் முழுத் தொகுதியையுமே. அதுவும் ஐம்பது வயதுவரைக்கும் தினசரி குடித்த பல கேலன் பீரைச் சொல்லாமல் விட்டால், அப்போதிலிருந்து விஸ்கிக்கு மாறிவிட்டான். இதெல்லாம் இருந்தாலும் எக்கச்சக்க அதிகாலை நேர குதிரைச் சவாரிப் பழக்கத்தால் அடிவயிற்றைத் தொந்தியின்றி வைத்துக்கொண்டிருந்தான், எலிசா அவனை காரமான சாஸ் ஊற்றிய சூம்பிப்போன வாழைப்பழமென வீணாக்கினாள். அவளுடைய சார்த்தரிய புறநரகின் கணங்களில் மாட்ரிட்டைப் பற்றி **நினைத்துப்** பார்க்கும் பழக்கத்தை அடைந்திருந்தாள். மச்சாதோவின் மாணவியான அவள் தனது பிட்ஸ்பர்க் அறையில் அவற்றை கற்பனை செய்தது போலவே அச்சுப்பிசகாதிருந்த அந்நகரத்தின் இலையுதிர் காலத்தையும் அதன் பழங்காலத்திய மணிக்கூண்டுகளையும் மான்க்ளோயாவின் சீற்றமான தொடுவானையும் பொன்னிற வில்லோக்களையும் பரந்த கரு நெட்லிங்கங்களையும் எண்ணிப்பார்த்தாள். அவளது ஐபீரிய விமானசேவைப் பயணத்தின்போது (இருப்பதிலேயே மலிவானது) அவள் விரும்பியது போலவே அப்படியே. மாட்ரிட்டில் அவள் உள்நாட்டுப் போரோடு மச்சாதோவின் ஊதா சாயக் கலை ஏன் மாறிவிட்டதென்பதை உணர்ந்தாள், அதிலும் துல்லியமாக ஸ்பெயினின் ஆர்குயெசெஸில் அவளது அறைவீட்டில் எஃகு அந்திகளை இணைத்த அந்த பொன் வரிகள் ஏன் இறப்பில் மொத்தமாக இருகூறாக கிழிக்கப்பட்டுவிட்டதென்பதை. துரதிர்ஷ்டவசமாக எலிசாவுக்கு கசாப்புக்காரர்கள் கைக்கொண்டுவிட்ட ஸ்பெயினில் வாழவேண்டிய தாகிவிட்டது; பழைய அந்த மாட்ரிட் இனி இல்லை. ஃப்ரான்கோ ஸ்பெயினை – நல்ல சினிமாவிலிருந்து சுதந்திரத்தி லிருந்து ஐரோப்பாவிடமிருந்து மதச்சார்பற்ற புத்தக்கடைகளிடமிருந்தும் வெளிநாட்டு நாடகங்களிடமிருந்தும் காப்பாற்றிவிட்டார். பல்கலைக்கழகம் குடிமைப் பாதுகாவலர்களாலும் மடாலயங்களாலும் மாற்றப்பட்டிருந்தது. ஆனால் எலிசா மக்களை விரும்பினாள் எந்த சர்வாதிகாரத்தாலும் கெடுக்கவியலாத அந்த தூய அடிப்படையை. வறுத்த மாவுக்குச்சி விற்கும் பெண்மணி, தபால்காரர், ஒயின் விற்பவர், வாசற்காவலர், கீரைக்காரி– எல்லோருமே அரசாங்க ஆவணங்களிலிருந்த பொய்யை அப்பட்டமாக்கினர். ஒவ்வொருவரும் அந்த மரணத்தின் பள்ளத்தாக்கில் வீழ்ந்தோரை மீட்பவராக, ஒரு விட்மேனாக, இருந்தனர். எலிசா தனது வேலையையும் இரண்டாவது மொழியையும் வரையறுத்தாள். அவள் தனது ப்ரிய மச்சாதோவை ஆய்வுப்பொருளாக தேர்ந்தெடுத்தாள், மூன்று மொழிகளில் பதிப்புகளோடு செவ்வியல் ஆக்கமாகப் போகும், பேராயரிடம் குறிப்பிட்ட அந்த புத்தகத்தைத் தொடங்கினாள். அதேநேரம் அவள் இன்னொன்றால் ஆட்டிப்படைக்கப்பட்டாள், இன்னும் கருசார்ந்த ஒருவிஷயம், நிச்சயமாக, ஆனால் கவித்துவத்தில் குறைச்சலில்லாதது: ஸ்பெயினின் இளம் ஆண்களினது நீளமாக இருந்தது, வலுவுள்ளதாகவும்! கிட்டத்தட்ட அந்தக் காலகட்டத்தின் எல்லா பதிப்பிக்கப்படாத கவிஞர்களோடும் படுத்தாள். திருமணத்திற்குப் பின்னும் அதில் ஒருவனோடு சிறிதுகாலம் பழகிவந்தாள். கார்சியா லோர்காவை கிண்டலடித்தபடி அவள் அதை குந்தரிடம் சொன்னபோது, “பின் அவன் சும்மாயிருக்கிறானென நினைத்து நான் ஆற்றுக்கு அழைத்துப்போனேன் ஆனால் அவனுக்கொரு கட்டுரை

வாசிக்கவேண்டியிருந்தது. காமத்தைத் தூண்டும் வைன்களும் வாசனைத்திரவியங்களற்ற மாணவர்களும். சிலநேரம் குந்தரை கேலிசெய்ய வும் அதேநேரம் அவனைத் தூண்டவும் அவனிடம் கிசுகிசுப்பாள், "உண்மை என்னன்னா நான் இன்னும் ஒரு உண்மையான ஆணால தொடப்படல, கிங் ஹுவான் கார்லோஸ் போல ஒருத்தரால." ஃப்ரான்கோ வின் திறனை ரசித்தவனான குந்தர் சிரித்தே சாவான், இவ்வாறாக அவர்கள் தங்கள் வெள்ளிவிழா ஆண்டை நெருங்கினர். குந்தருக்கு எல்லா ஸ்பானியர்களும் முட்டாள்களென கற்பிக்கப்பட்டிருந்தது. பவாரியாவிலிருந்து காட்டுக்கு இடம்பெயர்க்கப்பட்ட கல்வியற்ற விவசாயிகளான அவனது பெற்றோர்கள் இந்திய மொழியைக் கற்றார்களே யன்றி ஸ்பானிஷையல்ல. குந்தர் அசுன்சியோனில் ஒரு ஜெர்மானியப் பள்ளியில் கல்வி உதவித்தொகை கிடைக்கப் பெற்றான். ஆரம்பத்தில் பணக்காரக் குடும்பங்களின் ஃப்ரெஞ்சில் கற்பிக்கப்பட்ட வாரிசுகளோடு முட்டிக்கொண்டிருந்தான். ஆனால் பள்ளிக்கு அருகிலேயே, வடக்கிலிருக்கும் பெரிய தேசத்தின் பற்பசைச் சுத்த தூதரகத்தில் கிடைத்த ஆங்கிலம் மற்றும் புதிய ஒப்பந்தக் கொள்கைகளிலான இலவச வகுப்புகளையே அதிக தீவிரமாக எடுத்துக்கொண்டான். எனவே 1939இல் உயர்நிலைப் பள்ளியை அதிகபட்ச மதிப்பெண்களோடு முடித்திருந்தான். வெறும் மூன்று மாதங்களுக்கு முன்பு ஒரு படு விசித்திரமான ஜெனரல் ஜனாதிபதியாக தேர்ந்தெடுக்கப்பட்டிருந்தார். சாக்கோவின் வெற்றிகரமான படைத்தலைவர், சிக்கனமான பழக்கங்களையும் விவசாயப் பெற்றோரையும் கொண்ட மனிதர், ஐரோப்பாவில் படித்த, தன் மக்களுக்கு எதிராக ஒருபோதும் ஆயுதமேந்தாத ஒரு ஜெனரல், ஃப்ரான்ஸை நேசித்த ஃபாசிசத்தை தன்னிச்சையாக வெறுத்த *இந்தக் கதை ஆல்டோஸில் துவங்குகிறது, வளிமண்டலத்தின் உயர்நிலைகளில் ஒரு கள மார்ஷல் நெருப்பால் சுற்றப்பட்டு பசும்பூமியை நோக்கியொரு நீர் அம்பென நேராக விழுகிறார், அவரது உடைந்த சிறகுகளுக்குக் கீழே அவர் தடுக்கப்பட்டிருக்கவில்லை, ஆனால் பணிவெனும் விழுமியத்தினால் சாவிலும் வாழ்விலும் குரலுயர்த்தத் தயங்கியிருக்கிறார். போரை வெல்ல எந்த ஆர்ப்பாட்டங்களும் தேவையில்லை வெறும் புத்திசாலித்தனமும் தேசத்தின் மீதான காதலும் போதும். அப்படி அவர் ஆல்டோஸில் நுழைகிறார், மக்களின் உன்னதமான நிலையில் வாழ, ஃப்ரெஞ்ச் பேசி குவரானி பேசியபடி இரும்பின் மொழியைப் பேசியபடி. மாலையில் யுத்தத்திலிருந்து ஓய்வைத் தேடி நட்சத்திரம் போல் பறந்துசென்றார், இருந்தாலும் தாரையின் தூய்மையே அவரது காவல். வேறு யாரிடமிருந்தது வளையாத வெளிபற்றின அவரது புரிதல், யாரிடமிருந்தது அந்த வானுலகக் கழுகின் ஆவேசப் பார்வை? யாரிடமிருந்தன அந்த காலிப் பைகள்? போராட்டம் தொடர்கிறது, கதை உயர்ந்த இடங்களிலிருந்து தொடங்குகிறது, இன்று செப்டம்பரின் ஏழாம் நாள், என்றென்றைக்குமாக* அவன் அங்கே மேலே சில உறுதியான நட்புகளை ஏற்படுத்திக்கொண்டான். அவனுக்குத் தெரிந்த ஒரு நோர்டிக் வகையறாக்காரன் பராகுவே இளைஞர்களுக்காக அமைக்கப்பட்டிருந்த உதவித்தொகையை உறுதியளித் தான். குந்தர் ஹார்வர்டிற்குச் செல்ல தேர்ந்தெடுக்கப்பட்டான். ஆனால் அந்த வருடம் அவன் பெற்றோர் எதிர்த்தனர். அவர்களுக்கு இருந்தது

ஒரே மகன், சொந்த கிராமத்திலேயே தங்கிவிட்ட அமபோலாவும் எப்படியும் செழிப்பான இடத்தில் திருமணம் செய்யப்போவதில்லை. ஆனால் ஜனாதிபதி ஒரு வான்வழித் தாக்குதலில் கொல்லப்பட அவரிடத்தில் ஒரு வலதுசாரி வாத்துத்தலையன் வந்துசேர்ந்தான். குந்தர்கள் நடுநிலை ஆதரவாளர்களாகத்தான் இருந்தனர், ஆனால் அந்த வருடம் எரோதின் வெறியிலிருந்து பான்ச்சோவை காக்கவேண்டி யேலிலிருந்து வந்த ஒரு வாய்ப்புக்கு ஒப்புக்கொண்டனர். யேல் வாழ்க்கை குந்தருக்குக் கடினமாகவே இருந்தது. நியூ ஹேவனில் இரண்டு நூற்றாண்டுகளாக நிற்கும் பழைய ஹெய்டல்பர்க்கின் நிலவறையில் நடப்பவற்றைக் கவனிக்க–அவனது எளிய லத்தீன் அமெரிக்க உதவித்தொகையில் அவனுக்கு அடைய முடியாதவைகளான நிறைக்கப்பட்ட சிப்பி பில்ஸ்னர் உர்குயேர் பியர் போன்றவற்றைப் பார்த்துக் கொண்டிருப்பதற்காகவே – சாப்பல் தெருவில் டன்கன் ஹோட்டல் பக்கமாக சுற்றுவான். சிறப்பான மதிப்பெண்களுடன் பட்டம் பெற்றான், அந்த பதிற்றாண்டின் இறுதியில் மேற்படிப்பையும் முனைவர் பட்டத்தையும் முடித்திருந்தான். அவனது பெற்றோர்கள் ஒருவருட இடைவெளியில் தம் நாற்பதுகளில் புற்றுநோயால் இறந்திருந்தனர். தந்தையின் அடக்கத்திற்குச் செல்ல குந்தர் தனது சேமிப்புகளைப் பயன்படுத்தினான், அம்மா இறந்தபோது அவனிடம் பணமிருக்கவில்லை. பின்னர் ஒரு நல்ல அலுவலக வேலை கிடைத்ததும், அவளுக்கு சனாப்ரியாவுடன் திருமணமாயிருந்தும் அவனால் அமபோலாவுக்கு உதவமுடிந்தது. சோலெதாதின் ஞானத்தந்தையானான். அய்ஸன்ஹோவரின் கீழ் உறுதியான பொருளாதார நிலையையும் அமெரிக்கக் குடியுரிமையையும் பெற்றான். 1958இல் தனது டென்னிஸை கூர்தீட்டிக்கொண்டிருந்தான், பாப் ஹோப்புடன் இல்லாவிட்டாலும் தனது பழைய யேல் வகுப்பு நண்பர்களோடு அவர்களில் எலிசாவும் துறைத்தலைவரும். பல வருடங்கள் கடந்துவிட்டன! எலிசா மீண்டும் மாட்ரிட்டைப் பற்றி கனவு கண்டுகொண்டிருக்கிறாள். ஸ்பானியர்கள் எல்லாம் முட்டாள்கள் என குந்தர் ஏன் நினைத்தான்? நிச்சயமாக அவர்கள் வரலாற்றில் பல சிறந்த விஷயங்களை மேற்கொண்டிருக்கிறார்கள்– மேலும் ஆர்வெல்லாலும் இல்லை – பின் வந்தான் சார்மியந்தோ, அர்ஹெந்தினாவின் முதல் வெள்ளைக்கார அமெரிக்க ஆதரவுக் குரங்கு, அவன் ஒரு ஆரஞ்சு மரத்துக்கு விரட்டப்பட்டு, இங்கிலாந்தை நாகரீகத்தின் புனிதத் தாயென்றும் காட்டுமிராண்டித்தனத்தை கருஞ்சிறுத்தைகளின் கள்ள மகனென்றும் அறிவித்துவிட்டு அதிலேயே இறந்துபோனான். கூச்சசுபாவமுள்ள உழைக்கும் குந்தர்கள் அமபோலாவுக்கு வீட்டுவேலையின் ஒழுக்கத்தைக் கற்றுத்தந்திருந்தனர், ஆனால் தங்கள் முதல் மகனை ஒரு கைசர் பேரரசரின் பெருமிதத்தோடு வளர்த்திருந்தனர். முதலில் எலிசா அதை சந்தேகப்படவேயில்லை. இப்போதோ ஜேன் ஃபான்டாவின் உத்வேகத்தில் அவளது உற்சாகமான நேர்த்தியெல்லாம் நாசமாய்ப்போக அவளது ஐம்பத்தைந்து வருடங்கள் ஒரு சுமையாகிக் கொண்டிருக்கின்றன. அந்த மத்தியநாட்டு நரகின் நடுவே – இருப்பதை மோசமாக்க அப்போது குளிர்காலம் வேறு – அவள் முன்னோக்கிப் பார்க்க விரும்பினாள். குந்தர் ஏன் எல்லா ஸ்பானியர்களையும் முட்டாள்களென கருதினான்? அவள் அதில் கோபமாக இருந்தாள். அந்த சின்ன உணவகங்களை நினைத்துக்

கொண்டாள், ஆர்குதெயெசெஸில் மாணவர் உணவகங்கள், வாழ்க்கை ஒரு திடீர் எரிநட்சத்திரம் போலே கடினமான மலிவான மௌனத்தில் சுருள்வதையும் அங்கே மட்டுமே நடக்கும் அந்த விஷயங்களையும், ஏனெனில் அவை நடக்காவிட்டால் அது நல்லபடியாக இருக்காது. கலங்கிய கண்களுக்கும் கலங்கிய சாம்பலுக்கும் நினைவுகளுக்கும் இடையே ஒரு ரகசியமென நடுங்கியபடி, அவள் பகலொளியிருந்தும் மதியத்தின் முழுமையென்ற சேதாரமற்ற பக்கத்திலிருந்தும் பெருகிவரும் நீர்களை விரும்புகிறாள், இரவில் செவ்விதழ்களைப் போல் எரியும் இருண்ட குரலற்ற புதிர்களை இழைக்கிறாள், காற்றில் அலைவுற்ற ஆன்மாக்களிலிருந்து வடித்தெடுக்கப்பட்ட நுண்ணிய கரி, தூரத்து சரக்கு ரயிலைப் போல ஒருவரின் நெற்றிப்பொட்டு கேட்கும் ஊளை என இந்த பழங்காலத்திய விஷயங்களில் உழல்கிறாள், வேறொரு உலகின் அந்த தெருமுனைகள், பாரிய பாய்மரங்களும் அனலுமான உலகம், ஹெராக்ளிட்டஸின் அந்த நாட்களில் அவள் தன்னுடனும் தன் நினைவேக்கத்துடனும் நடைபோகிறாள். மற்றவர்கள் அதை இலையுதிர்காலத்தின் தொடக்கமென அழைப்பார்கள், அது ஏற்கனவே தொடங்கிவிட்டதென அவள் அறிவாள் மட்டுமில்லாமல் நாளை மற்றுமொரு நாளே. கல்லூரி பின்னணியிலிருக்கும் பைன் மரங்களின் உச்சியை அவள் கண்கள் பருக, ஊர்ப்புறத்தில் ("பைசாஹே" என்று ஸ்பானிஷில் யோசித்தாள், விளையாட்டாக அதை "பைஸ் ஆஹோ" "நாட்டுப் பூண்டு" என மாற்றினாள், நிறைய பூண்டு உண்மையில், ஆனால் நாடே அல்ல வெறும் ஒரு மக்களின் ஆறு, காலத்தின் சொலவடையான நதி, அவள் கணவன் ருசித்திருக்காத ஒரு ஹேக் மீன்) அவளை உருவாக்கும் இந்த உணர்ச்சிமிகு பிரதிகளை யாரோ அவளிடம் வாசித்துக் காண்பித்தனர். திடீரென்று அவள் இருபது வருடங்களை ஒரு ஆவியுடன் வீணாக்கி விட்டதாக உணர்ந்தாள். அவனுடனான வாரக்கடைசிகள் எவ்வளவு மனஅழுத்தத்திற்கு ஆளாக்குபவையாய் இருந்தன! ஒரு உதாரணத்தை நினைவுபடுத்த, நட்சத்திரங்கள் தெறித்த அந்த இரவில் ஆன்ட்ரெஸ் மெயடோ தெருவில் அழகான குகைஎழுத்துமுறை மோசமான ரசனையில் அலங்கரிக்கப்பட்ட பெரிதாக்கப்பட்ட மத்திமகால இலக்கியவரிகளை சுவர்களில் கொண்ட அமடிஸ் உணவகத்தில் அந்த எண்ணெய் மட்டி மீன்களின் நீலத் துடிப்பு அல்லது இன்னும் தெளிவாக நினைவிருக்கும் இன்னொரு உணவகம் ஃபெர்னான்டோ எல் கத்தோலிக்கோ தெருவில் கலீலியோவுக்கு பக்கத்தில் இருக்கும் டோபர், அங்கே ஒரு வால்டெபென்யாஸ் ஒரு டாலருக்கும் கம்மி, அதிலும் நீங்கள் உலகின் ஆகச்சிறந்த கொடி பீன்ஸுகளை வறுத்த ஹோசே லூயிக்கும் இவளுக்குப் பெயர் மறந்துவிட்ட ஒரு பெண்ணுக்கும் பிறந்த ஒன்றரை வயது பெரிய நீலக்கண்கள் கொண்ட ஜெமாவைப் பார்த்துச் சிரித்தால் இரண்டாவது இலவசம். ஆம் கடவுச்சீட்டு வைத்திருக்கும் யார் வேண்டுமானாலும் மாட்ரிட்டுக்கு போய்விடமுடியாது. ஒரு கொடுங்கோலனிடமிருந்து அவர்களால் பிரிக்கமுடியாத இப்போது அவனைப் போலவே அவர்களும் உலகின் தீண்டப்படாதவர்களிடமிருந்து பாதுகாத்துவைத்திருக்கும், ஞானிகளிடமிருந்து கிடைத்த பரிசைப் போன்றதொரு சுதந்திரத்தை கண்டுகொண்ட ஃபாசிச எதிர்ப்பாளர்களின் ஃபாசிசக் கசப்பால் புகையும் மனித எலும்புகளில் கீறப்பட்டு,

அமெரிக்காக்களிலிருந்து பெரும் சளி போல வெளித்துப்பப்பட்ட, குடிப்பெயர்வின் அந்த பிரித்தறியமுடியாத எல்லா ஒட்டுண்ணிகளையும் எலிசா எண்ணிப்பார்த்தாள். சதுக்கத்தில் இப்போது மாலையாகியிருந்தது. கூதிர் மறுபடி அவள் கண் முன்னே பறந்துசென்றது உலர்ந்த பைன்மரங்களின் கூச்சலைப் பிடித்துகொண்டது. விரைந்து கடந்துசெல்லும் ஒருவர். அந்த மழையாடையின் உள்ளிருக்கும் சோகத்தையும் அந்த குளிரான தனித்த சிகரெட்டையும் கேஸ்டில்லின் உயர் காற்றிலிருந்து தூரத்திருக்கும் ஆழியைப் பார்த்திருப்பதையும் புரிந்துகொள்ளும் ஒருவர். ஆனால் யாரும் நிற்பதில்லை. மாட்ரிட்டில் எப்போதும் பனிபொழிவதில்லை, அதில் அவ்வளவுதான் இருக்கிறது. அந்த மனிதனால் அவனது பிரியத்துக்குரியவர் களை கடைசியாக அணைத்ததை நினைவுகூரமுடியவில்லை, விமானத்தின் நிறத்தை, அக்கணங்களின் தெளிவான முகங்களைக் கூட; அவன் அறிந்ததெல்லாம் அவர்கள் அங்கே இருக்கிறார்கள் விரித்த கைகளோடு நீண்ட காலத்துக்கு முந்திய அந்நாளின் அதே தோற்றத்தில் காத்திருக்கிறார்கள். சாம்பல் நிற மணலில் அவன் சிகரெட்டின் அடிமுனை மறக்கப்பட்டுக் கிடக்கிறது. பின் இப்போது இவ்வளவு நடைக்குப் பிறகு அவனது இந்த காலணிகள் வீடுநோக்கி மெதுவாய்ச் செல்லும். இருந்தாலும் அவன் இங்கேயே இருக்கிறான், இச்சதுக்கத்தில் நடுங்கியபடி. இக்கூதிர் இந்நகரம் இந்தக் காற்று இது எதுவுமே அவனது தேர்வல்ல. எல்லாம் சொல்லியும் செய்தும் முடிக்கப்பட்டபின் மாலையின் வருகையில் நம்மால் அளக்கமுடியாத அந்த தூரத்தைவிட எதுவும் பெரிதோ துக்கமானதோ இல்லை என நினைக்கிறான். என்ன மாதிரியான முட்டாள்கள் நாம் என எலிசா வியக்கிறாள், நம்மிடம் 'இருக்கப் போவதற்கு' வினைச்சொல்லே இல்லை குவரானி மொழியைப் போலவே; சந்தேகமேயில்லை சார்மியந்தோவின் தவறுதான். குந்தர் ஒரு அந்நியப்பட் டிருந்த மனிதன் ஆனால் குறைந்தது அவனிடம் எதுவோ இருந்தது, அவன் சோலெதாதின் மாமா. தங்கள் வாஷிங்டன் வீட்டில் அவள் இருந்ததை எலிசா மங்கலாக நினைவுகூர்ந்தாள். அவளுக்காக எலிசா செம்மறியாட்டுக்கறி செய்தாள், செகோவியாக்காரனான அந்த ககாம்போ அவளுக்கு சொல்லிக் கொடுத்ததைப் போலவே. விரல்நக்குமளவு சிறப்பாக என அந்தப் பெண் நினைத்தாள். பின் சால்வடோரிலிருந்து வந்திருந்த வேலைக்காரி உறங்கிவிட்டதால் குந்தர் சோலெதாதை பாத்திரங்கள் கழுவ வைத்தான். சந்தேகமேயில்லாமல் விசித்திரமான நினைவேக்கமான ஒரு கருத்தியல் ஒற்றுமையாலோ என்னவோ எலிசாவுக்கு அவளைப் பிடித்திருந்தது. யாருமே, அவள் சும்மா யோசித்தாள், உலகின் சோகமான ஆக அழகான நகரத்தில் (அவளுக்கு சிலேடைவிளையாட்டுகள் பிடிக்கும்) ஒரு நல்ல *காஸ்பெயினாச்சோவை* அனுபவிக்கும் உரிமையின்றி இருக்கக் கூடாது என்று. ஒருநாள் தானும் மாட்ரிட் வழி போகும்போது எலிசா எங்கே வாழ்ந்தாள் என அறிய விரும்பவதாகவும் அப்போதுதான் அந்த வீட்டின் முன் படமெடுத்துக்கொண்டு வாசற்காவலர் டான் ஏஞ்சல் ஹோன்த்தனாருடன் கதைத்துவிட்டு அதே வைன்களை ருசிக்க முடியுமென கிட்டத்தட்ட விடிந்திருந்த பொழுதில் சொன்னபோது சோலெதாத் அவளை எப்போதைக்குமாக மயக்கிவிட்டாள். அப்போது குளிர்ந்துறைந் திருந்த ஆட்டுக்கறியை உண்டபடி எலிசா முட்டாள்தனமாக, நாசமாப்போன

நேரம் போனதற்கும் அந்த எல்லா பாழாப்போனதாலையும் கடைசியில் மச்சாதோ சரியென நிரூபிக்கப்பட்டுவிட்டதாக உணர்ந்தவளாக உளறினாள். *விசித்திரமான சோகமொன்றின் எதிரொலியினுடைய விடியல் இங்கே, என் ஆன்மாவின் மங்கலான திட்டங்களின் நடுக்கம் என் குருதியில்.* (ரெனே தவலோஸ், மெனார்ட் பிரதி). முடிவற்ற வைகறையின் மெல்லிய சாம்பலில் நிசப்தமான உடைசலுற்ற நடைபாதை யால் சூழப்பட்ட ஒரு கவனமற்ற தேவாலயம் சாகும் ஊதாப்பூக்களின் என்றும்வாடா கருவாலிகளின் உறுதியான விழுந்த கிளைகளின் வாசத்தை முன்னனுப்புகிறது. வேகமாக அடிக்கும் சூரியனின் சோம்பலில் நிலையுற்று காற்றின்றி தாயத்தாய் மறைந்திருக்கும் இடமாய் மறைந்திருக்கும் வெட்டுக்கிளியென அவள் தன் கவனமான பரந்ததன்மையில் தயங்குகிறாள். குண்டுதுளைக்காத போர்நிறுத்தத்தின் சொதசொதப்பான கனத்தின்கீழே, எல்லாமே – செய்கைகள், நிழலுருக்கள், எதிரொலிகள், புழுக்கமான வானிலை, ஞானங்கொண்ட செஸ்ட்நட் மரம், பூங்காக்களின் அளவிட முடியாத மினுமினுப்பு – அவளை இந்த வன்புணரப்பட்ட ஆங்காரமான வாழ்க்கைக்கு இட்டுச்செல்கின்றன. சோர்வு, செயலின்மை, பழக்கங்கள்; துரதிர்ஷ்டமான நாட்களின் மெதுவான நினைவிற்கப்பாற்பட்ட நகர்வு அவளை கொஞ்சம் கொஞ்சமாகத் தின்கிறது. தன்னிடமிருந்தே தூரமாக மாட்ரிட்டின் ரிடைரோ பூங்காவின் பரந்த தனிமையில் தனது கட்டுக்குலையாத மகிழ்ச்சியான தோற்கடிக்கப்படாத நம்பிக்கைககளின் சுமையை ஏற்றுக்கொள்கிறாள்.

5

மறைப்புகள் பாதி மூடியும் வெப்பம் அப்படியே இருக்கிறது. கனத்த சமமற்ற அந்த சுவர்களின் நட்டநடுவே ஒரு வலுவான தடகள வீரனின் நிழலுருவம் எழுகிறது. தனியாக அந்த பேருரு சிறைப்பட்ட கருஞ்சிறுத்தைப் போல் தன்னை உதறிக்கொள்கிறது. தெருவிளக்குகளின் விரைவான மினுமினுப்பு அவரது வெள்ளி தாடியில் பட்டு ஒரு கூரிய அலறலைப் போல் எதிரொலிக்கிறது. ஆயருக்கான அறையில் கனத்த காற்றில், தூக்கத்தில் நடந்ததுபோல மூச்சுமுட்டி அவர் தனது சட்டையை வியர்வையில் நனைந்த படுக்கையில் எறிந்துவிட்டு பதற்றமாக கூரை மின்விசிறியை பொருத்துகிறார்.

“இந்த நாசமாப்போன விஷயம்தான் எனக்கு தொண்டைக் கட்டிக்கவைக்குது”

சூழல் லேசாகிறது. கிட்டத்தட்ட விடியப்போகிறது. இன்னொரு தூக்கமற்ற இரவு.

“*ஆன்யா ரக்கோ பெகுயாரே*” அவர் குவரானியில் திட்டுகிறார். “இன்னொரு கோப்பை குடிக்கிறது நல்லது.” அவரது கரகரத்த குரல் இடிபோலிருக்கிறது. விளக்கைப் போடுகிறார். இரு எளிய ஃப்ளூரசன்ட் விளக்குகள் உயர்ந்த ஈரக் கூரையில் துடித்து மின்னுகின்றன. பெரிய பாழடைந்த மர புத்தக அலமாரி, அறையின் ஒரு சுவரை முழுக்க மறைத்திருக்கிறது. புத்தகங்கள், பீங்கான்கள், இசைத்தட்டுகள், பத்திரிகைகள், பற்பசைக் குழல்கள், வாசனைத் திரவியங்கள், மின் சவரயெந்திரம், களிமண்ணாலான மிருகவடிவான எடைக்கற்கள், புனிதர்களின் படங்கள். ஒரு அழுக்கான உள்சட்டை கன்னிமேரியின் சிலையிலிருந்து தொங்குகிறது. மற்ற சுவர்களில் குழந்தைகளின் நீர்வண்ண ஓவியங்கள் இறுகிக் கட்டப்பட்ட பெண்களின் படங்கள் குவர்னிகாவின் பிரதியொன்று. ஜேன் ஃபான்டாவின் சுவர்ப்படம் இரண்டு: ஒன்று முழு அளவில் நிர்வாணமாக, மற்றொன்று ஹனோயில் எடுக்கப்பட்டது; கந்தலான தொப்பி அணிந்தபடி முகம் மட்டும். இரண்டுக்குமிடையே வார்னிஷ் பூசப்பட்ட மர செபமாலையொன்று, புனித வெள்ளி திருவழிபாட்டில் பயன்படுத்தபடுவதைப்போன்ற பழங்கால ஆணியில் மாட்டப்பட்டிருந்தது. வெள்ளைத்தாடிகொண்ட பேருரு தனது மேசையின்பின் அமர்ந்திருக்கிறார். கையெழுத்துப்பிரதிகள், காலிக் கோப்பைகள், கிட்டத்தட்ட காலியானதொரு

ஃபுன்டடோர் பிராந்தி, இரண்டு சாவி வளையங்கள், டிஜிட்டல் கடிகாரம் ஒன்று, சீப்பு, பென்சில்கள், குறிப்பேடுகள், சிவப்பு மையால் கிறுக்கப்பட்ட தேர்வுத்தாள்கள், ஒரு பெரிய பித்தளைச் சிலுவையும் மின்சார காஃபிக்குடுவையும். அவரது மயிரடர்ந்த தொடைக்கறிபோன்ற கை காஃபியை சூடுபடுத்திக்கொண்டிருக்க அவரது பாதி திறந்த ஊடுருவவியலாத கண்களால் சிலுவையின் குளிர்ந்த உலோகத்தை முறைக்கிறார். அவரது அலுவலகத்தில் இருப்பதுபோலவே அரைமயக்கத்திலிருக்கும் சோனி கிறிஸ்து தனது சித்ரவதைக்குள்ளாக்கப்பட்ட பலியாளினது நீண்ட கரங்களை அழைக்கும்படியாக விரித்திருக்கின்றது.

“இறவாமை இன்றிரவைப் போலத்தான் இருக்கவேண்டும்.” அவருக்கு இப்போது ஒரு அரைநூற்றாண்டாக இந்த எண்ணம் இருந்து வருகிறது, பாதி குழப்பமும் பாதி நினைவேக்கமுமாக, குறிப்பிட்ட கால இடைவெளிகளில் இந்த வீரச்செயல் தேடியலையும் மங்கலான நினைவுகொள்ளலின் தெறிப்பு, எதிரொலிகளின் துல்லியமான பேச்சுவழக்கு: சாக்கோ போர், சிதறிய வெடிகள், தூரத்து ஷெல்வெடித் தெறிப்புகள். போர்நிறுத்தம். சொல்லிக் கொள்ளாமல் காணாமல் போவதுகுறித்த கற்பனை. நினைவுகளுக்கும் கனவுகளுக்கும் இட்டுச்செல்லும் மூச்சற்ற சுரங்கம்; உலோகத்தாலான யாருமறியாத புறநரகு, தூரத்து வெடிகுண்டுகளின் குறிகள், தனது வாலையே கடிக்கும் பாம்பு போல ஒன்றாக பிணைக்கப்பட்ட படைவரிசைகளின் பல ஒளிமின்னல்கள், அடையாளக்குறிகளாலும் துயராலும் பற்றியெரியும் தாவரங்கள், கவ்வும் அவமானப்படுத்தும் புதர்கள். அவர் முழுக்க அசைவற்றிருக்கிறார், வயதற்ற பாறைபோல உறைந்து காட்டில் ஒரு காவலின் போது ஒத்திவைக்கப்பட்ட ஒரு சங்கீதம் (இரவில் கூச்சல்கள் கேட்டன). மின்னலாலோ கோடாலியாலோ வீழ்ந்து கொடிகளும் மௌனமும் படர்ந்து அழுகியிருக்கும் ஏதோவொரு மரத்தின் பலவீனமான விருந்துபச்சாரத்தில் நிலையுற்று, பச்சை இயற்கையின் ஆதிக் கவிதை திரும்புதலுக்காக, அடுப்படிக்காக, பூமிக்காக, விதைக்காக. அவரது அங்கி அவரை சண்டையிலிருந்து காத்திருக்கும். ஆனாலும் இங்கே இருக்கிறார் அவர், ஆரோக்கியமான சிவப்பு நிற புருவத்தின்மேல் தொங்கும் கோதுமை நிற மயிர், சூறாவளித்தனமான மோவாய், சரியாக முன் வரிசையில். தாக்குதல் தலைவன், அந்த பிடிவாதக்கார காயம்பட்ட லத்தீன் அமெரிக்க கிராமப்புறத்தான் கூட்டத்தின் முழுச் சீற்றம், தீவிர பேரார்வம், குவிந்த பார்வை. விளக்குகளின்றி வார்த்தைகளும் நீருமின்றி அவர் தியானம் செய்கிறார். அந்தியில் தனியாக ஒரு பாதிரி, தெரு மூலைகளிலும் கிரகணங்களிலும் பிணைக்கப்பட்டு புத்தகங்களை விழுங்கிய அந்தப் புத்தகத்தை விளக்கங்கண்ட அவர் இப்போது நிழல்களுக்கு இரையாக ரொசாயுவிடமிருந்தும் இப்சனிடமிருந்தும் புனித அகஸ்தினிடமிருந்தும் லர்ராவிடமிருந்தும் தூரமாக, அவரது பிரசங்கங்களைக் கொடுத்துவிட்டு பதிலாய் இப்போது சண்டைக்கு முன்னான வீராவேசப் பேச்சுகள். மோதிர விரல் துப்பாக்கி விசை விரலாகி. அவரது கந்தலான தற்காலிகச் சீருடையின் உள்ளும் வெளியேயும். மகிழ்ச்சியோ போராட்டமோயின்றி சிறைபட்டு: நெகிழும் தண்டு, கட்டற்ற கோபம், இறப்பை ஏற்காத ஒரு காதலின் செய்கையில் தன் தேசத்தை நிறுத்தி. தேடலோடு வடகிழக்கைப் பார்க்கிறார். அந்த உருகிய உணர்வேறிய வானம் இரும்புச் சத்தங்களின்

மேகங்களிடையே ஒரு ஜாஸ் பாடகன் போல் கரும் வெறுமை கலந்த சாம்பலின்மேல் கண்களை மூடிக்கொள்ளும். அமைதியாக தேய்ந்துபோன ராணுவக் கள குருமார்களுக்கான சட்டையிலிருந்து கடைசித் துண்டு சுருட்டைத் தேடியெடுத்து பொறுமையாக ருசித்துப் பிடிக்கிறார். பெயரற்ற எதிர்ப்பின் ஓரங்க உரையில் நிலையுற்று புகையிலையெனும் தனிமையின் பழக்கத்தை மீட்டெடுக்கிறார், அமைதியின் நடுவே தீர்ப்பெழுதும் அந்த மெல்லிய வலுவாய்த் தூண்டும் புகைதல், வாய்ப்பின் அல்லது மறதியின் எல்லைகளில் தந்திரமாய்க் கண்ணடிக்கும் கட்டளையிடும் ஒளிரும் கண்களின் நிலைப்பு. சாதாரண இளைப்பாறுதலின் இரவுநேர மந்திரம் தங்கள் காயங்களுக்குப் பின்னே இருப்பதை அவர்கள் அறிவார்கள், தேங்காய்களிலிருந்து தங்கள் தாகத்தைத் தணிப்பதைவிட கொஞ்சம் கூட இசைவு இல்லாது. அரசாங்கத்தின் அறிவுறுத்தல்கள் வழமைபோல துல்லியமாய் இருந்தது. அவர்கள் அவரை எதிர்பார்த்திருக்கிறார்கள். அவர் தலைமைக்குக் கீழே அவர்கள் முன்னேறுகிறார்கள், அவரது இருமலின் தாளத்திற்கேற்ப அவரது அங்கியின் துளைகளுக்கேற்ப. அவரது நம்பிக்கை, அறிந்துகொள்ள முடியாததன் மீதான அவர் விசுவாசம், குருதியில் நனைந்த கந்தல்களின் குவியலில் மறுபடி வாழ்தல், அந்த துயரேறிய மெஸ்திசோ இடிசல், அமைதியான வாய்ப்புள்ள தேசம், ஒரே நேரத்தில் தோழரும் இலக்கும். தவறாத காவல்வார்த்தை, கொல்வதற்கான ஒரே நியாயப்படுத்தக்கூடிய காரணம். தோட்டா உரசி அவர் சொந்த ரத்தமே சிந்தியிருக்கிறது, மற்ற கன்னத்தில் விவிலிய முத்தம். அவரது சதையில் இருக்கும் அந்த எழவெடுத்த ஓட்டையைத் தவிர எந்த பிரதாபத்தையும் அவர் வேண்டவில்லை. மருத்துவப் படையிலிருந்து ஒரு குழப்பமான மருத்துவர் போரின் மனநலத் தாக்கம் உண்மையில் வலியைக் குறைக்கக்கூடுமென படைவீரருக்கு அவரது இயல்பான அளவைத் தாண்டிய ஆற்றலை அளிக்கக்கூடுமென ஒப்புக்கொண்டார். புதரிலிருக்கும் பாம்பு, சிதைந்த படைத்தலைவர், தேவதை, ஒருவேளை புனைவின் ஆற்றலால் மட்டும் சிறகுகொண்டு. தன் சூலின் நம்பிக்கையான தடையற்ற வெளியாதலைப் பற்றி கற்பனை செய்யும் கன்னித் தாயைப் போல அவர் திட்டமிடலின் அபாயமான சதுரங்கத்தில் பிஷப்பாக வெற்றியைக் கற்பனை செய்கிறார், ஒரு இறுதித்தன்மையாக அமைதியோடு ஒரு சந்திப்பாக.

"ஏதாவது படிக்கலாம்னு நினைக்கறேன்."

அவசரமின்றி, புத்தக அலமாரியை நோக்கிச் செல்கிறார். "சாரா அல்லது பாவேஸெவா?" அவர் ஒரு போர்வீரனின் சோகமான சிரிப்பை சிரித்துவிட்டு சிறிய பார்ப்பிள் உறையிட்ட பைபிளை எடுக்கிறார். ஒரு இசைத்தட்டைப் போடுகிறார்; வாக்னரின் இசைக்குழும உறுமல் அறையை அதிரவைக்கிறது. அதிர்ந்து அவர் சத்தத்தைக் குறைத்துவிட்டு கையில் புத்தகத்தோடு நாற்காலிக்குத் திரும்புகிறார். அதைத் திறக்கிறார். ஒரு *மனிதன் தனக்கு நிச்சயமாகியிராத கன்னியொருத்தியை மயக்கி அவளோடு படுக்கிறான் என்றால், அவளுக்கான விலையைக் கொடுத்து அவளைத் தனது மனைவியாக ஆக்கிக்கொள்ள வேண்டும். அவளது தந்தை முழுமையாக அவளை அவனுக்குத் தர மறுத்துவிட்டால், மயக்கினவன் ஒரு கன்னிக்கு நிர்ணயிக்கப்பட்டிருக்கும் விலைக்கு*

நிகரான பணத்தைத் தரவேண்டும்... அந்த பக்கத்திலிருந்து கண்ணை எடுக்காமல், அவரது விரல்கள் குடுவையைக் கைப்பற்றும்வரை மேசைமேலே தடவுகிறார். ஓரிரு வாய் குடித்துவிட்டு ஏப்பம் விடுகிறார். இசைத்தட்டு தூரத்தே முனகிக்கொண்டிருக்கிறது. கூரை விசிறியிலிருந்து அடர்ந்த காற்றுவீசி அவரை நனைத்துக்கொண்டிருப்பதையும் தாண்டி அவரது எஃகொத்த மயிரடர்ந்த உடல் பலமாக வியர்த்துக்கொண்டிருக்கிறது. திறந்த புத்தகத்தை மேசைமேல் வைத்துவிட்டு தலையை பின்னால் தொங்கவிட்டுக் கொண்டு தனது பலமான கைகளை சோர்வாக நீட்டிமுறித்து விசிறி இறக்கைகளில் மெதுவான மெல்லிய சுழலைப் பார்க்கிறார். அவரது நீண்ட வெள்ளை முடியில் இத்தனை வருடங்களில் இரு கால்வாய்களாக நெற்றி ஏறியிருக்கிறது. அவரது சிக்குற்ற தாடி வெப்பத்தின் கசகசப்பை அதிகமாக்குகிறது, சோம்பல் முழுமையாக ஆட்கொள்ள அனுமதிக்கிறார். ஆனால் தொலைபேசி ஒலிக்கிறது, சோம்பலை உதறிக்கொண்டு துள்ளி எழுகிறார்.

"இந்நேரத்துல யாராயிருக்கும்?"

அழைப்பொலி மறைக்கப்பட்டதாக எதனாலோ மூடப்பட்டது போல் ஒலிக்கிறது. "கருமத்த எங்க வைச்சுத் தொலைச்சேன்?" சில தாள்களை கலைத்துப் பார்க்கிறார், அடுக்குகளில் பார்க்கிறார், மேசை இழுப்பறைகளை திறக்கிறார், அலமாரியில் தேடுகிறார். பின் ஒரு மூலையில் மண்டியிட்டு இணைப்பு வயரைக் கண்டுபிடித்து குழப்பத்துக்கிடையே கலைந்துகிடக்கும் படுக்கை வரை அதைப் பின்தொடர்கிறார். ஒரு கனத்த தலையணையைத் தூக்குகிறார்.

"ஹெலோ, ஆமா காசெரெஸ்தான்." அவர் படுக்கையில் அமர்கிறார். "ஆமா, நண்பரே, ஆமா நான்தான். சொல்றேன்ல. இல்ல. அது இந்த சுரம்; தொண்டை வலிக்குது." மூச்சடைக்க, சளியை விழுங்குகிறார்... "... எதிர்பார்த்தேன், கௌம்பிட்டேன், தெரியும்."

ஓங்கி அடிப்பதுபோல் வைக்கிறார். சரியாக அப்போது யாரோ கதவைத் தட்டுகிறார்கள்.

"மான்செய்ன்யூர் காசெரெஸ்?" ஒரு மூதாட்டியின் மெல்லிய கீச்சிடும் குரல். கதவைத் திறந்ததும் தன் முக்காடு நடுங்கநிற்கும் சொட்டை விழுந்துகொண்டிருக்கும் குள்ள அருட்சகோதரியைக் காண்கிறார். "பாதிரி மார்செலின் இன்னிக்கு காலையில ஆவிய விடப் போறாரு," கிட்டத்தட்ட மகிழ்ச்சியாகவே வருந்துகிறார்.

"மருத்துவர் ஏற்கனவே எனக்கு சொல்லிட்டார்!" தாடியினூடாக முழங்கிவிட்டு, அவர் முகத்திலடிப்பதுபோல கதவை மூடுகிறார். மின்னலைப் போல் ஆடை அணிகிறார். சட்டென மேசையை நோக்கிப் பாய்ந்து தன் இரும்புக் கரத்தில் அந்த பைபிளைப் பற்றிக்கொள்கிறார். அவரது கண்கள் திறந்திருக்கும் புத்தகத்தில் ஒரு கணம் நிலைக்கின்றன, பின் அதைப் பட்டென மூடி மாசற்றிருக்கும் தன் கறுப்பு மேலாடையின் பைக்குள் திணிக்கிறார். நரகத்தின் தேவதைகளால் துரத்தப்படுவது போல் நெடுஞ் சாலையில் பறந்து, அவர் அந்த சிறிய பர்ப்பிள் புத்தகத்தை மூடுவதற்கு முன் படித்த கடைசி வரியை நடுக்கத்தோடு நினைவுகூர்கிறார்: *நீர் ஒரு சூனியக்காரியை வாழ அனுமதிக்கலாகாது.*

அந்த கறுப்பு மெர்சிடீசின் பளபளப்பாக துடைக்கப்பட்ட முன்புறத்தில் அர்ஜெண்டீனிய, வாட்டிகன் கொடிகள் விடியலின் முன்பொழுதில் படபடக்கின்றன.

சொல்லின் நீண்ட பயணத்தை, தொலைந்துபோன குறியீடுகளை விளக்கும் தன் அழைப்பை, இளமையின் மோகம்நிரம்பிய நாட்களிலிருந்து இறையியல் கல்லூரி வாழ்க்கையில் தொடர்ச்சியான ஓயாத கண்காணிப்பில் பன்சீர்களின் உயிரிணையோசைகளின் இடையே தன் ஊடாட்டத்தை எப்படிக் கடந்தோமென வியக்கிறார். மற்றவர்களின் மிரட்டல்களால் எப்போதும் தாக்கப்பட்டுக்கொண்டிருந்த தன் ரகசிய எதிர்ப்புணர்வை நினைவுகொள்கிறார், இலக்கணத்தின் கண்ணிகள், அகராதியின் அவமானப்படுத்தல், மேசையின் எளிமை, எல்லாவற்றுக்கும் மேலாக அச்சடிக்கப்பட்ட லத்தீனிடம் அவரது சரண், மை வாசமடிக்கும் பெயரடைகள், அச்சமைப்பவரை செயலிழக்கச் செய்யும் முக்கியமான காற்புள்ளிகள், குருவுடைய வெறியுற்ற பூனையின் வளைந்த முதுகைப் போல மறைமாவட்ட அச்சகத்தில் முதற்பக்கத்தில் தெறிக்கும் ஆயரின் வெடிகுண்டுகள். இரவில் (குறிப்பான்களற்ற நேரம், நிகழ்காலத்தில் – தற்போதைப் போல, ஒருவேளை – எதுவும் வயதேறாத இருப்பற்ற ஒரு சிதறிய துண்டுகளாலான காலம்) எழுதப்படாத குறிகளைத் தவிர எதுவும் விளங்கவியலாதபடி இருக்கும், பித்தக்குடி மட்டுமிருக்க தேனும் நிலவும் அற்ற தேனிலவுகள் புகையும் தனிமையுமாக கசக்கும் எழுதப்படாத பச்சைகள். எல்லாம்போக வயதாகிறதே, ரோம் பகல்நேரத்துக்கான குறியீடு வேறு; இரவில் கணக்கில்கொள்ளத்தக்கதெல்லாம் இந்த சுருட்டும் செர்ரி தேடும் இந்த தாகமும் சாகலின் நீர்நீலப்பச்சைமேலான காதலும் (மான்செய்ன்யூர் எப்போதும் வெள்ளைக் காலரே அணிந்திருந்தார்). இப்போது இந்த பச்சை வெறி, காட்டைக் கிழிக்கும் இந்த போர், அவர் மேல் சவப் புழுவைப் போல் தன் வாய்ப்பகுதியை கவிழ்க்கிறது. களைப்புற்று விழுந்த மரமொன்றின் மேல் அமர்ந்து ஆன்மாவின் நீட்சியின் மேல், விரல்களுக்கிடையே கடைசி இணுக்குப் புகையிலையும் எதற்குமில்லாமல் நன்றியின்றி விழுவதைப் பார்க்கிறார். சுமையேறிய மார் தன்னளவு பரந்த இரவுக் காற்றிற்குத் திறக்கிறது. வெறுமையாலும் தாகத்தாலும் சோர்வுற்று அவரது ஆட்கள் உறக்கத்தில் எந்த நிவாரணத்தையும் பெறமாட்டார்கள், தமது காயங்கள் தையலுற மாட்டார்கள், சாலையில் காய்ந்த தங்கள் ஆன்மாக்களுக்கு எந்த இதத்தையும் பெறமாட்டார்கள். மறுபடி விடியல் வந்ததும் அவர்களை எப்படி நகர்த்திச் செல்வார்? காலைகளின் அந்த ரகசியக் கலைதான் என்ன? புயல்களைக் கூட்டுவார், வேண்டுமானால் சாவையே சுட்டுத்தள்ளுவார். அவர் அறிந்த அந்த பையன்களை மீட்டெடுப்பார்: சார்ஜென்ட் குவாத்தி, உண்மையான பெரோ, லெப்டினன்ட் ரோமான், ரொமெரோ, ரியோஸ். நேற்றைய படைவீரர்கள், ஆனால் இது இன்றைய சண்டை! நேற்றின் நீர்த் தொட்டி, ஆனால் தாகம் எப்போதைக்குமானது! ரிவரோலாவைத் திரும்பக் கொணர், மின்னல் மேல் பயணிப்பவன், பின் ஃபரீனாவை, குருதியின் ரகசிய ஆறுகளிடையே பயணிப்பவன்! பின் தலவேராவை, முட்களினாலான அவன் எழுத்துகளை எப்போதைக்குமான அவன் விதிகளை அவன் மறுக்கவியலாத உறைகளை

அவன் கவிதையை அவன் மரணத்தை (இவை இருப்பின் வழிகள் அல்லது தவிர்க்கவியலாத விலகல்கள்). மறுபடிச் சாக அவர்களை மீட்டெடு, அந்த மரணமற்றோரை! கோய்ம்ப்ராவிலிருந்து போர் ஊர்தியை கேப்டன் பாடோவின் கரும்பாய்ச்சல்களை ஹூமாய்த்தாவின் நெருப்புகளை ரமோனா மார்ட்டினெஸ்—சரிந்துகொண்டிருக்கும் காலத்தின் குன்றுகளில் அவர்கள் ஏறட்டும். கந்தல்கள், வடுக்கள், கத்திகள், துப்பாக்கியின் கூர்முனைகள், *போரா, ச்சீ லா ரெய்னா*, வெய்யிற்காலம், வெறிநாய்க்கடி, குடல்சுரம், தேள்கள், மேகப்புண், முத்தங்கள், நினைவுகள், மதகுருக்கள், பாடல்கள், யாழ்கள், குவரானியா, கோர்ரியா, சொற்கள் — இவை நம் அரணாகட்டும், மறுபடி! நினைவுகூர்தல், ஆவிகள் நிழல்களின் மேலே ஒளி வீசும் கூட்டுக் குழி, புதுச்சிப்பாய்கள், படைவீரர்கள், சுமைதூக்குபவர்களின் கனவூற்று, புதைக்கப்பட்ட காயங்களின் மண் படை, *போம்பெராக்*களின் மறைகழண்ட சிரிப்பைப் போன்ற எங்குமிருக்கும் ராணுவக் குழப்படி, சீற்றத்தை கடினப்பட்டு மீண்டும் வாழ்தல், ஆழ்மன அச்சத்தின் எண்ணற்ற அசையும் கைக்குட்டைகளோடு ஒருவர் போராடும் நற்கருணையின் தெளிவின்மை, துணிவின் மார்ப்பட்டகம், வாழவேண்டும் விருப்பம், வாழ்வின் அரண். லிமா சிறையொன்றில் ஆன்த்தெகுவெரா கவிதை எழுதிக்கொண்டிருக்கிறார் அல்லது இது வெறுமனே தீக்கருகில் தியானித்துக்கொண்டிருக்கும் அவர் நிழலுருவா? விதியின் எழுதப்பட்ட இடியை (அதை நாம் வரலாறு அல்லது வெள்ளிக்கிழமை 13ஆம் தேதி என்று அழைக்கிறோம்) பட்டைதீட்டிக்கொண்டிருக்கும் ஆன்த்தெகுவெரா, விடுதலையின் ரத்தக்கட்டை சிகப்பில் அடிக்கோடிட்டுக்கொண்டு; காலத்தின் முடிவுத்தன்மையை மறுக்கும் அவரது உறுதியான தமனிகள், கொடுங்கோன்மைக்கு மறுத்து வாக்களிக்கும் தூசுபடிந்த நுண்துளைகள்; காவிய வரிகளை எழுதும் அவர் கரம், தன்னாட்சி, தந்திகள், சொறி மருத்துவத்திற்கான இரட்சைகள்; எந்த தெருக்களும் குடியிருப்புகளும் அவர் பெயரின் ஓயாத ஒலியை சுமந்திருக்கப் போகின்றனவென அவர் ஆன்மா வியக்கிறது, கழுமரங்களின் எதிரொலிக்கும் அடிகள், லத்திகளின் தாக்கம், அவரது ஈரேழ்வரிப்பாக்களின் பறிக்கப்பட்ட பரோக் கண்ணாடிகள், அவரது சொந்த மறைவின் முதலெழுத்துக்கள். மான்கோர் ஜான் வில்லியம்ஸின் கிதாரை சுருதிசேர்த்து மசூர்க்காக்களுக்கு எதிர்பாட்டிசைக்கிறார், சதிர்நாட்டியங்கள், மேட்ரிகல்கள், பயணங்கள்; காட்டால் நீர்வீழ்ச்சியால் ஈரமான யாழ்களின் பொது இழைகளைக் கண்டுபிடித்தல், சோகத்தின் துள்ளிய பாய்ச்சல், அவர் தேனீக்களின் முடிவற்ற துயரை அளக்கிறார், குரங்குகளின் இரைச்சல் நிரம்பிய துல்லியம், புன்னையின் மணம்நிரம்பிய மயக்கம். எழுத்தின் இசையின் தமனி, இறுமாப்புகளின் சேர்க்கை, சிறிய தியாகிகளின் நிலம்சூழ்ந்த புதைபொருள் ஆய்வாளர், தன்னடக்கமான வேலை — இவற்றோடு நான் தாகத்தின் முழுச்சோர்வின் தூக்கத்தின் ஏழைகளின் சிதையால் ஒளிரூட்டப்பட்ட இரவுகளின் நீண்ட பாட்டையில் நடைபோடுகிறேன். உனை நோக்கி, அபாயத்திலிருக்கும் தாய்நிலமே பண்டைய தோழனே.

அப்போதுதான் படைப் பாதிரி தன் சுருட்டை அணைத்தார்.

6

நவம்பரின் எரியும் ஒளியில் மூழ்கியபடி அவர்கள் நெஞ்சோடு இறுகப் பிடித்திருக்கும் பள்ளிப் புத்தகங்களின் கனம் அழுத்த மெதுவாக நடக்கின்றனர்.

"அந்த ஹெகல் கட்டுரையில இன்னும் எவ்வளவு நேரம் வேலையிருக்குன்னு நினைக்கிற?" சோலெதாத் கேட்கிறாள். நடைபாதையின் சுண்ணாம்பு வெண்மை கண்ணைக் குருடாக்கும்படி ஒளிர்கிறது.

"அதிகபட்சம் ரெண்டு மணிநேரம்" வெரோனிகா பதிலளிக்கிறாள், அவள் எலும்புகள் நீண்டநேரம் படிப்பதைவிட குதிரையேற்றத்துக்கும் படகோட்டத்திற்குமே பழகியுள்ளன. "உன் வீட்டில எதாவது தீனி திங்கலாம், அப்புறம் அத சீர்படுத்தலாம்."

ஆரஞ்சு மரமொன்றின் நிழலில் குழந்தைகள் கூட்டமொன்று வேற்றுகிரகவாசி ஈ.டி போலவும் விண்வெளி ஆடையுமணிந்த இரு விளையாட்டுத் தோழர்களை சுற்றி ஓடி வெயிலில் வறுபட்டுக்கொண்டிருக்கின்றனர்.

"நாசமாப்போன வெயில்!" வெரோனிகா உள்ளங்கையால் வியர்வையிலூறியிருக்கும் கூந்தலை சரிசெய்தபடி எரிச்சலாக ஊதிக்கொள்கிறாள். சோலெதாத் தன் தோழியின் வலது மோதிர விரலில் மின்னும் பொருளை ரசிக்கிறாள். "என் அம்மாகிட்ட இருந்து வாங்கின ராசி மோதிரம். இன்னிக்கு காலையில் பரிட்சைக்காக இதைக் கொடுத்தாங்க. அவங்களுக்கு அரக்கிறுக்குன்னு தெரியும்ல. ஒருநாள் அவங்களயும் என் சகோதரன் ஆல்பர்ட்டோவையும் பார்க்க உன்ன வீட்டுக்கு கூட்டிப் போறேன். பிரச்சனை என்னன்னா அப்பாவுக்கு நான் ஏழைப் பொண்ணுங்க கூட சுத்துறது பிடிக்காது."

"அழகான மோதிரம்." சோலெதாத் பெருமூச்சு விடுகிறாள்.

அவர்கள் ஒரு சிறிய வீட்டுக்கு வருகிறார்கள், முன்னர் வெள்ளையாக இருந்த அது இப்போது பாசியாலும் கொடிகளாலும் தாக்குதலுக்கு உள்ளாகியிருக்கிறது. தஸ்தாயெவ்ஸ்கியைப் படித்து சோர்வுற்றது போன்றிருக்கும் நாயின் வயதேறிய கண்கள் வாசலில் நிலையுற்று நினைவேக்கத்தோடு தெருவைப்

பாதுகாக்கின்றன. சோலெதாத் வெரோனிகாவிடம் அவளை ஐந்து மணிக்கு எதிர்பார்ப்பதாக சொல்லிவிட்டு, பழகிப்போனதால் கூடத்துப் படிக்கட்டின் கிரீச்சொலியைக் கவனிக்காதவளாக இரும்பு வாசற்கதவைத் திறந்து உள்ளே நுழைகிறாள்.

வெரோனிகா மெட்லார் மரங்களால் லேசாக நிழலுற்றிருக்கும் அந்த குறுகிய தெருவில் தொடர்ந்து நடக்கிறாள். அருகாமை விமானநிலையத்தில் தரையிறங்கப்போகும் சிறிய விமானமொன்று தலைக்குமேலே போவதை கவனிக்காது கால்நடை சுமையுந்துகளும் தூசடைந்த பேருந்துகளும் அடைத்திருக்கும் நிழற்சாலையொன்றிற்கு வந்து சேர்கிறாள். பரந்த தனியார் புல்வெளிகளால் சூழப்பட்டிருக்கும் நுழைவுமறுக்கப்பட்ட பழங்காலத்திய வீடுகள் அவளுக்குப் பின்னாலிருக்கின்றன. அந்த நிலப்பரப்பைக் கடக்கிறாள். கனத்த சிற்பவேலைப்பாடுகள் கொண்ட செடார் மரக்கதவின் மேற்கட்டையில் வாடிய புல்லுருவிக் கொப்பொன்றை தொங்கவிடுகிறாள். உள்நுழைந்துவிட்டு கதவை மூட அதன் தேய்க்கப்பட்ட படிகமணிகள் பலவீனமாக ஒலிக்கின்றன. மங்கிய வெண்கல ராக்கையில் புத்தகங்களை எறிகிறாள். சிலந்தி வலைகளால் கனமுற்ற முனகும் அலங்கார விளக்கின்கீழே பல்லாண்டுகளாய் கிடக்கும் பெர்சியக் கம்பளத்தின்மீது அவள் பாதங்கள் ஒலியற்றுக் கடக்கின்றன. தனது சதைப்பிடிப்பான மாரில் பொன்னிற மயிர்கள் லேசாக அடர்ந்துமூடியிருக்கும் ஒரு கட்டான இளைஞன், வெட்டுக்கிளியைப் போலப் பாய்ந்து அவளைக் கடந்துசெல்ல கம்பீரமான சுண்ணாம்பு வெள்ளைநிற பளிங்குக்கல் படிக்கட்டின் காலடியில் நிற்கிறாள்.

"பக்கத்திலிருக்க குளத்தில அஞ்சு நிமிஷம் முழுகப் போறேன்," அவளைக் கடந்து விரைகையில் கத்துகிறான். வெரோனிகா மேலே செல்கிறாள். அந்தப் பையன் தன் அறைக்கதவைத் திறந்தே வைத்திருக்கிறான், விளையாட்டு பதக்கங்கள், காமக்கலைப் படங்கள், கலைந்துகிடக்கும் படுக்கை, பாதி திறந்த அலமாரி, ஒருசுவரிலிருந்து மறுசுவர்வரை மூடியிருக்கும் எண்ணற்ற நசுக்கப்பட்ட சிகரெட் துண்டுகளால் கருக்கப்பட்ட கம்பளத்தின் மேலே இறைந்துகிடக்கும் இசைத்தட்டுகள் ஒரு கணம் தெரிகிறது. தனது அறைக்கு சென்று கதவை மூடிக்கொண்டு படுக்கையின்மேல் விழுகிறாள், அவள் விரல்கள் மேசைமேலிருக்கும் கடிகார – வானொலியைத் திருகி, கடைசியாக ஒரு ஜாஸ் அலைவரிசையில் நிலைக்கிறது. மேலாடையின் பொத்தான்களைக் கழட்டிவிட்டு பாவாடையையும் செருப்புகளையும் விசிறி எறிகிறாள். அம்மணமாக குளியலறைக்குச் சென்று குளியலூற்றைத் திறக்கிறாள். கீழேயிருந்து சரியாக அப்போது செடார் கதவின் சிணுங்கலையும் அவள் சகோதரனை வினவும் தந்தையின் குரலையும் கேட்கிறாள். ஒரு நீலப்பச்சை நீள மேலாடையை தோளின்மேல் போர்த்திக்கொண்டு மாடி கைப்பிடியில் சாய்ந்து கீழே பார்க்கிறாள், 'பச்சைக் கைப்பிடிக்குமேலே பச்சை சதையும் பச்சை கூந்தலும். "கொஞ்சநேரம் முன்ன அவன் வெளிய போறத பாத்தேன்," அவள் கூவுகிறாள். "எங்கன்னு தெரியல."

எவரிஸ்தோ சர்ரியா – குவரோகாவின் பதில் சிவந்த முகத்தோடு, ஒரு உறுமல் மட்டுமே.

வெரோனிகா குளியலறைக்குள் நுழைந்து நீர்வீழ்ச்சிக்குக் கீழேபோய் தன் மதனமொட்டை விரல்முனைகளால் மெல்லத் தேய்க்கிறாள். மயக்கத்தில் மேலேறிய கண்விழிகள் ஆர்வத்தில் விரிந்து மெதுவாக, பெரிய பெரிதாக்கிக்காட்டும் சுவர் கண்ணாடியை ஆராய்கின்றன, அதை சிறைப்பட்ட பூனையைப் போலக் கதவுக்குப் பின்னே மாட்டியிருக்கிறாள்.

பின்னர் உணவருந்த கீழே செல்கிறாள். சமையற்காரர் புடைத்த தோல்போர்த்திய நாற்காலியை முன்னகர்த்துகிறார். அதில் அமர்ந்து கொர்ரியந்த்தெஸின் கொடிய இலையுதிர்காலத்திற்கு முற்றிலும் பொருந்தாத சுருபி மீன் துண்டுகளில் ஒன்றை பரிமாறிக்கொண்டு டான் எவரிஸ்தோ யூத அண்டைவீட்டுக்காரர்களோடு நீந்தச் செல்வதற்காக ஆல்பர்ட்டோவை திட்டுவதைக் கேட்கிறாள்.

"புது செவிலியோட பேர் என்ன?" வெரோனிகா வினவுகிறாள்.

"இந்தமாதிரி கிறுக்குத்தனம்தான் என்ன கோவப்படுத்துது. என் இதயம் வேலைசெய்யாம போறப்போ உங்களுக்கு என்ன ஆகும் சொல்லு?"

"புது செவிலியோட பேர் என்ன?" வெப்பமான சாப்பாட்டு அறையின் கனத்த அரைவெளிச்சத்தால் மயக்கமுற்றவளாய் வெரோனிகா மறுபடி அழுத்திக் கேட்கிறாள்.

"வயலெட்டா," இடைமறித்துக்கொண்டு கிழவர் சொல்கிறார். "ஆனா அவளுக்கு இன்னும் ஒண்ணும் விளங்கல. தோல் பதனிடற பண்ணையில இருந்து நேரா இங்க அனுப்பியிருக்காங்க. பாவம் உன் அம்மா அவளுக்கு கார்மென் செவிய்யான்னு பெயர் சூட்டியிருக்கா. அந்த *இம்பீரியல் வயலெட்ஸ்ல* இருந்து. அவ சாப்பாட்ட எடுத்துட்டுப் போறியா செல்லக்குட்டி?"

"சரிப்பா."

ஆல்பர்ட்டோ தன் அரிசிப் புட்டை முடிக்கிறான். பேசாமல் எழுந்துகொள்கிறான்.

"பாரு, இப்போ பதிவுக்கான வரைவுத் தாள்கள் கேட்கறாங்க," டான் எவரிஸ்டோ அவனிடம் சொல்கிறார். "ராணுவக் காவல்துறையை ஏமாத்தி திரியமுடியாது. நீ ஃபால்க்லேண்ட்ஸுக்குப் அனுப்பப்படறது ஒண்ணுதான் இப்போ நமக்குத் தேவை."

7

வெரோனிகா அம்மாவை எழுப்புவதற்காக மேலே செல்கிறாள்.

"அம்மா?" அவளது குரல் பாதி திறந்திருக்கும் கதவின் வழியாய் அழைக்கிறது. அந்த அறையின் இருளில் சில மங்கலான வடிவங்களை மட்டுமே அதிகபட்சம் பிரித்துணர முடியும். ஒற்றைச் சாளரத்தையும் தடிமனான திரைச்சீலைகள் மறைக்கின்றன. ஜாடிகள், ஒரு அலமாரி மூலை, ஒரு மெழுகுவர்த்தி தாங்கி, மற்றும் சில பிசுபிசுப்பான பழைய புத்தகங்களைத் தடவி வெரோனிகா வழியறிந்து நடக்கிறாள். அறையின் ஒரு மூலையில் மின்விளக்கின் விசைகுமிழொன்று பச்சையாய் ஒளிர்கிறது. வெரோனிகா அதைநோக்கி நகர்கிறாள் ஒரு ஆடும் நாற்காலியில் இடித்துக்கொண்ட பின்னரே அதை அடைகிறாள். அறை முழுக்க சிதறிப் பரவுகிறது வெளிச்சம். பிரம்பால் செய்யப்பட்ட தலைமாட்டைக் கொண்ட உயர்ந்த கட்டிலில் வெரோனிகாவின் அம்மா உறங்கிக் கொண்டிருக்கிறாள்.

"அவ என்ன விட அழகா இருக்கா" வெரோனிகா முணுமுணுக்கிறாள். ஒரு நீண்ட திகைப்பிலிருந்து மேலெழு வதைப் போல அந்தப் பெண் கனவுகாணும் கரங்களால் முகத்தை தேய்க்கிறாள், நீட்டிமடக்கி மெல்லமைதியோடு திரும்பிப் படுக்கிறாள். வெரோனிகா நசுக்கப்பட்ட குசுக்களின் ஒலியைக் கேட்கிறாள்.

"நான் உங்க சாப்பாட்ட கொண்டுவரவா? மதியத்த தாண்டிட்டு."

"கொண்டுவா" அமைதியாக, உடைந்த அவளது குரல் இனிமையாகவே இருக்கிறது. வெரோனிகா அவள் எழுந்து உட்கார உதவுகிறாள், அவளுக்கு அருகே இருக்கையைப் போட்டு அமர்கிறாள். அம்மாவின் இரவு கவுன் இப்போதும் திடமாயிருக்கும் முலைகளின் உருவை மறைத்து வெளிப்படுத்துகிறது. தனது வசியம் செய்யும் பெரிய நீலக் கண்களால் வெரோனிகாவை பார்க்கிறாள். "முழுமையான அவதூறு" டான் எவரிஸ்தோ ஒருமுறை தனது மகளிடம் சொல்லியிருந்தார். "எப்படி இந்த நீலக் கண்களோட அவளுக்கு யூத ரத்தம் இருக்கமுடியும்?" வெரோனிகா அவருக்கு ஸ்டெரெய்ஸான்டை நினைவூட்டினாள், மோசஸையும்

ஜீசஸையும் இன்னும் டிமிலியேவின் படங்களில் வரும் அத்தனை கதாபாத்திரங்களையும்.

"அப்பா ஒரு புது செவிலிய வேலைக்கு எடுத்திருக்காரு. ஆனா அவங்களுக்கு இன்னும் தேவையான அனுபவம் இல்ல."

வெரோனிகா தொடையில் ஒரு சூடான கையை உணர்கிறாள். முதியவள் தன் நீண்ட சிக்கலான மயிருக்கு இடையிலிருந்து அவளை நோக்கி புன்னகைக்கிறாள். வெரோனிகா அவளுடைய உப்புகரிக்கும் நெற்றியை முத்தமிடுகிறாள். அம்மா ஆஸ்துமாத்தனமாக இருமுகிறாள்.

அந்த மதியம் வெரோனிகா சோலெதாதின் வீட்டில் தன் படிப்புச் சந்திப்பிற்காக சரியான நேரத்தில் இருக்கிறாள். புதர்களையும் கொல்லைப்புற குப்பைகளையும் தவிர்த்து துருபிடித்து மங்கிப்போய் வேனிலின் அடர்ந்த காற்றில் கிரீச்சிட்டு ஆடிக்கொண்டிருக்கும் ஒரு பழைய ஊஞ்சலின் அருகேயிருக்கும் குறுக்கு வழியை தேர்ந்தெடுத்தாள். வெரோனிகா தனது வழக்கொழிந்த கத்தோலிக்க பள்ளிச் சீருடைகளை சிறு வெண்ணிற காலுடைக்காகவும் அவளது தொப்புளை மறைக்கத் தவறும் இறுக்கமான வெளிர் நிற மேலுடைக்காகவும் களைந்திருந்தாள். மூச்சடைக்கச் செய்யும் சூட்டில் அவர்கள் புத்தகங்களையும் குறிப்பேடுகளையும் மறுபடி வாசித்தனர், சிறிய அட்டைகளில் பிரதியெடுத்துக் கொண்டனர். ஹெகல் எண்ணங்களை ஆராய்ந்தார், ஆதாரச் சாரமாக நகராத மாற்றமடையாததாக அல்ல, பதிலுக்கு செயல்பாடாக, தொடர்ந்து வளர்ச்சியுறும் அறிவாக... சன்னலுக்கு வெளியே சூரியனுக்குத் திறந்துகிடக்கும் மரங்களின் பச்சை, சுதந்திரமான மதியத்தின் ஒளிமிகுந்த மௌனம் முதல்மாடி முற்றத்தின் முடிவற்ற தொலைவு. அவரது மெய்யின் இயற்காட்சியியலின் முதல் பாகத்தில் அறிந்துணர்வுக்கும் பொருளுக்கும் உள்ள தொடர்பை ஆராய்கிறார், இரண்டாமது அதன் சாரம் பருப்பொருட் சார்பற்றதும் இயற்கையின் தர்க்கப்படியானதுமாய் இருக்கும்வரை அறியக்கூடியதே என்று முடிவுக்கு வருகிறார்.

"உனக்கு புகை பிடிக்கணுமா?" என்று கேட்டாள் வெரோனிகா, "என்கிட்ட கொஞ்சம் இருக்கு."

சோலெதாத் ஆம் என்றாள்.

வெரோனிகா கதவைப் பூட்டினாள். புகையும் ஈரப்பதமும் முற்றிய திராட்சைகளைப் போன்ற முலைக்காம்புகள், குப்பையாய்க் கிடக்கும் மேசைக்கும் மஞ்சத்துக்குமிடையே விரிந்துகிடக்கும் நீண்ட கால் கொண்ட வடிவங்களென மங்கலாகத் தோன்றச் செய்தன; புகையை வெறியோடு உள்ளிழுத்து அதை நெருப்பாலான வளிமண்டலத்தில் தளர்வாய்த் தொங்கும் வளையங்களாக வெளியிட்டனர், புலனுணர்வுகளுக்கு நம் புலனின் மேல் இயங்கும் பொருட்களோடு நேரடித் தொடர்பிருக்கிறது... உருகும் நிலைக்கு ஒட்டி சூடாகி தோலின் நீர்ம வெதுவெதுப்பை உணர்ந்தனர், பக்கங்களில் அரைகுறையாய் மேயும் சுரமுற்ற கரங்கள், சிகப்புத் துணியில் மூடிய இரு எழுச்சியுற்ற சதையாலான கூழாங்கற்களுக்கிடையே

பென்சிலை எதேச்சையாக இழுக்கும் அனல் நாக்குகளைப் போன்ற விரல்கள்.

"ஏன் நாம மேலாடையக் கழட்டிக்கக் கூடாது?" என்றாள் வெரோனிகா. "ரொம்ப சூடா இருக்கு". கொஞ்சம் தயக்கத்துடன், சோலெதாத் அதை உரித்து பக்கவாட்டில் இலக்கின்றி எறிகிறாள். பெரிய மெஸ்டிசோ முலைகள் கிட்டத்தட்ட சத்தம் கேட்கும்படிக்கு தங்கள் சுமையிலிருந்து விடுபட்டு வெரோனிகாவின் பார்வையில் விரிகின்றன. *தர்க்கஞ்சார்ந்த எண்ணம் பற்றின, கருத்துகளின் இடைத்தொடர்பு பற்றின ஹெகேலியக் கொள்கை மறைமுகமாகக் காட்டுவது, ஹெகலின் அறிவிப்பிற்கே மாறாக மெய்யான செயல்பாடுகளுடைய வெளிப்பாட்டின் உட்பொருளும் விதிகளும் பெருமளவு சுதந்திரமாக இருக்கின்றன, எதிலிருந்தென்றால் நமது அறிவிலிருந்து,* சுற்றிவட்டமிடும் பறவைகளின் கீச்சிடும் கணநேர கதையாடல்களைப் பற்றிய, அருகிலிருக்கும் இனிப்பின் மின்னிடும் வாசத்தைப் பற்றிய, வில்லோக்களிடையே மாலைப் பொழுதின் தெளிந்த அழகைப் பற்றிய.

"த்தா குப்ப புத்தகம் இது" என்கிறாள் எலிசா. *மேடம் லின்ச்சும் நண்பரும்: அந்த அமெரிக்க தேசத்தை அழித்த ஒரு ஐரிஸ் சாகசக்காரி மற்றும் பராகுவேயின் சர்வாதிகாரியைப் பற்றின உண்மைக் கதை.* "இந்த எழுத்தாளருக்கு என்ன புரியலன்னா, அவர் எந்தளவு அவள மட்டந்தட்ட முயற்சிக்கிறாரோ, அவ்வளவு அவர் . . ." இங்கே அவள் சரியான ஸ்பானிஷ் வார்த்தைக்காக தடுமாறுகிறாள்.

"டோடோ, *'extols'*ன்றத எப்படி சொல்றது?"

"எனக்குத் தெரிஞ்சிட்டாலும்."

"அதாவது, 'புகழ்பாடறது', 'உயர்த்திப் பேசறது.'"

"ம்ம்ம். *'enaltecer'* அந்த மாதிரி ஏதோ ஒண்ணு."

"சரி என்னவோ. அவள லின்ச் குடும்பத்தின் சீர்கேடா காமிக்கறார், வழமையான ஐரிஷ் சீமாட்டியா இங்கிலாந்துல இருந்து ஓட வைக்கிறாரு, லோபெஸ சந்திக்கறதுக்கு முன்ன பாரிஸ்ல விபச்சாரியா இருந்ததா காமிக்கறாரு, எல்லாமே அவள இன்னும் சிறப்பானவளாதான் ஆக்குது."

"பாரு செல்லம் . . . ரொம்ப உணர்ச்சிவசப்படாத. எப்படியும் இதெல்லாத்தையும் ஏன் உன் புத்தகத்துல போடணும்? மக்களுக்கு கடந்த காலத்தில் விருப்பம் இல்ல. அவங்களுக்கு தங்களப் பத்திதான் படிக்கணும்."

". . ."

"இப்போ அவ பேரும் உன் பேரும் ஒண்ணுதான். இருந்தா என்ன? எங்க பாத்தாலும் லின்ச்சுன்னு யாராவது இருக்காங்க. சே'வோட பேர் கூட லின்ச்தான். எர்னஸ்தோ குவேரா லின்ச்."

"பந்தயம் கட்டறேன் அவரும் என் சொந்தக்காரரா இருப்பாரு"

"வேடிக்கை பண்ணாத."

“நிச்சயமா டோடோ, ஐரிஷ் பக்கமிருந்து… மேடம் லின்ச் எனக்கு சொந்தம். சேவும் எனக்கு சொந்தம்தான்.”

“பரம்பரையப் பத்திக் கவலப்படற ஒரே அமெரிக்கக்கார ஆள் நீதான்”

“நிச்சயமா, லிங்கன் ஊக்குவிச்ச அந்த பூர்ஷுவா குப்பையெல்லாம் எதிர்க்கவாவது.”

“ஒருமுறை ஒரு சலிப்பூட்டுற கலீசியன் பெண்மணி காஸாப்ளான்க்காவில இருந்து – அவங்க பேரும் குவேராதான் – சேவுக்கு அவர் அமைச்சரவைல இருந்தப்போ கடிதமெழுதினாங்க. என்ன பதிலெழுதினார் தெரியுமா? என்னுடைய குடும்பம் சரியாக ஸ்பெய்னின் எந்தப் பகுதியில் இருந்து வந்தார்களெனத் தெரியாது. நிச்சயமாக என்னுடைய முன்னோர்கள் பல காலம் முன்பே அங்கிருந்து கிளம்பிவிட்டார்கள், ஒரு கால் முன்னும் ஒரு கால் பின்னும். நான் ஏன் என் கால்களை அப்படி வைத்துக்கொள்வதில்லையென்றால், அந்த நிலை மிக சங்கடமாக இருப்பதால்தான்…” அவர் மேலும் எழுதினாரு, “நாம் நெருங்கிய சொந்தங்களா என எனக்கு சந்தேகம்தான், ஆனால் இந்த உலகத்தில் அநீதி நடக்கும் ஒவ்வொரு முறையும் உங்களால் அறச்சீற்றத்தால் நடுங்கமுடியுமென்றால் நாம் தோழர்கள்தான் அதுவே மிக முக்கியமானது.”

“இப்போ எனக்குத் தெரியும் நாங்க சொந்தக்காரங்கதான்னு.”

“ஓ, இந்த ஐரிஷ்காரங்களப் போட்டு ஒக்க.”

சலவைக்கல் படிக்கட்டின் உச்சியிலிருந்து, வெரோனிகா குனிந்து நிற்கும் அந்த ஒல்லி இளைஞனைப் பார்க்கிறாள். அவனது வெட்கப்படும் ரத்தம் எபாலெட்டுகளின் வெளிநாட்டுப் பணத்தை மறைத்துவைக்கும் தோல்வியுறாத தந்திரங்களுடைய திறனின் நினைவேக்கங்கொண்ட நினைவுகளைத் தாங்கியிருந்தது.

“அப்போ, எப்படியிருக்க சிப்பி?” அவள் கைகளை நீட்டியபடி தனது ஆகப் பாசாங்கான புன்னகையை வீசியபடி அவனை வரவேற்றாள்.

“ஹாய்” அவன் குரல் மூக்கிலிருந்து வந்தது.

“உட்காரு” அவள் ஆணையிட்டாள். சிப்பி ஒரு பச்சை வெல்வெட் நாற்காலியின் கோழைத்தனமான நுனியை ஆக்ரமித்துக்கொண்டான்.

“உன் ஒப்பனை ரொம்ப நல்லாருக்கு. நீ பார்க்க ஒலிவியா நியூட்டன் ஜான் போலவே இருக்க.”

“ஒலிவியாதான் உன் ஆளா இருக்கனும். நான் சோலெவோட வீட்டில இருந்து திரும்பி வந்தப்போ அந்த முட்டாள் ஆல்பர்ட்டோ குளிக்கப் போனான் பரானாவே அவனுக்குதான் சொந்தம்ன்ற மாதிரியும் அப்போ என்ன நேரம்னு அவனுக்கு தெரியாதமாதிரியும் உச்சக்குரல்ல பாடிகிட்டு”

“வாவ்” சிப்பி திக்கினான்.

“பாக்ஸர் ட்ரன்க் போட்டுகிட்டுதான் குளிப்பே இல்ல, அடிச்சு சொல்வேன்.”

“ஆமா, சரிதான்.” அவன் வெட்கத்தில் சிவந்தான்.

“நீ கழுவிக் குளிக்க எந்த சதையும் எப்படியும் இல்ல... எந்த பாகத்த முதல்ல கழுவுவ?”

“ஆஅ . . .” சிப்பி மெல்லிய குரலில் முணுமுணுத்தான். “அது, கொஞ்சம் தனிப்பட்ட விஷயம். இல்லையா?” அவன் வாயிலிருந்து எச்சில் வெளியேறுவதையும் வேதனையுற்ற அவன் நா வரண்ட மேலண்ணத்தில் மோதுவதையும் உணர்ந்தான். பதட்டமாக கண்களை சிமிட்டியபடி அவன் அழுதுவிடுவது போலிருந்தான். வெரோனிகா அந்த நாற்காலியின் தையற்பூவேலை செய்யப்பட்ட கரத்தில் அவனருகே அமர்ந்தாள்.

“உனக்கு என் கபோச்சர்ட பிடிச்சிருக்கா?” மாரை அவன் மூக்கை நோக்கி சாய்த்தபடியே எரிச்சலுற்ற குரலில் கேட்டாள். சிப்பி மார்க்கச்சை யால் கட்டுறாத முலைகளின் ஈரமான துளைக்கும் வாசத்தை உணர்ந்தான். வேர்த்துவழிய தனது ஆவேசமான மூச்சால் காட்டிக்கொடுக்கப்பட்டு தனது முகத்தின் வெளிர்ப்பு விறைத்த முட்டாள்தனமான நெளிப்புக்கு வழிவிடுவதை உணர்ந்தான்.

“உனக்கு அது பிடிச்சிருக்கா? உனக்கு பிடிச்சிருக்கா?” கல்போன்ற கைகளால் அவன் பிடரியைப் பிடித்து அவனது மத்திய கிழக்கு முகத்தைத் தனது பரிமளமிட்ட மார்பில் அழுத்திக்கொள்ளும்போது வெரோனிகா கர்ஜித்தாள்.

“வெரோனிகாவும் ஆல்பர்ட்டோவும் அவர்களுடைய விஷயத்தை செய்துகொண்டிருக்கும்போது, எவரிஸ்தோ தனது இரவுகளை குமர்சிந்தோ லராய்ன் என்றொரு குண்டு மத்திய அமெரிக்க ப்ரிகாடியருடன் சதுரங்கம் ஆடிக் கழித்துக் கொண்டிருந்தார்.” என்கிறாள் எலிசா.

குதிரை கடைசியாக அவர் வேண்டிய இடத்தில் இருந்தது. அவர் சூழ்நிலையை தீவிரமாக ஆராய்ந்தார், ஒவ்வொரு வாய்ப்பையும், ஒவ்வொரு மாறுபாட்டையும்.

“உங்க முறை டாக்டர்” ப்ரிகாடியர் நடைமுறையொழுங்கின் மீதான தனது வழமையான ராணுவ மரியாதையோடு சொல்லக் கேட்டார்.

“யோசிச்சிட்டிருக்கேன்.”

அவசரப்படக்கூடாது, அதுதான் வழி. சில நிமிடங்கள் திட்டமிடும் தியானம், அத்தோடு ஆட்டம் வெல்லப்பட்டிருக்கும். மிகுந்த உழைப்பெடுத்து செதுக்கப்பட்ட தந்தத் துண்டுகள் அவரை நக்கலாக பார்ப்பது போலத் தோன்றியது. ப்ரிகேடியர் கனமாக எழுந்தார். அவருடைய மூச்சுத்திணறும் மயிரடர்ந்த தொப்பை பச்சை கட்டம்போட்ட கார்டின் சட்டையின் பொத்தான்களுக்கு இடையே தன்னை வெளிக்காட்டிக்கொள்ளத் திணறியது. மதுக்கூடத்துக்கு நடந்துசென்று தனக்கொரு க்ரான்ட் மார்னியரை ஊற்றிக்கொண்டார். கையில் கோப்பையைப் பிடித்தபடி, அமைதியான பகட்டான அந்த அறையில் இன்னும் பலகையில் நிலைகொண்டிருந்த தன் எதிரியின் கண்களை பார்த்தபடி மெல்ல நகர்ந்தார். தன்னுடைய ஒரே போர்க்களமான ஆட்டத்தில் ஜெனரல் வெற்றியின் இலக்கற்ற

எண்கணிதத்தை ரசித்துக்கொண்டிருந்தார். சர்ரியா–கிரோகா இப்போதும் நிலைகொள்ளாமல் அலைந்துகொண்டிருந்தார், ஒரு துல்லியமான நகர்வில் மனநல மருத்துவர்கள் கூட தங்கள் குமட்டலை மறைத்துக்கொள்ள வேண்டியிருக்கும் அந்த பீடிக்கப்பட்ட படுக்கையறையிலிருந்து வரும் ஒவ்வொரு மனைவியைப் போன்ற கொக்கரிப்போடும் மேலும் சிக்கலாவதுபோலிருந்த அவரை பின்னிழுத்துக்கொன்டிருக்கும் மனப் பின்னலை உடைத்து வெளியேறப் பார்த்துக்கொண்டிருந்தார். கடந்தகாலத்தின் பலன்கொண்ட நெறிகள் தளர்வுறுகின்ற துயரார்ந்த நிச்சயத்தன்மையால் தாக்கப்பட்டதாக உணர்ந்தார்; வெரோனிகா தனியாக வெளியே செல்கிறாள் – அவரால் எப்படி அவளைத் தடுக்க முடியும்? – ஆல்பர்ட்டோ…, கண்ணியத்தையோ துணிவையோ அல்லது இனங்களையும் வம்சாவளிகளையும் பிரித்துப்பார்க்கும் திறனையோ வரித்துக்கொள்ளாமல், அளவுக்கு மீறி வளர்ந்த சந்தேகத்திற்குரிய குணங்கள்கொண்ட பெயரற்ற பையன்களால் சூழப்பட்டு ஆண்மையற்றது போன்றொரு சிகையலங்காரத்தோடு மூட்டைதூக்கிகளைப் போல பேசிக்கொண்டு சேரிக்காரர்களின் இசையை சீட்டியடித்துக்கொண்டு தனது அறையை மலிவான மூளையற்ற தேவடியாள்களின் படங்களால் மெழுகிவைத்துக்கொண்டு, ஒரு பெண்ணையும் அறியாமல், அவனுக்குப் பணிபுரிவதற்காக கடந்த குளிர்காலத்தில் பண்ணைக்கு வைத்த ஆரோக்கியமான பணிரெண்டு வயது பணிப்பெண்ணையும் அறியாமல்… இப்படியே போனால் ஏதாவது கோணல்காரனாக ஆகிப்போவான்! சொல்லப்போனால், கடந்த வேனிலில் ஹார்வர்டிலிருந்து வெளிவரும்போது அப்படித்தான் இருந்தான்.

“போராடுபவன் எவனோ அவனுக்காகவே நம்பிக்கை வாழ்கிறது.”

வெற்றிப் புன்னகையோடு, ப்ரிகேடியர் சாய்வு நாற்காலியின் பூவேலைப்பாட்டை நசுக்கியபடி சாய்ந்து அமர்ந்தார்.

“ரொம்ப சீக்கிரமா பீத்திக்காதீங்க” சர்ரியா கிரோகா குதிரையை நகர்த்தியபடி முணுமுணுத்தார். ஜெனரலின் கண்கள் ஏக்கத்தில் துள்ளின. சேவற்சண்டைக்குப் பின் சோர்வடைந்திருக்கும் சேவல்களைப்போல, இன்னும் ஒருவரை ஒருவர் நீங்க என மரியாதையாகவே அழைத்துக் கொன்டனர்.

“லராய்ன் பணத்த சேர்த்திருக்கார், போர்க் காயங்கள இல்ல” எலிசா அவளை முத்தமிடத் தூண்டும் அந்த பாதி சோகமான பாதி சீற்றமான புன்னகையோடு பேசினாள். “அவர் மனைவி இறந்தபின்ன அவரும் அவரோட மதிப்பிற்குரிய பினாமிகளுமா சேர்ந்து எல்லா எடத்திலயும் பரவியிருக்க பெரிய விபச்சார விடுதிகளோட வலைப்பின்னலொன்ன கையில எடுத்துக்கிட்டாங்க.., ஆனா உனக்குத் தெரியாதா உயர்குடி வாழ்முறைக்காக பணத்த விரயம் செய்றவர் இல்ல அவர்; நறுமணச் சாராயங்கள ருசிக்கறதயும் சதுரங்கம் ஆடுற மென்மையான பழக்கத்தையுமே விரும்பினார். அவருக்கும் சர்ரியாவுக்கும் ஏதோ ஒற்றுமை இருந்துச்சுன்னு சொல்லலாம்.”

8

“படம் பார்க்க வந்துட்டு சாப்பிடறது மோசமானது.” என்கிறாள் வெரோனிகா . “ நான் சாப்பிடல, மெல்லுறேன்.” “எல்லாம் ஒண்ணுதான் எனக்கு எரிச்சலாகுது.”

“சரி” சிப்பி சூயிங்கம்மை தனது இருக்கையின் அடியில் ஒட்டிவைக்கிறான்.

“அய்யோ அருவருப்பாயிருக்கு ...”

“உனக்கு படம் பிடிக்கலையா?”

“இல்ல சலிப்பாகுது” “உனக்கு கிளம்பணுமா?” “இல்ல, வெளிய சூடா இருக்கு. நாம காசு கொடுத்திருக்க வரைக்கும் குளிரூட்டிய பயன்படுத்திக்கலாம,.”

“நான் காசுகொடுத்த ...”

“நீ அதுக்குதான் லாயக்கு.”

சிப்பி எச்சிலை முழுங்குகிறான். “நீ ஒரு பொட்ட.”

“வெரோனிகா தயவுசெஞ்சு” அவளது கையை பிடிக்க முயல்கிறான், அவள் அதைப் பிடுங்கி நகர்த்திக்கொள்கிறாள். “சத்தமா பேசாத, யாராவது கோவப்படுவாங்க.” “அவனுகளை யாரு மதிக்கிறா?”

“அப்போ எனக்காகவாவது”

“உன்னப் போட்டு ஓக்க”

சிப்பி அவளைக் கண்டுகொள்ளாததுபோல் பாசாங்குசெய்தபடி திரையைப் பார்க்கிறான்.

“பாவம் பேபி!” அவள் கண்கள் இருளில் தீப்பொறிகளை வீசுவதுபோல இருக்கிறது. “நீ கன்னிப்பையன்தான்னு நான் பந்தயம் கட்டுவேன்.”

அவன் பலவீனமாக தொண்டையை செருமுகிறான்; அவன் கண்கள் செயலிழந்து திரையில் தோன்றும் வெளிறிய மின்னும் முகங்களைப் பிடித்துக்கொள்கின்றன. அவன் கழுத்து மட்டுமே இழுப்புவந்ததைப்போல் விழுங்கிக்கொண்டு அசைகிறது.

“நீ ஏன் உன் அறையில வெச்சிருக்க *இன்டர்வ்யூ* பத்திரிகையெல்லாம் ஏன் எனக்குக் காமிக்கக் கூடாது? எனக்கு தெரியாதுன்னு நினைக்கறியா? அவங்க உண்மையிலேயே எல்லாத்தையும் காமிப்பாங்களா? உண்மையாவே எல்லாத்தையும் செய்வாங்களா?”

சிப்பியின் துடிக்கும் கண்ணாடிக் கண்களில் கண்ணீர் துளிர்க்கின்றது.

“எந்த நேரத்தில பாப்ப? கதவ பூட்டிக்கணும்தான, ஏன்னா அந்த கிழவி உள்ள வந்துட்டா நீ செஞ்சுகிட்டு ... சரியா?”

சிப்பி அழத் தொடங்குகிறான்.

“கோழை!”

எரிச்சலுற்றோ கிண்டலடிக்க ஆர்வமாகவோ அருகாமை இருக்கைகளில் இருப்பவர்கள் அவர்கள் பக்கம் பார்க்கத் தொடங்குகின்றனர். “ஒத்தா பொட்ட”

உடைசலாக விக்கியபடி சிப்பி வெளியேறக் கேட்கிறான் “கழிவறைக்கு” “நரகத்துக்குப் போ”

வெரோனிகா அவன் தடுமாறுவதைப் பார்க்கிறாள், கைக்குட்டையை எடுத்துக்கொண்டு தரைவிரிப்பிட்ட இடைவழியில் பாய்கிறாள்.

“டேஷியல் ஹாம்மெட் சொல்றாரு, ‘முடிவின் துவக்கதில்தான் உனக்கென ஒரு பாணி இருப்பதையே கண்டுகொள்கிறாய்’” என்கிறாள் எலிசா. “உண்மை என்னன்னா அமெரிக்காவுல நாங்க ஒரு வாய்ப்போட விபத்தா ஆங்கிலம் பேசறோம், அதேநேரம் நீங்க லத்தீன் அமெரிக்கர்கள் விதியால ஸ்பானிஷ் பேசறீங்க.”

“நீ உள்ள வரலியா செல்லம்?” அவளது வடிவம் சிகப்பு விளக்கில் மோசமாகச் சிதற, மரக் கதவுவாயிலிலிருந்து ஒரு பெண் இரைகிறாள். “அவங்க வாய் நாறும் நெனைக்கிறேன்.” வண்டியில் தனியாக அந்த இரவுநேர இருளில் ஆல்பர்ட்டோ முணுமுணுக்கிறான். “சந்தேகமே இல்ல; அவங்க வாய் நிச்சயம் நாறும்.”

“பயப்படாத செல்லம்; கொஞ்ச நேரம் உள்ள வா ...”

“வா பேசலாம்!” வெயிலில் கரையும் காகங்களைப் போன்றொரு உரத்த குரலைக் கேட்கிறான்.

அவனது நீண்ட சொற்பொழிவுகளையும் தாண்டி அவனது நெருங்கிய நண்பர்கள் வரமறுத்துவிட்டனர், “நாம இப்பயோ காலம்கழிச்சோ முயற்சி பண்ணிதான் ஆகணும்.” ஒருவன் பொய் சொன்னான், “நான் ஏற்கனவே பண்ணிட்டேன், இப்போ உன் முறை.” “எனக்கு ஏதாவது ஒட்டிகிட்டா, என் அப்பன் கொன்னுடுவான்.” என்றொருவன் ஒப்புக்கொண்டான். இப்போது ஆல்பர்ட்டோ தனக்கே திரும்ப சொல்லிக்கொள்கிறான், “இப்பயோ காலம்கடந்தோ இத முயற்சி பண்ணித்தான் ஆகணும்.”

காரிலிருந்து இறங்கி அதைப் பூட்டிவிட்டு சாலையைக் கடக்கிறான், அந்த எண்ணெய்படிந்த உதடுகளின் பெரிய பார்வையை அந்த

கரிக்கருப்பு பார்வையின் ஆழத்தை மயிரின் மலிவான வழுவழுப்பை அந்த ஒடிசலான கழுத்துகளை கடிக்கப்பட்ட நகங்களை வெடிப்புற்ற முகங்களை நெருங்க நெருங்க அவன் கால்கள் உதறத்தொடங்குகின்றன. இரண்டு பெண்கள் அவன் கையைப் பிடித்து இழுக்கின்றனர். அவர்களை உதறிவிட்டு உள்ளே செல்கிறான். உள்முற்றத்தின் இறவானத்தின்கீழே மஞ்சளாகிக்கொண்டிருக்கும் நாட்காட்டிகள் தொங்கும் சுவரை ஒட்டித் தள்ளப்பட்ட இரும்பு பெஞ்சுகளில் ஜோடிகள் ஒருவரையொருவர் தடவிக்கொண்டிருக்கின்றனர். உள்ளே அரை வெளிச்சத்தால் மங்கலாக்கப்பட்டு இரண்டு சொட்டைத் தலையர்கள் பிரம்புக் கூடத்தில் கோப்பைகளை வைக்கின்றனர். பின் வாசலூடாக நிலவொளி ஆப்பிள் மரங்களின் நீண்ட வேதனைப்பட்ட நிழலுருக்களை அந்த செங்கல் தரையில் விரிக்கிறது.

பின்னால் ஒரு குரலைக் கேட்கிறான். "தனியா இருக்கியா?" தங்கப் பற்கள் கொண்ட குள்ளப் பெண் தாய்மையோடு சிரிக்கிறாள். அருவெறுப்போடு அவளைத் தள்ளுகிறான். இன்னொருத்தி மூலையி லிருந்து தனது கூட்டாளியைப் பிடித்திழுக்கிறாள், ஒன்றாக அவர்கள் முழுமையாகவும் படுதுயருற்றும் தனிமையில் இருப்பதுபோலே பாலிட்டோ ஓர்டேகா யி கஸ்ஸேட்டின் பழைய இசைத்தட்டொன்றுக்கு நடனமாடுகிறார்கள். அவர்களை ஓரமாகத் தாண்டிச்சென்று ஆல்பர்ட்டோ மதுக்கூடத்தில் ஒரு பியர் சொல்கிறான். ஒரு வாய் குடித்துவிட்டு அதைத் துப்புகிறான்; அது வெதுவெதுப்பாயுள்ளது. ஒரு பெரிய நோட்டை மேடையின் அந்தப்பக்கம் தள்ளுகிறான்.

"இங்க வேற பொண்ணுங்க யாரும் இல்லையா?"

"நல்ல பொண்ணுங்க எல்லாம் வேலை செஞ்சுகிட்டு இருக்காங்க சார். கொஞ்சம் பொறுங்க."

வாந்தி உணர்ச்சியை கட்டுப்படுத்திக்கொண்டு, காடியேறிய வாயை கைக்குட்டையால் உலர்த்திக்கொள்கிறான். ஆப்பிள் மரங்களிருக்கும் உள்முற்றத்திலிருந்து வரும் ஒரு தென்றல் அங்கிருக்கும் கசகசப்பை லேசாக்குகிறது. அறைகளில் ஒன்றிலிருந்து குண்டு மனிதனொருவன் சட்டையில் பொத்தான்களை அணிந்தபடி வெளிவருகிறான். பின்னால் சிறிய சின்னக் கூந்தலுடைய ஒரு பெண் கையிலொரு கைகழுவும் கிண்ணத்தைப் பிடித்தபடி எட்டிப்பார்க்கிறாள்.

"மார்சியானா, கடவுளே. எனக்கு கொஞ்சம் தண்ணி கொண்டு வா,"

இன்னொரு பெண் எழுந்து கிண்ணத்தை வாங்கிக்கொள்கிறாள். கதவு மறுபடி மூடிக்கொள்கிறது. குண்டு மனிதன் மதுக்கூடத்தில் பணம் கட்டுகிறான். ஆல்பர்ட்டோ தன் வியர்வையை முகர்ந்து பார்க்கிறான், மலிவான முடிக் கிரீமை ஒழுகும் மீசையை வேடிக்கையான இளிப்பின் நாற்றத்தை, இன்னும் ஓட்டத்திலிருக்கும் சுவாசத்தை. ஆல்பர்ட்டோ அறியாத மெஸ்டிசோ மொழியொன்றில் அந்த குண்டு மனிதன் விடைபெறுகிறான், கதவோரம் சுற்றிக்கொண்டிருக்கும் பெண்களின் பிட்டத்தைத் தடவியபடி ஒரு பிரபல டாங்கோவை சீட்டியடித்துக்கொண்டு மெதுவாக அவன் சாலையில் செல்லச் செல்ல அந்த ஒலி மங்கி மறைகிறது.

"ஒரு நிமிஷம், அந்த பொண்ணு இப்போ கிடைப்பாங்களா?" "ஆமா சார். ஆடையணிஞ்ச உடனே வெளிய வருவா." மார்சியானா சுத்தமான நீருடன் வந்து கதவை கைவிரல் முட்டியால் தட்டுகிறாள். அது திறக்கிறது.

"நன்றி செல்லம். இப்போ கொஞ்சம் சுத்தமான விரிப்பா எடுத்து வா." ஆல்பர்ட்டோ மார்லன் ப்ராண்டோ படங்களில் பார்த்ததுபோல மதுக்கூடத்தில் சாய்ந்து நிற்கிறான். அவனுக்கருகே இரு சொட்டைத் தலையர்கள் மௌனமாக புகைத்துக் கொண்டிருக்கிறார்கள். சில கணங்கள் கழித்து அந்த சிறிய பெண் வெளிவருகிறாள், பதட்டமான விரல்களால் சிறிய தலைமுடியை தடவிக்கொடுத்தபடி. ஆல்பர்ட்டோ அவளிடம் செல்கிறான்.

"உன் பெயரென்ன டார்லிங்?" "ஆல்பர்ட்டோ, நீ?"

"மலீனா."

"முழுப்பெயரென்ன. மரியா எலீனாவா, மக்தலீனாவா." "வெறும் மலீனாதான்."

"என்ன வயசு?"

அவனது சட்டைப் பொத்தான்களை அவிழ்த்து மாரில் முத்தமிடுகிறாள். "ரொம்ப தோண்டாத செல்லம். உள்ள போறியா இல்லையா?" "ஆமா. என்ன வயசு?"

"பதினேழு," அவன் உதடுகளில் கிசுகிசுக்கிறாள். ஆல்பர்ட்டோ நடுங்குகிறான்.

"என் சகோதரி வயசு!"

அவன் வயிற்றைப் பிசைவதை நிறுத்தாமல், முதல்முறையாக பார்வையை உயர்த்தி நேராக அவன் கண்களைப் பார்க்கிறாள்.

"உண்மையில என் பேர் மலீனா இல்ல. படிச்சுமுடிக்க காசுக்காகத் தான் இங்க வர்றேன்."

அவன் நாக்கு அவளுடையதோடு பிணைந்திருக்க, ஆல்பர்ட்டோ பேச முயல்கிறான்.

"சரி, எனக்கு எதுவும் ஒட்டிக்காத வரையில இங்க அடிக்கடி வரமுடியும்"

"இங்க திங்கள், புதன், வெள்ளியப்போ இருப்பேன்" அவள் சொல்கிறாள்.

"பார்த்தா சொல்லமுடியுதா?" சிப்பி கேட்டான், கைகள் சக்கரத்தை இறுகப்பிடித்திருக்க கண்களை எதிர்வரும் வாகன விளக்குகள் சிமிட்டுவதால் குறுக்கியபடி முன்னே விரிந்திருந்த தார்ச்சாலையின் செங்குத்தான நாக்கில் நிலைத்துக்கொண்டு. "என்னத்த சொல்லமுடியுதா?"

“நான் அழுதுகிட்டிருந்தேன்னு?”

வெரோனிகா அவனைப் பார்த்தாள்.

“இல்ல, பார்த்தா சொல்லமுடியாது. பொறுமையா ஓட்டு.” “நாம அறுபதுல கூட போகல!”

“மெதுவா!”

விரைவூக்கியை லேசாக தளர்த்தினான். வேகமானி முள் இடதுபக்கம் சாய்ந்தது. வெரோனிகா மென்மையான நிஜத் தோலாலான இருக்கையில் உடலை நீட்டினாள், திறந்திருந்த சன்னல் வழியாக வரும் காற்றில் முடியை அலையவிட்டாள்.

“அதுக்குள்ள என்ன வீட்டுக்குக் கூட்டிகிட்டுப் போறன்னு மட்டும் சொல்லாத!”

“சரி, எங்க போகணும்?”

வெரோனிகா அமைதியாக அவனது எலும்புதெரியும் முகத்தை ஊடுருவிப் பார்த்தாள்.

“ஆத்துக்குப் போகலாம்!” அவள் திடீரென கூவினாள். “உனக்குப் பைத்தியம்!”

“அதேதான்! ஆத்துல போய் நீச்சலடிக்கலாம்.”

“வெரோனிகா, உனக்கு மண்ட கழண்டிருச்சு. என்கிட்ட நீச்சலாடை கூட இல்ல.”

“சூத்து, என்கிட்டயும்தான் இல்ல. சொல்றேன்ல ஆத்துக்குப் போகலாம்!” “அப்புறம் நம்மகிட்ட அடையாள அட்டை கேட்டாங்கன்னா?”

“ஒண்ணு நீ என்ன கூட்டிப் போற, இல்ல நான் இப்போவே இறங்கி தனியா போறேன்.”

“நீ எப்படி நீந்துவ? அம்மணமாவா?”

“எனக்கு எப்படி விருப்பமோ அப்படி நீந்துவேன்! வேகமாப் போ” “வெரோனிகா, வேற எப்பவாவது போகலாம்... மட்டுமில்லாம எனக்கு பசிக்குது!” “கார நிறுத்து” “என்ன?”

“கார இங்கயே நிறுத்து” “அபத்தமா பண்ணாத”

“சொல்றேன, இங்கயே இறங்கிக்கறேன்!” “ஸ்டியரிங்கை விடு”

“நிறுத்துடா சூத்து”

“வெரோனிகா, நாம மோதப்போறோம்.” “மயிரே போச்சு”

சிப்பி ப்ரேக்கிட்டு வளைவின் ஓரமாக நிறுத்தினான். வெரோனிகாவின் எப்போதையும்விட கருமையான கண்களில் இருந்து பொறிகள் பறப்பது போலிருந்தது. அவள் எப்போதையும்விட அழகாக இருப்பதாகவும் தோன்றியது.

“கடைசி வாட்டியா, நீ விருப்பப்படற மாதிரி உன்ன செய்யவிடறேன்.” “சரி, என்ஜின கிளப்பு போகலாம்”

“ஆனா நீயும் என் வழில செய்யவிடணும்” “என்ன வல்லுறவு பண்ணனும் சொல்லாத?” சிப்பி வெட்கப்பட்டான்

“எனக்கொரு முத்தம் வேணும்“

“எனக்கு நீ காசே கொடுத்தாலும் சரி! முடியாது. நீ ரொம்ப அசிங்கமா இருக்க!” “அய்யோ வெரோனிகா ... ஒண்ணே ஒண்ணு ...”

வெரோனிகா அவனை ஒரு கணம் பார்த்தாள். கண்களை மூடிக்கொண்டாள்.

“ஓ. சரி சரி. சீக்கிரமா முட்டாளே.”

சிப்பி மென்மையாக அவளை நோக்கிக் குனிந்து துடிக்கும் உதடுகளை அவளதில் பொருத்தினான். வெரோனிகா நடுங்கினாள்.

“போதும் போதும்! இப்போ ஆத்துக்கு போலாம்“

கார் ஓடத் தொடங்கியது, வேகமெடுத்து சில நிமிடங்கள் அமைதியாக ஓடியபின் அவர்களை வாய்க்காலின் ஓரத்திற்கு கொண்டுவந்தது.

“அப்படியே அங்க இடதுபக்கமா ஓட்டு”

சிப்பி நெடுஞ்சாலையிலிருந்து இறங்கி ஆற்றோர சகதிச் சாலையில் கிளைகளிலும் கற்களிலிலும் இடித்தபடிபோனான். “வெரோனிகா இத பார்த்தாலே எனக்குப் பிடிக்கல.”

“பொட்ட மாதிரி நடத்துக்காத” “நிஜமாதான். கார் முழுக்க கீறல்படுது.”

“கிட்டதட்ட வந்துட்டோம். தண்ணியோட ஜிலுஜிலுப்பு தெரியலையா? எனக்கு ரொம்ப பிடிச்சிருக்கு.” அவளது உடல் இன்பத்தால் அலைந்து திருகியது. கார் மரங்களடர்ந்த தோட்டமொன்றில் வந்து நின்றது.

“விளக்க அணை.”

சிப்பி பணிந்தான். வெரோனிகா இறங்கி பாலின் இழையமைவு கொண்டிருந்த வானை நோக்கிக் கைகளை விரித்தாள். “வா. ஒரு முழுக்கு போடலாம்.”

“வெரோனிகா, சத்தியமா, என்கிட்ட இருக்கது உள்ளாடை மட்டும்தான்.”

“கண்டுக்காத. காலணியக் கழட்டு. என்னொடது முழுக்க மணல். இந்தா, இத கார்ல வை.”

அவற்றை அவனை நோக்கி எறிந்தாள். கார் கதவிலிருந்து அவள் மேலாடையைக் கழட்டுவதைக் கண்டான். ஒரு அடக்கமுடியாத எழுச்சி அவனை மூழ்கடித்தது.

"நீ உள்ள இறங்கலையா?" "... இப்போதைக்கு இல்ல."

வெரோனிகா தோளைக் குலுக்கிவிட்டு பரந்த மௌனத்தினூடே தன்வழி ஓடிக்கொண்டிருந்த நீரின் அலையசையும் கருப்பு நாடாக்களை நோக்கி ஓடினாள். நடுங்கியபடி நீரோட்டத்தில் நடந்தாள்.

"ஓஓ. செம்ம ஜில்லுன்னு இருக்கு." அவள் கத்தினாள். நீண்ட மூச்சுவிட்டபடி மூழ்கினாள். "வா முட்டாளோ. வாவ், விறுவிறுப்பா இருக்கு."

மெல்லிய அலைகளில் மகிழ்ச்சியாக அலறியபடி, ஜட்டியைப் பிடித்துவைக்க பயனற்று முயன்றபடி சுறுசுறுப்பான விசிறியடிக்கும் ஜூஃபித் துறவியென மூழ்கித் துள்ளிக் குதித்தாள். சிப்பி வாயடைத்துப்போய் ஆடைகளைக் களைந்துவிட்டு முட்செடிகளையும் உலர்முட்களையும் மிதித்துத் துள்ளியபடி கரையை நோக்கி ஓடினான். குளிரில் நடுங்கிக்கொண்டு இடுப்புவரை நீரில் இறங்கினான். "முழுசா இறங்குடா."

சிப்பி நுரையீரல்கள் உறைபனி வெப்பத்தில் உற்சாகமாக உள்ளே குதித்தான். தலையை முக்கி நீரின் ஆவி பறக்க வெளிவந்து உதறினான்.

"செம்ம." கலகலவென சிரித்தபடி கத்தினான்.

"என்ன சொன்னேன்னு தெரிஞ்சுதா?" வெரோனிகாவின் கை அவனை இழுத்தது. "வா இன்னும் ஆழமா போகலாம்."

"ஆபத்தில்லையா?"

"ஆ, இங்க இன்னும் குளிரா இருக்கு. இன்னும் கிளர்ச்சியூட்டுது! என்ன நினைக்கிற? வா, நகரு வா."

"வெரோனிகா, தலைக்குமேல போகுது,"

"ஆவ், என்ன ஒரு கோழ நீ. கவலைப்படாத செல்லக்குட்டி. அம்மா கொஞ்சம் செயற்கை சுவாசம் தர்றேன். வாயோட வாய் வைச்சு சரியா?"

கரும் நீரை விழுங்கியபடி சிப்பி வெட்கினான். சிறிது நேரம் தொட்டுக்கொள்ளாமல் விளையாடினர், வசந்தகால சூரியனின் முதல் வலுவற்ற கதிர்கள் விடியல்காற்றை ஊடுருவத் தொடங்குவது வரைக்கும்.

"சரி நான் வெளிய போறேன்." வெரோனிகா சட்டென்று சொன்னாள். சிப்பி அவள் நீரிலிருந்து குதித்தெழுந்து கரையில் கைகளை விரிக்கக் கண்டான். பின்தொடர நகர்ந்தான் ஆனால் கரையருகே அவளது குரல் கேட்டு நின்றான். "இரு. பாக்காத."

மெதுவாகக் கடைசித் துண்டு ஆடையையும் நீக்கினாள். சிப்பியின் கண்கள் விடியலின் மங்கலில் விரிந்தன. வெரோனிகா தொடைகளைத் தடவியபடி முலைகளைப் பிடித்தபடி கரையில் சுருண்டு சுற்றினாள். நீர்மட்டத்தின் சற்றே கீழே சிப்பி ஒரு வெறித்தனமான எழுச்சியைக் கொண்டான். அவனது முகம் சிவந்தது.

"வெளிய வரலையா?"

“ஆமா ... இதோ ஒரு நிமிஷத்தில, அது வந்து ... ஜட்டி கழண்டுருச்சு. அத தேடிகிட்டிருக்கேன்.”

“ஆவ் ... ரொம்ப வெட்கம். இப்படியே வீட்டுக்குப் போகலாம்னு நினைக்கிறேன், அம்மணமா ஆனா உலர்வா.” “ஒரு ஒரு நிமிஷம் பொறு.”

வெரோனிகா நிர்வாண கரணவிளையாட்டை, வயிற்றை அவனை நோக்கி நீட்டியபடி தொடர்ந்தாள்.

“கடவுளே ...” சிப்பி முணுமுணுத்தான், பற்கள் அடித்துக்கொள்ள ஒவ்வொரு நொடிக்கும் எழுச்சி உறைந்துகொண்டே போக.

அவளது வளைவுகளை நிறுத்தாமல் சட்டென்று “இப்ப நல்ல எழுந்து நிக்கும்னு நெனைக்கறேன்!” என்றாள் வெரோனிகா. “என்ன?”

“சொன்னேன், அது இன்னேரம் நட்டுகிட்டு நிக்கும்னு!”

வெரோனிகா கத்தினாள், “அது பரவால்ல. இங்க வா, அத பார்க்கணும். அதத் தொடணுமா?”

சிப்பி நடுங்கத் தொடங்கினான். இப்போதும் இடுப்புவரையிருந்த நீரில் ஓரடி முன்வைத்தான்.

இல்ல வெரோனிகா அலறினாள். “அப்படியில்ல. உன் ஜட்டிய தூக்கிப்போடு.”

“என்ன?”

“ஜட்டிய தூக்கிப்போடு. நீ அம்மணமா வந்தா நல்லாயிருக்கும்.” “வெரோனிகா லூசுடி நீ,” வலியிலிருக்கும் சேவலைப் போல, தொண்டையின் ஆழத்திலிருந்து கூவுவதைப் போல் சொன்னான் சிப்பி.

“ஜட்டிய தூக்கிப் போட்டா. உனக்காக அதத் தொடுவேன்.” சிப்பி இலையைப் போல் நடுங்கினான்.

“ஒரு நொடி இரு.” கதறினான். ஜட்டி கையோடு வந்தது, கரையை நோக்கி எறிந்தான். வெரோனிகா அதை எடுத்துக்கொண்டாள். அவள் காரைநோக்கி நடக்கக் கண்டான், கரைக்குப் பின்னே அவள் மறையும்வரை அதை வக்கிரமாக ஆட்டிக்கொண்டே போவதை.

“கடவுளே ...” சிப்பி நடுங்கத் தொடங்க திரும்பத் திரும்ப சொன்னான். கஷ்டப்பட்டு நீரிலிருந்து வெளியே வந்தான். சட்டென்று கார் என்ஜின் ஓடத்தொடங்கும் சத்தத்தைக் கேட்டான். தாவியோடி அவன் பாதம் முள்ளில் கிழிய அவன் கொட்டைகள் கட்டின்றி ஆட மூச்சுவாங்கியபடி மரங்களை அடைந்தான். பகலின் வளரும் வெளிச்சத்தில் காரின் குளிர்ந்த ஆரஞ்சு வெளிச்சம் தூரத்தில் மறைவதைக் காணக் காண அவன் நம்பிக்கை மூழ்கத் தொடங்கியது

9

அவர்கள் கந்தகத்தை எரித்துக்கொண்டிருந்தனர். பழைய உருக்குலைந்த மெழுகுவர்த்திக் கொத்தொன்றின் கரங்களில் உருகிக்கொண்டிருந்த ஏழு மெழுகுவர்த்திகளிலிருந்து அடர்ந்த குமட்டும் வாசம் எழுந்துகொண்டிருந்தது. அவற்றின் திரிகளிலிருந்து வீசிய நீல வெளிச்சம் அந்த வட்டமேசையை சுற்றி அடைந்திருந்த பெண் உயிரினங்களின் சுருங்கிய தோலை இன்னும் அழுகச் செய்வதுபோலிருந்தது, தேரைகளிலானான ரப்பர்போன்ற பொருண்மையென வடிவமின்றி குலுங்கிக்கொண்டு நோய்மஞ்சள் நிறத்தில் கந்தல் சுற்றிய பருந்துகள் அவற்றின் நுனிவைத்த ஷால்களில் துயருற்ற கேவலில் எல்லா குருதியும் வடிந்துப்போன சாம்பலுருக்கள். சீறும் நிழல்களால் எடையேறிய அந்த ஈரக்கனம் கூடிய காற்றில், ஒரு தெளிவற்ற மஞ்சள்காமாலையுற்ற முகம் தோன்றி நழுவிச்சென்றது; ஒழுக்கங்கெட்ட சிரிப்பாலும் ஒரு துரோகியுடைய கத்தியின் கணநேர பளபளப்பாலும் தூண்டப்பட்டு அந்த குளிரிரவில் ஒன்றுகூடிய எதிரொலிகள்.

“நான் யாரென்று மறந்துவிட்டேன்.” ஆவிகளில் ஒருத்தி வேறொருவடைய குரலின் வேதனையுறும் மாற்றீடென்பதுபோல முணகினாள். “இப்போது சென்று பெரிய பனாம்பியைப் சந்திக்கவேண்டும்; குருடாயிருக்கலாம் ஆனால் வானம்பாடியின் அழைப்பை அறிவேன், என் மேனிமேல் பனித்துளி. என் வெற்றுப்பாதத்தில் அழுந்தும் கூழாங்கற்கள்.”

அவர்களுக்குள் சுற்றி மாற்றிக்கொண்டிருந்த குறிப்பேட்டை எறிந்துவிட்டு, இன்னொருத்தி அனைவரது கைகளும் சேர்ந்திருந்த சரிகைப் பாயில் அழுகிநாறும்படி வாந்தியெடுத்தாள்.

“என்னை ஏன் இந்த தனிமையான பெண்களின் நேரத்தில் அழைத்தாய்? ஆ, எப்படி நான் விரும்புகிறேன் உனது வெட்கும், வெறிபிடித்த எரிதலை …”

இருப்பதிலேயே வயதானவள் ஊளையிட்டபடி குலைந்துவிழுந்தாள். மற்றவர்கள் ஆச்சரியமற்று கந்தகத்தை எரித்தபடி ஏப்பமிட்டுக்கொண்டும் இருமிக்கொண்டுமிருந்தனர்.

வொண்டர்வுமன் உருவையும் கூரான வளையெழுத்துகளில் சில வார்த்தைகள் கிறுக்கியதையும் பச்சைகுத்திய தமனி வெளித்தெரிய ஓடும் கை.

"அவங்கதான். இங்க வந்துட்டாங்க! அவங்களோட வெறிகொண்ட முழக்கம் எனக்குக் கேட்குது, மேகத்த நசுக்குறவங்க புயலையும் சூறாவளியையும் துப்புறவங்க! யாருமே கடைசி அழிவிலிருந்து தப்பப் போறதில்ல, *இரண்டாவது மீள்கட்டமைப்பு."

அந்தப் புழுக்கமான மௌனத்தை இன்னொரு குமட்டல் சிதறடித்தது. குழுவின் மயக்கத்தை நீண்ட ஆர்வமான அலறலால் உடைத்துவிட்டு ஒருவர் பேண்டிருந்தார். கீழ்த்தரமான மெழுகுவர்த்தியொளி அவளது வளமான அலைபோலசையும் சட்டகத்தை நக்கியது. குடிபோதையுற்ற நாக்கு மூச்சுவாங்கும் வாயின் தாகமுற்ற எரிகுழம்புபோன்ற எச்சிலில் தடுமாறுகிறது; விரைத்த முலைக்காம்புகளிலிருந்து தொடங்கி தொடைகளின் பட்டுமயிர் போர்த்திய பாதைவழி நாறும் பிறப்புறுப்புகளின் சூடான வாய்நோக்கிய கைகளின் அனல்தொட்ட சுழற்சியில் வியர்வை மினுமினுக்கிறது.

"எனதுடல்" பரபரப்பான கூச்சல்களுக்கிடையே முணுமுணுக்கிறாள் "பச்சைமாணிக்கம் பாசி தந்தம், கன்னிச் கருஞ்சிறுத்தையைப் போல் அழகானது. அது மல்லிகைக்காகவும் ஆலங்கட்டிகளுக்காவுமிருக்கிறது, தொழுநோயாளிகளுக்காகவும் வயதுக்கு வராதவர்களுக்காகவும், காயடிக்கப்பட்ட பேடிகளுக்காகவும் பெருஞ்சிலந்திகளுக்காகவும், உலோகத்துக்காகவும் நன்னீருக்காகவும்." கட்டற்ற முறைப்பெனும் எரிமலையிலிருந்து சிதறும் துண்டென உதிர்க்கப்படும் வண்ணம்மாறும் குரல் அவளிடமிருந்து வருவது போலத் தோன்றவில்லை.

"கள்ளி மலர்களைக் கொண்டுவாருங்கள். என் மேல் உமிழுங்கள்."

மலிவான அரைவெளிச்சத்தில் கிழட்டு சூனியக்காரிகள் ஒருவரையொருவர் பார்த்துக்கொண்டனர். நிறையபேர் முட்கத்திகளைக் கொண்டுவர எழுந்தனர். முதலில் தயக்கத்தோடும் பின் வெறிகொண்டும் அத்தனை அத்தனை கிறீச்சிடும் எலிகளைப் போல் அவளைக் குத்தினர். உவகையோடு குருதிவழிய அவளது உப்பிய உடல் இரவாடையின் பட்டு வெள்ளி மடிப்புகளின் தொந்தரவு அறுபட்டு அம்மண நடனத்தில் முறுக்கத் தொடங்கியது.

"ஓ கடவுளே. எனக்கொரு டிராகன் வேணும்."

அவளை மெழுகுவர்த்திகள் அருகில் கொண்டுவந்து அறையில் எரியும் சதையின் வாசம் பரவவிட்டபடி அவள் கைகளை நெருப்பில் காட்டினர்.

"நானொரு உயரப்பறக்கும் தூக்கணாங்குருவி." மெல்லிய இழையாகிய குரலில் பாடினாள். "நான் வலியை உணரவில்லை, குளிரையும் துக்கத்தையுமில்லை. வாருங்கள் குடிக்கலாம்! புனிதக்கோப்பை, புனிதக்கோப்பையைக் கொண்டுவாருங்கள்!"

ஒரு சூனியக்காரக்கிழவி அவளிடம் படுக்கைமலத்தட்டைக் கொடுத்தாள். அவள் சட்டென்று அதை வாய்க்கு உயர்த்தி பெருமடக்காகக் குடிக்கத் தொடங்கினாள்.

"அனைவருக்கும் கடவுளின் பானம் என் செல்லங்களே… சுதந்திரத் தொப்பி"

காயமுற்ற கைகளால் துர்நாற்றம்வீசும் பாத்திரத்தை தலையில் கவிழ்த்துக்கொண்டாள், அதிலிருந்த மஞ்சள் அவள் முகத்தில் வழிய கெக்கலித்தாள். உருவமற்ற கிழவிகள் கருப்பு முயல்களைப் போல தங்களைத் தாங்களே தடவிக்கொண்டனர். பின் எச்சரிக்கையின்றி அமைதியானாள். அவளுடைய உதறும் சுவாசம் மட்டுமே கேட்டது. எல்லா மெழுகுவர்த்திகளையும் ஒரு உலர்ந்த ஊதலில் அணைத்தாள். எழுந்தமர்ந்தாள். ரத்தத் திட்டுகளால் புள்ளியிடப்பட்டு அவளது மார் காலைக் காற்றை உள்ளிழுத்தது.

கீழேயிருந்து முன் கதவின் அழைப்புமணியோசை காலையின் மங்கலை கண்ணாடித் துண்டுகள் போல் சிதறடிக்கிறது. அந்த கனத்த கேதுருமரக் கதவின் பிடியில் கையிருக்க கூந்தல் இன்னும் நனைந்திருக்க ஆடைகள் தோலோடு இன்னும் ஒட்டியிருக்க வெரோனிகா அவளுடைய அம்மாவின் மாடிப் படுக்கையறையிலிருந்து வாசல் வரை வந்திருந்த கந்தக மணத்தை நுகர்ந்ததும் அதிர்ந்தாள். சட்டென்று ஒரு கொடுங்கனவின் அலறல் அந்த வீட்டை நிரப்பியது:

"எனது பள்ளத்தில் அண்டத்தின் வடிவங்கொண்டதொரு தேள் இருக்கு!"

"எனக்குப் பழிவாங்க வாய்ப்புக் கிடையாதா?"

"வேற ஒரு சமயத்தில, ஜெனரல். இப்போ கிட்டத்தட்ட விடிஞ்சிட்டுது."
"இன்னொரு பானம்?"

"இல்ல, நிஜமா. கேட்டதுக்கு நன்றி."

"டாக்டர்…, எனக்குத் தெரியும் சில விஷயங்கள எல்லாம் குடும்பத்துக்குள்ள வெச்சுக்கணும்னு, ஆனா சமீபமா நீங்க ஏதோ கனமான சுமைய தூக்கிச் சுமக்கறதுபோல இருக்கீங்க. நான் ஏதாவது செய்யமுடியுமா? நாம நீண்ட கால நண்பர்கள்."

சர்ரியா கிரோகா கண்களை சிமிட்டியபடி அமைதியாக அமர்ந்திருக்கிறார். அவரது கூட்டாளியிடமிருந்து வெளியாகி சுற்றிநிறையும் க்ராண்ட் மார்னியரின் துயிலார்ந்த வாசத்தை உள்ளிழுக்கிறார். அந்த குண்டு மனிதரின் பார்வை சர்ரியா கிரோகாவின் அசைவற்ற மெலிந்த தோளில், சாம்பல்நிற அடர்ந்த கிருதாவில், சீரான வெளுத்த உதடுகளில், பணிவற்ற மூக்கில், உறுதியான தாடையில் உணர்ச்சியற்று நிலைக்கிறது. பின்னவரின் சாம்பல் விழிகள் ப்ரிகேடியரின் வார்த்தைகளால் மாற்றமற்று ஒவ்வொரு தொகுப்பாக வாங்கப்பட்டிருக்காமல் ஏக்கர் கணக்கில் வாங்கப்பட்டிருக்கும் அகுய்லார் செவ்வியல் படைப்புகளின் பெரிய நூலகத்தின் தெளிவற்ற இடைவெளிகளிடையே இலக்கின்றி அலைகின்றன.

“என் மனைவி, அவ ஆன்மா சாந்தியடையட்டும், என்ன விட்டுட்டு இறந்துட்டா ...” ப்ரிகேடியர் வலியுறுத்துகிறார். “இப்ப தனியாகிட்டேன், அவ்வளவுதான் ... ஆனா எனக்கு கல்யாணமான நண்பர்கள் இருக்காங்க. எனக்கு இந்த எப்படி சொல்ல? சேவை புரியறதுக்கான தன்னிச்சையான அழைப்பிருக்கு.”

“நானும் தனியாதான் இருக்கேன்.” கடைசியாக சர்ரியா சொல்கிறார். “அப்பாவுக்கு என்கூட எதுவுமில்ல; அவர் தோட்டப் பூச்செடிகளோட நேரம் கழிக்கறார் ... அவரத் தெரியுமில்லையா?”

“கர்னலா தெரியும் ... குற்றஞ்சாட்டமுடியாத கனவான். டான் அலெஹாந்த்ரினோ. இந்த தேசத்தோட கதாநாயகன். இப்போ என்ன வயசு அவருக்கு?”

“வயசேயில்லைன்னு நெனைக்கறேன் ... ஏன் வெரோனிகாவுக்கும் அவருக்கும் நல்லா ஒத்துப்போகுதுன்னு எனக்குத் தெரியல. போன ஜூன்ல ஜெனரல் ஹைகுக்கு எதிரான கேவலமான தெருக் காட்சிகளுக்குப் பின்னவும் அவளுக்குப் பின்ன நிக்கறாரு. கற்பனை பண்ண முடியுதா உங்களால? நல்ல குடும்பத்துப் பெண்கள் பாதுகாப்புப் படைகளால தடியால அடிக்கப்படறத! நிச்சயமா அந்த முழு விஷயமும் திட்டமிடப்பட்டது.”

“கம்யூனிஸ்டுங்க நிறுத்தவே மாட்டாங்க.”

“அப்புறம் அப்பா அவள உற்சாகப்படுத்துறார்! நம்ப முடியுதா? அவருக்கு ஆல்பர்ட்டோ கூடவும் நல்ல ஒத்துப்போகுது, அந்த பையன் அவன் சகோதரி போல கட்டில்லாம இல்லாட்டியும். இப்போ ஆரம்பிச்சிருக்கான் ... பாதிரி மார்செலின் நோய்வாய்ப்பட்டது ... அவரத் தெரியுமா? அவர்தான் என்னோட பாவமன்னிப்பாளர், நம்மகிட்ட இருக்க சில உண்மையான பாதிரிகள்ல ஒருத்தர்.”

“யாரோ அவர தாராளவாதின்னு சொன்னாங்க.வேலைவெட்டியில்லாத கிசுகிசு. சந்தேகமில்ல.”

“என் மனைவி அவளோட ... அவளோட நரம்பு கட்டுப்பாட்ட இழந்தப்போ, இப்படி சொல்லலாமா, பாதிரி மார்செலின்கிட்ட ஆல்பர்ட்டோவோட ஆன்ம வளர்ச்சிய பாத்துக்க சொல்லி கெஞ்சினேன்... இப்போ அந்த பாவப்பட்ட மனுசன் நோய்வாய்ப்பட்டதும். அவர் சாகக் கிடக்கதா சொல்றாங்க. அவரோட இதயம் ... என்ன மாதிரியே.”

“ஆனா நீங்க எருது போல உறுதியா இருக்கீங்க.”

“சரி, எப்படியும் ... இப்போ பள்ளிக்கு என்ன ஆகும்னு எனக்குத் தெரியல, மார்செலின் இல்லாம. அவங்க அந்த பராகுவே பேராயர வேற வெச்சிருக்காங்க. காசெரெஸ்!”

“அந்த கிழட்டு தாடிக்காரன். ஆமா அவனப் பத்தி கேள்விப்பட்டேன். சிவப்பு போலத் தெரியுது. பாஸ்க் இந்தியன்.”

“ஆமா, கிழவன்தான், ஆனா பாத்தா தெரியாது. சாக்கோ போர்ல பங்கேற்றிருக்கான், அப்பா போலவே.”

“சிவப்புக்காரன்.”

“பாவம் மார்செலின் ... லத்தீனும் கிரேக்கமும் தாய்மொழிபோல தெரியும் அவருக்கு. என்ன ஒரு புனிதர். எப்பவும் ஓடியாடிகிட்டு பதட்டமா இருப்பார், அடிக்கடி அவர்ட்ட சொல்வேன், ‘அருட்தந்தையே நீங்க உங்க இதயத்த கவனிச்சுக்கிறதில்ல’. ஆனா அவர் மருத்துவர்களோட நண்பர் கிடையாது. சொல்வார், ‘என் ப்ரிய எவரிஸ்தோ,’ ‘கவலப்படாத, நான் தேவதூதன் கேப்ரியலோட கைகள்ல இருக்கேன்’னு. தேவதூதனோட தீவிர பக்தர் அவர் தெரியுமா.”

“ஆமா, மேரிகிட்ட அவ கர்ப்பமாவான்னு சொன்னவர். வட்டத்தில அவர்கிட்ட ப்ரார்த்திப்போம்.”

10

மான்செய்ன்யூர் சைமன் காசெரெஸ் பதட்டத்தோடு தனது கடிகாரத்தைப் பார்த்தார். மூன்று மணிநேரத் தாமதம்!

கொர்ரியந்த்தெஸ் சிறுநகர விமானநிலையத்தின் பகட்டான உணவகத்தில் அவரது தனிமையான மேடையில் நான்கு காலி காஃபிக் கோப்பைகள் விரவிக் கிடந்தன. படிக்க ஒரு செய்தித்தாள் கூட இல்லாதது படு சலிப்பாக இருந்தது, பர்ப்பிள் வண்ண தோல் உறையிட்ட பைபிளையும் தனது மெர்சிடீஸிலேயே விட்டு வந்திருந்தார். விறைப்பான காற்றுக்கு எதிராக மணிக்கு 90 மைல் வேகத்தில் ஓட்டி அவர் காலைச் சூரியனின் மென்மையான சிகப்பு வன்முறைக்குள் புயலென நுழைந்திருந்தார். இப்போது உணவகத்தின் வெளிர் பழுப்புநிறத்து கனமான திரைச்சீலைகளூடே கதிர்கள் கசிந்துவந்தன. கடைசியாக பொது மையத்திலிருந்து அறிவிப்பு வந்தது: தாமதாகியிருந்த அர்ஜெண்டைன் ஏர்லைன்ஸ் விமானம் அசுன்சியோனிலிருந்து வந்துசேர்ந்து விட்டது. மான்செய்ன்யூர் சில பணத்தாள்களை மேசையில் போட்டுவிட்டு தாடிவைத்த பொங்கும் எரிமலையென எழுந்தார். குழந்தைகளால் நிரம்பியிருந்த மேல்தளத்தில் தனது அளவிற்பெரிய கரத்தால் கண்களை சூரியனிடமிருந்து மறைத்துக் கொண்டார். மேகம் மூடியிருந்த தூரத்து அடிவானத்திலிருந்து என்ஜின்களின் கரகரப்பான சத்தம் நெருங்கி வரக் கேட்டது. 707இன் வருகை அந்தக் கும்பலிட மிருந்து சுமைதணிந்த மகிழ்ச்சிக் குரலை எழுப்பியது. கனத்த உலோகக் கதவு முதல் தவணை பயணச் சோர்வுற்ற பயணிகளை வெளித்துப்பியது. சிறிது நேரம் கழித்து டோடோ அசுவாகாவின் கசங்கல்களின் அழுக்கான புதிர்ப்பாதைகளால் தடமுற்ற சோர்வான நீல மேல்கோட் ஒரு சூட்கேஸை இழுத்தபடி சுங்கச் சாவடியிலிருந்து தோன்றியது. காசெரெஸ் அவன்மேல் விழுந்து இன்னும் நசுக்கினார்.

"நீங்கதான் டாக்டர் ரோபர்ட்டோ அசுவாகாவாக இருக்கணும்." என்றார் அவர். கசங்கிய கோட்டுக்குள்ளிருந்த நபர் கலக்கமுற்றவராக தலையாட்டினார். அந்த வெள்ளைத் தலை பூதம் அவன் பையை ஒரு சிறகென்பது போல பிடுங்கிக்கொண்டார். அவர்கள் அமைதியாக மாசற்ற கருப்பு

பெரிய மகிழுந்தை நோக்கி நடந்தனர். "சூடாயிருக்கு இல்லையா? கோட்டக் கழட்டிக்கோங்க."

மகிழுந்து நகரத் தொடங்கியதும் அசுவாகா ஒரு சிகரெட்டை பற்றவைத்தான்.

"நீங்களும் பள்ளியில கத்துக் குடுக்கறீங்களா?" திறந்திருந்த சன்னல் வழியே புகையை ஊதியபடியே விசாரித்தான்.

"இல்ல" என்றார் காசெரெஸ், அமைதியாக "நான் பேராயர்." அசுவாகா ஆச்சரியத்தோடு அவரைப் பார்த்தான்.

"அ .. ம்ம் .. எப்படிப் போகுது?" அவன் ஒரு கணம் தாமதித்துக் கேட்டான்.

"என்ன எப்படிப் போகுது?"

"அதாவது, உங்க மறைமாவட்டம் . . . அப்படித்தான அத சொல்வாங்க, இல்லையா?" பாதிரி சிந்தனையிலாழ்ந்தார்.

எங்களது வளங்கள் போரோடு அழிந்துவிட்டன, ஆனால் மீதமிருப்பதை எங்கள் தேசத்திற்காக செலவழிக்க நான் உறுதிகொண்டிருக்கிறேன், என்றெழுதினான் ஃப்ரான்சிஸ்கோ சொலானோ லோபெஸ்.

"ம், எங்களுக்கு கொஞ்ச பிரச்சனைகள் இருக்குன்னு சொல்வேன், அதும் போன ஜூன்ல நடந்த மாணவர் போராட்டங்களுக்குப் பின்ன. அரசாங்கத் தோட தலையீடத் தவிர்க்க நான் பள்ளியோட பொறுப்பெடுத்துக்க வேண்டிவந்தது. அவ்வளவு சுலபமான உயர்மறைமாவட்டம் இல்லதான். சொல்லப்போனா எதுவுமே அப்படி சுலபம் இல்ல."

மெர்சிடீஸ் நெடுஞ்சாலையில் பறந்தது. அசுவாகா இருக்கையில் பதட்டமாக நெளிந்தான், முன்பக்க தடைக்காப்பிலிருந்து காற்றால் மிலாறப்பட்ட வாடிகன் கொடியின் மீது சிகரெட்டை எறிந்துவிட்டு சன்னலைப் பாதி மேலேற்றினான்.

"அப்போ கொர்ரியந்த்தெஸோட பேராயரே எப்படி என்ன சந்திக்க விமானநிலையம் வரை வந்தாரு?"

காசெரெஸ் புன்னகைத்தார்.

"திருமதி குந்தர் என்னக் கேட்டுகிட்டாங்க. அவங்க மிசியோனெஸ்ல காலனிய காலத்து பரோக் பாணி பத்தி ஆராய்ச்சி செஞ்சுகிட்டு இருக்காங்க. நாளைக்கு வந்துடுவாங்கன்னு நினைக்கிறேன். இன்னிக்கு விமானங்கள் எதுவும் இல்ல."

"அவ கத்தோலிக்கப் பள்ளியில ஆங்கிலம் கத்துக்கொடுத்துகிட்டு இருக்கதா நினைச்சுகிட்டிருந்தேன். அவளோட கடைசிக் கடிதம் அப்படித்தான் சொல்லுச்சு."

"ஆமா, அதையும் செய்யறாங்க. அது மூலமா கொர்ரியந்த்தெஸ் மக்களோட பழக்கவழக்கங்கள தெரிஞ்சுக்கமுடியும்னு சொன்னாங்க.

எப்படியிருந்தாலும் இப்போ வகுப்பெல்லாம் முடிஞ்சிட்டுது, அதனால தன் புத்தகத்த முடிக்க விரைஞ்சுகிட்டு இருக்காங்க."

"புதுசா என்ன இருக்கு? எப்போவும் அவ விரைஞ்சுகிட்டேதான் இருக்கா."

"அவங்க அமெரிக்காவுல பிரபலமான அறிஞர்னு நினைக்கிறேன். இல்ல நல்லா எல்லாருக்கும் தெரிஞ்சவங்களாவாவது இருக்கணும். கவனம், அவங்க ஒரு பராகுவேக்காரர திருமணம் பண்ணியிருக்கதால மட்டுமே சும்மா புகழல."

"இல்ல. உண்மைதான். பிரபலங்றது சரியான வார்த்தைதான். அவளோட துறைல நன்கு அறியப்பட்ட அறிஞர் அவதான்."

"தெரிஞ்சுகிட்டதில மகிழ்ச்சி" அறுபது மைல் வேகத்தில் ஒரு கூரான வளைவை வீறமைதியோடு கடந்துகொண்டே பதிவுசெய்துகொண்டார் காசெரெஸ்.

"அப்போ நீங்களும் பராகுவேதானா? . . . உங்க துறை என்ன மான்செய்ன்யூர்?"

"நான் ஒரு ஜெசூட்."

பராகுவேவை உள்ளிழுத்துக் கொள்வதில் ப்ரேஸில் எப்போதாவது வெற்றியடையுமானால் அருகாமை தேசங்களின் அரசியல் சமநிலை வெகுமோசமாக ஆபத்துக்குள்ளாகும், என்றெழுதினான் ஃப்ரான்சிஸ்கோ சொலானோ லோபெஸ்.

நக்கலடிக்கிறாரா என்று வியந்துகொண்டே அசுவாகா ஆயரைப் பார்த்தான். காசெரெஸ் மறுபடி சிரித்தார்.

"மன்னிச்சுக்கோங்க. அது திருமதி குந்தர சந்திச்ச அன்னிக்கு அவங்க சொன்ன நகைச்சுவை. பள்ளியில ஆங்கிலம் கத்துத் தரலாமான்னு கேட்க என் அலுவலகத்துக்கு வந்திருந்தாங்க. அவங்க கணவர் என்ன மதம்னு கேட்டேன், அவர் ஒரு பொருளியலாளர்னு சொன்னாங்க."

"அதுசரி, குந்தர் ப்ரோட்டெஸ்டன்ட். உங்களுக்கு அவரத் தெரியுமா?"

"இல்ல"

"அதுதான் நல்லது. எப்படின்னாலும், சிரமமெடுத்து கூப்பிட வந்ததுக்கு நன்றி."

"பரவால்ல அசுவாகா. உண்மையில, இன்னிக்கு காலையில் இறந்துட்ட எங்க சபைய சேர்ந்த ஒரு பாதிரிக்கு இறுதி சடங்கு செய்ய இந்த வழியா வரவேண்டியிருந்தது. ரொம்ப நோய்வாய்ப்பட்டிருந்தார் ஆன்ம ஓய்வுக்காக அவர இங்க ஒரு வீட்டில வைச்சிருந்தோம். இங்க காத்து சுத்தமா இருக்கும். மட்டுமில்லாம மருத்துவர் அவர பார்வையாளர்கள சந்திக்கக்கூடாதுன்னு சொல்லிட்டார். அங்க வடகிழக்க நோக்கி ஒரு பாலம் தெரியுதில்லையா? அந்த வீடு அந்த வழியிலதான் இருக்கு."

"அவர் ஃப்ரெஞ்ச் பாஸ்க். இல்லையா?"

"ஆமா, பாதிரியார் மார்செலின். பள்ளியில பாடம் எடுத்துகிட்டிருந்தார்." "எலிசா அவரைப் பத்தி சொல்லிகிட்டிருந்தா. ரொம்ப படிச்சவருன்னு சொன்னா, ரொம்ப பழமைவாதியும் கூடன்னு."

பராகுவேயுடனான கூட்டு, அர்ஜெண்டீனிய விடுதலையின் ஒரு உள்ளீடற்ற மரபு என்றுகூட ஒருவர் சொல்லலாம், என்றெழுதினான் ஹுவான் பவுட்டிஸ்டா ஆல்பெர்டி.

"உண்மை என்னனா அது ரொம்ப மேட்டுக்குடித்தனமான பள்ளி, மார்செலின் செல்வாக்குள்ள உள்ளூர் குடும்பங்களோட நட்ப வளர்த்துகிட்டார்."

"உதாரணத்துக்கு, அந்த சர்ரியா – கிரோகாக்கள்" என்றான் அசுவாகா. காசெரெஸின் முகம் எந்த உணர்ச்சியையும் காட்டவில்லை.

"உங்களுக்கு நிறைய விஷயம் தெரிஞ்சிருக்கு", விலகி நிற்கும் குரலில் அவர் சொன்னார்.

"இல்ல, சும்மா எலிசா திருமதி சர்ரியா – கிரோகா பத்தி எனக்கு சொன்னா. அவங்கதான மாயக்காட்சி காணறது, சரியா?" "ஆமா"

"எதேச்சையாதான் அவங்கள சந்திச்சா, அவளோட மாணவியான அவங்க பொண்ணு வெரோனிகா மூலமா. அந்த வயசான பெண்மணி தன்ன திருமதி லின்ச்சுன்னு சொல்லிக்கறதால எலிசா ஆர்வமாகியிருக்கா, லின்ச் ஒரு ஐரிஷ் விபச்சாரி, பின்னாடி சொலானோ லோபெஸ்ஸோட காதலியானா. உங்களுக்குத் தெரியும்ல, அந்த பராகுவேக்கார சர்வாதிகாரி."

"அவங்க ஐரிஷ்காரிதான், ஆனா நிச்சயமா விபச்சாரியில்ல." காசெரெஸ் கூர்மையாக பதிலளித்தார்.

"சரி, எப்படியிருந்தாலும், எலிசாவோட பேரும் அதேதான், எலிசா லின்ச். உங்களால இந்த தற்செயல கற்பனை செய்யமுடியுதா? எலிசா இந்த முழு விஷயத்தாலும் ஈர்க்கப்பட்டிருக்கா."

"அவங்களோட பெற்றோர்களுக்கு பராகுவே வரலாறு பத்தின ஏதாவது தெரியுமா?"

"இல்ல, விளையாடுறீங்களா. அவ அப்பா ஒரு பைத்தியக்கார ஐரிஷ்காரர், முழுக்க மரை கழண்டவர், அம்மா படிக்காத கறுப்பினப் பெண்மணி."

காசெரெஸ் உயர்ந்த புதர்வேலிகளால் சூழப்பட்ட பணக்கார மாளிகைகள் நிரம்பியிருந்த நவநாகரீக நிழற்சாலைக்குள் திரும்பியிருந்த மகிழுந்தை ஓட்டுவதில் ஆழ்ந்தவராகக் காணப்பட்டார். போக்குவரத்து தூசி கிளப்பியபடி நெரிசலாகவும் இரைச்சலாகவும் இருந்தது, அவர்களை நிறுத்தற் விளக்குகளில் நீண்ட நேரம் காத்திருக்கச் செய்தது, அவர்களின் நுரையீரல்களை உடைசல் பேருந்துகளின் கருப்பான நச்சுப்புகையால் நிரப்பியது. காசெரெஸ் சன்னலை கீழறிக்கிவிட்டு ஏசியை இயக்கினார்.

"நீங்க எப்படி மான்செய்ன்யூர்? எந்த ஊரு நீங்க?" அசுவாகா கேட்டான்.

“அசுன்சியோன், என் பெற்றோர்களுக்கு பாம்ப்லோனா.”

“ஓ . . . பாஸ்க். மார்செலின் மாதிரியே” “நவாரே பகுதியில இருந்து”

“என் பெற்றோரும் அந்தப் பகுதிய சேர்ந்தவங்கதான்.” தனது இருக்கையில் மேலும் வசதியாக அமர்ந்தபடி அசுவாகா சொன்னான். “சான்ட்டான்டர்ல இருந்து. அவங்க சாஸ்மோகஸ்ல ஒரு மளிகைக் கடை வைச்சிருந்தாங்க. நாங்க அவ்வளவு எழுதிக்கல. என்னோட முழு தொழில்வாழ்க்கையும் யு.எஸ்.ஏலதான், அதனால அங்க போனது பெரிய விஷயமா இருந்தது. அப்பா எப்போவும் எனக்கு ஜில்லுன்னு ஒரு டான் பெப்பே வெச்சிருப்பார். சின்னப் பையனா இருக்கும்போதும் அவர் எனக்கு அதத் தருவாரு.”

“. . .”

“அவர் எப்பவும் நல்ல ஒரு சட்டிமுழுக்க வறுத்த சிப்பிமீனும் வெச்சிருப்பார். உங்களுக்கு சிப்பிமீன் பிடிக்குமா?”

“சான் செபாஸ்டியன் சமைக்கற மாதிரி செஞ்சா பிடிக்கும், ஆமா, ஆனா தக்காளி இல்லாம.”

போர் தனது புனிதமற்ற தரத்தை எல்லா இடங்களுக்கும் தூக்கிச் சென்றது; திருட்டுத்தனமான கூட்டுகளும் ராஜதந்திர குத்தல் பேச்சுகளும் முரண்பாடான விருப்பங்களின் தீய கூட்டணிக்கு பிறப்பளித்தன . . . யூ.எஸ். அமெரிக்காவுடைய புகழ்பெற்ற புரட்சியின் தர்க்க பூர்வமான முழுமை நிச்சயமாக சொலானோ லோபெஸின் பராகுவேவை அழிக்காமலிருப்பதே, வருங்காலத்தில் பழங்காலத்திய ஏகாதிபத்திய பாசாங்குகளை தடுக்க பணிபுரிந்த ஒரே சக்தியாக அது இருக்கக்கூடும் . . . ஜெனரல் மித்ரே அப்போது அமெரிக்காவை விட ஐரோப்பாவுடனேயே பிணைந்திருப்பதாக உணர்ந்தார். எனவே, இப்போது தனது சொந்த நாட்டைவிட ப்ரேஸிலோடு பிணைந்திருப்பதாக உணர்வது எவ்வளவு விநோதமானது, என்றெழுதினார் ஹோரசே ஹெர்னான்டெஸ்.

“உங்களுக்கு ஷெர்ரி பிடிக்குமா, மான்செய்ன்யூர்?”

“தியோ பெப்பே நல்லாருக்கும், ஆனா வழக்கமா காக்னேக்கையே விரும்புவேன் . . . அப்புறம் காஃபியோட சுவையயையும், போர்ஹேஸ் சொல்றமாதிரி.”

“ஆ, எனக்கும் காக்னேக் பிடிக்கும். உதாரணதுக்கு, ஃபுன்டடோர்.” “உங்க பெற்றோர்கள் ஸ்பெய்னுக்கு திரும்பிப் போனாங்களா?”

“ஆமா, அவங்களுக்கு வயசானப்பறம். ஃப்ரான்கோ செத்தபின்ன. ஆனா அவங்க பிரிவுழன்றது சாஸ்கோமஸுக்காகதான், ஸ்பெய்னுக்காக இல்லன்னு உணர்ந்தாங்க. அதனால அவங்க அர்ஜெந்தீனாவுக்கே திரும்பிட்டாங்க. என்னோட திருமணமாகாத சகோதரி மாட்ரிட்லதான் இருக்காங்க.”

“நீங்க எப்படி திருமதி குந்தர சந்திச்சீங்க?”

“ஓ, பல காலம் முன்ன! நியூயார்க் பல்கலைக்கழகத்தில ஒரு அறிஞர்கள் சந்திப்பில. அவ சொந்த ஊர் பிட்ஸ்பர்க், ஆனா வாஷிங்டன்ல வசிக்கிறா. எல்லா இடத்திலிருந்தும் வாய்ப்புகள் வந்தாலும் மேரிலாந்திலதான் பாடம் எடுக்கறா, ஏன்னா பாங்க் தலைவரான குந்தர் அந்தப் பகுதியிலதான் இருந்தாகணும். அவதான் என்னோட மிக நெருங்கின தோழி. நாங்க ரெண்டு பேரும் அப்பப்போ மாநாடுகள்ல பாத்துப்போம், அது எப்போவுமே அப்படித்தான் இருந்துவந்திருக்கு.”

“அவங்களுக்கு ஒரு பொண்ணு இருக்கதா திருமதி குந்தர் சொல்லிருந்தாங்க.”

“தத்தெடுத்த பொண்ணு. எலிசா மாதிரியே ஒரு கலப்பினப் பொண்ணு.”

“கண்ணுதெரியாதவ.”

“ஆமா, கிட்டத்தட்ட குருடு. ஆனா அவங்க அவள அதிகமா பொத்திவைக்கறதில்ல. ரொம்ப இயல்பாதான் இருப்பா. பதினேழு வயசாகுது, காதலன், எல்லாத்திலையும்.”

“அமெரிக்காவுல தன் அப்பாகூட தங்கிருந்தாளா?”

“இல்ல, குந்தருக்கு எப்போவும் நேரமே இருக்கறதில்ல. அவ பாட்டியோட பிட்ஸ்பர்க்ல இருக்கா?”

“சர்ரியா–கிரோகா பொண்ணு வெரோனிகாவுக்கு திருமதி குந்தர உடனே பிடிச்சு போச்சு. அவ மருத்துவம் படிச்சு அந்த கண்ணு தெரியாத பொண்ணோட பார்வைய அறுவைசிகிச்சை செஞ்சு திருப்பிக் கொண்டுவரப் போறாளாம்.”

“என்ன ஔறல் இது,” என்றான் அசுவாகா.

நீங்கள் எங்களை பராகுவேக்கு எதிரான போராட்டத்துக்கு அழைக்கிறீர்கள். எப்போதும் முடியாது ஜெனரல், அந்த நாடு நமது தோழன். புவனெஸ் அயர்ஸுக்கோ ப்ரேஸிலுக்கோ எதிராக எங்களை ஆயுதமேந்த அழையுங்கள் நாங்கள் தயாராக இருப்போம், ஏனெனில் அவர்கள் நம் எதிரிகள். பாய்சன்டுவின் பீரங்கிகள் இன்னும் எங்கள் காதுகளில் எதிரொலிக்கின்றன. நான் என்த்ரே ரியோசின் மக்களுடைய உண்மையான உணர்வுகள் குறித்து நம்பிக்கையோடு இருக்கிறேன், என்றெழுதினார் ரிக்கார்டோ லோபெஸ் ஹோர்டன்.

“நீங்களும் இலக்கியம் கற்பிக்கிறீங்களா, அசுவாகா?’

“ஆமா, ஆனா அத தீவிரமா செய்றேன், எலிசா ஒரு நாவலாசிரியராவே இருப்பா. எப்போவும் அவள்ட்ட சொல்லுவேன், ‘பாரு, உன்னால எப்போவும் ஒரு வாழ்க்கை வரலாற்றாசிரியராவோ கதைசொல்லியாவோ ஆகமுடியாது’ – பக்தின் ரெண்டும் ஒண்ணுதான்னு சொல்வார், மான்செய்ன்யூர், ப்ளூடார்க் அதெல்லாம், ‘நீ உன்னையே எதிர்கொள்ற வரைக்கும், உன்னோட தனித்த சுயத்த, அந்த இன்னொரு லிசாவ.’”

“நாவல்கள் எல்லாம் ஆங்கிலத்துல புனைவுன்னு சொல்லப்படறது என்ன வினோதம், உண்மைல அதெல்லாம் யதார்த்தவாதத்துல ஒரு பயிற்சிதான், இல்ல அதவிட யதார்த்தத்தில அது ஒரு மனிதனின் தனிமையோட யதார்த்தம்.”

“உங்க, பாதிரியார்களுக்கு தனிமைய பத்தி முழுக்க தெரியும்.” “ஆமா, இறையியலாளர்களுக்கு தெரியும், எப்படியும்.”

“சில சமயம் ஒக்லஹோமாவில சுடசுட ஒரு ஃப்ரெஞ்ச் ஃப்ரைய கடிக்கிறப்போ லவல்லே தெருவில இருக்கமாதிரி இருக்கு . . . அதும் குறிப்பா பனிபெய்யும்போது.”

“அப்போ, அவங்க எதப் பத்தி எழுத ஆசைப்பட்டாங்க?”

“நான் சொன்னமாதிரி மேடம் லின்ச்சோட கதைய. உதாரணத்துக்கு லின்ச்சும் லோபெஸ்ஸூம் லண்டன்ல இருந்தப்போ ஜார்ஜ் எலியட் அவர மார்க்ஸூக்கு அறிமுகப்படுத்தினத பத்தி ஒண்ணு எழுதிருக்கா. லோபெஸ் 1844இலயே அந்த கையெழுத்துப் பிரதிகளைப் படிச்சிட்டாரு.” “ஆனா அது இன்னும் பிரசுரமாகல.”

“பாருங்க ஃபாதர் உங்க கற்பனைய பயன்படுத்துங்க. யோசனை என்னன்னா மார்க்ஸ் ஒரு ராத்திரி நாடகத்துக்குப் பின்ன அவங்கள அருங்காட்சியகத்துக்கு பக்கத்துல இருக்க ஒரு எடத்துக்கு நல்ல அருமையான அடர்த்தியான சூடான கோழி சூப் குடிக்க அழைக்கறாரு. லோபெஸூக்கு சூப் ரொம்ப பிடிக்கும். திடீர்னு மார்க்ஸ் சூப்ல இருந்து வர சூடான ஆவி வழியா பாக்கறாரு – அதொரு குளிரான டிசம்பர் மாலை – எலிசா லின்ச்கிட்ட சொல்றாரு, ‘பராகுவேக்கார குழந்தைகள பெத்துக்க போற நீ, உனக்குத் தெரியனும், ஒரு நாள் லத்தீன் அமெரிக்கா முழுக்க சோசியலிஸ்ட் ஆகியிருக்கும்.’ லிசா கருத்துப்படி லோபெஸ் கொஞ்சம் புனித – சிமோனியன், அவர் மூஞ்சிய சுழிக்க, மார்க்ஸ் அவர உறுதிப்படுத்துற மாதிரி முதுகுல தட்டி, இந்த மாதிரி, சொல்றாரு, ‘ஹே, கவலப்படாத. எல்லாம் இருக்கட்டும், ‘ஸ்ட்ரோயெஸ்னரவிட மோசமா என்ன இருந்துட முடியும்?’”

வெளிநாட்டு கடன்களை நாடுவது பராகுவேயின் வருவாய் அமைப்புக்கு மாறானது, என்றெழுதினார் ஃப்ரான்சிஸ்கோ சொலானோ லோபெஸ்.

“எனக்கு அவங்க கதை புரியல” என்றார் காசெரெஸ்.

“இதைக் கேளுங்க. ஒரு நாள், லின்ச்சும் அந்த பராகுவே பைத்தியமும் ஓபேராவுக்குப் போறாங்க, என்னன்னா பாரிஸ்ல இருக்கதா இல்ல புவெனஸ் அயர்ஸ்ல இருக்க கொலோன் அரங்கமான்னு சொல்லப்படறதில்ல. லோபெஸ் அவங்கள்ட்ட சொல்றான், ‘நீ நம்புறியோ இல்லையோ, புவெனஸ் அயர்ஸ்ல நிறைய சிறப்பான ஆட்கள் இருக்காங்க இருப்பாங்க, கூடவே தங்களோட பெயர் மதிப்புக்குத் தகாத நிறைய ஃப்ரெஞ்சுக்காரங்களும்; ரொம்ப சுலபமா நான் பாரிஸ் புவெனஸ் அயர்ஸ்லன்னோ, ஏய்ரஸ பாரிஸ்னோ சொல்லிடலாம்.’ அதனால அவங்க

நகரத்துக்குள்ள போறாங்க, அதோட புத்தகக் கடைகள், அரங்கங்கள், அப்புறம் நல்ல கறியும் அதவிட சிறப்பான தெற்கத்தி வைனும் மலிஞ்சிருக்க தெருக்களுக்குள்ள. அவங்க பின்ன உடல் முழுக்க அலங்காரமா ஆடையணிஞ்சுகிட்டு ஒபேராவுக்கு கிளம்பறாங்க, சரியா மார்குரைத் கௌட்டியர் வேதனைப்பட தொடங்கறப்போ, லோபெஸ் சாய்ஞ்சு சொல்றான், 'எலிசா உண்மை என்னன்னா எனக்கு இசைய பத்தி ஒரு மண்ணும் தெரியாது, ஆனா இந்த தேவ்டியா பசங்க எல்லார்கூடவும் அவங்க நீ எவ்ளோ அழகா இருக்கன்னு பாத்து என்னப் பாத்து பொறாமப்பட இங்க உட்கார்ந்துருக்கது பிடிச்சிருக்கு."

"அருமையான கதை" மெர்சிடீசை பேராயர் மாளிகையின் வாகனம் நிறுத்துமிடத்துக்குள் நுழைத்து நிறுத்தியபடி சொன்னார் காசெரெஸ். "காதல் நிரம்பிவழியுது"

"இன்னும் நிறைய இருக்கு. பராகுவே போருக்குப் பின்ன பாரிஸ்ல, அதுக்கு ரொம்ப காலம் கழிச்சு சாக்கோ போரின்போதுதான் தென்னமெரிக்க தேநீர் கண்டுபிடிக்கப் படுதுன்னாலும், லின்ச் டெரேரேவ எண்ணி வீட்டுக்காக ஏங்க ஆரமிக்கறா. அவ இலக்கியத்தோட செயல்பாட்ட எண்ணி வியக்கறா ஸ்டெர்னும் ஜாய்ஸுும்கூட ஐரிஷ்காரங்கதான்னு நினைவுகூரறா. ஒரு இளைஞனா, லோபெஸ் முக்கியமான விஷயங்களா, பராகுவேல நாடுகடத்தப்பட்டு வாழ்ந்துவந்த வயசான உருகுவேக்கார தேசபக்தர் ஆர்டிகாஸ்ட்ட ஆலோசிப்பான். அந்த கிழவன் அவர்ட்ட மேட் தேநீர காய்ச்சுற வேலைசெஞ்ச இந்தியப் பெண்மணியோட பின்பக்கத்த பிசைஞ்சுகிட்டே இருக்க ரெண்டுபேரும் கூட்டாட்சியப் பத்தி உரையாடுவாங்க."

"ஒரு நிமிஷம்," என்றார் காசெரெஸ், என்ஜினை நிறுத்தியபடி, "முன்னமே சொல்லணும் நினைச்சிருந்தேன், நாம இங்க நிறுத்தறோம் இன்னிக்கு இரவு நீங்க என் விருந்தினரா இருக்கலாம். உங்க பைய கார்லயே விட்டுடுங்க; கொஞ்ச நேரத்துல வந்து அத எடுத்துவருவாங்க."

"ஓ ரொம்ப நன்றி," அசுவாகா சற்றே ஆச்சரியப்பட்டவனாக பதிலளித்தான். அவர்கள் காரை விட்டுவிட்டு மின்னும் சூரியனின் கீழ் அந்த மாளிகையை நோக்கி நடக்கத் தொடங்கினர். "இந்த கதைகள் எல்லாம் கொஞ்சம் அறிவுஜீவி அ லா துய்'யா இருக்கு." என்றார் காசெரெஸ், பண்பாக உரையாடலை மீட்டபடி, "ஆனா எனக்கு ரொம்ப பிடிச்சிருக்கு. அதெல்லாம் ஒரு கறைபடியாத ஆன்மாவோட படைப்புகள்."

"அறிவுஜீவி அ லா, என்னதது?"

"அ லா துய். ஃப்ராங்க்ஃபர்ட் பள்ளி அப்புறம் அமெரிக்க நிதிநிறுவன பணத்தத் தேடி தங்களையே வித்துகிட்ட அறிவுஜீவிங்கள பத்தின ப்ரெக்ட்டோட சீன நாவல். ஒரு வயசான பணக்காரன் உலகத்தோட துன்பத்தால மனங்கனிஞ்சு தன்னோட பெரிய சொத்த வறுமைய ஒழிக்கறத பத்தி ஆராய்ச்சி செய்ய ஒரு நிறுவனம் தொடங்க எழுதிவெச்சிட்டு செத்துடறான். இயல்பாவே அவனேதான் அதுக்கு காரணமா இருக்கான்."

யூ.எஸ்.ஏ. பராகுவேயிடம் என்ன கட்டாயப்படுத்துமென நாம் விரைவில் தெரிந்துகொள்வோம். ஒரு நட்பான மதிப்புடைய ஒப்பந்தத்திற்காக என்னால் முடிந்தளவு முயற்சிப்பேனென உறுதியளிக்கிறேன், மேலும் நாடுகளிடையே ஒரு ராட்சசனான அது நம் மக்களை ஆணவத்தோடு நடத்துமானால் மிக வருந்துவேன் என்பதையும் நீங்கள் அறியவேண்டும். நமது நோக்கத்தின் இறுக்கத்தில் நாம் மிகுந்த நம்பிக்கை கொண்டிருப்பதால் அத்தகைய நடத்தை எந்த ஒப்பந்தத்தையும் கடினமானதாக்கும். தங்கள் மரபிற்கு நேர்மையான இந்த யூ.எஸ்.ஏ.காரர்கள், எப்போதும் தங்கள் பீரங்கிகளை தங்களுக்கு முன்னே தள்ளிக்கொன்டுவந்து அவர்கள் நீதியையும் பகுத்தறிவையும்விட முரட்டு சக்தியையே வலியுறுத்துவார்கள், என்றெழுதினார் ஃப்ரான்சிஸ்கோ சொலானோ லோபெஸ்.

“ஆமா, இப்போ எனக்கு ஞாபகம் வருது.” என்றான் அசுவாகா, “ஆனா ப்ரெக்ட் அத முடிக்கவேயில்ல.”

“அமெரிக்க மக்கள்தான் மீட்கப்படுறதுக்கு ரொம்ப எதிரா இருக்காங்க ஏன்னா அவங்க மட்டுந்தான் தாங்கள் ஏற்கனவே சொர்க்கத்துல வாழ்றதா நெனைச்சுகிட்டு இருக்காங்க. ஓ, காலை வணக்கம், மதர் டொர்ராக்ஸ்! இவர் டாக்டர் ரோபர்ட்டோ அசுவாகா, ஓக்லஹாமாவில இருந்து இவ்வளவு தூரம் வந்திருக்கார்.”

அந்த வயதான பெண்மணி அசுவாகாவின் கையைக் குலுக்கிவிட்டு அவனது அறை தயாராக இருப்பதாகவும் அலமாரியில் புதிய துவாலைகள் இருப்பதாகவும் தெரிவித்தார். பின் அவர் பேராயரிடம் பாதிரி மார்செலினின் அடக்கம் மாலை நாலு மணிக்கு வைக்கப்பட்டிருப்பதாக தெரிவித்தார்.

“என்னுடையது அடுத்த மாசம்,” அசுவாகா முணுமுணுத்தான், ஆனால் யாரும் கவனிக்கவில்லை.

அந்த துயரார்ந்த நீல கோட் சோர்வோடு வயதான சின்ன அருட்சகோதரியின் பின்செல்வதைப் பார்த்துக்கொண்டிருந்தார் காசெரெஸ், இருவரும் மின்னுயர்த்தியின் மஞ்சள் குடலுக்குள் மறைவது வரை. திடீரென அவர் பைபிளை காரிலேயே மறந்துவிட்டதை நினைத்துக்கொன்டார். அவர் மெர்சிடீசை நோக்கி சோர்வுற்று நடந்துசெல்லும்போது அவர் நினைவில் ஒரே வாசகம் மறுபடி மறுபடி தன்னை திணித்துக்கொண்டது, இறந்துகொன்டிருந்த மார்செலின்னுக்கு அவர் கடைசி முழுக்கு செய்யும்போது அவரது காதில் மார்செலின் சொல்லிய அந்த வசனம்: *நீர் ஒரு சூனியக்காரியை உயிரோடிருக்க அனுமதிக்கலாகாது.* அன்று காலை அவர் தற்செயலாகப் படித்த அதே வசனம். எண்ணங்களில் ஆழ்ந்தவராக கார் கதவைத் திறந்து பர்ப்பிள் தோல் புத்தகத்தை எடுத்தார். ஒரு மயக்கத்தினூடே மிதப்பவர்போல யாத்திராகமத்தின் கேள்வியில் அந்த பத்தியைத் தேடி எடுத்தார். சட்டென அவர் உணர்வுகளை மின்சாரம் தாக்கியதுபோலிருந்தது. அந்த பக்கம் ஒரு கருஞ்சிறுத்தையின் பற்களால் கிழிக்கப்பட்டதைப் போல குருதி மற்றும் வெறியின் ஒரு பச்சைத் தடத்தை விட்டு கிழித்தெடுக்கப்பட்டிருப்பதைத் திகிலோடு கண்டார்.

மேடம் லின்ச் நூலகத்திற்குள் நுழைந்து, கிழக்கத்தி இமைகளுகளுள் இருந்து அவரைப் பார்த்துச் சிரித்த இளம் நூலகரின் மேசையை நெருங்கினார். அவர் இரண்டு ஒலிப்பதிவுகளைக் கேட்டார், பின் இலையுதிர்கால பாரிஸ் காலையின் அழகை அப்பட்டமாக விரித்து வைத்திருந்த பெரிய படச்சட்டத்தின் பக்கமாக அமர்ந்தார். அவர் முதல் ஒலிப்பதிவை ஓடவிட்டார், அதில் யாரோ ஃப்ரெஞ்சில் மத்தியத் தரைக்கடலின் மினுமினுக்கும் கரையிலிருக்கும் குறிப்பிட்ட வெள்ளைக் கல் இடிபாடுகளை விவரித்துக் கொண்டிருந்தார்கள். எலிசா அல்ஜீரியாவை எண்ணிக்கொண்டார். oui, il y a la beaute et il y a les humilies என்றந்த குரல் சொல்வது போலிருந்தது quels que soient mes defauts d'homme et d'ecrivain, je voudrais n'avoir jamais ete infidele ni a l'une ni aux autres. அது முடிந்ததும் மேடம் மற்ற ஒலிப்பதிவை ஓடவிட்டார். அவர் எப்போதும் செய்வதுபோல் வசந்தத்திலிருந்து தொடங்கவேண்டாமென முடிவெடுத்தார்; இலையுதிர்காலம் மேலும் கம்பீரமானதாகவும் சமச்சீரானதாகவும் தோன்றியது. கிட்டத்தட்ட ஒரு ஒழுங்கமைவான அக்கறையின்மையோடு மேற்கத்திய பெருமை ரத்தம்படிய வைத்த ஏழை விவசாய நாட்டிலிருந்து வெளியேற்றப்பட்டு இப்போது அவள் ஒரு இத்தாலியத் துறவியின் மகிழ்ச்சியான வலுவான மத்திமகால காதலின் ஒளிகொண்டு, அறிவொளியின் சந்தேகமான ஏமாற்று ஒளியல்ல, தோல்வியடையாத கிராமத்தார்களுக்கான உண்மையான கலங்கரை விளக்கம், கனவுகளும் அடர்த்தியான பானங்களும்போல மாற்றமுடியாத ஒரு வெறிகொண்ட மகிழ்ச்சி நடனத்தில் சுழல்கிறாள், அவள் இப்பொதைக்கு உறங்குகிறாள், ஒருவேளை எப்போதைக்கும், பராகுவேயிலோ அயர்லாந்திலோ. நூலகத்தின் தனிமையில் பரந்த சுத்தமான வானின் நீலம் அவள் சுத்தமான கண்களை நிறைக்கிறது. முன்னே சதுக்கத்தில் சுற்றியிருக்கும் மரங்களின் சோகமான கிளைகளுக்கு நடுவே ஒரு கொடிக்கம்பத்தைக் கண்டாள். நான்கு பருவங்களிலும் மென்மையாக வீசிக்கொண்டிருக்கும் அந்தக் குடியரசுப் பெருமிதத்தைக் கண்டதும் எதுவோ அவள் இதயத்தில் அதிர்ந்தது. அது அவளுடையது, அந்த மூவண்ணம், ஃப்ரான்சிஸ்கோவின் கரங்களில் அழிந்துவிட்ட சிகப்பு வெள்ளை நீலம் மாதிரியே ஆனால் எப்படியோ வித்தியாசமாக! தனது தேய்ந்துபோன பையில் பதட்டமாக கைக்குட்டையத் தேடியபடி வீணாக கீழைத்தேய நூலகரை வெட்கத்தோடு பார்த்தபடி, அவளது விழிகள் நீலத்திலிருந்து குருதியோடிய சிகப்பிற்குள்ளான ஒரு பிடிவாதமானப் பெருமையை ஏற்றின, அதன் மாறாத உலகளாவிய தன்மைக்கு விகித துல்லியமாக அந்த கொடி தனதென மேடம் அறிவாள். நம்பிக்கையென்பது என்ன, அவள் வியந்தாள், இந்த பிடிவாதமான மௌனமின்றி இந்த அழுத்தத்தினிடையே கருணையின்றி வெறுமனே தாங்கிப் பிழைத்திருப்பதின் நாயகத்தன்மையன்றி இந்த 'கெடுவாய்ப்பு' அல்லது 'விதி'யினல்லாத பிழைத்திருத்தல், சித்ரவதையின் ஆயுதமேந்திய எதிரிகளினதானதன்றி? சுறாக்களுடனும் தனிமையோடும் பரந்த கடலில் போராடும் கிழட்டு மீனவனைப் போன்றவர்கள் மக்கள்; ஒருவர் நிச்சயமாக வெறுப்பதை விட ரசிப்பதற்கு நிறைய விஷயங்களைக் கண்டுகொள்ளலாம். கூதிரின் காற்று அதன் நச்சுப்பற்களை கலகலத்தபடி வந்தாலும் அவளது

ஆன்மா இந்த உறுதிகளால் நிறைந்திருந்தது. அவளது நாடுகடத்தப்பட்ட வாழ்க்கை அவளுக்கு நாடு கொடி இரண்டையுமே திருப்பிக்கொடுத்தது; இப்போது மீண்டும் மகிழ்ச்சியும் முன்னறிவித்தல்களும் அற்ற அந்த காத்திருத்தலுக்கு, பனிநிரம்பிய பாடல்களற்ற உறக்கத்திற்கு, கிறிஸ்துமஸ்கால அதிர்ஷ்டவிளையாட்டுகளுக்கு, தேங்காய் பூக்களுக்குத் தயாராகிறாள், அவளது பராகுவேக் குழந்தைகள் தங்கள் நங்கூரத்தை ஒரு கணத்துக்கோ வாழ்நாளுக்கோ இடப்போகும் அவள் ஒருநாள் அதன் கீழ் கிடந்து நட்சத்திரங்களைப் பார்க்கப்போகும் அந்த உறுதியான நிலத்துக்காக. அவள்புரிந்து கொண்டாள் நம்பிக்கையென்பது, காதலையும் தாண்டி, கடவுளையும் மரணத்தையும் தாண்டி, அந்த நூலக நாற்காலியாகும், அந்த உற்சாகமான இசைக்குறிப்பாகும், அந்த வானின் புலம்பலும் கடினமான காலையினூடே பணிவற்ற அனலென தன் வழியை தின்றுசென்ற அந்த குருதியாகும். அவள் கண்களை மூடிக்கொள்கிறாள், பற்களைக் கடித்தபடி முணுமுணுக்கிறாள், "நாம் கடந்துவருவோம்." பதிவுகளை கைக்கடியில் இடுக்கிக்கொண்டு அவள் எழும்போது, அறையின் மறுபக்கமிருந்த ஸ்பானிஷ் பேசாத வியட்நாமிய இளைஞன் அதிர்ந்துபோய் அமர்ந்திருப்பதைக் காண்கிறாள். சிரித்தபடி வெறுப்பையும் துணிவையும் கலந்த ஒரு முகத்தைக் காட்டியபடி மேடம் அவனிடம் அவனது தாய்மொழியில் பேசுகிறாள்: "ஏன் அப்படி என்ன முறைக்கிற? எதிரொலிகள் கேட்டுதா?"

பகுதி 2

1

நினைவிற்கொள்ள முடியாதபடிக்கு வயதான அந்த சிறிய வளைந்த தலைமையாசிரியர் பெண்கள் இருந்த ஃப்ளாபேர் படிப்பறைக்குள் நுழைந்தார். அவரைப் பின்தொடர்ந்து காசெரெஸூம் அசுவாகாவும் பூர்ஷ்வா பாணியில் உடையணிந்த பயிற்சிப் பாதிரியும் முதுகில் பெரிய மேசையொன்றை சுமந்தபடி பணிப்பையனொருவனும் வந்தனர். தூங்கி விட்டவர்கள் விழித்துக்கொள்ள, எல்லோருமே வேலையின் நடுவே திடுக்கிடச் செய்யப்பட்டதுபோல, பேராயருக்கும் அருட்சகோதரிக்கும் இடையே அமைதியாக புகை பற்றவைத்தபடி நின்ற புதியவனான அசுவாகாவைக் கூர்ந்து ஆராய்ந்தபடி எழுந்தனர். அருட்சகோதரி அதிகாரமாக கையசைத்து அனைவரையும் உட்காரப் பணித்தார். வகுப்பை நோக்கி தொண்டையை செருமிக் கொண்டு அடிக்குரலில் சொன்னார்:

"அருட்தந்தை மார்செலினின் மரணம்... நம் பள்ளியை துக்கத்தில் ஆழ்த்தியிருக்கிறது. ஒரு ஆசிரியராகவும் பாதிரி யாகவும் அவரது இடம் நிரப்பக் கடினமானது. அதிலும் நீங்கள் குறிப்பாக நீண்ட காலமாக வேதனையுற்றுக் கொண்டிருந்தவரான ஒரு ஆசானின் இழப்பை உணர்வீர்கள்."

விளையாட்டு மைதானத்தின் பச்சைச் சுதந்திரத்தை நோக்கித் திறந்திருந்த பெரிய சன்னலின் அருகில் அமர்ந்திருந்த வெரோனிகா கேலிச் சிரிப்பொன்றை விழுங்கிக்கொண்டாள். அறையின் பின்பக்க மூலையில் அசையாதிருந்த அவளை லேசாகத்தான் பார்க்கமுடிந்தது. அவளது முடி நெற்றியின் குறுக்கே விழுந்து ஊர்க்கார இசைக்குழு துணை நடத்துநரைப் போல தோன்றச் செய்ததோடு அவள் முகம் ஒரே நேரத்தில் திமிராகவும் ஆழ்ந்து யோசிப்பதாகவும் தோன்றியது. குதிரை ஓட்டி பழகிய வெய்யிற்காலங்களால் கடினமாகியிருந்த, அவளது வெய்யிற்கருத்திருந்த குதிரைச்சவாரிக் கரங்கள் வெளிநீளும் கைகளைக் கொண்டிருந்த, தங்க பொத்தான்கள் கொண்ட இறுக்கமான நீல முரட்டுப் பருத்திச் சீருடையில் கட்டப்பட்டு அவளது பரந்த தோள்களும் அமேசானிய

மார்ப்புடைப்பும் நெருக்கப்பட்டிருப்பதாய் உணர்ந்திருக்கவேண்டும். இணைப்புப் பட்டைகளால் இறுகக்கட்டப்பட்டிருக்கும் சாம்பல்வண்ணக் காலாடைகளோடு நீலவண்ண முழுக்காலுறைகள் மூடியிருக்கும் கால்களின் பாதங்களில் சற்று அலங்கோலமான சரியாக மெருகூட்டப்படாத உலோகம் பதித்த காலணிகளை அணிந்திருக்கிறாள். இறுக மூடிய கையில் அவளது தோழி சோலேதாத் தனது குறிப்பேட்டில் எழுதி மேசைக்கு அடியே அவளிடம் கொடுத்த கசக்கி உருட்டிய கவிதையொன்றை வைத்திருக்கிறாள்: *ஏன் இம்மணித்தியாலங்கள் இலையுதிரின் நிறத்தை அணிந்திருக்கின்றன? கடினமானதும் கசப்புமிகுந்ததுமான இந்நாளை யார் துவங்கிவைத்தது? என் உதடுகள் அறியாது அவற்றிற்காக என்ன வார்த்தைகள், முத்தங்கள், துயரங்கள் காத்திருக்கின்றனவென்பதை, இருந்தாலும் அவை பாடுகின்றன. திராட்சைகளின் குழந்தைமையின் வாழ்வின் தோழனே, சர்வாதிகாரிகளின் எதிரியே, இதோ எனது குரல். இந்த சம்பிரதாயமான சொற்கள். அவற்றைப் பயன்படுத்து. அவற்றை உன் கையில் பிடி.*

"எனக்கு உங்க பதட்டம் புரியுது," தலைமை அருட்சகோதரி தொடர்ந்தார். "அருட்தந்தை மார்செலினோட பாடமான தத்துவத்தில இன்னிக்கு பரீட்சை இருக்கதா மான்செய்ன்யூர் சொன்னார். நீங்க எல்லாரும் கேள்விகள பார்க்க ஆர்வமா இருப்பீங்கன்னு தெரியும். இருந்தாலும் இந்த கல்வியாண்டில கடைசி முறையா எல்லாரும் இங்க ஒண்ணா கூடியிருக்கதால, முதல்ல உங்களுக்கு உங்க ஆங்கில ஆசிரியர் டாக்டர் எலிசா லின்ச் தெ குந்தரோட நல்ல நண்பர் ஒருவர அறிமுகப் படுத்த விரும்புறேன். உங்க முன்ன இருக்க இந்த கனவான் டாக்டர் ரொபர்ட்டோ அசுவாகா ஓக்லஹாமால இருந்து திருமதி குந்தரப் பார்க்க இவ்வளவு தூரம் வந்திருக்கார். அதனால போன ஜூன்ல போலீஸ்ட்ட இருந்து ஓடினதும் நடந்துகிட்டதும் போல தவறா நடந்துக்கமாட்டீங்கன்னு நம்புறேன்."

சில கமுக்கமான சிரிப்பொலிகள் கேட்டன. தலைமை அருட்சகோதரி கூட்டத்தை முறைத்தார்.

"டாக்டர் அசுவாகா தேர்வைத் திருத்த மான்செய்ன்யூர் காசெரெஸுக்கு உதவ கனிவோடு ஒத்துக்கொண்டிருக்கார். தேர்வுக்குப் பின்னாடி நீங்க அவர ஆண்டிறுதி நாடகத்தில உங்களுக்கு உதவ ஒத்துக்க வைக்கலாம். இப்போ உங்க இடத்துக்குப் போய் வேலையத் தொடங்குங்க!"

அவரது வாய் தன் சொற்பொழிவை முடிக்க இன்னும் திறந் திருந்தது, ஆனால் ஐபீரியப் பண்ணிக்குக் காயடிப்பவரின் 'ஸ்ஸ்' ஒலியை நகலெடுத்ததுபோன்று பெண்கள் ஒற்றைக் குரலில் அவரை இடைமறித்தனர்:

ஒவ்வொருத்தியும் அவளுக்காக, கடவுள் எல்லோருக்குமாக!

மாணவர்களின் சிரிப்பொலியில் மூழ்கி சிவந்தபடி கன்னியாஸ்திரி கண்களைத் தாழ்த்திக்கொண்டு அவரது மின்னும் வெண்ணங்கிக்கு காவல்காக்கும் இரு கரும் கோபுரங்களென நின்ற இரண்டு ஆண்களையும்

தயக்கத்துடன் முதுகில் தட்டிக் கொடுத்துவிட்டு சென்றார். குறும்புத்தனமான கைத்தட்டலொலி நிற்கும்வரை பொறுமையாக காத்திருந்த அசுவாகா எண்கோண தரையோடுகளில் ஒன்றில் தன் சிகரெட்டைப் போட்டு கவனமாக மிதித்து அணைத்தான்.

"ரொம்ப நல்லது . . ." தன் துயர்மிகு கண்களை உயர்த்தினான். "அப்போ அருட்சகோதரி . . ."

"டொர்ராக்ஸ்" காசெரெஸ் இடையிட்டார்.

" . . . அருட்சகோதரி டொர்ராக்ஸ் சொல்லிகிட்டு இருந்தமாதிரி, இங்க தற்காலிகமாதான் வந்திருக்கேன். கிட்டத்தட்ட தற்செயலாதான் . . . சொல்லப்போனா எனக்கு உயர்நிலைப் பள்ளி ஆசிரியரா எந்த அனுபவமோ முறையான பயிற்சியோ கிடையாது. இது பல்கலைக்கழகத்துல பயிற்றுவிக்கறத விட கடினமா இருக்கும்னு சந்தேகமே இல்லாம தெரியுது . . ." லேசாக இருமினான். "மன்னிக்கணும். எக்கச்சக்க புகைப்பழக்கம். அதுசரி, உங்கள்ட்ட உரைநிகழ்த்த விரும்பல. மான்செய்ன்யூர் காசெரெஸூம் நானும் இந்த தேர்வு நியாயமான ஒண்ணுன்னு நினைக்கறோம். நேத்து இரவுமுழுக்க இதுக்காக கேள்விகள தயார் செய்திருக்கோம்."

குழு மிரட்சியோடு அமைதியாக புலம்பியது. அசுவாகா ஆர்வமின்றி சிரித்தான்.

"தயவுசெஞ்சு மிரளாதீங்க . . . இது ஒரு குழப்பமில்லாத தேர்வு. உண்மையிலேயே . . . ரொம்ப எளிமையானது. ஏதாவது கேள்விகள் ?"

நிசப்தம்.

"சரி அப்போ, கேள்விகள் கைக்கு வந்ததும் உங்களுக்கு எதுவும் பிரச்சனைன்னா சொல்லுங்க. தேவைப்பட்டத நாங்க சந்தோஷமா தீர்த்துவைப்போம் . . ."

காசெரெஸ் நகலெடுக்கப்பட்ட காகிதங்களின் மலையொன்றை பேரங்காடிப் பையிலிருந்து எடுத்து மேசை மேசையாக வழங்கத் தொடங்கினார்.

"முதல்ல உங்க பெயர எழுதுங்க." ஒவ்வொருவரிடமும் முணுமுணுத்தார்.

"எங்கள தோல்வியடைய வைச்சிராதீங்க ஃபாதர் . . ." அந்த தாடிவைத்த பதட்டமான கிழவரிடம் டோபோ கிகியோ போல கண்ணிமைகளை அடித்தபடி சிலர் சிணுங்கினர். அசுவாகா அசட்டையாக இன்னொரு சிகரெட்டைப் பற்றவைத்துக் கொண்டு சன்னலுக்கு வெளியே பார்த்தான். டென்னிஸ் மைதானங்களும் ஓட்ட மைதான வசதிகளும் ஏழு சகோதரிகள் இருபாலர் பள்ளி மாணவர்களைப் போல் கையில் மட்டைகளும் பிட்டங்கள் காற்றிலுமாக குதித்துக்கொண்டிருக்கும் பெண்களும் சூடான உலர்ந்த ஒரு மதியம், மேகங்கள் விலக்கிய ஒரு மாசற்ற வானம். அசுவாகா இன்பத்துடன் புகையை உள்ளிழுத்தான். ஆழத்தில் அந்த நறுமணம்பூசிய தன்னம்பிக்கையற்ற பருவப் பெண்கள் கூட்டத்தால் அசுவாகா சற்று சஞ்சலமுற்றவனாக உணர்ந்தான். காசெரெஸ் அருகே வந்தார்.

“எல்லாம் தயார்” என்றார்.

“எதையாவது விளக்க வேண்டியிருக்கான்னு கேக்கலாமா?”

“நல்லது.” அருட்சகோதரி டொர்ராக்ஸ் செய்ததுபோலவே அந்த நல்ல ஜெசூட் ஆயரும் தொன்டையை செறுமினார். மாணவர்கள் அமைதியாக நிமிர்ந்து பார்த்தனர். “உங்க கேள்விகளை இப்போ கேட்கலாம்னு டாக்டர் அசுவாகா சொல்றார்.”

பல கைகள் உயர்ந்தன. தாடிவைத்த பேருருவானவர் அமைதியாக ஒவ்வொரு மேசையாக நகர்ந்தார். அசுவாகா சலிப்புற்றவனாக பேராயருடைய மேலாடையின் சீரான வடிவமைப்பையும் முடிவடையாது நீளும் காலங்கியையும் அவரது கருப்புடை யில் இருக்கும் கார்டின் பிறழ்கிழவியையும் பொன்முடிகளின் வரிசையின் இடையே அவருடலின் திட்டமிடப்பட்ட நகர்வுகளையும் பார்த்துக்கொண்டிருந்தான். ஒரு தூரத்து ஒற்றைத்தன்மையான தேனிச்சத்தமென ஒலிகள் அவன் காதுக்கு வந்தன. அப்பெண்களின் முகங்களையும் பலவகையான உடல்களையும் அவர்களது நாடகத்தன்மையான செய்கைகளையும் தனியாகவோ அல்லது கூட்டாளியின் திருட்டுத்தனமான உதவியோட நன்றாக தேர்வெழுத வேண்டுமென்ற குறிக்கோளையும் குழப்பம்நிறைந்த பார்வைகளையும் ஆர்வமின்றி பார்த்தான். எண்ணற்ற கேள்விகளை எதிர்கொண்டபடி பறந்துகொண்டிருந்த காசெரஸ், அவற்றின் வெகுளித்தனத்தையும் தாண்டி இயல்பாக எதிர்கொண்டார். அசுவாகா அவருக்கு உதவ முடிவெடுத்தான். பெரிய கருப்புக் கண்கள் கொண்ட அழகிய பொன்முடிப் பெண் கையை உயர்த்தினாள்.

“சொல்லும்மா” என்றான் அசுவாகா.

“ம்ம்ம் ...”

“சொல்லு. மான்செய்ன்யூருக்கு கொஞ்சம் ஓய்வுகொடுக்கவாவது என்னாலையும் உன் கேள்விக்கு பதிலளிக்க முடியும்.”

“கேள்விய மறந்துட்டியா?”அசுவாகா கேலித் தொனியில் கேட்டான். சர்ரியா – கிரோகாக்களின் அந்த திமிரான தாடையை முன்னீட்டினாள், பெத்ரோ தெ மென்டோசாவின் காரவெய்யேக்களைக் கொண்டு கடல்களை உழுத அந்த தாடை. நான்கு நூற்றாண்டுகளின் ஆற்றலேறியிருந்தது அவள் குரல்.

“இல்ல ..., பயிற்சிக் கட்டுரைகளை எப்போ கொடுக்கணும்னு தெரிஞ்சிக்க கேட்டேன்.”

“என்னத்தை”

“கட்டுரைகள். பாதிரி மார்செலின் எங்களுக்குக் கொடுத்த கட்டுரைகள முடிச்சிட்டோம்.”

“ஓ எதைப்பத்தின கட்டுரை.”

“ஹெகல்.” அனைவரும் ஒற்றைக்குரலில் பதிலளித்தனர்.

“ஆ, சுவாரஸ்யமானது.” அசுவாகா சொன்னான். “அத தேர்வுத்தாளோட சேர்த்துக் கொடுக்கலாம்.”

“நன்றி சார்.” வெரோனிகா உட்கார்ந்தபடி சொன்னாள். முன்னிருந்த தாளில் மயக்கமுற்றிருந்த அவள் கண்களோடு அவ்வப்போது பார்வைகளைப் பரிமாறியபடி, விடைகளை அடித்தும் திருத்தியும் கொண்டிருந்த விரல்களையும் அவளையுமே அசுவாகா ஆர்வமாக தொடர்ந்து பார்த்துக்கொண்டிருந்தான். கடைசியாக கொர்ரியந்த்தெஸ் சபையின் தலைவர் அவனிடம் வந்தார்.

“உட்கார வேண்டாமா?” என்றார் பேருருவானவர். அசுவாகா அமைதியாக ஆமோதித்தான். இருவரும் அவர்களது எடையில் முனங்கிய அந்த கனத்த மர மேடையில் ஏறினர். பளபளப்பான கான்ஃபெடரேஷன் காலத்திய மேசைக்குப் பின்னே, ஒரு வசதியான நைலான் சாய்நாற்காலி இருந்தது. காசெரெஸ் மேசையில் அமர்ந்துகொண்டு, தனது மரகதமணிந்த விரலால் அசுவாகாவிடம் நாற்காலியைச் சுட்டினார். மாணவர்கள் சுரவேகத்தில் எழுதிக்கொண்டிருந்தனர் அல்லது தங்கள் சதைப்பற்றான உதடுகளுக்கிடையே நீண்ட துன்பத்திலுழன்றுக்கொண்டிருக்கும் பேனாக்களைக் கடித்தபடி அருகிலிருந்தவரின் தாளை எட்டிப் பார்த்துக் கொண்டிருந்தனர். அறையில் எங்கிருந்தோ மங்கலான முணுமுணுப்பு கேட்டுக்கொண்டிருந்தது.

“அவங்கவங்க வேலையைப் பாருங்க பெண்களா” என்று பேராயர் பிரசங்கம் செய்தார். அவரருகே அந்த பண்டைக்காலத்திய சாய்நாற்காலி யில் கோணலாகக் கிடந்தபடி, மூச்சடைக்கச் செய்யும் வெப்பத்தின் சுமையில் அசுவாகா ஆறாய் வியர்த்துக்கொண்டிருந்தான். தனது கனப்பருத்தி மேலாடையை நாற்காலியில் தொங்கவிட்டுவிட்டு டையை தளர்த்திக்கொண்டான். ஒரு பெண் கையை உயர்த்தினாள். அசுவாகா தலையாட்டி அழைத்ததும் அவள் மேசை வரிசைகளிடையே நடந்து அவனை நோக்கி வந்தாள். *அவளுக்கென்று அக்கறைகள் இருக்கின்றன. ஒருத்திக்கு பதினேழு வயதாகும்போது பள்ளியென்பது நீண்ட கூடத்தின் நடைபாதை, படிக்கட்டுகள், சைப்ரஸ் தேங்காய் மரங்கள், காட்டின் தீப்பிழம்பாகிய மரங்கள், பனைகள், பைன் மரங்கள், வெய்யில் தெளித்த எல்லைகள், ஏதோ ஒரு பருத்த புத்தகத்தின் மஞ்சளான பக்கங்களிடையே மறக்கப்பட்ட செயலற்ற மலரைப் போன்று நாட்பட்ட மென்மை, ஒரு மாறா துக்கமான ரகசியம். அவளுக்கென்று அக்கறைகள் இருக்கின்றன. ஆனால் கூதிரின் காற்று அவர்கள் முகத்திலறைந்து அங்கிகளைக் கிழித்தெறிகிறது, அதன் ஏமாற்றும் மறிக் கரங்கள் காலையின் அடர் நீல ஒளியைக் கவ்வுகின்றன, அதன் தீயவனது விரல்கள் கன்னியாஸ்திரீகளின் மேற்பார்வையைக் குலைக்கின்றன. அவளுக்கென்று அக்கறைகள் இருக்கின்றன. பதினேழில் வாழ்க்கை ஒரு தீவிரமான விஷயமாயிருக்கிறது. எனவே, இடம் மாறிப்போனவளாக, வரலாற்றுப் பாடத்தை துறந்து அலெக்ஸாண்டரை கடந்துசெல்லும் மேகமாக மதிப்பிழக்க வைத்துவிட்ட கண்களால் சாளரத்துக்கு வெளியே பார்த்தபடியிருக்கிறாள். அவளுக்கென்று அக்கறைகள் இருக்கின்றன. பதினேழு கூதிர்க்காலங்களில், வானம் இன்னும் மாறவில்லை.*

“சார்” அந்தப் பெண் மேடையருகே வந்து முகத்தில் குற்றவுணர்வோடு மியாவினாள். “எனக்கு இந்தக் கேள்வி புரியல . . .” அசுவாகாவிடம் தாளைக் காமித்தாள். கேள்வி இப்படியிருந்தது:

சிசெரோவின் ஹோர்டென்ஷியஸ் ஒரு மேதமைவாய்ந்த சிந்தனையாளரின் தத்துவ உருவாக்கத்திற்கு துணைபுரிந்தது. அவரது பெயர் என்ன?

அ/ஹ்யூம் ஆ/புனித அகஸ்டின் இ/புனித அன்செல்ம் ஈ/புனித தோமஸ் அக்வினாஸ்

அசுவாகா சிரித்தான். அவளது அடர்ந்து கருத்த கூந்தல் தனது கருமையை வேறெங்கிருந்தோ, வேறொருவரின் நீண்ட கால்களுக்கு இடையிலிருந்து, பெறுகிறதெனக் கருதுவதும் அவளை ஒரு வேற்றுக்கிர வாசியென்பதுபோல பார்ப்பதும் புத்திசாலித்தனமானதே. தன் கோதுமைநிறக் கூந்தலை தோளின் மேலே சரியவிட்டிருக்கும் அவளது உயர்ந்த முலைகளைக் கண்டு வியக்கிறான். அம்மணமாகவும் இளஞ் சிவப்புத் தோலோடும் கண்ணாடியில் அந்த மற்றொரு பெண் இவளையும் ஆடையவிழ்க்கிறாள், பின் அவர்கள் வெட்கப் பார்வைகளைப் பரிமாறிக் கொள்கின்றனர். அறைக் கதவை பூட்டிவைத்து, அவள் குறிப்பேடுகளிலும் நிலவறை படங்களிலும் பாடப்புத்தகங்களிலும் ஆழ்ந்தவளாய் மேசையின்மேல் பனிவாக கவிழ்ந்து தூய அறிவின் தேடலில் தன் கண்ணிமைகளை எரித்துக்கொண்டிருப்பதாக அவர்களை கற்பனை செய்ய வைத்திருக்கிறாள். அந்த சன்னலைத் துளைக்கும் இரவைப் போல் அவள் சோரம்போகிறாள் என்பதை அவர்கள் அறியமாட்டார்கள். அவர்களுக்கு ஒத்துழைக்கும் அந்த நிலவுபோன்ற கண்ணாடியில் தோன்றும் நிலவு வெறும் தெருவிளக்குதான், நட்சத்திரங்கள் தங்கள் ஒரு மாதச் சம்பளத்தில் அவள்மேல் ஏறவேண்டி மெதுவாகப் பெய்துகொண்டிருக்கும் மழையில் காத்திருக்கும் வாடிக்கையாளர்கள்தான். அதுதான் வாழ்க்கை, ஆம் அதுதான். ஆனால் நாளை திங்கட்கிழமை. நீங்கள் பதினேழு வயதாயிருக்கும்போது திங்கட்கிழமைகள் அழுகியவை.

“ஏன் மான்செய்ன்யூர்ட்ட அதப்பத்தி கேக்கக்கூடாது?” என்றான் அசுவாகா. “எனக்கு . . . கிறிஸ்துவ தத்துவம் பெருசாத் தெரியாது.”

“புனித அகஸ்டின்” என்பதே காசெரெஸ்ஸின் மெல்லிய சுருக்கமான பதில்.

“நன்றி மான்செய்ன்யூர்” அவள் பணிவாக கீச்சிட்டபடி, அசுவாகாவை முகத்துதியோடு நோக்கினாள். “நன்றி டாக்டர் அசுவாகா.” உருண்டையாக உறுதியாக பீச் பழங்கள் போலிருந்த இடுப்பைத் தாளத்தோடு ஆட்டியபடி தன் இருக்கைக்குத் திரும்பச் சென்றாள். அங்கிருந்தபடி தன் ஈரநாக்கை மெதுவாக மேலுதட்டின் மீதும் பின் கீழுதட்டின்மீதும் சுழித்தபடி அவர்களைப் பார்த்து சிரித்தாள். அசுவாகாவின் எரிச்சலுற்ற புருவங்கள் அவளை அதைரியப்படுத்தின.

“அவளோட பெயர் என்ன?” அசுவாகா கேட்டான். காசெரெஸ் மார்செலினுடையதாக இருந்த கசங்கிய குறிப்பேட்டில் அப்பெண்ணின் முழுப்பெயரைச் சுட்டிக்காட்டினார்.

“சோலெதாத் மோந்த்தோயா சனாப்ரியா குந்தர்.”

திறந்த புத்தகங்களின் மீது சிறிய தூக்கங்களில் விழுந்தபடி. அவள் கிட்டத்தட்ட முழு இரவும் விழித்திருந்தாள், இன்றைய காலையில் அவள் பல் துலக்கியபோது, சிவந்து வீங்கியிருந்த கண்களைக் கண்டதும் பரிந்துணர்வில் கண்ணாடி அதிர்ச்சியுற்றது போலிருந்தது. முடியை லேசாக சரிசெய்துகொண்டு இன்னதென்றற்ற காலையுணவொன்றை உண்டாள். நனவாகா உறக்கத்தின் மயக்கத்தில் பேருந்திற்கு காத்திருந்தபடி, அவள் தேற்றங்களை நினைவுபடுத்திக்கொள்ள முயன்றாள். அனைத்தும் பயனற்றுப்போனதால், விழித்திருந்த மணித்தியாலங்களைத் தாண்டி அவளது கை ஓசையின்றி அமைதியாக உறுதியோடு மேசைக்கடியே புத்தகங்களிடம் நீள, அவள் விரல்கள் அவற்றின் வடிவத்தைத் தடவியுணர்ந்து வேண்டுமென்ற குறிப்பேட்டைப் பறித்தெடுக்கின்றன. அதேநேரம் ஆசிரியர் சந்தேகமின்றி பார்த்துக்கொண்டிருக்க, அவள் கண்கள் அமைதியாக கருதுகோள்களையும் இணைகரங்களையும் யோசித்துக்கொண்டிருப்பது போல சன்னலைப் பார்த்துக்கொண் டிருக்கின்றன. அவளுக்கு இந்த தொழில்நுட்பம் நன்றாகவே தெரியும். புத்தகம் அதன் பாணியில் நினைவுக்கு பதிலாக தேர்வை எழுதுகிறது. ஆனால் இந்த ஏமாற்றும் பாணி, பள்ளியின் கடினமான பயிற்சியில் கற்ற இந்தக் கலைக்கு அதற்கேயான கடினப்பாடுகள் இல்லாமல் இல்லை, சூனியம் பெறக்கூடிய அல்லது அவமதிப்பின் அபாயங்கள். இருந்தாலும், முதல் நாள் இரவில் படிப்பில் ஆழ்ந்திருந்தபோது அவள் மறுநாள் அத்தேற்றங்களை நினைவு வைத்திருப்பேன் என்றே சத்தியம் செய்திருப்பாள்.

“சோலெதாத் மோந்த்தோயா” புருவத்தை உயர்த்தியபடி அசுவாகா மறுபடி கேட்டான். “கார்சியா லோர்காவின் கவிதையில் வருவதுபோலா?”

“ஆம். ஆனால் மோந்த்தோயா அவளது நடுப்பெயர், குடும்பப்பெயர் அல்ல. அவள் அப்பா இறந்துவிட்டார்; அவர் கற்பனாவாத சார்புகள் கொண்டிருந்த ஒரு சவரக்காரர். திருமண வழியில எலிசாவோட மருமகள். போன ஜூனில் ஹைக் வந்தபோது மாணவர் கலகங்களை எல்லாம் ஒருங்கிணைத்தா. கவிதை எழுதுவா ட்ராட்ஸ்கி படிப்பா.”

அவனொரு உளவாளி, ஒரு பைராஜை, பூனைக்கால்கள் கொண்ட வழிகாட்டி, பால்காரர் எப்போது வருகிறார் பக்கத்துவீட்டுக்காரர் எப்போது வந்துபோகிறார் அல்லது நாம் எப்போது நிலவை வெறித்தபடியிருக்கிறோம் என்பதைக் கவனித்தபடி இருமிக்கொண் டிருக்கும் நாயைப் போல் முனங்கிக்கொண்டிருப்பதைத் தவிர வேறு வேலையற்றவன். யார் அவனை அந்த மூலையில் இருத்தியது? செய்தித்தாளைத் தலைகீழாய் படிப்பதன்மூலம் தன் துரோகிக்கான அடையாளங்களை மறைத்துக்கொள்ள யார் அவனுக்குக் கற்பித்தது? யாரும் அவனுக்கு நேரம் சொல்லவோ போகிறபோக்கில் வணக்கம் சொல்லவோ கூடாதென வேண்டி சீற்றத்தின் விரல்களால் அவன் முகமூடியைக் கிழித்தெறிகிறேன். (அவனே தன் கண்களைப் புகையால் நிரப்பிக்கொண்டு நம்பிக்கையற்று மூச்சுவிட்டுக்கொண்டிருக்கிறான்.)

அவனொரு பாவப்பட்ட சைத்தானென அறிவேன். ஆனால் அவனைப் போல் எண்ணற்றோர் இருக்கின்றனர், அவர்களிடையே இந்த உலகத்தை வாழமுடியாததாக ஆக்கிவைத்திருக்கின்றனர். பால்வினை நோய்ப்பட்ட எலிகளாலான அவன் பரம்பரையை நான் சபிப்பதோடு, அவனுக்கு ஒரு வயலினை எப்போதும் கடன்தரமாட்டேனென சத்தியம் செய்கிறேன்.

“ட்ராட்ஸ்கி?” அசுவாகா கேலியாகக் கேட்டான். “என்ன விசித்திரம்?”

“ஆமாம், அன்னிக்கு ஒருநாள் மார்ஷல் லோபேஸ் செர்ரோ கோராவில மரணமடைஞ்சத நினைவுகொள்ற வகையில ஒரு கவிதை எழுதிக் காமிச்சா. இரங்கற்பான்னு சொன்னா.”

“அ லா விக்தோர் ஹ்யூகோ–ன்னு நினைக்கறேன். அ லா ஒ’லேரி அல்லது ஆன்ட்ரேட்.”

“இல்ல அதுவெறும் மூணே வரிதான்:

‘கவிஞர்களை உங்களை ஏற்கனவே பாடல்களில் கொண்டாடிவிட்டனர்.

நான் இதை மட்டும் சேர்க்கிறேன்:

இப்போது நீங்கள் நாமாகிவிட்டோம்.’”

“மோசமில்ல... ம்ம்ம். அந்த ஸ்பெயினோட வழமையான ‘நீங்கள்’ அதத் தவிர்த்துட்டா ரொம்ப நல்லாயிருக்கும்.”

“அவளுக்கு பதினெட்டு வயசிருக்கலாம். தொடக்கப்பள்ளியில மனமுதிர்ச்சியில்லாததால ஒரு வகுப்ப இரண்டுவாட்டி படிச்சிருக்காபோல. அவ ஒரு விசித்திரமான பொண்ணு. அவ நாய் பேரு ரஸ்கோல்னிகோவ்.”

சில மாதங்கள் கழித்து, மான்செய்ன்யூர் காசெரெஸ் அந்த பர்ப்பிள் தோலுறையிட்ட புத்தகத்தை தன் தலையணைக்கடியில் வைத்திருப்பார். “நீர் ஒரு சூனியக்காரிய வாழ அனுமதிக்கலாகாது.” அந்த பைபிள் அவள் சொத்து. அதிலிருந்தே அவருக்கு லாசரஸின் மீட்பு பற்றின் பத்தியை படித்துக் காட்டுவாள். அவள் சிறைக்காலம் தொடங்கியபோது அவரிடம் சுவிசேஷம் கெஞ்சுவாளென காசெரெஸ் எதிர்பார்த்தார்; வேதாகமத்தைப் பற்றி முடிவின்றிப் பேசவும் கருஞ்சிறுத்தையால் கிழிக்கப்பட்ட சிறிய பிரதியிலிருந்து மேற்கோள்கள் காட்டி அவரை எரிச்சலுறவும் செய்வாள் என்று. ஆச்சரியமாக அவள் ஒரு முறைகூட அதைக் குறிப்பிடவுமில்லை, அவளோடு சேர்ந்து வேதாகமம் படிக்கக் கோரவில்லை. ஒவ்வொரு இரவும் அனுபவித்த சித்திரவதையையும் தாண்டி உற்சாகமாகவே இருப்பாள். சொல்லப்போனால் மகிழ்ச்சியாக இருந்தாள் என்றே சொல்லிவிடலாம். அச்சமூட்டும் அளவு மகிழ்ச்சியாக. பேராயர் நிச்சயம் இந்த வாழ்வின் புதுமைத்தன்மை இலவசமாகக் கொள்ளக்கூடிய ஒன்றல்ல என்பதையும் அது ஒரு தீரச்செயலின் பெரும் விலையில் வாங்கப்படவேண்டியதென்றும் அறிந்திருக்கமுடியாது . . . ஆனால் இங்கே தொடங்குகிறது, குந்தர் என்ற பெயருடைய ஒரு மனிதன் மெல்ல மீட்கப்பட்டதையும், உலகங்களுக்கிடையே அவன் கடந்துசென்றதையும் அதுவரை அறியப்படாதிருந்த ஒரு யதார்த்தத்தை அவன் எதிர்கொண்டதையும் பற்றின புதிய கதை.

அசுவாகா இன்னும் தன் வலது கையை மார்செலினின் குறிப்பேட்டிலேயே வைத்திருந்தான். தாடையைத் தேய்த்தபடி, மறுபடி வகுப்புப் பட்டியலைப் பார்த்தான். அவன் விரல் சோலெதாத் பெயரின் மேலிருக்க காசெரெஸை கேட்டான்:

"இந்தப் பொண்ணு, அவ பெயரென்ன ... எப்படிப்பட்ட மாணவி அவ."

"தெரியல, இது மார்செலினோட வகுப்பு ... ஒரு நொடி, இதோ பாக்கறேன்."

இன்னும் திடமாகவும் ஒழுங்கானதாகவுமிருந்த இன்னொரு குறிப்பேட்டைத் திறந்தபடி ஆயர் மாணவர்களின் இரண்டாம் பட்டியலைப் பார்த்தார். அவர் முகத்தில் ஆச்சரியம் தெரிந்தது.

"சொல்லுங்க?"

"ஒரு ஏ ஆவரேஜ்," காசெரெஸ் மென்மையாகச் சொன்னார். "மார்செலினோட வழக்கத்துக்கு மாறானது; அந்தக் கிழவரோட பட்டியல்ல இன்னும் ஒரே ஒரு ஏ ஆவரேஜ்தான்." "பின்னாடி இருக்க அந்த பொன்முடியுள்ள பொண்ணு."

காசெரெஸ் அவனை வியப்போடு பார்த்தார். வெரோனிகா தேர்வெழுதுவதில் ஆழ்ந்திருந்தாள். வெற்றி பெற்றதாய் உணர்ந்தவனாக, அசுவாகா தன் வளைந்த உதடுகளுக்கிடையே மெதுவாக ஒரு கான்ட்டைப் பொருத்தினான்.

"அதான் அந்த சர்ரியா பொண்ணு." என்றார் பேருருவானர், "எப்படித் தெரியும்?"

"நீங்க கேள்விகளுக்கு பதிலளிச்சிட்டு இருந்தபோது, அவ கை உயர்த்தினா. மார்செலின் கொடுத்த ஹெகல் பத்தின கட்டுரைய எப்போ வைக்கணும்னு கேட்டா. அவ மத்தவங்களுக்காகப் பொறுப்பா உணர்ந்ததா தோணிச்சு. அதாவது அவ அவங்களப் பாதுகாக்க விரும்புனா மாதிரி."

தேய்ந்துகொண்டிருந்த மதியத்தின் எரியும் காற்றில் புகைச் சுருள்கள் மறைவதை மகிழ்ச்சியோடு பார்த்துக்கொண்டிருந்தான் அசுவாகா. அவர்கள் சத்தமின்றி காத்திருந்தனர். நேரமாகியதும் காசெரெஸ் தேர்வுத்தாள்களைப் பெறத் தொடங்க பெண்கள் குழப்பமின்றி வைத்தனர். காசெரெஸ் சற்றுநேரம் வெளியேசென்று, உணவகத்திலிருந்து ஒரு தட்டில் ரெண்டு பியரும் சில கோழி சாண்ட்விச்சுகளும் கொண்டு வந்தார். அசுவாகா பசிக்கவில்லை என்றான், ஆனால் பியரை ஏற்றுக்கொண்டான். தேர்வுக்குவியலைப் பிரித்துக்கொண்டு அவர்கள் சடசடவென திருத்தத் தொடங்கினர். அவ்வப்போது கதவை மென்மையாகத் தட்டும் சத்தங்களும் தங்கள் மதிப்பெண்களைப் பற்றி வினவும் மாணவர்களின் மெல்லிய குரலும் கேட்டது. காசெரெஸ் மறுநாள் வரை மதிப்பெண்கள் அறிவிக்கப்படாதென அவர்களை வீட்டுக்குத் திரும்பச் சொன்னார். இருவரும் ஒருவழியாக திருத்தி முடித்ததும் எலிசாவை விமான நிலையத்தில் சந்திக்கப்போக நினைத்திருப்பதை சொல்லி அசுவாகா பாதிரியிடமிருந்து விடைபெற்றான்.

காசெரெஸ் தன் வண்டியைக் கொடுத்தாலும், டாக்ஸியில் போகவே எண்ணியிருப்பதாக சொல்லி மறுத்தான். தனது கனப் பருத்தி மேலாடையை தோளில் போட்டுக்கொண்டு சுவரொட்டிகளும் மதிப்புச் சட்டகங்களும் நிறைந்திருந்த அந்த ஈர நிழலுற்ற நடைபாதை வழியே அசுவாகா மெதுவாக நடந்தான். மாலை சாய்ந்துகொண்டிருந்தாலும் வெப்பம் குறையாமலிருந்த பூங்காவிற்குள் நுழைந்தான். பெருமூச்சுவிட்டுக்கொண்டு வேகமாக பூங்காவைக் கடந்து சாலையோரமாக நின்று டாக்ஸி தேடினான். பார்வைதூரத்தில் யாருமில்லை. பேருந்துநிறுத்த பலகையில் சாய்ந்துகொண்டு முழுக்க அடைத்த பேருந்து கடந்துசெல்வதைப் பார்த்தான். அப்போது ஒரு மாற்றம்செய்யப்பட்ட ஆல்ஃபா ரோமியோ வண்டி நடைபாதையோரமாக வந்து நின்றது.

“எங்கயாவது போறீங்களா டாக்டர் அசுவாகா?”

முதலில் அசுவாகா அவர்களது பள்ளிச் சீருடைகளை மட்டுமே அடையாளம் கண்டான். “நன்றி, ஆனா நான் ரொம்ப தூரம் போகணும்.”

“பரவாயில்ல. தயவு செஞ்சு உள்ள வாங்க.”

“விமானநிலையத்துக்குப் போறேன்.”

கதவைத் திறந்தனர். அசுவாகா ஒரு கணம் தயங்கிவிட்டு கைக்கடிகாரத்தைப் பார்த்தபின் ஏறிக்கொண்டான். அப்போதுதான் மாலையின் கண்கூசவைக்கும் மெல்லிய வெளிச்சத்தில் அவர்களை அடையாளம் கண்டுகொண்டான்.

“இது சோலெதாத் சனாப்ரியா. நான் வெரோனிகா சர்ரியா” என்றாள் ஓட்டுநர். வண்டி சத்தத்துடன் ஓடத்தொடங்கியது. அசுவாகா அனிச்சையாக ஒரு சின்ன கஞ்சா பையை எடுத்து அவர்களிடம் கொஞ்சம் நீட்டினான். அவர்கள் சற்று அதிர்ச்சியுற்றனர், ஆனால் வெரோனிகா ஏற்க முடிவெடுத்தாள்,

“எடுத்துக்க சோலெ, எனக்காகவும் ஒண்ணு பத்தவையேன்?”

சற்று கூச்சத்துடன் அவள் இரண்டு சுருட்டினாள். அசுவாகா பற்றவைத்தான். வெரோனிகா இன்பத்தை வெளிப்படுத்துபவளாக புகையை ஆழ உள்ளிழுத்தாள்.

“நீங்க எலிசாவ சந்திக்கப் போறீங்களா சார்? அவங்க இன்னிக்கு மிசியோனெஸ்ல இருந்து திரும்பி வர்றதா மான்செய்ன்யூர் சொல்லியிருந்தார்.”

அந்தப் பெண் எலிசாவைப் பற்றி எவ்வளவு பழக்கத்துடன் பேசுகிறாள் என்பதில் லேசாக ஆச்சரியமுற்றவனாக அசுவாகா தலையசைத்தான். சிறிதுநேரம் அமைதியாகச் சென்றனர். குட்டையான முடிகொண்டிருந்த தலையை வெட்கத்தில் தொங்கவிட்டிருந்தது போலிருந்த சோலெதாதைப் போலன்றி வெரோனிகா தனது கோதுமைநிறக் கூந்தலை காற்றில் அலையவிட்டிருந்தாள்.

"தேர்விடையில அந்த விளக்கத்துக்கு நன்றி..." கடைசியாக மெலிதாக சோலெதாத் முணுமுணுத்தாள்.

அசுவாகா வார்த்தையின்றி சிரித்தான்.

"சோலெதாத் எப்போவும் ஆசிரியர்களோட செல்லப் பெண்ணாகிடுவா." என்றாள் வெரோனிகா. அசுவாகா மறுபடி சிரித்தான்.

"நீங்க ரெண்டு பேரும் ரொம்ப திறமையான மாணவிகள்... மார்செலின் வழமையா ஏ ஆவரேஜ் கொடுக்கமாட்டார்."

"ஆனா மான்செய்ன்யூர் காசெரெஸ் அவளைக் கண்டுக்கறதேயில்ல. அதனாலதான் துருப்பிடிச்ச குதிரைச் சீப்பால அவரோட பைபிள நேத்து கிழிச்சிட்டா அதில விரல வேற வெட்டிகிட்டா. சோலெ, காமி, ஆசிரியர்ட்ட உன் விரல காமி. காலைல முழுக்க அதில ரத்தம் வந்துகிட்டே இருந்தது அத உறிஞ்சி பின்ன ஹைட்ரஜன் பெராக்ஸைட் வைச்சுவிட வேண்டியதாச்சு."

அசுவாகா அவர்களை அதிர்ச்சியோடு பார்த்தான். சோலெதாத் மறுபடி சிவந்து அவன் காலுக்கும் அவள் காலுக்குமிடையே விரலை திருட்டுத்தனமாக மறைக்க முயன்றாள்.

"இதில ரொம்ப அடைச்சு வைச்சிருக்க மாதிரி இருக்கதுக்கு மன்னிக்கனும்," என்றாள் வெரோனிகா. "இந்த கார் எல்லாம் ஒரே இருக்கையோடதான் வருது. ஆனா அப்படி இருக்கதும் நல்லதுதான். இல்லையா?"

அவர்கள் வேகமாக சென்றுகொண்டிருந்தனர்.

அவள் நாதியா கோமனேசி போலவே இருக்கிறாள், ஆனால் பொன்முடி, என்று எலிசா சொல்லியிருந்தாள்.

2

“ஆனா சிப்பி ஒரு முரடன்!” சோலெதாத் கிறீச்சிடும் குரலில் சொல்கிறாள்.

“ஆனா நாம யார்கூடவாவது வெளியபோய்தான் ஆகணும்” ராபர்ட் ரெட்ஃபோர்டின் சிரிப்புச் சுவரொட்டிகள் நிறைந்த சுவர்களும் சுவிஸ் *வாயில்* திரைச்சீலைகளும் கொண்ட அந்த அறையில் சோலெதாத் அமைதியின்றி அலைந்துகொண்டிருக்க வெரோனிகா பதிலளிக்கிறாள். வெள்ளிச் சட்டகமிட்ட கண்ணாடி அவள் செழித்த உதடுகளின் படபடப்பை எட்டிப்பார்க்கிறது. அவளுக்குப் பின்னே வெரோனிகாவின் கண்கள் திமிராய் வீசும் போதையேறிய தீப்பொறிகளையும் காட்டுகிறது.

“கிழிஞ்சுது, விமானத்தோட ஹாரனைவிட அதிகமா குசு ஊதுவான் அவன்!” சோலெதாத் தொடர்கிறாள். அவள் பூசியிருக்கும் நறுமணத் தைலம் மலிவானது, ஆனால் இந்த மதியத்தில் குறிப்பிடும்படி அழகாகத் தோன்றுகிறாள்.

“பாரு, அவன் ரொம்ப தொந்தரவு பண்ணா அங்கயே விட்டுட்டு வந்துடலாம்”

“நாம சீக்கிரம் திரும்பிடணும்” சாராயம் நிரம்பிய இன்னொரு மிட்டாயை வாயில் போட்டபடி சோலெதாத் சொல்கிறாள்.

“அம்மா ரெசிஸ்டென்சியாவுக்கு போயிட்டதா சொல்லல நீ?”

“ஆமா, ஆனா வீட்டுல யாரும் இல்ல. பக்கத்து வீட்டு கிழட்டு மூட்ட நான் எப்ப திரும்பி வர்றேன்னு பார்த்துகிட்டே இருக்கும்.”

“சந்தையில் வாடிக்கையாளர்கள பிடுங்கிகிட்டு இருக்குமே அதுவா”

கீழிருந்து எவரிஸ்தோ சர்ரியா தன் மகளை அழைக்கும் குரல் கேட்கிறது. வெரோனிகா சுவற்றுக்கு மேலிருக்கும் அரைச்சுவரில் சாய்ந்து எட்டிப் பார்ப்பாள். அவள் தந்தை ஆரஞ்சு மேலாடையைப் பார்த்து அதன் நவீன, அதாவது நீட்டி முழக்கப்பட்ட, கழுத்து அளவை வெறுக்கிறார். பின் என்ன செய்கிறாளென வினவுகிறார்.

“ஒரு தோழியோட இருக்கேன். சிப்பிகூட வெளிய போறோம்.”

“சரி, லராய்ன் வீட்டுக்கு சதுரங்கம் விளையாட போறேன். அதுக்கப்புறம் வீட்டுக்கு வந்துடுவேன். வெளிய போகும்போது கார்மென் செவிய்யாவ அம்மாகூட விட்டுப்போக மறந்துடாத.”

“சரிப்பா”

பின் ஏழு கடல்கள் பயணித்த அந்தத் தாடையைத் தடவியபடி அவர் சொல்கிறார், “வெரோனிகா ...”

ஆடைக்கழுத்தும் எல்லாமுமாக, அவள் அரைச்சுவர் மேலே எட்டிப் பார்ப்பாள். “தயவு செய்து சீக்கிரம் வீட்டுக்கு வந்துடு தங்கமே.”

வெரோனிகா பளிங்குப் படிகளில் இறங்கி அப்பாவுக்கு அருகே வருவாள். அவர் காதில் முணுமுணுப்பாள்.

“அப்பா ராத்திரிக்கு என் தோழி வீட்டில தங்கிப்பேன்னு நினைக்கறேன். என்ன துணைக்கிருக்கக் கேட்டா”

அம்மனிதர் இனிமையாக சிரித்து மகளின் வெற்றுத் தோளை அழுத்துகிறார். அவரும் கிசுகிசுப்பான குரலில் பேசுகிறோமென உணராமலேயே பேசுகிறார்.

“நிச்சயமா செல்லமே, ஆனா ஏன் இத ரகசியம்போல சொல்ற ...”

“ஏன்னா அவ...” வெரோனிகா குழைந்தபடி கண்களை கீழிறக்குகிறாள். “இன்னும் சரின்னு சொல்லல. உங்கள்ட்ட முதல்ல கேட்டுக்கலாம்னு நினைச்சேன்.”

அவள் அப்பாவின் ஈரமான விடைபெறும் உதடுகளைத் நெற்றியில் உணர்கிறாள். வெண் பளிங்குப் படிகளில் ஏறியபடி வெளிக்கதவு வெளியிலிருந்து மூய்படுகின்ற கிணுங்கும் ஒலியைக் கேட்பாள். அறைக்குள் நுழைந்ததும் சோலெதாத் அடகுக் கடை கைக்கடிகாரத்தை பொறுமையின்றி பார்த்துக்கொண்டு சிவந்த வாயை கேலியாக சுழித்துக்கொண்டிருப்பதைப் பார்ப்பாள்.

“அந்த சிப்பி எப்பவுமே பயங்கரத் தாமதம்.”

“சோலெ எனக்கு உன் முடி பிடிக்கலை. வா, மறுபடி சரிசெஞ்சு விடறேன்.”

வெரோனிகா தன் தோழியின் சிறிய குதிரைவாலை அவிழ்த்துவிடுகிறாள். சோலெதாத் எதிர்க்கவில்லை. சோலெ அந்த உயர்தர பட்டுபோர்த்திய வாத்துச் சிறகு மெத்தையில் அமர்ந்திருக்க வெரோனிகாவின் வேகமான சீப்பும் திடமான விரல்களும் விளையாட்டாக அவள் கூந்தலை அவிழ்த்துவிடுகின்றன. அவள் பின்னங்கழுத்தில் வெதுவெதுப்பாகத் தடவும் விரல்கள் இன்ப நடுக்கங்களை உடலெங்கும் பரவச் செய்கின்றன.

“... இப்ப ... தாமதமாகுது” அவள் இன்பத்தில் முனகுகிறாள். “சிப்பி எப்ப வேணாலும் வந்துடுவான்.”

“பரவால்ல. காத்திருக்கட்டும்.” வெரோனிகா அலங்கார கூந்தலிறுக்கியை பற்களுக்கிடையில் பிடித்தபடி சொல்கிறாள்.

சிப்பி கூட யாரும் நண்பனைக் கூட்டிவராததால் கொஞ்சம் எச்சரிக்கையானேன். நாங்கள் இரண்டு பேரும் அவன் ஒருவனோடு வெளியே போவது எங்களுக்கு அவமானமாகவும் மொண்ணையாகவும் இருக்கும். இருவருக்குமே இப்போது பதினைந்து வயதுக்கு மேல் ஆகிவிட்டது இல்லையா. ஆனால் அவன் தனியாகத்தான் வந்திருந்தான். எனவே இருவரும் முன் சீட்டில் அமர்ந்துகொண்டோம். நெருக்கமாக அமரவேண்டியிருந்ததில் சிப்பி மகிழ்ச்சியடைந்திருந்தான் போலிருந்தது. அவனுக்கு வெரோனிகா மேல் காட்டுப்பிரியம். அவன் உடல் அவளதன் மேல் நசுங்கிக்கொண்டிருப்பதை விரும்பினான். எனவே கியர் மாற்றவேண்டிவரும்போதெல்லாம் அவள் முட்டியைத் தொட்டான். சன்னலின் வழியே விளக்குகளைப் பார்த்தபடி வந்தேன். லேசாக தென்றல் வீசிக்கொண்டிருந்தது. எனக்கு கார்களில் போகப் பிடிக்கும். அப்பா இறந்ததிலிருந்து அம்மாவிடமும் என்னிடமும் கார் இல்லை. இதை நம்பமாட்டீர்கள், ஆனால் அப்போது விசித்திரமான ஒன்றை உணர்ந்தேன். சிப்பி ஏன் கூட எனக்குத் துணையாக யாரையும் கூட்டிவரவில்லை என்று கேட்டேன். எனக்கு மற்றவர்களை ஓட்டிக்கொண்டு மேய்க்கும் வேலை பிடிக்காது. சிப்பி காதுகேட்காததுபோல் நடித்தான்; நான் பேசுவதே புரியாததுபோல சாலையிலிருந்து கண்களைக்கூட எடுக்கவில்லை. வெரோனிகாதான் தொலைபேசியில் தனியாக வரச்சொன்னதாகச் சொன்னான். பின் வெரோனிகா என்னவோ முணுமுணுத்தாள், இதைப் போல…, அவனோடு இருக்கும்போது அவள் எப்போதுமே செய்வதுபோல, நமக்கு எதுக்கு இன்னொரு உஸ்ஸு! சிப்பியின் முகம் முழுக்க சிவந்தது. மான்செய்ன்யூர் நீங்கள் அறிந்ததுதான், வெரோனிகா வேண்டுமென்கிற போது மிகமோசமாக நடந்துகொள்வாள்.

அவர்கள் சதுக்கத்துக்கு அருகே நிறுத்தினர். மேசைகள் முன் அமர்ந்திருக்கும் சோடிகள், சறுக்கில் ஆடிக்கொண்டிருக்கும் குழந்தைகள், மதிய செய்தித்தாளை கூவி விற்றுக்கொண்டிருக்கும் வியாபாரிகளால் சதுக்கம் நிறைந்திருக்கிறது.

“இங்க இறங்கமாட்டேன்!” என்று வெரோனிகா சொல்வாள். கறுத்த நீரில் மிதந்துகொண்டிருக்கும் படகுகளை கவனித்துக்கொண்டிருக்கிறாள் சோலெதாத்.

“ஐஸ்கிரீம் வேணாமா?” சிப்பி பயந்த வெற்றுக்குரலில் கெஞ்சுகிறான். அவன் உள்ளங்கைகள் கார் ஓட்டும் சக்கரத்தை இறுகப்பிடித்துள்ளன.

“ஆனா அந்த கூட்டத்தோட இல்ல.”

“அப்ப எங்க போகணும்?”

“பப்புக்கு முட்டாளே.”

சிப்பி மறுபடி காரை எடுக்கிறான்.

“குளிரூட்டப்பட்ட இடமா இருக்கட்டும்!”

எல்லாமே அவளை மூச்சடைக்கச் செய்யும்: மக்கள், காற்று, உலகின் ஒற்றைத்தன்மை, கதாபாத்திரங்களால் யோசனைகளால் பீடிக்கப்படாத இந்த ஒடிசலான பையன். சாலைகளையும் போக்குவரத்து விளக்குகளையும் பெட்டிக்கடைகளையும் கடைச் சன்னல்களையும் ரகசிய நிழலுருக்களையும் கவனிக்காமல் கடக்கும் அவளது சுரமேறிய கண்கள் அவளது சிறிய கைக்கடிகாரத்தையும் நினைவின்றி காத்திருக்கும் இந்த குழப்பங்களிற்ற பெண்ணையும் தவிர வேறெதையும் கருத்தில்கொள்ளாது இரவின் வண்ணங்களையும் பிரேக்குகளின் ஹாரன்களின் இரைச்சல்களையும் பரவசத்தோடு பார்த்தபடியிருக்கும். ஒரு சாலைசந்திப்பில் இவளது கையைப் பிடித்துச் சொல்வாள்:

“ஏதோ கவனம் சிதறியிருக்கபோல இருக்கு ...”

சோலெதாதின் அதிர்ச்சியுற்ற கண்கள் சன்னலிலிருந்து அமைதியாக சிரித்தபடி விலகும். அவள் பாணியில் அலங்கரித்த முடியை காற்றின் கரங்கள் கலைக்கிறது. சோலெதாத் இன்னொரு கரத்தை வெரோனிகாவினதன் மேல் வைத்து மென்மையாக ஒப்புக்கொள்கிறாள்:

“இது எல்லாத்தையும் பார்க்கறது ரொம்ப பிடிச்சிருக்கு.”

நீங்கள் எப்போதும் வேலையாக இருப்பீர்களென எனக்குத் தெரியும் மான்செய்ன்யூர். உங்கள் நேரத்தை வீணடிக்க விரும்பவில்லை. விஷயம் என்னவென்றால் என்னால் யாரிடமும் இதைச் சொல்லமுடியாது, நீங்கள் எனக்கு நம்பிக்கை தருகிறீர்கள். ரகசியங்களைப் பாதுகாப்பது ஒரு பூசாரியின் பணி, இல்லையா? எப்படியோ, நாங்கள் அந்த பப்பில் ஒரு மணிநேரம் இருந்தோமா இரண்டு மணி நேரமா என ஞாபகமில்லை. அது இந்த உயர்வகுப்பு இடங்களில் ஒன்று, மிக சமகாலத்திய பாணிக்கேற்ப அலங்கரிக்கப்பட்டது. உங்களுக்கு அந்த இடம் தெரிந்திருக்கலாம். போன வருடம் அம்மாவின் பிறந்தநாளில் அங்கே போயிருக்கிறேன். அப்பாவின் சவரக்கடைக்கு வழமையாக வந்துகொண்டிருந்தவரான ஜெனரல் கோன்சலேஸ் என்னையும் அம்மாவையும் சாம்பெயினும் ஐஸ்கிரீமும் சாப்பிட அழைத்துச் சென்றிருந்தார். ஹா! அம்மா எவ்வளவு சாம்பெயின் குடித்தாளென எனக்கு நினைவிருக்கிறது. அவள் சில வேடிக்கையான விஷயங்களையும் சொன்னாள். உங்களுக்கு ஜெனரலைத் தெரியுமில்லையா. அவர் அவளை உன்னிப்பாக பார்த்துக்கொண்டிருந்தார், ஆனால் அவர் எதுவும் சொல்லவில்லை. அவர் மிக கவனமாக இருந்தார். அது எப்படியிருந்தாலும், நேற்றிரவு நாங்கள் ஐஸ்கிரீம் வாங்கினோம், சிப்பி விஸ்கி குடித்தான். அவனுக்கு எப்படிக் குடிப்பதென தெரியவில்லை, ஆனால் அவன் வெரோனிகாவைக் கவர விரும்பியிருக்கலாம். நான் குழம்பியிருந்தேன். சிலசமயம் நான் இல்லாமல் வெரோனிகாவும் சிப்பியும் தனியாக வெளியே செல்வார்கள். ஏன் என்று எனக்குத் தெரியாது. வெரோனிகாவிற்கு பல்கலைக்கழகத்திலிருக்கும் பையன்களைப் பிடிக்கும்; அங்கிருக்கும் சில ரக்பி வீரர்களோடு வெளியே சென்றிருக்கிறாள். மான்செய்ன்யூர், உங்களைப் போல தாடிவைத்த ஒருவன் இருக்கிறான். வெரோனிகாவுக்கு அவனென்றால் பைத்தியம். தெரியுமா மான்செய்ன்யூர் ... இதை உங்களிடம் சொல்லலாமா கூடாதா என எனக்குத் தெரியவில்லை,

ஆனால் ... இது வெறும் ஊகம்தான். ஆனால், வெரோனிகா இன்னும் கன்னி எனத் தோன்றவில்லை மான்செய்ன்யூர்.

"வா சோலெ, பெண்கள் ஓய்வறைக்கு போகலாம்."

சோலெதாத் இன்னும் வாழைப்பழம் பிளந்துவைத்த ஐஸ்கிரீமை முடிக்கவில்லை.

"வான்னு சொல்றேன்ல!" வெரோனிகாஅவள் கையைப் பிடித்து இழுப்பாள். "உன் முடி அலங்கோலமா கிடக்கு. டேய் உஸ்ஸு, பில்லக் கொடுத்துடு."

அவர்கள் மேசைகளுக்கிடையே நெளிந்துபோவதை சிப்பி பார்த்துக்கொண்டிருக்கிறான். சிவாஸை விழுங்கிவிட்டு பரிசாரகரை அழைக்கிறான்.

"பில்லக் கொடுங்க." ஏதோ நகைச்சுவை ஒபேராவில் இருக்கிற நேப்பிள்ஸ் நகரத்து புகையிலை விற்பவன்போல அவன் ஆணையிடுகிறான்.

அராபிய பின்னல் வடிவங்களால் அலங்கரிக்கப்பட்ட பெரிய சுவர்க்கண்ணாடியில் சோலெதாத் தன்னைப் பார்க்கிறாள்.

"என் முடி அலங்கோலமா இல்ல!"

"தெரியும், ஏன்னா நாந்தான சீவிவிட்டேன். உன் வீட்டில இன்னிக்கு ராத்திரி தங்குறேன்னு சொல்லதான் கூப்பிட்டேன்."

"ஆனா பரீட்சையெல்லாம் முடிஞ்சிடுச்சே!"

"சும்மா தங்கி கொஞ்ச பேசலாம்னுதான். நாம காஃபி குடிச்சிட்டு நல்ல வசதியா வெதுவெதுப்பா தூங்கலாம். ஏற்கனவே அப்பாகிட்ட சொல்லிட்டேன்."

அமைதியிழந்தவளாக, சோலெதாத் முடிக்குள் கைவிட்டு அலைக்கிறாள். "சரி, அப்போ சரி ... உனக்கு அப்படி செய்யணும்னா."

வெரோனிகா அந்த தெளிவான கண்ணாடிக்கு அருகே சென்று பெரிய கருப்புக் கண்களை சிறகடித்தபடி கொஞ்சம் உதட்டுச்சாயம் பூசிக்கொள்வாள்.

"யாரும் வீட்டில இல்லன்னு மட்டும் ஞாபகம் வெச்சிக்கோ." சோலெதாத் மெலிதாக முணுமுணுக்கிறாள். "அம்மா ரெசிஸ்டென்சியா போயிருக்காங்க, அதனால் காலையில நாமதான் சாப்பாடு செஞ்சிக்கணும்."

வெரோனிகா அவள் வெற்று முதுகை மென்மையாக நிமிட்டுகிறாள்.

"எல்லாம் தயார். வா போலாம்."

வீட்டுக்குச் செல்லும் வழியில் சிப்பி தடவுவதை அவள் விரும்பவில்லையென நினைத்தேன், ஆனால் அதில்லை மான்செய்ன்யூர்.

அவர்கள் சோலெதாத் வீட்டிற்கு முன் நிறுத்துகின்றனர், சிப்பி இறங்கி காரை முன்பக்கமாக சுற்றிவந்து சோலெதாத் இறங்க உதவுகின்றான்.

“எல்லாத்துக்கும் நன்றி சிப்பி.” சோலெதாத் அவன் கன்னத்தில் முத்தமிடுகிறாள். அவன் தனக்குப் பின்னே கதவை மூடப்போக, வெரோனிகா காலைநீட்டி தடுக்கிறாள்.

“இருடா ஒதவாக்கரை! நானும் எறங்கறேன்னு தெரியலையா?”

வலிமிகுந்த வியப்பு பார்வையொன்றை சிப்பி விழுங்கிக்கொள்கிறான்.

“மன்னிச்சுக்க, எனக்குத் தெரியாது ...”

வானில் மின்னல் வெட்டுகிறது.

“சரி,” வெரோனிகா இப்போது வேலியருகே நின்றபடி சொல்வாள். “மழை ஆரம்பிக்கறதுக்கு முன்ன நாங்க உள்ள போறோம். அப்புறம் பாக்கலாம்.”

போகிற போக்கில் அவன் கையை லேசாக அழுத்துவாள். பேச்சற்று, அவர்கள் கதவைத் திறப்பதையும் சோர்ந்த ரஸ்கோல்நிகோவ் அவர்கள் கால்களை முகர்வதையும் பார்க்கிறான் சிப்பி. சோலெதாதின் வழியனுப்புதல்களுக்கு பதிலாக சிப்பி தளர்வாக கையசைக்கிறான்.

வெரோனிகா திரும்பிப் பார்க்காமல் உள்ளே போவாள். உள்ளே நுழைந்தவுடன், கார் எந்திரம் தூர சென்று மங்கும் ஒலியை கேட்பாள். சோலெதாத் கதவை மூடிவிட்டு சாவி வளையத்தை அதனருகே தொங்கவிடுகிறாள். வெரோனிகாவை நோக்கித் திரும்புகையில் அந்த இரவால் இருண்டிருக்கும் சிறிய நடையில் அவளது இனிய வியர்வையூறிய கைகள் அணைக்க அழைத்தபடி திறந்திருக்க நிற்கக்கண்டு அதிர்கிறாள். செந்தழல்போல மின்னியபடியும் பதற்றமாகவும், ஒருவேளை அப்போதுதான் முதல்முறையாக, பிரித்தறியமுடியாத நிழல்களில் மூழ்கியிருந்தபடி அவளைக் காண்கிறாள். அவளது கண்கள் வியர்வையில் ஊறிய ஆரஞ்சுத் தீயெனும் வெய்யிற்கால மேலாடையில் வைரம் போல் கட்டப்பட்டும் விரைத்தும் செதுக்கப்பட்டுமிருக்கும் உடலை ஆராய்கிறது. வெரோனிகா அவளை சத்தமின்றி தன் நடுங்கும் கரங்களில் சேர்த்தெடுத்து, ப்ரியத்தோடு கழுவப்பட்ட தலையை தடவிக்கொடுத்து வறண்ட விரல்களுக்கிடையே அதை மென்மையாகத் தன் எரியும் உதடுகளை நோக்கி உயர்த்துவாள். மென்மையாலும் கிறுகிறுப்பாலும் நடுங்கியபடி தன் தோழியின் சூடான ஏக்கமேறிய கைகள் தன்னைச் சுற்றி இறுகுவதை உணர்வாள்.

நான் இதை உங்களிடம் சொல்வது ஏனென்றால் இது பாவமா இல்லையா என எனக்குத் தெரியவில்லை மான்செய்ன்யூர். அவள் ..., அவள்தான் ஆரம்பித்துவைத்தாள், அது நிச்சயம். ஆனால், அது எனக்கும் பிடித்திருந்தது மான்செய்ன்யூர்! .. மிகப் பெரிய தவறு, இல்லையா? கடவுளே, நான் கூனிக்குறுகிறேன்!

இரவின் முரசுகள் ஒரு வெறிகொண்ட வேனிற்புயலின் இடிமுழக்க எதிரொலிகளை ஒலிக்க மின்னல் கழியொன்று அந்த வரிவரியான அறையின் கனத்த காற்றை தெறிக்கச்செய்து அந்த பூதாகார அழிவு நிரம்பிய கண்ணின் மின் கண்ணடிப்பின் சட்டகத்துக்குள்ளே ஒரு கணம் நடுங்கும் ஒளி நிழலுருக்களினால் நிரப்ப மலீனா, இலைபோல்

துடிக்கிறாள் ஆல்பர்ட்டோ... என்னைத் தனியாக விடு அந்த பழைய கூரை நீரின் விடாத சாட்டையடியில் முனகுகிறது அழாதே அன்பே... அந்தப் பையனின் சுருங்கின நிர்வாண உடல் முடிவற்ற இரைச்சலான அவமானமுற்ற கண்ணீர்ப் பொழிவில் நிறுத்தமுடியாதபடிக்கு நடுங்குகிறது ஆப்பிள் மரங்கள் வளரும் கொல்லைப்புறமிருந்து இன்னொரு முறிவோசை கட்டிடத்தை அதிரச் செய்கிறது ஏதோ பூதாகாரமான சாட்டையடியின் உலர்ந்த விளாசல்பட்டது போலே சுவர்கள் உதற ஒரு பயங்கரமான கூரிய சீட்டியொலி இருளின் சூறாவளிக் காற்றைக் கிழித்து நீர் மண் ஆலங்கட்டி சிகப்பு தெருக்களிலிருந்து உள்ளே பாய்கிறது அசைவிழந்து இன்னும் அந்த அழுக்கு தரைவிரிப்பில் முட்டியிட்டபடி அச்சமுற்ற உதடுகளின் துடிக்கும் சிறையில் தெறிக்கும் பற்கள் சின்ன மயிர் அவளது ஆங்காரமான முகத்தின் மேல் விரிந்திருக்க மலீனா புயலின் விரைத்த காற்றின் நகங்கள் கிழித்தெறிந்த மஞ்சளான லினன் விரிப்பின் பின் மறைந்திருக்கிறாள். அசைவற்றுக் கிடக்கும் அவளது பழைய காலணிகள் மூலையிலிருந்து அவற்றின் தேய்ந்த தோலின் நினைவேக்கக் கண்களால் அவளைப் பார்க்க அவள் தூரமாக ஆனால் கனமாக ஆல்பர்ட்டோவின் வளைந்த முதுகின் மேல் சாய்ந்திருக்க குளிர்ந்த மழைத்துளிகள் புயல் போதையுற்ற காற்றில் பறக்கும் முத்துகளிலிருந்து ஒழுகி அவள் முடியை நனைக்கும். இப்போது நீ நன்றாக உணர்கிறாய் என் அன்பே ... இடியோசைகளின் இரைச்சலுக்கிடையே மனித மாரின் பரந்த சுவாசம் பூமியின் அழுங்கிய கேவலோடு எழுகிறது கலவரத்தின் இடிகளின் உலகுகளை நோக்கி எதுவோ வியத்தகு பிறப்பொன்றை அறிவிப்பது போல ஆல்பர்ட்டோ. . . காதுக்குப் பின்னே அவனுக்கு பிடித்த மாதிரி முத்தமிடுகிறாள் ஆற்றலின் காற்றின் அலைகள் வேசிகளின் கலைந்த அறையைப் பிடிக்க வேசிகளோடு கூடிய ஆல்பர்ட்டோ கண்களைத் திறந்து திரும்பவும் கஷ்டமாக அவளை துயரின் மௌனத்தில் காணும்போதே துயரார்ந்த இரவுகளை ஆடையாயணிந்த கடும் இரவு அந்த அறையின் மேல் வெடிக்கும் அடிகளை வீச ஒரு ஸ்திரமற்ற கை மலீனாவின் முகத்தில் விழ அவனது சுவாசம் இப்போது அமைதியாக இடையறாத வெடிகள் பூமியை அசைக்க அந்த முதிராத மரக் கூரை கிறீச்சிட அதன் கீழ் தம்மிலிருந்து வெளியேறும் வழியை மறுபடி கண்டடையும் உதடுகள் இணையும் வயல்களின் மேல் ஒருவரையொருவர் தேடும் விரல்களின் மேல் சொற்களைக் கண்டடையும் வாய்களின் மேல் அந்த வாதைமுத்தத்தின் காயம்பட்ட மொழி அந்த நிலையற்ற வாழ்அறையில் நிலையுற்று ஒளிரும் கீச்சிடும் குயிலோன்களால் எரியும் மலீனா அந்த மனிதனின் கால்களுக்கிடையே தோண்டுகிறாள் அவள் அம்மணமாக வெளிறி அவனிடம் நகர்கிறாள் தன் சிறிய பாட்டாளிக் கைகளாலும் சோகமான புறாச் சிரிப்பாலும் இன்னும் கண்ணீரால் நனைந்திருக்கும் கண்களிடமிருந்து பிணையறுத்து குழந்தைமையின் ரகசிய புதிர்வட்டப்பாதைகளில் இன்னும் அறிவற்றிருக்கும் அந்த உதடுகளிடமிருந்து இன்னும் தமது உச்சத்தையடையாத தடகளவீரரின் மார்பிலிருந்து பதட்டமானதும் மென்மையான நாய்க்குட்டி முத்தங்களின்போது வெறுமையானதுமான அந்தக் கைகள் மின்னலுக்கும் கலவரத்துக்கும் இடையே பழங்காலம் கண்டுகொள்ளும் மென்மையின் பச்சைகுத்திய சுருங்கிய குறி துயரின்

சாவி இப்போது எப்போதைக்குமாக நீரின் வாளால் வெட்டப்பட்டு இடி அதிரவைக்கும் நீர்க் குழாய்கள் இரவின் போதையுற்ற ஆபத்தான தீ நனைந்து அவை அணைக்கும் கட்டற்ற மயிரை தனது மெல்லிய செங்கல் வேர்களிலிருந்தும் நாறும் சாக்கடையிலிருந்தும் நடுங்கி மேலேறும் அந்த அறையில் ஆல்பர்ட்டோவின் நாக்கு அணிலின் உடல் போன்ற உயிருள்ள மயிர்ப் படுக்கையை ஆராய அந்த ஆண்மையின் காதலுற்ற உடும்புக் குறி எந்த பெண்ணின் கெட்ட களிமண்ணில் ஒருமுறை நடப்பட்டது இப்போது கண்டுகொள்கிறது தூய்மையை நம்பிக்கையை ஒளி மின்னல்கள் இடி ஆங்காரத்தை நசுக்க அவளும் பொறுமையற்ற அவசரத்தால் பிணைந்து இதுவரை பீடிக்கப்படாது அவனை தடையறாது ஏய்க்கும் பெண்மையின் தொடுதலில் ஆரம்பிக்கிறான் தமனிகள் உப்பி எரிமலைகள் போல் ஏறியிறங்க அல்லது பசுமைக் காடுகள் கண்ட கருஞ்சிறுத்தைகளின் மயக்கமாய் அவள் மேலேறுகிறான் ஒரு மேகம் வெள்ளிக்காற்றினை நோக்கி சிறகடிக்குமொரு தகைவிலான் இந்தக் குளிர்ந்த சித்ரவதை இரவின் பின்னே பகலை நோக்கி விரைய அந்த மெல்லிய துளை வழியே அவள் ஆயுதமேந்தியிருக்கிறாள் வடுக்களையும் சூரிய ஒளியையும் தனித்தன்மையான ஆனால் ஒரேமாதிரியான அந்த வெய்யிற்காலம் தனிமையின் மணித்தியாலங்களும் இடி ஒரு கிசுகிசுக்கும் மொழியை முனகுகிறது மொழிக்குப் பின்னே ஒரு சதையின் சொல்லும் தூர அனல் தொடுவானம் நெருப்பில் கழுவப்பட்டு உறுமும் பூமியின் ஈர அலறலும் வெடிப்பு மூலம் மாய மோதிரம் விரும்பும் குதிரைவீரன் அந்த ஆபத்தான பள்ளம் பாவத்திலேறியும் அவளது மோவாய் அணைப்பில் எரிகுழம்பு சகோதரித்துவம் அறியாத சகோதரி சகோதரத்துவம் அறியாத எல்லாப் பெண் சகோதரிகளும் தேள் கொடுக்கும் சோளக் கொடுக்கும் இடியும் எங்கே உன் அம்மா அந்த சூனியக்காரி? அவன் உன்னை நேசிக்கிறானென எப்படித் தெரியும்? கரிய இரவில் மின்னலின் பயந்த பயணம் வியர்வை ஆசை மெல்லுதல் வாய் காகிதங்கள் கட்டாய ராணுவ சேவை ஃபால்க்ஸ்லாண்டில் கவனமாயிரு உன் அப்பாவின் சதுரங்க ஆட்டங்கள் நீயும் தினம் விளையாடுவாயா? மரபு ஆல்பர்ட்டோ வழமை போடு அவளை இல்லை நீ ஆம்பளை இல்லையா? தள்ளு எதுக்கும் உதவாத முட்டாளே கூரை விழுகிறது அவ்வளவுதான் செல்ல மகளே ஆ... இரவின் தடைபட்டு எதிரொலிக்கும் துப்பாக்கிச் சூட்டு மின் வாதையின் மின்னல் வெட்டு அடித்து எங்கும் நடுங்க விதை தீர்ந்த உனதுடல் இப்போது நிறுத்தாதே திரும்பாதே போட்டியிடு அல்லது நீ ஆண் இல்லையோ? மீண்டும் செல் ஆல்பர்ட்டோ ஓய்வில்லை எதற்காவது உருப்படியாயிரு பையா புதிய வேலைக்காரியைப் பயன்படுத்திக்கொள் அவளுக்கு இரண்டு மடங்கு கொடுத்திருக்கிறாயே அவள் வெற்றுச் சதையும் ஒவ்வொரு இணுக்கும் ஒவ்வொரு வகிடும் ஒவ்வொரு பல்லும் ஒவ்வொன்றும் என்ன நேரம் இப்போது? கிழவரால் தூங்க முடியாது இப்போது நீ... சீக்கிரம் நீ அவர் புருவத்தை சுருக்கி திட்டுவதை கேட்க வேண்டுமென்றால் அவர் இனி எப்போதும் தூங்கப் போவதில்லை நீ போதை அடிமைகளுடனும் விபச்சாரிகளுடனும் இருக்கிறாய் என்பதை எண்ணி அவர் உன் கண்களை நோண்டி எடுக்கப்போகிறார் சீக்கிரம் ஆல்பர்ட்டோ ஏழு கோல்கள் அடித்தவன் பழுக்களைத் தூக்கியவன் நீண்ட கிரோகா வரிசையின் சர்ரியா

வாரிசு அந்த மூலையிலிருக்கும் சிறந்தோரின் தேசிய உறவின் வாரிசு அங்கே இருப்பவர்கள் ஒரு நாள் உனக்குக் கைகொடுக்கலாம் அழகிய வாலிபனே இப்போது எங்கே உனது பீத்தல் எங்கே நீ கற்ற நடன அசைவுகள் அந்த நளினமான பறவைக் கால்களுக்கிடையே அவள் அடிவயிற்றில் எச்சில் ஊற்றிக்கொண்டு என்ன செய்துகொண்டிருக்கிறாய் அங்கே இரவு தொழு நோயாளிகளும் வாந்தி எடுக்குமிடம் உன் மேல் அதன் பிடிப்பை உணர முடியவில்லையா பழைய அண்டை வீட்டு அத்தை சொல்வாளே மகனே அங்கே தொட்டுக் கொள்ளாதே நீ ஏற்கனவே பாதிக்கப்பட்டுவிட்டாய் நினைவேக்கத்தால் எயிட்ஸால் புயலின் எல்லையற்ற துயரால் ஓடு செல்லமே பறந்துபோ ஏனெனில் அந்த நாளும் இரவுப் பொழுதுகளும் இடிச் சத்தங்களுக்குமிடையே உன்னை ஒளிந்துகொள்ளச் சொன்ன நாங்கள் உன்னுடனிருக்கிறோம் உனக்கு எங்கள் மேல் இப்போதெல்லாம் பிரியமில்லை அந்தப் பெரிய திடமானக் கைகளைப் பார்ப்போம் எவ்வளவு அழகாக அலையலையாக ஆகியுள்ளது உன் முடி பின் உன் நெஞ்சிலிருக்கும் அவ்வளவு முடி எங்களை தனியே விட்டுவிட்டாய் அன்பே மேற்கூரை விரிசல் விடுகிறது ஆல்பர்ட்டோ என்னைக் காயப்படுத்துகிறாய் ... ஆல்பர்ட்டோ சொல்வதை கேட்கவில்லை ... நீ அவளைக் கொல்ல வேண்டும் அல்லது இந்த மின்னலால் அதிரப்போகும் வெடிகளின் குழப்பத்தில் நீர் உள்ளே வருகிறது இப்போது இந்தப் படுக்கைக் குளமாகிவிட்டது இல்லை சாக்கடையாக சீழ்க் குட்டையாக புயலின் துளையிடல் சுவர் வழியே எங்களை மூலைக்குத் தள்ளும் கூரை என்னை விட்டுப் போ நரகத்துக்குப் போ உருப்படாதவனே... பாவப்பட்டவன் தான் என்ன செய்கிறோம் என்றே தெரியாது நீ என்னைக் கிட்டத்தட்ட கழுத்தை நெரிக்கிறாய் . . . செதில் வரை நனைந்து ஓ உறக்கம் காலையில் இப்படி உணர வேண்டுமென எவ்வளவு விரும்புகிறேன் கவலைகளற்று சுமைகளற்று நான் இப்போதே கிளம்ப வேண்டுமா?... ஒருவேளை யாரும் நம்மை வெய்யிற் காலத்திற்குள் மென்று தள்ளும் சுழற்கதவுகளை கவனிக்கமாட்டார்கள் பனியின் திடீர்த்தன்மையும் பகலொளியுமற்று மறைந்து ஓடும் எரிகற்கள் வெறுமனே இளமையாயிருப்பதின் முடிவற்ற ஆச்சரியம் தேயும் செயலின்மை விழிப்புத்தன்மை பகல் வேறாரோ ஒருவரின் துன்புற்ற மீசை ஜிப் வியர்வையில் நனைந்த காலாடைகள் சம்பிரதாய விலகல் மணிக்கு காசளிக்கப்பட்ட சாலையோர அடிமை அந்த வன்முறையான யதார்த்தம் உண்மையிலேயே பரந்த வலியைக் கொணர்கிறது கடைசியில் உன்னை அடைகிறது அதன் பெயர் பாவேஸ் இன்னும் கொஞ்சம் பணம் வாங்கு இன்னும் கொஞ்சம் குறைவாக வேலை செய் இரவின் சீற்றம் இன்னும் சன்னலில் அடிக்கிறது அற்புதம் அந்த மின்னல் ஒருவேளை கடைசியோ இல்லையோ உப்பு அயோடின் புகை யாவும் ஒன்றாக முடிவதில்லை என அவர்கள் சொல்கிறார்கள் தொடர்ச்சி எனும் மாய உருவை விட்டுவிட்டு மெல்ல மறைவார்கள் அவர்கள் நீ ஒரு பெண் பாசியினாலான அடையாளங்களான அந்தியால் நீரால் காற்று உனக்குச் சொந்தமில்லை உலகம் யாருடையதுமில்லை சிப்பி உனக்கு இடமே இல்லை விருந்தில் தொடக்கங்களில் உடற்கூராய்வுகளில் விட்டுவிடு விலக்கிக்கொள் சேர்ந்துகொள் சிலுவையோடு ஏனெனில் அதுதான் உன்னிடமிருக்கிறது தூரத்து மின்னல் எப்படி அது புயலின்

சரிவை எரிக்கிறது பார் அவன் எப்படி உறங்குகிறானென நீ அவனுக்கு என்னவாயிருக்க முடியும் உலகின் புயல் அவனைக் கொஞ்சமாய் விடும்வரை இந்த அமைதியின் நேரத்தை கனவை உன் கரங்களில் கொள்ளட்டும் கனவுகள் அவனுக்கானவை உனக்கானதல்ல உனக்கு அனுமதி இல்லை அதை ஏற்கனவே கண்டுகொண்டாய் இதே குகையில் சூரியனின் எழுகை கைகளின்றி வார்த்தைகளை அணைத்தும் மென்மை அவனை எழுப்புவதே நல்லது ஆல்பர்ட்டோ வீட்டுக்குப் போகும் நேரம்... இதுதான் உன் வேலை இந்த விரைத்த காசு பார் அவன் எப்படித் தூங்குகிறான் அவன் எப்போதும் இரவை நோக்கிப் பயணித்ததில்லை ஒரு செலின் ராணுவக் கைக்கடிகாரம் வைத்திருந்ததில்லை ஆணையிட்டதில்லை என்பதைச் சொல்லிவிட முடியும் அவன் சார்ஜண்டாக மாட்டான் விபச்சாரியாகக்கூட ஆக முடியாது ஆல்பர்ட்டோ... ஆ நீலத்தின் பளிங்கு ஆழங்கள் சனிக்கிழமையின் ஒளி ஹே ஆல்பர்ட்டோ... உலுக்கு அவனை மறுபடி அய்யோ கூரை கவிழ்வதைப்போல இருக்கிறதே அவன் அம்மணமாயிருக்கிறான் அவனைப் பார் ஆல்பர்ட்டோ விடிந்துவிட்டது... வெயிற்தோலுடைய திடமான ஆண் அவன் தூங்கிக்கொண்டிருக்கிறான் ஆண் உறுப்பும் எழு பெண்ணே அறையைச் சுற்றி நட மற்றவர் உன்னைப் பார்க்க அனுமதிக்காதே உனக்குப் பணம் கிடைக்கும் வரை அவர்கள் இன்னுமுன்னை வந்துப் பார்த்துப் போகலாம் ஆனால் அவனைப் பார் நீயும் அவனும் பொறிகளும் வெடிகளுமாக விலங்குகளென இணைந்திருந்தீர்கள் உனதுடல் வாடகைக்கு விடப்பட்டு கூடவே உன் அச்சமுறா நெருக்கமும் இரவால் குறைவுறாத நம்பிக்கைகள் மின்னலால் அதிர்வுறாத அஸ்திவாரங்கள் இப்போது காலை மேகங்கள் கூடிக்கொண்டிருக்கின்றன பணம் இன்றி விந்தும் வெளியாகாது நீ சரணடைய அவன் பணம் தர மாட்டான் ஆல்பர்ட்டோ தங்கமே எழுந்திரு... யதார்த்தமாயிரு பெண்ணே ஆடை அணிய நேரமாகிவிட்டது ... அந்தச் சீப்பை உன் முடியில் விட்டிழு நீ வலியுறுத்த வேண்டும். உசுப்பு அவன் எழுந்திருக்க வேண்டும் அப்படிச் சும்மா தூங்க அவன் பணம் கொடுக்கவில்லை இது இலவச ஓட்டமல்ல நீ வெளியேறாதவரை உனக்கு வெளியேற விருப்பமில்லை நீ இந்த இடத்தோடு பிணைக்கப்பட்டிருக்கிறாய் நீ கடன்படவில்லை அவனை அணைக்க அது தூண்டப்பட்டதில்லை என நீ அறிவாய் அவனை நீ முத்தமிட வேண்டுமென்பது அந்த மென்மையான மூச்சு அந்தக் கண்ணிமைகளின் மென்மை விழிப்பின் எல்லையில் இது மீறலாகும் அவன் அந்தக் கண்களைத் திறந்து உன்னைப் பார்த்து சிரித்துச் சொல்கிறான் மலீனா என்னை மணந்துகொள் தயவு செய்து நிஜமாக சொல்கிறேன் கவலைப்படாத நான் என் அப்பாகிட்ட சொல்றேன் என் மனைவியாகப் போகிறவள் வான்நிறத்திலான ஒரு கருஞ்சிறுத்தை என்று.

3

எதிர்பார்ப்புடன் சூயிங்கம்மை மென்றபடியும் தூசடைந்த பலகைகளில் அமர்ந்துகொண்டும் ஒட்டிக் கொள்ளும் அரங்கப் பின்னணி சட்டங்களில் சோர்ந்து சாய்ந்தபடியோ கிரீச்சிடும் ஏணிகளில் உயரத்தில் அமர்ந்த படியோ வேகும் அந்த பள்ளி அரங்கத்தில் காத்திருக்கிறார்கள். பழங்காலத்தின் சான்றடையாளமான அந்த பள்ளிச் சீருடைகள் இல்லாது ஜீன்ஸும் மொகாஸின் ஷூக்களும் அணிந்து மேலும் பெரியவர்களாகத் தெரிகிறார்கள். கைகளைக் காற்சட்டைப் பைக்குள் விட்டபடி, டோடோ அசுவாகா அமைதியாகவும் பொறுமையாகவும் அந்த பதட்டமான பலவண்ண முகங்களை பார்வையிடுகிறான். மேடையின் ஒரு மூலையில் தனது சகோதரனுக்கு அருகில் நிற்கும் வெரோனிகா கோபால்ட் நீலக் கண்களால் அசுவாகாவை நோக்குகிறாள். கூடியிருக்கும் தன்னார்வல நடிகர்களிடையே சோலெதாத் இல்லை. அந்த அனுபவமிகுந்த ஸ்பானிஷ் மொழியறிஞர், அடுக்கிவைக்கப் பட்டிருக்கும் பலகைகளை வார்த்தைகளைத் தேடுவதைப் போல பார்க்கிறான். கடைசியாக, பேசுவதற்காக அவனது உதடுகள் பிரிகின்றன.

அவன் சொல்கிறான், *துயரம் எலக்ட்ராவாகிறது.*

நீண்ட நேரம் முன்பு, சூரியன் எழுவதற்கு சற்றே முன்பு, சைமன் காசெரெஸ் அவனுக்கு இரண்டாவது கோப்பை காபியைக் கொடுத்தார்.

“நன்றி”, அவர்கள் அரைமணிநேரத்துக்கு முன் காலி செய்திருந்த கருத்த காப்வோய்ஸியர் குடுவையைத் திருட்டுத் தனமாக பார்த்துக்கொண்டு தனது இரண்டாம் ராஜாங்க இருக்கையில் லேசாக அமர்ந்துகொண்டு அசுவாகா சொன்னான். ஆயர் இருமிக்கொண்டிருந்தார்.

“இந்த பலமான மின்விசிறி எனக்கு தொண்டை வலியத் தர தவறுறதே இல்ல.” அவர் உறுமினார், அவரது தாடி தளர்வுற்று ஈரப்பதம் நிரம்பிய வெயிலில் கூழாகியிருந்தது.

“அது ஏதாவது செய்யற அளவு மதிப்புள்ள ஒண்ணா இருக்கணும் ...” அசுவாகா தொடர்ந்தான். சட்டையைக் கழற்றியும் அவனது மெல்லிய மார்பின் மேல் வியர்வை வடிந்துகொண்டிருந்தது.

“நாடகத்தையே இங்க நிலைகுலைக்குற ஒண்ணாத்தான் பாக்கறாங்க. அப்ப நாம ஏதாவது ஆபத்தில்லாததா தேர்ந்தெடுத்துக்கலாம்.”

“நிச்சயமா, ஒரு செவ்வியல் நாடகத்தை தான் நினச்சுக்கிட்டுருந்தேன். அவங்களோட பிரக்ஞைய தூண்டுறதுல எனக்கு அக்கறையில்ல. எல்லாத்துக்கும் பின்ன, நான் ஒரு பின் அமைப்பியல்வாதி; எனக்கு எதிலையும் நம்பிக்கை இல்ல. எனக்கே எதப்பத்தியும் உறுதி இல்லைன்னா அவங்க மண்டைக்குள்ள என்னத்த திணிக்கப் போறேன்? ஒரு நாள் சமூகத்தோட அதி உச்சம் இரண்டு வாட்டி சாகறது வெறுப்பையும் பயத்தையும் தூண்டறத விட நல்லதா இருக்கும்னு நீட்சே சொல்லியிருக்கார். அதனால என்ன சித்தாந்தத்த அவங்களுக்கு சொல்லிக்கொடுக்கப் போறேன்?”

“வெறுமனே இதேதான், உங்க சந்தேகங்கள். சந்தேகத்த தூண்டறது ஆபத்தானது.”

“இது எதிலையும் ஈடுபடற எந்த எண்ணமும் எனக்கில்ல! என்னால ஒரு ஈயக்கூட கொல்லமுடியாது.”

“நல்லவரா இருக்கறதே சட்டவிரோதமானது.”

“பாதிரியாருங்க கம்யூனிஸ்டுங்க ரெண்டு பேர்கிட்டயும் எனக்கு உறுத்துற விஷயம் இதுதான்.” அசுவாகா பதட்டமாக தனது புதினா காபியை உறிஞ்சினான், “அவங்க ஒரு உலகலாவிய அறம்ன்ற கோட்பாட்டுல நம்பிக்கை வெச்சிருக்காங்க. கதாநாயகர்களோ வில்லன்களோ இல்ல. அழகு மூஞ்சிங்களும் அசிங்கமான மூஞ்சிங்களும் மட்டுந்தான், வேற மாதிரி சொல்லனும்னா, நம்மள மாதிரி ஆளுங்களும் தேவ்டியா பசங்களும்தான். ஆனா நான் அதப் பத்தி எல்லாம் கவலைப்பட்டு தூங்காமயில்ல.”

“சாக்கோ போர்ல இருந்தே எனக்கு தூக்கமின்மை இருக்கு ...”

சன்னல் விளிம்பிலிருந்து கால்களை தொங்கவிட்டு ஆட்டிக்கொன்டு, காசெரெஸ் தோள்களை குலுக்கினார். அசுவாகா ஆயரின் மேசையில் சிகரெட்டைத் தேடினான், ஆனால் காகிதங்களின் குழப்படியையும் எரிந்த சிகரெட்டுகளின் அடித்துண்டுகள் நிரம்பிக்கிடந்த சாம்பற்தட்டின் அருகே ஒரு காலிப் பெட்டியையுமே கண்டெடுத்தான்.

“உங்ககிட்ட சிகரெட் இல்லையா?” என அந்த தாடிக்கார பேருருவைக் கேட்டான்.

“நீ எல்லாத்தையும் புகைச்சுத் தீர்த்துட்ட, உன்னோடதையும் என்னோடதையும்“ காசெரெஸ் தொடர்ந்து கால்களை ஆட்டிக்கொண்டிருந்தார். அசுவாகா மாறாக முறைத்துப் பார்த்தான்.

“உங்க கார் இருக்கா?”

“இருக்கு”

“வாங்க போய் கொஞ்சம் சிகரெட் வாங்கலாம். அப்போ தூக்கம் இன்னும் தெளியும்.”

“கிட்டத்தட்ட விடிஞ்சிட்டு. எனக்கு ஆறு மணிக்கு பிரார்த்தனைக் கூட்டம் இருக்கு”

“நாம உடனே திரும்ப வந்திடலாம். வாங்க.”

அந்த தாடிக்கார மதகுரு திறமையாக சன்னலிலிருந்து குதித்து படுக்கையை நோக்கி நடந்து, ஒரு சட்டையை தான் எடுத்துக்கொண்டு இன்னொன்றை தன் கூட்டாளியிடம் தூக்கிப் போட்டார். அசுவாகா சட்டையை அணிந்துகொன்டிருக்கும்போது மெர்சிடீசின் சாவியை எடுத்து அதைத் தனது முகத்துக்கு முன் உற்சாகமாக ஆட்டினார்.

“ஆனா தயவுசெஞ்சு, மெதுவா” அசுவாகா தனக்காக ஆயர் திறந்துபிடித்திருந்த கதவைக் கடக்கும் முன்பு உரக்க சொன்னான்.

“உண்மைல அது ஒரு மூன்றன் தொகுதி.” அசுவாகா மெதுவாக மாணவர்கள் மத்தியில் நடக்கிறான். “அதாவது, அது ஏறக்குறைய ஒரு செவ்வியல் திட்டத்த பின்பற்றுது. இந்த எடத்துல அது ஆஸ்சிலிஸோட *ஒரெஸ்த்ரியாவ*”

அவளருகே ஆல்பர்ட்டோ கிண்டலாக இளிக்க, வெரோனிகா அனிச்சையாக தலையாட்டினாள்.

“முதல் பாகம் *வீடுதிரும்புதல்னு* தலைப்பிடப்பட்டிருக்கு ..., இதுக்கு ஒப்பானது கிரேக்க *அகமெம்னான்*. இதுல மொத்தம் நாலு அமைவுகள் இருக்கு. அது நம்மோட பிரச்சினை இல்ல. *த லைபேஷன் பியரர்ஸ்அ* ஒட்டிவர்ற இரண்டாவது பாகம் பேரு *வேட்டையாடப்படுவர்*. இதுதான் எனக்கு சுவாரசியமாப் பட்ட பாகம். *த யூமெனிடஸ்அ* அடிப்படையாக் கொண்ட மூணாவது பாகத்துக்கு ஒரு வித்தியாசமான பெயர் இருக்கு, இது ஓ’நீலோட எல்லா பாத்திரங்களுக்குமே பொருந்துற பெயர், *பீடிக்கப்பட்டவர்.*”

அந்த வளரிளம் பருவத்தினரின் எதிர்பார்ப்புடைய முகங்களை வாசித்துக் கொண்டிருப்பவனை ஒரு வாய்பொத்திய இருமல் அதிரச் செய்கிறது.

“இந்த ஆண்டு நீங்க ஓ’நீல் படிச்சீங்களா?”

“ஆமா” சில குரல்கள் உரத்தொலிக்கின்றன.

“எந்த படைப்புகள?”

“*த எம்பரர் ஜோன்ஸ்* மட்டும்”

“நல்லது” அசுவாகா தொடர்கிறான். “அப்படின்னா இந்த குறிப்பிட்ட நாடகத்தப் பத்தி மட்டும் உங்களுக்கு சொல்றதோட நிறுத்திக்கறேன். இது முதல்முறையா 1931இல் மேடையேத்தப்பட்டது.”

சற்றுமுன் பேசிய பெண் கையை உயர்த்துகிறாள்

“சார்,... நாங்க *எம்பரர்*ஐ நாடகமா படிக்கலைன்னு சொல்லலாம்னு தான். எலிசா அத எங்களுக்கு ஒப்பீட்டு இலக்கியமா கொடுத்தாங்க.”

“மேல சொல்லு”

“நாங்க அத *எல் ரெய்னோ தெ எஸ்தே முன்டோ* கூட ஒப்பிட்டுப் படிச்சோம்”

அசுவாகா சிரித்து அவளுக்கு நன்றி சொல்கிறான். அந்தப் பெண் மேடையில் மீண்டும் உட்கார்கிறாள். அசுவாகா நடப்பதையும் கைகளால் சைகைசெய்வதையும் தொடர்கிறான்.

“இந்த முத்தொகுதியின் கதை நிகழ்வுகள் நியூ இங்கிலாந்தின் ஒரு சிறிய கடலோர கிராமத்தில் அமெரிக்க உள்நாட்டுப் போருக்கு சற்றே பின்னாடி நடக்குது, அதாவது, *1865* இல்ல *1866* காலகட்டத்தில, இயல்பாவே அது ஒரு குடும்பத்தை பத்தினது; மன்னோன்கள். குடும்பத் தலைவர், ஓ’நீலோட அகமென்னானோட பேர், எஸ்ரா, எஸ்ரா மன்னோன். ஏஸ்கிலிஸோட க்ளைதெம்னெஸ்ட்ரோட சமதியான அவரோட மனைவி க்றிஸ்டீன், அவர் இல்லாதபோது அவருக்கு துரோகம் செய்றாங்க. அவங்களோட காதலன், காப்டன் ப்ராண்ட், அதேதான் ஏஜிஸ்தஸ கேலி செஞ்சிருக்கார். ஓ’நீல் அவருக்கு ஆடம், ஆடம் ப்ராண்ட்னு ஒரு சுவாரஸ்யமான பெயரக் குடுத்திருக்கார்.”

இதில் அக்கறையின்றி சன்னலின் மறுபுறமிருக்கும் பிறங்கொளி வாய்ந்த காலையை ஊன்றிப் பார்த்துக்கொன்டிருக்கிறான் ஆல்பர்ட்டோ. வெரோனிகா அவனை கவனிக்க சொல்லி கைமுட்டியால் எத்துகிறாள்.

“மன்னோனின் குழந்தைகள், லாவினியாவும் ஓரினும், எலக்ட்ரா மற்றும் ஓரெஸ்தெஸின் அப்பட்டமான இணைமாற்றாக இருக்கிறார்கள். அதனால கதை ஊகிக்கக் கூடியதுதான்: க்றிஸ்டீன் கூட சேர்ந்துகிட்டு ப்ராண்ட், கிழட்டு மன்னோன கொலை செஞ்சுடறான். உங்களுக்கு பரிந்துரைக்கிற நாடகமான *வேட்டையாடப்படுபவர்ல*, லாவினியா அவ சகோதரனப் பழிவாங்கத் தூண்டறா. ஓரின் ப்ராண்டக் கொல்றான், க்றிஸ்டீன் தற்கொலை செஞ்சுக்கறா. அவ்வளவுதான். *பீடிக்கப்பட்டவர்* நமக்கு வேணாம்.”

அவன் கைகளை இடுப்பில் வைக்கிறான்.

அந்த நேரத்தில் திறந்திருக்கும் கடையைத் தேடி அவர்கள் நகர்மையம் வரை போக வேண்டியிருந்தது. ஒரு திரைப்பட அரங்கிற்கு அருகிலிருந்த மூலையில் நிறுத்தி, அந்த கறுப்பு மெர்சிடீசின் சன்னல் வழியாக காசெரெஸ் தனது வெண்பிடரித் தலையை வெளியே நீட்டுகிறார்.

“ரெண்டு பெட்டி விர்ஜினியா ப்ளென்ட், கறுப்புச் சந்தை பிராண்ட்”

குளிரூட்டியை முழுவேகத்தில் வைத்தபடி, ஆயரின் இருப்பிடத்திற்கு விரைந்து திரும்பினர்.

“இன்னும் உங்க பிரார்த்தனைக் கூட்டத்துக்கு நேரமாகல...” அசுவாகா முனகினான். காசெரெஸ் தனது பிளாட்டினம் லைட்டரை நீட்டினார்.

அசுவாகாவை ஓரக்கண்ணால் பார்த்தபடியே “அப்போ என்ன நாடகத்த மனசுல வெச்சிருக்கீங்க?” என்று கேட்டார் தாடிக்காரர்.

“அதான், சொன்னமாதிரி ஏதாவது செவ்வியல் நாடகம். உதாரணத்துக்கு *எலக்ட்ரா* மாதிரி”

“. . .”

“யூரிபிடிஸ் எழுதினது, அதேதான். அந்தப் படத்த பாத்தீங்களா?”

“ஆமா. ஐரின் பபாஸ் நடிச்சதுன்னு நெனைக்கறேன்.”

“ஆமா . . . ஒரு நவீன பதிப்பக் கூட பயன்படுத்திக்கலாம், *த ஃபிப்ளைஸ்* இல்லன்னா ப்ரெக்ட்டோட *ஆண்ட்டிகோன்* . . .”

“வாய்ப்பே இல்ல!”

“ஏன்?”

“கம்யூனிஸ்ட்டுங்க . . . சார்த்தரும் கூட்டாளிகளும், எல்லோரையும் அதிகாரிகள் அப்படித்தான் சொல்லியிருக்காங்க. மட்டுமில்லாம அது ஆங்கிலத்திலயும் இருக்கணும்.”

“என்ன?”

“நிச்சயமா அது ஒரு இருமொழிப் பள்ளி, பசங்களோட பெற்றோரும்...”

“ஆனா பாதிப் பார்வையாளர்களுக்கு ஒரு வார்த்தைக் கூட புரியாது.”

“பாதிக்கு மேலயே, ஆனா பெத்தவங்களுக்கு தங்களோட பொண்ணுங்க ஆங்கிலம் படிக்கணும். ஆண் வேடங்களுக்கு அமெரிக்கன் பள்ளியில இருந்துதான் மாணவர்கள அழைக்கணும்.”

தலையை ஆட்டியபடி அசுவாகா சிகரெட்டைப் பற்றவைத்தான்.

“காவல்துறைகிட்டயும் அனுமதி வாங்கணும்னு நெனைக்கறேன்!”

“சொதப்பிட்டோம்னா அந்த சித்திரவதைக்காரங்க பின்னாடி வருவாங்க!” என்றார் காசெரெஸ்.

அசுவாகாவின் சோகமான கண்கள் தங்களுக்குள் நாடகப் பிரதிகளை கைமாற்றிக் கொண்டிருக்கும் நடிகர் நடிகையராகும் ஆர்வங்கொண்ட கூட்டத்தை அலசுகின்றன.

“வேற ஏதும் கேள்விகள்?”

அக்கணத்தின் இரைச்சலுக்கு நடுவே ஒருத்தி கையை உயர்த்துகிறாள். அசுவாகா அவளை உடனடியாக அடையாளம் கண்டுகொள்கிறான்.

“லாவினியாவா யார் நடிக்கிறா?” என்று கேட்கிறாள் வெரோனிகா.

4

"தயவுசெஞ்சு உட்கார்"

"சொல்லுங்கப்பா"

"பெர்ட்டாவைப் பத்தி கவலைப்படாதே. அவ காஃபி கொண்டுவரமாட்டா. ஒவ்வொரு முறை நாம நூலகத்தில ஒண்ணா உட்காரும்போதும் அவ காஃபி கொண்டுவரப் பார்க்குறா. ஆனா இந்தவாட்டி நம்மள தொந்தரவு செய்யவேண்டாம்னு அவள்ட்ட சொல்லிட்டேன்."

"பண்ணைல இருந்து ரேடியோ வந்தா தவிர என்கிட்ட எந்த செய்தியும் கொன்டுவரவேண்டாம்னு சொல்லிட்டேன். இந்த மதியம் எந்த அழைப்பும் வரும்னு தோணலை."

"சரி மகனே, பேசு! என்கிட்ட என்ன சொல்லவந்த?"

"அப்பா, நான் கல்யாணம் பண்ணிக்க விரும்பறேன்."

"அப்படியா?"

"நிஜமாப்பா!"

"அத நான் எதிர்க்கல! இல்ல அத நிச்சயம் எதிர்க்கல."

"...இத சொல்ல எனக்கு கஷ்டமா இருக்கு"

"ஆல்பர்ட்டோ! தயவுசெஞ்சு! நீ ஏதோ முக்கியமான விஷயம் சொல்லப்போறன்னு நினைச்சேன். உன் படிப்பு எப்படிப் போகுது."

"பரீட்சையெல்லாம் இப்போதான் முடிச்சோம்."

"அதில?"

"எல்லா வகுப்புலயும் தேறிட்டேன்."

"தேறிட்டியா! நீ 'தேர்றத'விட சிறப்பா செய்யணும். நான் என்னோட பாடங்கள்ல தேறல. அதையெல்லாம் கௌரவப்பட்டங்களோட முடிச்சேன்! நீ ஏன் இன்னும்கூட உன் சகோதரியப் போல இருக்கக் கூடாது?"

"அவ ஏமாத்துறா."

"என்ன?"

"வெரோனிகா தேர்வுல காப்பியடிக்கிறா. எல்லாத்தையும் அவ காலில எழுதிக்குறா துண்டு காகிதத்த மார்க்கச்சைல ஒளிச்சு வெச்சுக்கறா. அதனாலதான் அவளுக்கு நல்ல க்ரேட் கிடைக்குது."

"அர்த்தமில்லாம பேசாத!"

"அவளையே கேளுங்க."

"அந்தக் குரல்ல என்கிட்டப் பேசாத!"

"அப்பா, நான் சொல்லவந்தத கேட்கவே மாட்டேன்றீங்க..."

"என்ன சொல்ற? பேசு, உன்ன யார் தடுக்கறா?"

"நீங்கதான் விஷயத்த மாத்திகிட்டே இருக்கீங்க. அது எனக்கு இன்னும் சொல்றதுக்குக் கஷ்டமாத்தான் ஆக்குது."

"ஆல்பர்ட்டோ, நான் உன் அப்பா."

"நல்லது, அதான் உங்ககிட்ட சொல்றேன், எனக்கு கல்யாணம் பண்ணிக்கனும்"

"எனக்கு உன் வயசா இருந்தப்போ யோசிச்சதெல்லாம் படிப்ப பத்தி மட்டுந்தான்... எனக்குத் தெரியும் நீ... உன் சிறக விரிக்கணும். எல்லைகளுக்குள்ள, அதாவது, உன்னைப் போல பின்னணிகொண்ட ஒரு இளைஞனுக்குப் பொருந்துறது மாதிரி. உனக்குப் பிடிச்ச மாதிரி ஏதாவது பொண்ண பாத்தியா? அவ யூதரா?"

"இல்ல."

"சிறப்பு! அவள இங்க நம்ம சந்திக்கக் கூட்டிவா."

"எனக்கு அவள இங்க கூட்டிவர வேணாம். எனக்கு அவள *கல்யாணம் பண்ணிக்கனும்.*"

"உன் கூடப் பள்ளியில படிக்கிறவளா?"

"இல்ல."

"வெரோனிகாவோட தோழியா?" "இல்ல, அப்படி எதுவும் இல்ல."

"அவள க்ளப்பில சந்திச்சியா?"

"இல்ல."

"அப்போ யார்தாண்டா அவ?"

"உங்க... உங்களுக்கு அவளைத் தெரியும்னு தோணலை."

"எனக்கு அவ அப்பாவத் தெரியுமா?"

"இல்ல."

"அவ குடும்பப் பெயர் என்ன?"

"சனாப்ரியா, அப்படித்தான் என்னவோ."

“சனாப்ரியாவா?”

“ஆமா, சனாப்ரியா.”

“சனாப்ரியான்ற பேர்ல யாரையும் கேள்விப்பட்டதேயில்ல. என் முப்பாட்டன் டெல் காசலோட சொந்தக்காரர் ஹோரசேவத் தவிர ஆனா அது ரொம்ப காலம் முன்ன... எப்படியோ, எப்போ சந்திச்ச அவள?”

“ஏறக்குறைய ஒரு மாசம் முன்ன.”

“சரி! கண்டதும் காதல். ஆல்பர்ட்டோ நீ என் நேரத்த வீணடிச்சுக்கிட்டு இருக்கேன்னு நினைக்கறேன்.”

“எங்க ஆங்கில வகுப்புல சொல்லிக்கொடுத்ததுபோல, அப்பா நான் உங்ககிட்ட நைசா நடந்துக்க முயற்சிசெய்யறேன்.”

“எனக்கு உன் குத்தல்கிண்டல் பிடிக்கல. அதைத்தான் உன் அமெரிக்கன் பள்ளியில சொல்லிக்கொடுக்கறாங்களா?”

“பாருங்க, நான் சொல்றத உங்களுக்கு கேக்க வேண்டாம்னா..., நான் கிளம்பறேன்.”

“உட்காரு! நான் இன்னும் முடிக்கல.”

“வேற என்ன தெரியணும் உங்களுக்கு?”

“அந்த பொண்ணைப் பத்தி சொல்லு. அவ பேரென்ன? அவளுக்கு என்னென்ன பிடிக்கும்? எல்லாத்தையும் சொல்லு.”

“அவ பேர் மலீனா. அவளுக்கு குடும்பம் இல்ல, அம்மா மட்டுந்தான்.”

“மலீனா! அந்தப் பெயர இதுக்கு முன்ன கேட்டதேயில்ல.”

“...”

“குடும்பம் இல்லன்னு சொன்னதானே? அது எப்படி நடந்தது? அனாதை ஆசிரமத்தில வளர்ந்தாளா?”

“அவ அப்பா கொஞ்சகாலம் முன்ன இறந்துட்டார்.”

“என்ன வயசு அவளுக்கு?”

“பதினேழு.”

“பதினேழு! அவ காப்பாளர் யாரு? யாரோட இருக்கா?”

“அவ அம்மா, கூட ஒரு நாய். அவங்களுக்கு ஒரு சின்ன வீடிருக்கு.”

“யார் பார்த்துக்கறா அவள?”

“அவ வேலைக்குப் போகறா.”

“அவ வயசில கிடைக்கறதெல்லாம் வீட்டு வேலைதான். வேலைக்காரியாஅவ?”

“அவ ஒரு ஆவிக் குளியலறைல... சௌனால வேலை பாக்கறா.”

“சௌனா? என்னைப் பொறுத்தவரைக்கும் அந்த இடங்களுக்கு அவ்வளவு சிறப்பான பெயர் கிடையாது.”

“எனக்கு அவளோட திருப்திதான்.”

“மசாஜ் செய்ற பொண்ணு! நீ உன் தாத்தாவையும் அவர் பூச்செடிகளையும் போலவே இருக்க!”

“எனக்கு அவளைவிட ஒரு வயசுகூட.”

“அதனால என்ன?”

“அப்பா, நம்புங்க, அவ ரொம்ப நல்லவ.”

“ஆல்பர்ட்டோ உனக்கு அனுபவம் போதாது... நான் நீண்ட காலம் வாழ்ந்திருக்கேன்... ஆட்சிக்கவிழ்ப்புக்கு எதிரா போர் புரிய உதவியிருக்கேன் ... அவங்களோட மூலத்த பத்தி உனக்கு எதுவும் தெரியாத ஆட்கள நம்பாத!”

“ஆனா மலீனாவும் நானும் நிறைய பேசியிருக்கோம். எனக்கு அவளை நல்லா தெரியும். மட்டுமில்லாம எங்களுக்கு கல்யாணம் ஆனதும் மசாஜ் செய்றத நிறுத்திடறதா சத்தியம் பண்ணியிருக்கா.”

“நிச்சயமா! உங்க ரெண்டு பேரையும் நான் பாத்துப்பேன்னு அவ கணக்கு போட்டிருப்பா.”

“இல்லவேயில்ல. அவ வேற எதுவும் வேலைக்குப் போகலாம்னு திட்டமிட்டிருக்கா. வேணும்னா நாங்க சில மாற்றங்கள் செஞ்சுப்போம். எனக்கு உடனே வேலை கிடைக்காட்டி அவ என் படிப்புக்கு காசு கொடுப்பா.”

“இப்போ, நீ உண்மையிலயே என்ன கவலைப்பட வைச்சுட்ட. அவ உன்ன சுண்டுவிரல்ல முடிஞ்சிருக்கா! நான் இந்த பொண்ண பாத்துக்கறேன் விடு! அவளுக்கு குடும்பம் கூட இல்லைன்னு சொன்னீல்ல...!”

“அப்படி ஒரு மனப்பான்மையோட அவள்ட்ட நீங்க பேசறதில எனக்கு விருப்பமில்ல.”

“நீ சொல்ற, அவ அவளோட... சௌனாவ விட்டுட்டு வேற வேல தேடப்போறான்னு, இல்லையா?”

“ஆமா.”

“என்ன வேலை?”

“அது, ஒரு கடையிலயோ அப்படி ஏதாவதோ இருக்கலாம்...”

“என்ன படிச்சிருக்கா?”

“தெரியாது.”

“அவளும் எல்லா ஏழைகளையும் போலவே சரியான மந்தபுத்தி உள்ளவளாதான் இருப்பா. அவங்க எல்லாம் பிறப்புலயே அப்படின்னு

இல்ல, ஊட்டச்சத்து குறைபாடு அவ்வளவுதான். நான் சொல்றது புரியுதா?"

"அவ ரொம்ப புத்திசாலி."

"எண்ணெய் ஊறுன சமையல் மூளைய மழுங்கடிக்கும்."

"ஆனா அவ ரொம்ப புத்திசாலி."

"உன்ன ஏமாத்தியிருக்கா ஆல்பர்ட்டோ. உன்கிட்ட காசிருக்குன்னு அவளுக்குத் தெரியும். அந்த மசாஜ் பார்லர்ல ஒரு சௌனால இருந்து வெளியேற அவளோட ஒரே துருப்புச்சீட்டு ..."

"அவ ஆங்கிலமும் கத்துக்கப் போறா. டோடோவுக்கு யு.எஸ்ல ஒரு நண்பர் இருக்கார் அதோட ..."

"டோடோ! யார் இந்த ... டோடோ?"

"டோடோ அசுவாகா."

"கேள்விப்பட்டதேயில்லை."

"அவர் தத்துவப்பாடம் எடுக்கறார், இல்ல அப்படி என்னவோ தான், வெரோனிகா பள்ளியில."

"அது பாதிரி மார்செலினோட பாடமில்லையா?"

"ஆமாம், ஆனா இப்போ டோடோதான் எடுக்கறார்னு நினைக்கறேன்."

"அந்த தாடிக்கார பாதிரிதான் அவனக் கூட்டிவந்திருப்பான்! வெளிநாட்டுக்காரனா இருப்பான்."

"சரிதான். அவர் யுஎஸ்ல இருந்துதான் வந்திருக்கார் ..."

"நினைச்சுப் பாரு! தன் மகன பாலே நடனம் ஆடவிடற ஜனாதிபதியக் கொண்ட ஒரு நாடு."

"ஆனா டோடோ சாஸ்கோமஸ்காரரு ... இல்ல சான்டன்டர்! எதுன்னு எனக்கு உறுதியா தெரியல."

"இன்னும் மோசம். ஸ்பெயின் இப்போவெல்லாம் ஸ்பெயினாகவே இல்லை."

"அதோட காசெரெஸ் அவரக் கூட்டிவரலை. அவராதான் இங்க வந்திருக்காரு. அவர் யு.எஸ்ல ரொம்ப பிரபலம்."

"எனக்கு நம்பிக்கையில்லை. அதோட யாரப் பார்க்க வந்திருக்கான் அவன்?"

"எலிசா, வெரோனிகாவோட ஆங்கில–அமெரிக்க இலக்கிய ஆசிரியர்."

"*லாவின்ச்சால்*, ஒரு கருப்பினத்து ஆள் அங்க பாடமெடுக்கறேன்னு என்ன பண்றாங்க அங்க?"

"..."

“விவாகரத்தானவளாகவும் இருக்கும். இத முழுமையா புரிஞ்சுக்கறதுக் காக சொல்றேன்.”

“இல்ல, அவங்களோட கணவர் கூடத்தான் இருக்கார்; அவர் பேரு குந்தர்.”

“அப்போ இந்த அசுவாகாக்கு எத்தனை வயசு?”

“தெரியல; பாத்தா ஒரு நாற்பத்தைஞ்சு சொல்லலாம்...”

“அதான் நெனைச்சேன். அந்த வயசில யாரும் பிரபலமாக இருக்க முடியாது!”

“சொல்லிக்கிட்டிருந்தது போல, மலீனாவுக்கு வேலைகிடைக்க உதவியா இருக்கும்னு எலிசாவ அவளுக்கு ஆங்கிலம் கத்துக்கொடுக்க சொல்லி கேட்டுகிட்டேன். எலிசாவும் சரின்னு சொல்லியிருக்காங்க.”

“ஆனா எப்படி அவங்கள எலிசான்னு கூப்பிடற? அவங்க ஆசிரியை இல்லையா?”

“அவங்கதான் அப்படி கூப்பிட சொல்லிருக்காங்க.”

“அற்புதம்! அதாவது உங்கள மரியாதையில்லாம பழக அனுமதிக்கறாங்க”

“ஆமா”

“ஆஹா! அப்படியா. அப்படித்தான் அவளும் உங்ககூட பேசுவா, சரியா?”

“நிச்சயமா”

“அந்த இன்னொருத்தன், அவனும் அப்படித்தான் பேசுவானா?”

“ஆமா...”

“அவன் வெரோனிகாவையும் அப்படித்தான் பேசுவானா?”

“ஆமா”

“நாளைக்கு முதல் வேலையா நான் அருட்சகோதரி டொர்ராக்ஸ்ட்ட பேசறேன். இதுக்கு முன்ன இப்படிக் கண்டதேயில்ல!”

“அப்பா, அமைதி!”

“வாய மூடு! உன் முட்டாள்தனம் எனக்கு வெறுத்துப்போச்சு! உனக்கு பள்ளி முடிஞ்சதே நல்லதுதான்!”

“இன்னும் முடியல.”

“என்ன?”

“நாங்க பட்டமேற்பு விழாவுக்காக ஒரு நாடகத்துக்கு ஒத்திகை பார்த்துட்டிருக்கோம்”

"நீயுமா?"

"ஆமா, அமெரிக்கப் பள்ளியில இருந்து நிறைய பசங்களும் கலந்துக்கறாங்க."

"வெரோனிகாவுமா?"

"ஆமா. அவளுக்குதான் முக்கியமான பாத்திரம்"

"நல்லது."

"மட்டுமில்லாம நாடகம் ஆங்கிலத்தில. நீங்க எப்போவுமே சொல்வீங்கள்ல நாடகங்கள் ஆங்கிலத்திலதான் இருக்கும்னு."

"என்ன பெயர்?"

"மௌர்னிங் பிகம்ஸ் எலெக்ட்ரா"

"ஆபாசநாடகம்! யார் தேர்ந்தெடுத்தா?"

"டோடோ"

"அந்த பொட்டை!"

"அப்பா சொல்றேனே அவர் முனைவர் பட்டம் வாங்கிருக்கார்."

"அதனால? மார்க்ஸ் கூடத்தான் நல்லா படிச்சிருந்தான்."

"ஆனா டோடோ மார்க்ஸிஸ்ட் இல்ல"

"ஆமாமா, அப்படித்தான் அவனுங்க எல்லாம் சொல்லிக்கிறாங்க! தன்னப் பெயர் சொல்லி கூப்பிட அனுமதிக்கற ஃப்ராய்டிய பிரச்சாரங்களைப் பரப்புற எவனும் ஒழுக்கங்கெட்டவந்தான். சட்டம் ஒழுங்கு சீரா இல்லாம நாடு இந்த நிலைமைக்குதான் வந்திருக்கு! இந்த ராணுவப் பசங்க எல்லாம் நோஞ்சானுங்க! பினோச்செட்கிட்ட இருந்து கத்துக்கணும்."

"அப்பா..., அது ஆங்கிலத்தில. யாருக்கும் ஒரு வார்த்தையும் புரியப்போறதில்ல."

"...அப்போ அந்த லாவின்ச்சாவும் அமெரிக்ககாரியா? ஆப்ரிக்கக்காரின்னு நினைச்சேன்."

"இல்ல. அவங்க வாஷிங்டன்ல வசிக்கிறாங்கன்னு நினைக்கறேன்."

"எல்லா அமெரிக்கப் பெண்களும் வேசிங்கதான்."

"நீங்க என்ன சொல்லவறீங்கன்னு எனக்குத் தெரியல."

"விடு, உனக்கு வேண்டியதில்ல அது."

"எப்படியோ கெடக்கட்டும், நான் சொல்லவந்தது எனக்கு மலீனாவ கல்யாணம் பண்ணிக்கனும்னுதான். நான் மலீனாவ *கல்யாணம்* பண்ணிக்கப்போறேன்."

குந்தரின் கூதிர்காலம்

“அதப் பத்தி அப்புறமா பேசலாம்.”

“ரொம்ப நாள் காத்திருக்க தயாரா இல்ல.”

“ஏன்? ஏதாவது .... தப்பு எதுவும் செஞ்சிட்டியா?”

“அதாவது, நான் அவள கர்ப்பமாக்கிட்டனா கேக்கறீங்களா?”

“அதிர்ச்சியாயிருக்கு! ஆமா .... அதாவது, ஆமா, கிட்டத்தட்ட.”

“இல்ல, அவ முன்னேற்பாடுகள் எடுத்துக்கறா.”

“அற்புதம்! பதினெட்டு வயசுக்கு.”

“பதினேழு.”

“வாய மூடுடா! என்ன பண்றேன்னு உனக்கே தெரியாது. ஏன் மத்த பொண்ணுங்களோட சுத்துறது? ஏன் தெருவுல போய் தேடற எப்பவுமே? க்ளப்புக்குப் போகலியா நீ?”

“எப்பவும் அங்கதான் போறேன்.”

“உனக்கு பிடிச்ச மாதிரி யாரும் கிடைக்கலியா.”

“எனக்கு மலீனாவ பிடிச்சிருக்கு.”

“மலீனா, என்ன கண்றாவியான பேரு! அடிச்சு சொல்வேன் அவ க்ளப்ல காலக்கூட வைச்சிருக்கமாட்டா!”

“நான் கூட்டிப்போனதில்ல. அவளுக்கு அங்க வசதியா இருக்காது.”

“நிச்சயமா இருக்காது! எனக்கும் அங்க வசதியா இருக்காது அந்த ...! என்ன பேர் சொன்ன?”

“சனாப்ரியா.”

“அவ உண்மையான பேர் என்னவோ. யூதர்கள் சில சமயம் கிறிஸ்துவ பெயரா வெச்சுப்பாங்க.”

“சொன்னேன, அவ யூதர் இல்ல.”

“ஒரு சௌனால! அந்த மாதிரி இடத்தப் பத்தி நான் கேள்விப்பட்ட தெல்லாம் உன்னால கற்பனைகூட செய்யமுடியாது. எல்லாரும் வெறும் மசாஜுக்காக போறதில்ல, தெரியுமில்ல?”

“அப்போ அவ எப்படி அங்க வேலைக்கு சேர்ந்தா?”

“யாரோ அவளை பரிந்துரைச்சிருக்காங்க.”

“யாரு?”

“தெரியல, ஏதோ ஜெனரல்னு நினைக்கறேன்.”

“ஞானத்தந்தையா இருக்குமோ?”

“தெரியல.”

“பாரு ஆல்பர்ட்டோ, நாம எப்பவும் உன் அம்மாவோட .... பிரச்சனையும் மனசில வெச்சுக்கணும். என்ன நம்பு, அந்த மாதிரி ஒரு பொண்ணோட சுத்துறது தெரிஞ்சா அவ சந்தோஷப்படமாட்டா.”

“எனக்கு அப்படித் தோணலை.”

“என்ன ?”

“உங்களவிட நல்லாவே எனக்கு அம்மாவப் பத்தி தெரியும்.”

“என்ன தைரியம் உனக்கு.”

“பாரு மகனே, உனக்கு இன்னும் கொஞ்சம் பணம் தேவைன்னு நினைக்கறேன். போய் நல்ல துணி வாங்கிக்கோ, உன் ரக்பி நண்பர்களோட சேர்ந்து க்ளப்புக்கு அத போட்டுட்டு போ. உன் குடும்பப் பெயர சுமக்க ஆயிரக்கணக்கான பொண்ணுங்க உன்கிட்ட வருவாங்க. அழகாயிருக்க, நல்ல தொடர்புகள் இருக்க புத்திசாலிப் பையன். போய் நல்லா அனுபவி. அவ பேர் என்ன, அவள மறந்துடு.”

“இல்ல. அவ என்ன காதலிக்கறா நான் அவள காதலிக்கிறேன். க்ளப்புல இருக்க பொண்ணுங்களுக்கு என் தோற்றமும் பணமும்தான் வேணும்.”

“ஆல்பர்ட்டோ, மகனே. நான் பேசின முறைக்காக என்ன மன்னிச்சுடு ... தெரியும்ல இப்படி விசித்திரமான முறையில பேசினதேயில்ல, ஆனா . . . உன்னப் பத்தி கவலப்படுறேன் பையா . . . நீ ஒரு . . . ஒரு பரத்தையோட பிடியில இருக்கன்னு தோணுது.”

“அப்படின்னா ?”

“அதாவது சந்தேகத்திற்குரிய ஒழுக்கமுள்ள பொண்ணுன்னு...”

“அதாவது...”

“தயவுசெஞ்சு !”

“இல்லப்பா. நிச்சயமா தெரியும் மலீனா அப்படிப்பட்ட பொண்ணில்ல.”

“நீ... உனக்கு எதுவும் நோய் பிடிக்கலையே ?”

“கடவுளே, அப்பா அவளுக்கு வாய் துர்நாற்றம் கூட இல்ல.”

5

"ஹெலோ மிஸ், என் அப்பா இருக்காரா அங்க?"

"நன்றி."

"ஹாய் அப்பா, மன்னிச்சுக்கோங்க அலுவலகத்தில இருக்கப்போ கூப்பிட வேண்டியதாகிட்டு"

"நன்றிப்பா"

"ஆமா, உங்ககிட்ட ஒண்ணு பேசணும்"

"ஹா! கவலப்படாதீங்க. நான் அவன மாதிரி இல்லைன்னு உங்களுக்கு நல்லாத் தெரியும்."

"நிச்சயமா. இது ஒரு பருவம்தான்... சரியாகிடும்ப்பா!"

"இல்ல, என்ன பெயர் சொன்னீங்க?"

"மலீனாவா? இல்ல, எனக்குத் தெரியாது."

"எப்படியோ, உங்ககிட்ட என் தோழி சோலெதாத் பத்தி பேசவந்தேன். அவளப் பத்தி முன்னமே சொல்லியிருக்கேன், ஞாபகமிருக்கா? அவ ஏழையா இருக்கலாம், ஆனா ரொம்ப நல்லவ."

"ஆமா, நாங்க சின்ன பொண்ணுங்களா இருந்தப்போ இருந்து."

"இதை நேரில் சொல்லத் துணிவில்லாததால் உனக்கிந்த கடிதத்தை எழுத முடிவெடுத்தேன். நீ கோபப்படுவாய் என்றறிவேன் வெரோ, என்னால் நீ மகிழ்ச்சியற்று இருக்க வேண்டாம். ஆனால் என்னால் உன்னோடு வந்து ஒன்றாக வாழமுடியாது. இந்த வீட்டில் எப்படி அம்மாவை தனியாக விட்டுவிட்டு வருவேன்? அதுமட்டுமல்ல வெரோனிகா, நம்மைப் பற்றி எல்லோரும் பேசத் தொடங்குவதென்பது என்னை அச்சமூட்டும். உண்மையாகத்தான் சொல்கிறேன் வெரோ, எனக்கு என்ன செய்வதென்று தெரியவில்லை!"

"நன்றிப்பா! அவகிட்ட சொல்றதுக்கு முன்ன உங்ககிட்ட பேசணும்னு நினச்சேன்."

"நன்றி."

"இல்ல, அப்பா செத்துட்டார். அவ அம்மாவோட தனியா இருக்கா."

“அவங்க ஏதோ ஒரு அரசு அலுவலகத்துல வேலை பார்க்கறாங்க இல்ல ஏதோ நீதிமன்றத்துல, அந்த மாதிரி ஏதோ ஒண்ணு. எப்பப்பாரு ஓய்வுபெறுறத பத்தியே பேசிட்டு இருப்பாங்க.”

“நிச்சயமா. எல்லாரும் அப்படித்தான.”

“சொந்தம்னு ஒருத்தருமில்ல. ஒரே ஒரு வயசான மாமா வெளிநாட்டில இருக்காரு.”

“இல்ல. அவர பாத்ததில்ல. அவர் எப்போதாவதுதான் வருவார். அவர் பொண்ணுக்கு கண்ணு தெரியாது. சோலெதாத்’தான் அவளோட ஞானத்தாய்.”

“இயல்பாவே.”

“இல்ல. வாடகை வீடு. உண்மையா சொல்லப்போனா அவங்க ரொம்ப ஏழைங்க.”

“நிச்சயமா அவளுக்கு உதவ விருப்பந்தான்.”

“சிறப்பு! அப்போ நாங்க ரெண்டு பேரும் பல்கலைக்கழகத்தில ஒண்ணா படிக்கலாம்.”

“கட்டிடக்கலை. ரெண்டு பேருமே, ஆமா. முதல்ல சமூகவியல் படிக்க விரும்பினா,அவ மனச மாத்திட்டேன்.”

“ரொம்ப மகிழ்ச்சி.”

“நல்லது. அவ வர்றதில அப்போ எந்த பிரச்சனையுமில்லையே?

“என்ன சொன்னீங்க?”

“நாம் ஒன்றாக இருக்கும்போது அதை விரும்புகிறேன் என்று நீ அறிவாய். ஆனால் நான் அவமானப்படுகிறேன், வெரோ! என்ன நடக்கிறதென எனக்குத் தெரிவதில்லை! என்னால் எதிலும் கவனம் செலுத்தமுடியவில்லை! ஒன்றாக படிக்கும்போது நீ சத்தமாகப் படிப்பதுபோலவே. எப்போதும் கவனம் சிதறவிடுகிறேன். நீ என்னிடம் நன்றாக நடந்துகொண்டிருக்கிறாயென அறிவேன் வெரோனிகா. எல்லோருமே. அதுவும் உன் அப்பா என் படிப்புக்கு பணம் தரப்போகிறார்! நான் சமூகவியல் படிக்க விரும்பினேன். ஆனால் அவருக்கு கட்டிடக்கலை விருப்பமென்றால் பரவாயில்லை, சரி. இது எல்லாவற்றுக்கும் போதுமான அளவு உனக்கு நன்றி சொல்லமுடியாதுதான் வெரோ. ஆனால் என்னால் உன்னுடன் வந்து வாழமுடியாது.”

“அவங்க . . . அவங்க அங்கயே தனியா இருந்துப்பாங்கன்னு நெனைக்கறேன்”

“இல்ல. வீட்டு வேலையாள்லா யாரும் இல்ல. ஒரு வேலைக்காரங்களும் இல்ல சொல்லப்போனா,”

“ஆமா, சொன்னேனே, அவங்க ரொம்ப ஏழைங்க.”

“சரி, அது அவ பிரச்சனைன்னு நெனைக்கறேன்.”

"நிச்சயமா."

"அவ அதிர்ஷ்ட்டக்காரின்னு பந்தயமே கட்டலாம்."

"ஓஒ.... சும்மா அது தோணிச்சு, அவ்ளோதான்."

"இல்லப்பா. நீங்க கூட இருக்கதில எனக்கு மகிழ்ச்சிதான். ஆனா சோலெதாத் ஒரு சகோதரி போல. புரியுதா?"

"இல்ல, நிச்சயமா இல்ல. அவ நம்ம ரத்தம் கெடையாது."

"ஆமா, தர்மத்துக்காக."

"நல்ல கிறிஸ்துவர்கள், சரிதான்."

"அப்போ எப்போ சரியான நேரமாயிருக்கும்னு நெனைக்கறீங்க?"

"அம்மாவும் நானும் ஒருவருக்கொருவர் துணையாக இருந்து வந்திருக்கிறோம் வெரோனிகா, அதுவும் அப்பா இறந்ததிலிருந்து. தெரியுமல்லவா, அவளுக்கு வீடு சுத்தம்செய்யவும் துணி துவைக்கவும் சமைக்கவும் உதவுவேன். அவளை தனியாக விட்டுவிட்டால், அதையெல்லாம் யார் செய்வார்? அவளால் யாரையும் பணிக்கமர்த்திக் கொள்ளமுடியாது. நான் அவ்வப்போது செய்யும் உதிரி வேலைகளையும் சேர்த்தே அவளது சம்பளம் இப்போதே ஏதோ போதும் எனும்படிக்கே இருக்கிறது. மிகக் குறைந்தளவு வாழ்வாதாரங்களுடன் வாழ்கிறேன். ஆனால் பல்கலைக்கழகத்தில் வகுப்பு திட்டம் பணிபுரிய அனுமதிக்குமென்று அறிவேன். கல்லூரி மிகக் கடினமாக இருக்குமென்பார்கள். எல்லோருமே ஒரு கட்டிடக்கலைஞராகவோ பொறியாளராகவோ விரும்புகிறார்கள் இந்நாட்களில். வெரோ எனக்கு கவலையாயிருக்கிறது. நீ புரிந்துகொள்ளவேண்டும். தயவுசெய்து அன்பே?"

"இன்னிக்குன்னு நெனச்சேன்."

"இல்ல பக்கத்திலதான் இருக்கு அவ வீடு"

"ஒப்பீட்டளவில ஆமா. அவ இன்னிக்கே ஒரு பையோட வரலாம், மிச்சத்த தேவைப்படும்போது எடுத்துக்கலாம்."

"ஆ, என் அலமாரி பெருசு!"

"நிச்சயமா."

"உண்மையிலே, அவ இன்னிக்கு ராத்திரியே வந்தா எனக்கு சரி. நிஜமா."

"பொறுமையில்ல, ஆமா."

"எனக்குத் தெரியாது."

"ஓ. எனக்குச் சும்மா தோணிச்சு, அவ்ளோதான்."

"ஆமா, என்னேரமும் அவ வீட்லயேதான் கிடக்கேன்."

"ஆனா அதில வித்யாசம் இருக்கு."

“எனக்குத் தெரியல. . . நாங்க ஒண்ணா தூங்கினா எங்களுக்குள்ள இன்னும் நெருக்கம் இருக்கும் நெனைக்கறேன்.”

“ஆமா, கூட்டு. அதான் சொல்றேன். நாங்க அதன் பின்ன படிப்போம்.”

“அப்போ என்ன சொல்றீங்க?”

“இல்ல, எனக்கு இப்பவே சொல்லணும்.”

“பாருங்க, வேணும்னா நேர்ல பேசலாம்.”

“சரி, அப்ப உங்க பதிலென்ன?”

“தெரியும், ஆனா எனக்கு அது இன்னிக்கு ராத்திரியாகவே இருக்கணும்.”

“என்ன புதிரா இருக்கு உங்களுக்கு.”

“உன் முத்தங்களை எப்போதும் மறக்கமாட்டேன் வெரோ. என் வாயோடு அவை தழும்பாகியிருப்பதுபோல் இருக்கிறது, யாராவது என்னைப் பார்த்தால் . . . அம்மாவுக்குத் தெரியுமென நினைக்கிறேன். இன்று காலை சாப்பிட்டுக்கொன்டிருக்கையில், அவர் என் உதடுகளை வித்யாசமாக பார்த்தார். நீ அப்படி அழுந்தக் கடிக்கக்கூடாது வெரோனிகா.”

“எதுக்கு நல்ல மதிப்பெண் வாங்கனும், நீங்க நான் விரும்புற எதையுமே கொடுக்காட்டி.”

“இல்ல! எனக்கு அப்புறமா உங்கள கூப்பிட வேணாம்.”

“காப்பியடிக்கிறேனா? யார் சொன்னா உங்களுக்கு?”

“அவனுக்கு லூசு.”

“ஆமா.”

“முக்கியமான பெண் உடற்பகுதி.”

“அப்போ என் ஆங்கிலத்துக்கு என்ன குறைச்சல்.”

“மாசக்கடைசி.”

“சரி எனக்கு மனப்பாடமா தெரியும்.”

“இன்னிக்கு ராத்திரி”

“நீங்கதான் பிடிவாதக்காரர்”

“இல்ல மன்னிப்பு கேட்கமாட்டேன்.”

“பிடிவாதம்”

“எனக்குக் கவலையில்ல. அதவிட மோசமா ஒண்ணு சொல்லப் போறேன்.”

“சும்மா எனக்கு சோகமா இருக்கு”

“சரி அப்போ, மயிரு! கேட்டுச்சா? மயிரு மயிரு மயிரு! இன்னிக்கு ராத்திரி சோலெதாத் என்னோட தூங்கணும்.”

“நாளைக்கில்ல, இன்னிக்கே.”

“அப்போ உங்க அலுவலகத்துக்கு வந்து உங்க உதவியாளர் முன்ன உங்களப் பாத்து ஓத்தான்னு கத்துவேன்”

“கேக்குது ஆமா!”

“சரி என்னன்பே, அவ்வளவுதான் உன்னிடம் சொல்லவிரும்பியது. உன் வீட்டிற்கு வர ஏங்கிக்கொண்டிருக்கிறேன். உன்னோடு இருப்பதுதான் எனக்கு எல்லாமே வெரோ. ஆனால் அம்மாவை தனியாக விட்டு என்னால் வரவியலாது. மட்டுமில்லாமல், முன்னரே சொன்னதுபோல, எனக்கு மிக அவமானமாயுள்ளது! எல்லோரும் கண்டுபிடித்துவிடுவார்கள் என்று பயப்படுகிறேன். என் சொந்த விசயங்களை பற்றி மற்றவர்கள் கண்டுபிடிக்காமல் இருக்க எந்தளவு போகிறேனென உன்னால் கற்பனை செய்யவேமுடியாது, குறிப்பாக என் அம்மா. நான் படிக்கும் புத்தகங்களைக் குறித்தே அவள் போதுமான அளவு கவலை கொண்டிருக்கிறாள், மார்க்யூஸ், மரியதெகுயி, மற்ற எல்லாமும். நான் உனக்குக் கொடுத்த அந்த பெரோன் புத்தகம்கூட அவளை பயமுறுத்துகிறது. அவள் எதுவும் சொல்லமாட்டாள், ஆனால் என்னைப் பற்றி நிறைய கவலைப்படுகிறாள் என அறிவேன். அவள் கனவெல்லாம் நான் அந்த அமெரிக்கப் பள்ளியிலிருந்து எவனையாவது திருமணம் செய்துகொள்ளவேண்டும் என்பதே. அமெரிக்காவில் புகழுச்சிக்கு உயர்ந்த பான்ச்சோ மாமாவை அவள் வழிபடுவதை நீ அறிவாய். அப்பா செத்ததிலிருந்து என்னைத் தொடர்ந்து படிக்கவைக்க அவள் என்ன தியாகம் செய்கிறாள் என்று உனக்குத் தெரியாது. அதனால்தான் உதிரி வேலைகள் செய்யத் தொடங்கினேன். ஆனால் அவள் தனக்காக எதையும் வாங்கிக்கொள்வதில்லை வெரோ. எல்லாம் எனக்காகத்தான். பின் மாமா வேறு இருக்கிறார், மிகக் கண்டிப்பானவர் அவர். நான் திருமணம் செய்துகொள்ளாவிடில் என்னைக் கொன்றுபோடுவார். அம்மாவை விட்டுப்போனால் அதற்காகக்கூட என்னைக் கொல்வார். அவருக்குத் தெரிந்தால் … வெரோனிகா, நிஜமாகவே என்னைக் கொன்றுவிடுவார்.”

“யார்? பேச்ச மாத்தாதீங்க.”

“ஓ அசுவாகா. நிச்சயமா. அவரத் தெரியும். அவர்தான் நாடகத்தை இயக்குறார்.”

“அவர்தான் அவர்கிட்ட அப்படி பேச சொல்லிருக்கார். எனக்கு எல்லாம் ஒண்ணுதான்.”

“எனக்கு எப்படித் தெரியும்?”

“அந்த விஷயத்தில எனக்கு ஆர்வமில்லைப்பா”

“யாரும் அந்த வார்த்தையெல்லாம் எனக்குக் கத்துக்கொடுக்கலை”

“யோசனைகளா?”

“அது வெறும் நாடகம். அவ்வளவுதான்.”

“இல்ல, ஸ்பானிஷ் வார்த்தையில்லை.”

“ஒத்திகையையும் அவரே இயக்குறார்.”

“டோடோ”

“அவர எப்படி வேணும்னாலும் கூப்பிடுவேன்.”

“இல்ல. உங்க சின்னப் பொண்ணில்ல, உங்க தேனுமில்ல.”

“எனக்கு உங்களப் பார்க்க வேணாம்.”

“இல்ல! மதிய சாப்பாட்டுக்கு உங்கள பார்க்கமாட்டேன்! நீங்க மனச மாத்திக்கர வரைக்கும் சோலெதாத் கூட போய் சாப்பிட்டுக்கறேன்! நீங்க முடிவெடுக்கிற வரை வீட்டுப்பக்கம் வரமாட்டேன்.”

“பார்ப்பீங்க”

“அலுவலகத்துக்கும் வரமாட்டேன். இப்போ உங்க பதில் வேணும்.”

“அந்த பதிலில்ல.”

“ஆரோக்கியமானதில்ல’ன்னா என்ன அர்த்தம்?”

“சரி, நான் இக்கடிதத்தை முடிக்கவேண்டும் வெரோ. ஏனெனில் எனக்கிதை பெர்ட்டாவிடம் உன் வீட்டில் உன்னைப் பார்ப்பதற்கு முன் விட்டுச்செல்லவேண்டாம். மன்னித்துக்கொள், செல்லமே வெரோ, ஆனால் என்னால் அம்மாவை தனித்துவிடமுடியாது. நான் காரணங்கள் கண்டுபிடிக்கிறேனென நினைக்காதே. நாம் செய்வதைப் பற்றி குற்றவுணர்வு கொள்கிறேனன்பது உண்மைதான், ஆனால் நீ என்னை அப்படி மென்மையாக நடத்தும்போது அதை நேசிக்கிறேன் வெரோ. விஷயம் என்னவென்றால் எல்லோரையும் பார்த்து பயப்படுகிறேன். அவர்கள் கண்டுபிடித்தால்..., நினைக்கிறேன், நான் தற்கொலை செய்துகொள்வேன். நிஜமாகவே வெரோனிகா.”

“நன்றிப்பா”

“நானும் உங்கள நேசிக்கிறேன்”

“ஆமா அவ ரொம்ப சந்தோஷப்படுவா”

“ரொம்ப நல்லது.”

“அதனால்தான் இக்கடிதத்தை முடிக்கவிரும்புகிறேன் அன்பே. ஏனெனில் ஏற்கனவே மாலை ஆறாகிவிட்டது. பையும் கையுமாக ஆறு மணிக்கு உன் வீட்டிலிருப்பேனென சத்தியம் செய்திருந்தேன். கிளம்புவதற்கு முன் இக்கடிதத்தை எரிக்கவேண்டும் வெரோ. அம்மாவுக்கு எரிந்த காகிதத்தின் வாசம் வராதிருக்கவேண்டும். நீ எப்போதும் இதைப் படிக்கப் போவதில்லையென அறிவேன், இதை எழுதியதை உன்னிடம் சொல்லப்போவதுமில்லை. வலதுகையில் தீப்பெட்டி இருக்கிறது என்றாலும் இதில் உனக்காக கையெழுத்திடுகிறேன். உன்னைக் காதலிக்கிறேன் வெரோ. நீ எனக்கு மிகுந்த மகிழ்ச்சியைக் கொடுத்திருக்கிறாய்.

6

ப்ரிகேடியர் குமர்சிந்தோ லராய்ன் தனிப்பட்ட முறையில் வெளியே சென்று டாக்டர் எவரிஸ்தோ சர்ரியா – கிரோகாவை வரவேற்றார். தனது மாளிகைக் கதவருகே நின்றபடி அவர், டாக்டர் தனது கறுப்பு ரோல்ஸ் ராய்ஸிலிருந்து மெல்ல இறங்கி கற் தாழ்வாரத்தின் படிகளில் ஏறுவதைப் பார்த்திருந்தார். அந்த மெலிந்த கனவான்மேல் களைப்பு படிந்திருப்பதாகத் தோன்றியது. அவரது வெளிறிய வழமையாக ஊடுருவ முடியாத தோற்றத்தின்கீழே கவனிக்கத் தக்கதொருற்ற பதம் இருப்பதாகத் தோன்றியது. லராய்ன் வழக்கம்போல அவரை முதுகில் பாசத்தோடு தட்டினார். டான் எவரிஸ்தோ ஜெனரலுடைய க்ராண்ட் மார்னியர் வாசத்தில் லேசாக முன்னே சாய்ந்தார்.

“ஹெலோ ஜெனரல், . . . இப்படி அசந்தர்ப்பமான நேரத்தில அழைச்சதுக்கு மன்னிச்சுக்கோங்க.”

“நண்பர்கள் அதுக்காகத்தான இருக்காங்க! நூலகத்துக்குப் போய் பேசலாமா?”

அவர் ஆமோதித்ததும் அந்த குண்டு மனிதர் வழக்குரைஞரின் கைகள் பீங்கானால் ஆனதென்பதைப் போல கவனமாகப் பிடித்து அழைத்துச் சென்றார். தங்கச் சட்டகமிட்ட கண்ணாடிகளும் டோலெடான் சித்திரவேலைப்பாட்டுத் துணிகளும் தொங்கும் பெரிய வாசலைக் கடந்து வீட்டிற்குள் நுழைந்து, இம்ப்ரஷனிச முறையில் வரையப்பட்ட ஆப்பிள்களும் சுரைக்காய்களும் பளிங்கு நெப்போலியன்களும் மடோனாக்களும் என்சைக்ளோபீடியா ப்ரிட்டானிகாவின் மான்தோல் உறையிடப்பட்ட முழுத் தொகுப்பும் கொண்டு அலங்கரிக்கப்பட்ட துயரார்ந்த அறையில் அமர்ந்தனர். லராய்ன் மணி அடித்ததும் பட்லர் உடனே தோன்றினார். விறைப்போன மீசையின் கீழே அடிமைத்தனமாக இளிக்கும் மனிதன்.

“என்ன குடிக்கிறீங்க?” எனக் கேட்டார் லராய்ன்.

“அது . . .” சர்ரியா கிரோகா கூச்சத்தோடு வாய்மூடி சிரித்தார். “இது உங்கள ஆச்சரியப்படுத்தலாம் ஜெனரல், ஆனா பலமா ஏதாவது தேவைப்படும்னு நெனைக்கறேன்.”

"பிரச்சனையில்ல. நான் உங்களோட குடிக்கிறேன், உங்க விருப்பம் என்ன?"

"ரம்."

"கொஞ்சம் கொக்கோ கோலாவோட?"

"அதாவது கூபா லிப்ரேன்னு சொல்ற அந்த பயங்கரமான கலப்பா?" சற்று பின்வாங்கி லராய்ன் கனைத்துக்கொண்டார்.

"...அப்படித்தான் சொல்வாங்கன்னு நினைக்கறேன்."

"இல்ல நன்றி. எனக்கு ஐஸ் மட்டும் போட்டு. சில துளி எலுமிச்சை இருந்தா நல்லாருக்கும்."

"நல்லது. கேட்டுச்சா?" ரகசியமாய் குனிந்து வணங்கிய பட்லரிடம் சொன்னார் லராய்ன். "எனக்கு விஸ்கியும் சோடாவும். நிறைய ஐஸ். அதவிட, ஐஸ் வாளியவே எடுத்துவந்துடு."

டமாஸ்கஸ் தரைவிரிப்பில் தன் பூனைக் கால்களை தேய்த்தபடி பட்லர் பின்வாங்கினான். லராய்ன் எழுந்து ஒரு தங்க முலாமிட்ட பெட்டியை எடுத்து, அதிலிருந்து ஒரு கோமேதகம் பதித்த வெள்ளி சிகரெட் பெட்டியை எடுத்தார். அதைத் திறந்ததும் மெல்லிய இசை ஒலித்தது. அதை தன் நண்பரிடம் காட்டினார்.

"நன்றி. நான் புகைபிடிப்பதில்ல" சர்ரியா-கிரோகா ஒரு பணிவான கையசைப்புடன் மறுத்தார்.

"நீங்க புகைபிடிக்கறதில்லன்னு தெரியும் நண்பரே. இதில வரும் இசைய நீங்க கேக்கணும்னு காமிச்சேன். சிகரெட் பெட்டிய திறந்ததும் லாராவின் தீம் இசை ஒலிக்கும். இந்த ஜப்பானியர்கள்! என்னதான் கண்டுபிடிக்கல அவங்க?"

"அது சரிதான்." டான் எவரிஸ்தோ மென்மையான குரலில் பதிலளித்தபடி அன்னப்பறவை இறகுகள் பொதிந்த இருக்கையில் சற்றே வசதியின்றி நெளிந்தார்.

"என்ன சொன்னீங்க?" கட்டன்பெர்க் பைபிளொன்று சாய்ந்திருந்த படிகத் தாழியின் திசையில் மொன்டேக்ரிஸ்டோ சிகாரின் நுனியைத் துப்பியபடி ஜெனரல் உருமினார். பதிலுக்காக காத்திராமல், அடர்ந்த புகை மேகத்தை வெளியேற்றியபடியே பையிலிருந்து ப்ளாட்டினம் கார்டியரை எடுத்து ஹவானா சுருட்டொன்றைப் பற்றவைத்தார். "இந்த ஜப்பானியர்கள்ட்ட உண்மையிலே என்னவோ இருக்கு. அவங்க போர்ல எப்படித் தோற்றாங்கன்னுதான் எனக்குப் புரியல!"

சர்ரியா கிரோகாவின் அருகே அமர்ந்தார். தனது விருந்தினரை சில நொடிகள் பார்த்தபின் கேட்டார், "போர் பற்றி உங்க கருத்தென்ன டாக்டர்?"

"மன்னிக்கனும் என்ன?"

குந்தரின் கூதிர்காலம்

"இரண்டாம் உலகப் போர்"

"அது கொஞ்சம் பெரிய விசயம், இல்லையா?"

"ஹிட்லரப் பற்றி என்ன நினைக்கறீங்க?"

"ஹிட்லர்!"

"அவனுக்குப் பைத்தியம்னு நினைக்கறீங்களா?"

"அது, அவன் கொஞ்சம்... அதிகப்படியான வழிகளைப் பயன் படுத்தினதில சந்தேகம் இல்ல."

"அப்ப அவனுக்குக் கிறுக்குன்னு நினைக்கறீங்க?"

"இருக்கலாம்."

"ஆனா உங்களால யூதர்கள பொறுத்துக்க முடியாது."

"அது," சர்ரியா கிரோகா புன்னகைத்தார், "'பொறுத்துக்கமுடியாது'ன்றது சரியான பதம் இல்ல. அவங்க என் வழியக் கடக்கும்போது உற்காமடையறதில்லன்னு சொல்லலாம். அவ்வளவுதான்."

"அந்த பிணமெரிக்கும் அடுப்புகள் அதெல்லாத்தையும் மறுக்கறீங்கதானே?"

"நிச்சயமா"

"அற்புதம்"

"ஏன்?" அந்த உயர்குடி கனவான் ஆச்சரியமுற்றவராய் பார்த்தார்.

"சில சமயம் என்னால உங்கள புரிஞ்சுக்கவே முடியறதில்ல அன்புக்குரிய டாக்டரே. எப்படியோ..." அவர் பெருமூச்சுவிட்டார், "நாம ஒரு சனநாயகத்தில வாழறோம். சரியா?"

சர்ரியா – கிரோகா லேசாக குழப்பமுற்றவராய் மறுபடி புன்னகைத்தார். பட்லர் ஒரு தட்டை ஏந்திக்கொண்டு மறுபடித் தோன்றினார்.

"அதெல்லாத்தையும் மேசையில் வைச்சிட்டுப் போ" என்றார் லராய்ன், "நான் பரிமாறிக்கிறேன்." வெள்ளை ஜாக்கெட் அணிந்த அந்த வயதான மனிதன் தரைவிரிப்பின் மேல் சத்தமின்றி நகர்ந்துசெல்வதை வழக்குரைஞர் ஆர்வமாகப் பார்க்கிறார். "ஏதாவது பிரச்சினையா?"

"இல்ல இல்ல." சர்ரியா கிரோகா தலையாட்டுகிறார். "அந்த ஆள் நடக்குறத பாத்துதான் அசந்துட்டேன் ... சத்தமே கேட்கல."

"கிழவனா? பாவம்! ஜெர்மனியிலிருந்து கடைசி நாட்கள்ல வந்தான்... என்னோடதான் வருஷக்கணக்கா இருக்கான். என் மனைவிக்கு சுத்தமா பிடிக்காது. கர்ப்பமாயிருக்க பூனைகள வைச்சு ஆராய்ச்சி செய்வான். அவன் பிடிச்சு வர்ற அழகான பூனைகளப் பார்க்கணும் நீங்க: ஒரு நீலக் கண்ணும் ஒரு கருப்புக் கண்ணுமா! பாவப்பட்ட வயசானவனுக்கு அறிவியல்னா பிடிக்கும். ஆனா நீங்க பார்த்த மாதிரியேதான். அவன்

இன்னும் ரொம்ப உற்சாகமா சந்தேகமேயில்லாம நம்மளத் தாண்டி உயிரோட இருப்பான் ...”

சர்ரியா – கிரோகா புருவங்களை உயர்த்தினார்.

“அதாவது என்னையும் என் இறந்துபோன மனைவியையும் தாண்டி,” சேர்த்துக்கொண்டார் லராய்ன். இரண்டு பானங்களை ஊற்றினார் அவரது விருந்தினர் ஒரு சோர்வுற்ற பெருமூச்சைவிட்டார்.

“என்னையுந்தான் ஜெனரல். அதிர்ச்சியாகாதீங்க. உங்களுக்கே தெரியும் எனக்கு மோசமான இதயம். சொல்லப்போனா அதப்பற்றிதான் இன்னிக்கு பேச வந்தேன்.”

“சொல்லுங்க” தனது ஜானி வாக்கர் கோப்பையைப் பற்றிக்கொண்டு சுருட்டை பதட்டமாக கடித்தபடி, லராய்ன் விரிந்து இருக்கையில் வசதியாக அமர்ந்துகொண்டார்.

“அது என் உயிலைப் பற்றி.”

லராய்ன் மின்சாரம் தாக்கியதுபோல இருக்கையில் துள்ளி அமர்ந்தார்.

“. . . என்னோட கவலைகள் கூடிகிட்டே போகுது. இன்னிக்கு மதியம் கூடப் பாத்தீங்கன்னா, என் பையன் ஆல்பர்ட்டோட்ட அவ்வளவு இனிமையா இல்லாதபடிக்கு பேசவேண்டியதாகிட்டு. அவனை ஞாபகம் இருக்கா, அவனைப் பத்தி முன்னமே சொல்லியிருக்கேன்னு நினைக்கிறேன்.”

கண்ணிமைக்காமல் குண்டு மனிதர் மௌனமாக தலையசைத்தார்.

“என்னவோ. அவன் ஒரு ஒருமாதிரி எளிதாக் கிடைக்கிற உறவுல இருக்கான் போல. அந்தப் பொண்ணுக்கு பதினெட்டு வயசுதான்னு சொல்றான். அவ பொய் சொல்லிருக்கலாம். அவன் சரியான அசடு. ரொம்ப லட்சியபூர்வமானவன். சின்ன வயசில எப்போவும் அவங்க அம்மாட்ட ஒட்டிகிட்டே இருப்பான். அதனால என் மனைவியோட நோய் அவனை ரொம்ப பாதிச்சிட்டுதுன்னு நெனைக்கறேன். எப்படியும் அவன் சரியான சாந்தமான குழந்தை. ஓ, இந்த வயசில எதிர்பாக்கக்கூடிய போராட்ட குணமெல்லாம் தெரியுது, *லா ஏஜ் தெ ல ரெவோல்த்தே* எல்லாம் ஆனா எப்போவும் எந்த உண்மையான தொந்தரவும் செய்ததில்ல. இன்னிக்கு மதியம் ரொம்ப குழம்பியிருந்தான் போல. அந்தப் பொண்ணைக் கல்யாணம் பண்ணிக்கணும்னு எல்லாம் சொல்றான்.”

“சே.. !”

“அத முக்கியமானதா பாக்கல. விஷயம் என்னன்னா என் அப்பாவும் அவனை ரொம்ப பாதுகாக்கறாரு.”

“புனிதமான மனிதன்.”

“என் அப்பாவத் தெரியுமா?”

“தேசத்தின் பெருமை.”

“இல்ல, உங்களுக்கு அவரை தனிப்பட்ட முறையில தெரியுமா?”

“இல்ல.”

“சரி, அவர் தனிப்பட்ட வாழ்க்கையிலயும் அப்படித்தான். சாக்கோ போருக்குப் பின்ன தோட்டப் பூச்செடிகள் நடுறது தவிர எதையும் செய்யறதில்ல அவர். அவரோட பூச்செடிகள வளர்க்கறதும் என் மகளோட கவிதை பத்தி உரையாடறதும்தான். அவரோட ஓய்வூதியத்தக்கூட வாங்கறதில்ல. இது அறிவுள்ளதா தோணுதா உங்களுக்கு?”

“அற்புதமான கனவான்.”

“எப்படியோ . . . ஆல்பர்ட்டோவுக்கு எதுவும் ஒட்டல, எந்த . . . தொற்றும். இந்த தெருப் பொண்ணுங்க யாரோடயும் படுப்பாங்க, அவங்க சொந்த சுத்தத்தையும் கவனிக்கமாட்டாங்க. மட்டுமில்லாம ரொம்ப கவலையா இருக்கது ஆல்பர்ட்டோ எதுவும் கெட்டப் பழக்கம் பழகியிருக்கானான்னுதான், இந்தப் பொண்ண பற்றி இன்னும் தகவல் வேணும்.”

“அவ நகத்த எல்லாம் உடனே பிடுங்கிடறோம்.” “ஆல்பர்ட்டோ சொன்னதெல்லாம் அவ பேர் மட்டுந்தான். . . மலீனாவோ என்னவோ. கேட்டிருக்கீங்களா?”

“சமயத்தில”

“புதுமையான பேரா இருக்கனும். நான் கேட்டதே இல்ல. எப்படியோ, அவ அவன ஏமாத்திட்டிருக்கணும் . . . அவ பேரு வயசு எல்லாத்த பற்றியும். சரி நான் அதெல்லாம் பாத்துக்கறேன். முக்கியமான விஷயம் பையனோட மரபற்ற கட்டற்ற நடத்தைதான். மிச்சமெல்லாம் சும்மா பேசிகிட்டிருக்கதுக்காக.”

“புரியுது”

“என் இன்னொரு குழந்தை வெரோனிகா. அவளுக்கு ஆல்பர்ட்டோவ விட ஒரு வயசு கம்மி.”

“அதுக்குள்ள இளம்பெண்ணாகிட்டா. ஞாபகமிருக்கு. அழகான பொண்ணு.”

“ஆமா. அவளைப் பத்தி எந்தக் குறையும் இல்ல, அவ பொறுப்பா முதிர்ச்சியோட இருக்கா. தெரியும்தானே, போன ஜூன் போராட்டங்கள்ல அவளோட சில மோசமான சேர்க்கையால இழுத்துவிடப்பட்டா. எல்லாம் போக, நல்ல பொண்ணு, எப்போவும் முதல் மதிப்பெண் வாங்கறவ. வீட்டில நிறைய நேரம் செலவழிக்கறதில்ல, இனி இருப்பான்னு நினைக்கறேன். பள்ளில அவ தோழி ஒருத்திய எங்களோட இருக்கக் கூட்டி வர்றா, சோலெதாத்னு ஒரு பொண்ணு. அந்தப் பொண்ணோட குடும்பம் அவ்வளவு வசதியில்லாதவங்க ஆனா இனரீதியா தூய்மையானவங்க. எனக்குப் புரிஞ்சவரைக்கும் அவளும் வெரோனிகாவும் கல்லூரில ஒண்ணா கட்டிடக்கலை படிக்க இருக்காங்க.”

“இன்னும் உயர்நிலைப் பள்ளி முடிக்கலையா?”

“ஆமா, இந்த வருஷத்தோட.”

“உங்க பையன்?”

“அவன் அமெரிக்கப் பள்ளியில இருந்து பட்டம் வாங்கிட்டான்.”
“அப்ப அவன என்ன மேற்படிப்பு படிக்கவைக்கப் போறீங்க?”

“நீங்க கேட்டதால சொல்றேன், அவன நான் கேட்கவேயில்ல! அவன் சொன்னதெல்லாம் இந்த கல்யாணம் பண்ணிக்கற பைத்தியக்காரத்தனமான யோசனையைத்தான் . . . அந்த தேவ்டியா நிஜமாவே அவன மயக்கிவைச்சிருக்கா.”

“சமீபமா நிறைய தொந்தரவா இருக்கான்னு தெரியுது.”

“நிச்சயமா.” என்றபடி சர்ரியா கிரோகா தன் ரம்மை உறிஞ்சினார்.

“எப்படியோ நண்பரே . . .” வழக்கத்திற்கு மாறாக பதட்டமுற்றவராய், லராய்ன் தன் சுருட்டை சாம்பற்தட்டில் நசுக்கினார். “நான் எப்படி உதவணும்?”

“மன்னிக்கனும், குறிப்பிட்டு சொல்லல இல்லையா. முன்னமே சொன்னதுபோல, என் உயில் பற்றிதான்.”

“ஆனா அதெல்லாம் யோசிக்கற வயசாகல உங்களுக்கு.”

“அப்படியில்ல. இப்போ என்ன இருபது வயசாவா தோணுது. மருத்துவ பரிசோதனையெல்லாம் எச்சரிக்கற மாதிரி இருக்கு. இதயப் பிரச்சனை இருக்கப்போ எப்படின்னு தெரியுமில்ல . . . மட்டுமில்லாம தொலைநோக்கோட பாக்கணும்.”

“தொலைநோக்கு இருக்குற ஒரு மனிதன் இல்லாத இரண்டு பேருக்கு சமம்.”

“அப்போ அந்த விஷயத்த உங்களோட பேசலாமா.”

“உங்க நம்பிக்கை என்ன கூச்சப்படவைக்குது நண்பரே”

“சரி, என் மனைவியோட நிலைமை நாளுக்கு நாள் மோசமாகிகிட்டே வருது. அவளால தன்னைப் பாத்துக்க முடியும்னு எந்த நம்பிக்கையும் இல்ல. அதனால என் தோட்டத்த என் இரண்டு பசங்களுக்கும் சரிசமமா பிரிக்கத் தயாராகிட்டேன். என் மனைவியப் பராமரிக்க போதுமான வருமானம் பெறக்கூடிய ஒரு நிர்வாகி இருப்பார்.”

“ரொம்ப விவேகமானவர் நீங்க. ஆனா உங்க பசங்க இன்னும் சட்டப்படி பெரியவங்க இல்ல தானே?”

“அதேதான், அதனாலதான் அவங்க நலனுக்காக ஒரு பாதுகாவலர நியமிக்கற சுதந்திரத்த எடுத்திருக்கேன். அவங்களோட கிறிஸ்துவ படிப்பு, அவங்களோட ஒழுக்கம், அவங்க வாரிசுரிமைய நிர்வாகிக்கவும் மீத எல்லாத்துக்குமே. இந்த நபருக்கு மொத்த சொத்துல பத்து சதவீதம் கிடைக்கும். அவரோட நல்ல எண்ணத்துக்கு பலனா.”

“பத்து சதவீதம் ரொம்ப நிறைய பணம்”

“அது சரியானதுதான்”

“அப்போ .... யாரையாவது மனசுல வைச்சிருக்கீங்களா?”

“ஆமா ஜெனரல். என் அசட்டுத்துணிச்சல மன்னிக்கனும், ஆனா உங்களதான் நினைச்சு வைச்சிருக்கேன்.”

“டாக்டர்!”

“ஜெனரல், தயவுசெஞ்சு!”

“இது பெரிய பொறுப்பு.”

“வலியுறுத்துறேன்.”

“தெரியல நண்பரே . . . நீங்க கேட்டு ஒரு உதவிய மறுக்கமுடியாது, ஆனா இது பெரிய விஷயம்! உங்க குழந்தைகள், உங்க மனைவி!”

“இது ஒரு அரிய சாத்தியம்தான் ஜெனரல். ஆல்பர்ட்டோவுக்கு பதினெட்டு வயசாகுது, வெரோனிகாவுக்கு பதினேழு. அவங்க சீக்கிரம் பெரியவங்களாகிடுவாங்க ... நாளைக்கே சாவேன்னு தோணல.”

“நீங்க சொல்றது சரிதான், டாக்டர்!”

“அப்போ ஏத்துக்கறீங்களா?”

“அது, இது கொஞ்சம் ... கஷ்டம். ஆனா ஒரு நிபந்தனை.”

“நீங்க என்ன சொன்னாலும்.”

“என்னால அந்த பத்து சதவீதத்த ஏத்துக்கமுடியாது நண்பரே. ஏதாவது தவறா நடந்துட்டா உங்க குழந்தைகள என் குழந்தைகளப் போல பாத்துப்பேன்னு மத்தபடி உறுதியளிக்கிறேன்.”

“ரொம்ப நன்றி, ஜெனரல். எனக்குத் தெரியும் உங்கள நம்பலாம்னு.” அந்த குண்டு மனிதன் தன் ப்ளாக் லேபிலை உயர்த்தினார். “ஆரோக்கியத்துக்கும் நீண்ட வாழ்வுக்கும்.” அவர் உரக்கச் சொன்னார்.

7

“உங்களுக்கு எப்படி நன்றி சொல்றதுன்னே எனக்குத் தெரியல மேடம்”

“அது சுலபம்தான். என்ன மேடம்னு கூப்பிடாம இருக்கது மூலமா செய்யலாம்.”

“உங்கள எப்படிக் கூப்பிடறது?”

“எலிசா”

“மன்னிக்கணும், என்ன சொன்னீங்க? இந்த ஃபோன்ல நிறைய இரைச்சலா இருக்கு.”

“எ–லி–சா”

“எலிசா”

“அதேதான்”

“...உங்ககிட்ட எனக்கும் ஒண்ணு சொல்லணும்”

“என்னது?”

“அது... நீங்க கோவப்படலாம்.”

“பாரு, மலீனா. எப்படிக் கண்ண கடிகாரத்தில வெச்சபடி வாழ்றேன்னு உனக்குத் தெரியும். அதனால வேகமா என்னன்னு சொல்லு.”

“அதென்னன்னா... ஆல்பர்ட்டோவ கல்யாணம் பண்ணிப்பேனான்னு எனக்கு உறுதியாத் தெரியல.”

“அது உன்னோட முடிவு”

“ஆனா அவனோட நட்புக்காகத்தான நீங்க எனக்கு ஆங்கிலம் சொல்லிக்கொடுக்கப் போறீங்க...”

“நான் நட்புக்காக எதையும் செய்யமாட்டேன். எனக்கு சலுகை தர்றதோ வாங்கிக்கறதோ பிடிக்காது.”

“ஆனா ஆல்பர்ட்டோ டாக்டர். அசுவாககிட்ட சொல்லி உங்கள கேட்டுகிட்டு...”

“பாரு கருமம், நீ ஆல்பர்ட்டோவ கல்யாணம் பண்ணிக்கிறியா இல்லயான்றதப் பற்றி எனக்கு கவலையில்ல. இப்போதைக்கு எனக்கு உனக்கு ஆங்கிலம் சொல்லித்தர

நேரம் இருக்கு, விருப்பமும் இருக்கு.எனக்கு நேரம் இல்லாம போகும்போது இல்ல விருப்பம் இல்லாமப் போகும்போது உன்கிட்ட, சொல்றேன். அதனால மலீனா இந்த வாய்ப்ப பயன்படுத்திக்க, மத்த விஷயத்த எல்லாம் மறந்துடு."

"அப்ப நான் ஆல்பர்ட்டோவப் பிரிஞ்சா நீங்க கோவப்பட மாட்டீங்கதான ?"

"அடக் கருமமே, அந்த மடத்தனத்த நிறுத்தறியா. படுமோசமா சோர்வடைஞ்சிருக்கேன். *I'm plumb wore out.*"

"ம்ம்ம்? உங்கள கஷ்டப்படுத்தற மாதிரி எதுவும் சொல்லிட்டேனா எலிசா? அது ஆங்கிலமா?"

"இல்ல செல்லம், அது லத்தீன், ஆங்கிலத்துல நாம *செர்ட்டம் எஸ்த் கியூயா இம்பாஸிப்ளே எஸ்த்*னு சொல்லுவோம் இல்ல ஸ்பானிஷ்ல அத *கே வைனா தான் அர்ரேச்சான்*னு சொல்லுவோம்."

"இன்னும் புரியல மேடம்"

"அதவிடு, மலீனா. உன் குறிப்பேட்ட வெச்சிருக்கியா ?"

"ஒருமாதிரி விசித்திரமா இருக்கீங்க மேடம், அதாவது எலிசா."

"..."

"அப்ப நீங்க எப்படி, டாக்டர் அசுவாகாவ கல்யாணம் பண்ணிக்கப் போறது இல்லையா ?"

"..."

"இருக்கீங்களா எலிசா ?"

"இருக்கேன்"

"நீங்க ரொம்ப அழகு, எலிசா... நல்ல கறுப்பு கண்ணு பச்சைன்னு ஆல்பர்ட்டோ சொல்லுவான்."

"அது உன் வேலையில்ல மலீனா."

"உங்களுக்கு முன்னமே கல்யாணம் ஆகியிருந்துச்சு, இல்லையா ?"

"ஆமா."

"ஏன்னா உங்களுக்கு அந்த குட்டி கண்ணு தெரியாத பொண்ணு இருக்கதால ... எனக்கு ஆல்பர்ட்டோ சொல்லியிருக்கான்."

"..."

"அவ எப்படி கிடைச்சா உங்களுக்கு ?"

"ஐயோ !, உனக்கு கொழந்தைங்க எப்படிப் பொறக்கும்னு தெரியாதா ?"

"டாக்டர் அசுவாகாதான் அவ அப்பாவா ?"

"இல்ல. உன் குறிப்பேட்ட கூட வெச்சிருக்கியா ?"

"அப்போ யாரு?"

"உனக்கு அவரத் தெரியாது. உனக்கு ஏன் இதில ஆர்வம் வரணும்?"

"நீங்க உங்க குட்டிப் பொண்ணோட அப்பாவ ஏன் கல்யாணம் பண்ணிக்கல எலிசா?"

"பண்ணிகிட்டேன், அந்த குட்டிப் பொண்ணோட அப்பாவதான் இன்னும் கல்யாணம் பண்ணிருக்கேன்."

"நீங்க அவர காதலிக்கிறீங்களா?"

"ஆமா, ரொம்ப."

"டாக்டர் அசுவாகாவ விரும்பறதவிட?"

"டோடோ என்னோட நண்பன், குந்தர் என்னோட கணவன். ரெண்டும் வெவ்வேற விஷயம்."

"உங்க புருஷன் பேர் என்னன்னு சொன்னீங்க எலிசா?"

"குந்தர்."

"அந்த குட்டிப் பொண்ணோட பேரு?"

"இந்தக் கேள்வியெல்லாம் கொஞ்ச தனிப்பட்ட விஷயம் இல்லையா?"

"அப்போ அந்த குட்டிப் பொண்ணோட பேர் என்ன?"

"ஷிட்!"

"அதுதான் அவ பேரா?"

"இல்ல."

"எனக்கு நீ பேசறது கேக்கல மலீனா, சத்தமா பேசு."

"குந்தருக்கு வேற யாரோடயும் கல்யாணம் ஆகியிருந்ததான்னு கேட்டேன்."

"அய்யோ மலீனா! கேள்விகேட்டது போதும். உன் குறிப்பேட்ட வெச்சிருக்கியா?"

"வெச்சிருக்கேன்."

"நல்லது. நீ வாங்கவேண்டிய புத்தகம் அப்புறம் ஒரு அகராதியோட பேர எழுதிக்க, கூடவே என் அடுக்குமாடி வீட்டு முகவரியையும்."

"கடைசியா ஒரே ஒரு கேள்வி மட்டும் கேக்கலாமா, எலிசா?"

"சரி, ஒண்ணே ஒன்னு"

"உங்க முத புருஷன் செத்துட்டாரா?"

"எனக்கு முதல்ல ஒரு புருஷன் இருந்தார்னு உனக்கெப்படி தெரியும்?"

"ஹெலோ?"

“...தெரியல எலிசா. நீங்க சொன்னீங்கன்னு நெனைக்கறேன்... அவர் செத்துட்டாரா? அவர் விமான ஓட்டியா?”

“அவர் ஏன் விமான ஓட்டியா இருக்கணும்.”

“விமான ஓட்டிங்க சின்ன வயசிலேயே செத்துடுவாங்க. ஃபால்க்லேண்ட்ஸ்ல எங்க நாட்டுக்காரங்க போல...”

“விமான ஒட்டிங்க சீக்கிரமா சொர்க்கத்துக்குப் போவாங்கன்னு என் அம்மா சொல்வாங்க.” “சொர்க்கம்னு எல்லாம் ஒண்ணுமே இல்ல.”

“நீங்க நாத்திகரா, எலிசா”

“...”

“உங்களுக்கு எதுலையாவது நம்பிக்கை உண்டா?”

“நிச்சயமா. நான் நிறைய விஷயத்த நம்புறேன்.”

“நீங்க ஒரு ... கம்யூனிஸ்ட் இல்லதான?”

“அய்யோ கடவுளே, மலீனா. உன் குறிப்பேட்ட எடுத்துக்க, இப்படி நேரத்த வீணாக்கறத நிப்பாட்டு.!”

“சரி மேடம்.”

“எதுக்கு இப்ப சிரிக்குற”

“. . . பார்த்தீங்கள்ள, உங்களுக்கு நம்பிக்கை இருக்கு. கடவுளேன்னு சொன்னீங்க. ”

வழமையானதொரு சூழலை எதிர்பாராத விளைவுகளின் மூலம் மாற்றமுடியுமென ப்ரெக்ட் கற்பித்திருக்கிறார். உதாரணத்திற்கு, சர்ரியா – கிரோகா தன் நூலகத்தில் அமர்ந்தபடி காகிதங்களை புரட்டிக்கொண்டே உயிலை எழுதிக்கொண்டிருப்பதைவிட என்ன வழமை இருந்துவிடமுடியும்..? லராய்னுடன் இன்னொரு ஆட்டம் சதுரங்கம் விளையாட வீட்டை விட்டு விரைவில் வெளியேறுவார் என வாசகர் எதிர்பார்க்கக்கூடும். உனாமுனோவைப் பிரதியெடுத்த பிரான்டெல்லோவின் அங்கதங்களைப் போல கதாபாத்திரம் திடீரென புரட்சிசெய்தாலும், அவர் தன்னுடைய உள்ளீடற்றத் தன்மைக்கும் ஒற்றைத் தன்மைக்கும் என்னை வெளிப்படையாகக் குற்றம் சாட்டினாலும்கூட, அது பெரிதாக ஆச்சரியமூட்டுவதாக இருக்காது. அந்தச் சூழல் *தேஜா வூ*வைப் போல வாசமடிக்கலாம். ஆனால் இல்லை. சர்ரியா – கிரோகா திடீரென நுகர்ந்தது, எதுவோ எரியும் வாசம்தான்! அவர் விழிப்போடு நுகர்கிறார்; இல்லை, அது சமையலறையில் இல்லை, வாகன நிறுத்துமிடத்திலும் இல்லை... எங்கிருந்து வருகிறது அது? மாடியில் எதுவோ எரிகிறது! அவர் மனைவி! இன்னொரு சூனியக்காரிகள் சந்திப்பா? ஓடு, படியில் ஏறு, உள்ளிருந்து பூட்டப்பட்டிருக்கும் படுக்கையறைக் கதவை தட்டிக் கத்து.

காம்யூ அராபியனைக் கொல்வதைப் போன்ற இந்த நாடகீயத் தருணம் எண்ணற்ற சாத்தியப்பாடுகளை திறந்துவிடுகிறது. மிக எளிதாக

ஊகிக்கக்கூடியது, நிச்சயமாக, வீட்டில் எங்கோ தீ பிடித்திருக்கிறது. அந்த மெல்லிய புகை வாசத்தால் மட்டும் முன்னறிவிக்கப்பட்ட பயங்கரமான ஏதோ நடக்கப்போகிறதென்பதே. இப்போது, படீரெனத் திறக்கும் கதவின் இரைச்சல், சர்ரியா–கிரோகாவின் எரிச்சலுற்ற பார்வைக்கு சரியாகப் புலனாகாத புகை நிரம்பிய படுக்கையறை. அவருடைய மனைவி கூச்சலிட்டு அழைக்கிறாரா? அவர் இறந்துவிட்டாரா, தனது உடல் தெரியும் மெல்லிய இரவு கவுனில் சுற்றப்பட்டபடி? அவருக்கென கடிதம் எதையும் விட்டுச்சென்றிருக்கிறாரா?

ஒரு நீண்ட கொட்டாவி விடவைக்கும் ஓரங்கமாக *அமதிஸ் தெ கௌலா* இழுத்துக் கொண்டிருக்கும்போது *குய்ஹோத்* மேரியின் கன்னித்தன்மை பற்றியும் இரண்டாம் பிலிப்பின் விசாரணை குறித்தும் மூர்க்கச் சிரிப்பாக வெடிக்கிறது. சர்ரியா–கிரோகாவின் படுக்கை நோக்கிய பதட்டமான நகர்தலில் பூர்ஷ்வாதனமற்ற எதுவோ துடிக்கிறது, புகை மடிப்புகளிடையேயான அவரின் மூர்க்கமான விசிறலிலும், அவளுடலை குருட்டுத்தனமாக அவர் கவ்வுவதிலும். அவளை உதறுகிறார், அவர் விழியில் மங்கலாகப் பதிந்திருக்கும் பிம்பத்தின் அச்சத்தில் நடுங்கிச் சுருள்கிறார்! அவர் பார்வையை நிறைக்கும் அந்த அச்சம்தான் மெய்ம்மையின் மொத்தக் கூட்டாக இருக்கிறது.

அவர் மனைவியின் இதயத்தில் கொடியமுறையில் குத்தப்பட்டிருக்கும் கத்தியின் கைப்பிடியில் சர்ரியா – கிரோகாவின் நடுங்கும் கைகள். இன்னும் அதிர்ந்துகொண்டிருக்கும் அக்கத்தியின் வெதுவெதுப்பான கைப்பிடி – இந்த விஷயங்கள் உண்மையில் அவற்றைச் சுற்றியிருக்கும் *சொற்களை* விட முக்கியத்துவம் குறைவானவையே: அதிர்ந்துகொண்டிருக்கும், வெதுவெதுப்பான. *துயர்மிகு வரிகளை இன்றிரவு எழுதுவதற்கான கவிஞரின் திறன் அவர் இன்றிரவு தனது துயர்மிகு வரிகளை எழுதுவேன் என்று *சொல்வதை* விட முக்கியத்துவம் குறைவானதே. ஆமாம், ஆனால் உண்மையில் முக்கியம் இதுதான்: கொலைகாரர் அந்த அறையில்தான் இருக்கிறார்! முக்கியம் என்னவென்றால் அந்த கருப்பு மூடிய குமட்டும் புகையில் ஒரு சோடி பூனைக்கண்கள் காத்திருக்கின்றன, சர்ரியா–கிரோகாவை அளந்தபடி, அவரைப் பின்தொடர்ந்தபடி, எங்கே தாக்கலாமென திட்டமிட்டபடி ...

சர்ரியா – கிரோகாவின் கண்கள்தான் இப்போது வாசகரின் கண்கள், அவர் செவிகள்தான் வாசகரின் செவிகள், அவர் என்ன நுகர்கிறாரே அதே வாசத்தையே வாசகரும் நுகர்கிறார், ஹெமிங்வேயின் உச்சக்கட்ட சூழல்களைப் போல அவற்றில் புகை எப்படி மேலும் உண்மையாக புகையாக உள்ளதோ அதுபோலே, ஆபத்தென்பதொரு மேலும் செங்குத்தான பள்ளத்தாக்கு, மேலும் சாறுநிரம்பிய ப்ளம்பழத்தை முத்தமிடுதல். சர்ரியா–கிரோகாவின் கோபமான புகைநிரம்பிய கண்கள், இதன்முன் வாழ்க்கைக்கு இவ்வளவு அருகே ஒரு புனைவின் பாத்திரம் படுக்கையோரம் அதிர்வதை, அனல்தின்னும் கனத்த சன்னல் மறைப்புகள் ஊடேவரும் வேதனையுற்ற ஒளியைப் பார்த்தபடி, அவருக்கு முன்னிருக்கும் குருதிக் கலவரத்தை வியர்வையை கொலையாளியின் சுவாசத்தை

நுகர்ந்தபடி, அந்த பச்சைக் கட்டம்போட்ட கார்டின் அவரை நோக்கி நகர, இப்போது அதன் கரிய கையில் இன்னொரு கத்தி . . . சாவின் எல்லையில் அதிரும் இந்த இலக்கியப் பாத்திரத்தின் வெளிறிய தோற்றம், இன்று இன்றல்ல என்ற பயனற்ற எண்ணத்தைத் தவிர எந்த நம்பிக்கையுமின்றி, இன்று மட்டுமே நீங்கள் படிக்கும் ஒரே நேரம், இல்லை நான் இன்னும் இந்த அத்தியாயத்தை எழுதவே இல்லை. . .

கொர்ரியந்த்தெஸில் இன்றுகாலை கிராமப்புற கூட்டமைப்பின் மாகாண உயர்நீதிமன்றத்தின் முன்னாள் தலைவராகிய டாக்டர் எவரிஸ்தோ சர்ரியா–கிரோகா அவருடைய மனைவி இருவரது வேதனையான மரணம் நம் சமூகத்தின் இதயத்தில் ஆழமான வருத்தங்களை ஏற்படுத்தியுள்ளது. நமது சமூகத்தின் மிகுந்த தனித்துவம் வாய்ந்த குடும்பங்களில் ஒன்றின் ஒப்பற்ற வாரிசான டாக்டர் சர்ரியா–கிரோகா பராகுவேவின் சாக்கோவைக் காக்க இளம் அர்ஹெந்தீனியர்களை நம் சகோதரி தேசத்தின் முரசுகள் அழைத்த சரித்திரத் தருணத்தில் தடையற்ற வீரத்தோடு பதிலளித்த புகழ்பெற்ற கர்னல் அலெஹாந்த்ரினோ சர்ரியா–கிரோகாவின் மகனாவார். பல்வேறு தொண்டு, தடகள நிறுவனங்களில் தலைமை வகித்தவர். ஒரு படிப்பறிவு மிக்க நீதிபதியாக, நேர்மையான பத்திரிகையாசிரியராக, அன்புள்ள தந்தையாக அவரது ஈடுசெய்யவியலாத இழப்பு அவரது ஆழ்ந்த கருத்துகளை பதிப்பிக்கும் சிறப்புபெற்ற இந்தச் செய்தித்தாளிலிருக்கும் அனைவரையும் வருந்தச்செய்கிறது. அவரது பாணியின் நேர்த்தியும் அவரது கையெழுத்தின் கௌரவமும் அவரது நிலையான கருத்துகளும் இல்லாமல் நமது ஞாயிறு சிறப்பிதழ் மாறாதிருக்காது. வாங்கப்பட்ட நோட்டுகளும் விற்கப்பட்ட காசோலைகளும் மாற்ற தங்கக் காசும் அனைத்துவிதமான வெளிநாட்டு பண சேவைகளும் இன்றைக்கு குறிப்பிடப்பட்டிருக்கும் மாற்ற விலைகள் பாருங்கள் டியூட்ஷ்மார்க் உருகுவேயன் பெசோ க்ருசெய்ரோ குவரானி பவுண்ட் ஸ்டெர்லிங் ஃப்ரெஞ்சி ஃப்ரான்க் ஸ்விஸ் ஃப்ரான்க் பெசேட்டா லிரா பெரூவியன் சோல் காலை பத்து மணிக்கு எனது அலுவலகத்தில் சட்ட அறிக்கை இன்ன தெரு இந்த நகரத்தில் குடிமை நீதிமன்ற நீதிபதியின் ஆணையின்படி நான் பொது ஏலத்தில் குறைந்தபட்ச கேட்பு இன்றி விற்கப் போகிறேன் இன்ன வகை கார் இயந்திரம் மற்றும் மேலுடல் மோட்டார் வாகனத்துறையிடம் இன்ன பதிவுசெய்யப்பட்டு ஒரு தானுந்து வாகனமாக சட்ட ஆணை பக்கம் இன்ன இன்னது விற்பனையின் செலவுகள் வாங்குபவரின் பொறுப்பு 10 சதவீதம் உடனடிப் பணமாக 4 சதவீதம் பங்கு தயவுசெய்து கவனிக்க வாகனம் இன்ன இடத்தில் நிறுவனத்தில் ஆர்வமுள்ள வாங்குவோர் சோதிக்கக் கிடைக்கும் ஏலதாரர் இன்னார் உதவியாளர் இன்னார். இந்த புகைப்படம் நெருப்பு, கொர்ரியந்த்தெஸ் கட்டிடக்கலையின் பெருமையான சர்ரியா–கிரோகாவின் பெரிய வீட்டுக்கு ஏற்படுத்தியிருக்கும் சேதத்தைக் காட்டுகிறது. தொழில்முறைத் துணிவையும் புகைப்படக்கலை நுணுக்கங்களையும் வெளிப்படுத்தும் நமது புகைப்படக்காரர் ஜப்பானிய தொலைநிழற் ஆடிகளைக் கொண்டு பொதுமக்களையும் *வடகிழக்குச் சமூகத்தின் உயர்வகுப்பினரையும் துயருறச்செய்யும் வேதனைக்குரிய

தீவிபத்தின் இந்தப் படங்களைப் பிடித்துள்ளார். துர்சக்திகளால் நிகழ்த்தப்பட்டது போன்ற இவ்விபத்தில் பலியோனோரின் புகழ் உயர் வகுப்பினரிடையே அவர்களது தேசப்பற்றுக்காகவும் உள்ளாடைகள் இருபத்தி நான்கு மணிநேர மருந்துக்கடைகள் கிடைக்கப்பெற்ற பலன்களுக்காக தூய ஆவிக்கு நன்றி உடைமையாளர் இல்லாத வீடுகள் பராமரிக்கத் தேவை ஜோடிக்கு வழக்குரைஞர் நிர்வாக வரி குடிமை மற்றும் பொருளாதாரப் பிரச்சனைகள் வெளியேற்றங்கள் விவாகரத்துகள் பிரிவுகள் உரிமைகோரல் பணம்பெறுதல் தோட்டங்கள் மாற்றப்பட்ட நீதிமன்றத்துக்கு வெளியேயான ஒப்பந்தங்கள் திவால் வழக்கு நடத்தல் அரசு அறிமுகப்படுத்துகிறது புதிய அற்புதமான பொதுப்பணி நில அளவை அறிக்கை சலவை உலர் சலவை ஆவி இஸ்திரியிடல் வீட்டுவேலை அழகு உங்களுடையதாகலாம் வெள்ளை மற்றும் வண்ண குளியலறை சாமான்கள் குழாய்கள் கழிப்பறை தொட்டிகள் மூடிகள் துத்தநாகம் பூசப்பட்ட நெகிழி பாகங்கள் குழாய்கள் டைல்கள் மருந்து அலமாரிகள் எல்லா அளவிலான ஆணிகள் கடவுச்சொல் ஒல்லியாக இருங்கள் முழு கோதுமை ப்ரெட்டும் உருளைகளும் தினசரி புதிதாக தயாரிக்கபட்டு உங்கள் தேநீர் நேரத்திற்காக இனிப்பு க்ரீம் நெய்யப்பங்களும் அரைநிலவுத் தேங்காய் கேசரிகளும் சுவையின் முழு வரிசை ஒரு அற்புதமான சரக்கு முழுக்க சீரான உலர் மாவு வெண்ணையிட்ட ப்ரெட் குச்சிகள் இனிப்பைவிட இனிப்பான சுருள்கள் முயற்சி செய்து பாருங்கள் குடும்பத்தில் சிறப்பான மேன்மையான சூப்பர் அதிகமான வகைகள் அந்த ஸ்விஸ் சுவையைப் பெறுங்கள் நீண்டகால பிரபலமான முறைகளாலும் அற்புதமான ஐரோப்பிய மூலப்பொருட்களாலும் மட்டுமே பெறப்படும் அந்த குறையற்ற தரத்தை ராணுவச் சட்டம் நீட்டிக்கப்பட்டது. நமது வாசகர்களுக்கு மேலும் செய்திகளை அறியத்தருவதற்காக ஆய்வாளர் ரோபெர்ட்டோ அமடோர் சுமாயாவின் உதவியை நாடினோம். அப்போதுதான் சரியாக தீவிபத்தான இடத்திற்கு அது தொடங்கிய சில மணிநேரங்கள் கழித்து வந்திருந்த அவர், எப்போதும் போல ஊடகங்களுக்கு ஒத்துழைத்தார் அலுவலர் சுமாயா சட்ட ஒழுங்கு அதிகாரிகள் கண்டுபிடித்திருக்கும் ஆதாரங்களால் இத்துயரத்தின் காரணம் சந்தேகமில்லாமல் தெளிந்துவிட்டதாக தெரிவித்தார். ஆய்வாளர் சொன்னபடி: திருமதி சர்ரியா – கிரோகா சிலகாலமாக ஒரு மோசமான மனவியல் நோய்க்கு ஆளாகியிருந்து பரவலாக அறியப்பட்டதே. இன்று அதிகாலை, அதிகபட்ச உணர்ச்சி அழுத்தத்திற்கு ஆளான அவர், தன்னை கணவரோடு அறையில் பூட்டிக்கொண்டு, அவரைக் குத்திவிட்டு தன்னையும் குத்திக்கொண்டார். இவையாவும் முதலில் அறைக்குத் தீவைத்தபின். தொடர்ந்த பயங்கரம் அந்த ஃப்ளோரன்தைன் மாளிகையின் இடது பாகத்தை சிதைத்துவிட்டது. இந்த விதியின் நாசத்தீ தொடங்கி சில மணிநேரங்களிலேயே அங்கு வந்த சிறந்த தீயணைப்பு வீரர் படையின் நேரத்திய இடையீடு இல்லாதிருந்தால் கட்டிடத்தை தீ மொத்தமாகவும் அழித்திருக்கும்.

“மிஸ் நீங்க என்னோட வந்து உடல்கள அடையாளம் காட்டணும். என்னோட உண்மையான இரங்கல ஏற்றுக்கோங்க.” என்றார் ஆய்வாளர் ரோபர்ட்டொ அமதோர் சுமாயா.

"நிச்சயமா" என்றாள், இதுவரை ஒரு துளி கண்ணீரும் சிந்தாமல், இன்னும் வெகுநேரம் வரை அழாமல் இருந்து அவளது அறையில் சோலெதாதுடன் தனியாக இருக்கும்வரை கண்ணீர் சிந்தாமலிருக்கப் போகும் வெரோனிகா.

"வருத்தப்படற ஒரே விஷயம் இந்த எல்லா பலகைகளும் அழகான பீங்கான் அடுக்குகளும் நடைபாதையில அப்படியே கிடக்கறதுதான். போறவர்றவங்க நிறைய பேர் இருக்காங்க உங்க இழுப்பறைகளத் திருட."

"அது போகட்டும் இன்ஸ்பெக்டர்"

"என்ன சொன்னீங்க?"

"எல்லாத்தையும் பாத்துக்கறேன். இனி என்னோட பொறுப்பு அது."

கவ்விப் பற்றும் நகங்களின் சட்டென்ற வெறிகொண்ட மென்மையோடு மூச்சற்ற முனகலொன்றை அடக்கியபடி வெரோனிகா தன் கைகளைப் பற்றுவதை உணர்ந்தாள் சோலெதாத்.

8

"சரி இப்போ!" அந்த விலைமிகுந்த மேசையின்மீது தனது கனத்த மயிரடர்ந்த கைகளை உயர்த்தியபடி லராய்ன் எரிந்துவிழுந்தார். "உங்க அப்பா எல்லாத்தையும் என்கிட்ட விட்டுட்டுப் போயிருக்கார், ஒரேயொரு நிபந்தனையோட, உன்னையும் உன் சகோதரியையும் நான் நெறிப்படுத்தணும்னு. அதனால நீ ஒழுங்கா நடந்துக்கணும். சரியா இளைஞனே. புரிஞ்சுதா?"

குண்டு மனிதனின் ஊதிப்பெருத்திருக்கும் இழிவான தொப்பையையும் உறுமும் பன்றியை நினைவூட்டும் அவனது கனத்த துயர்படிந்த தோலையும் குட்டைக் கழுத்தையும் அவனது கொடிய கேடுகெட்ட அலகுமூக்கையும் போலியான கோமாளித்தனத்தையும் சதைப்பற்றான, சீழ் – உப்பிய, ஏதோ திறந்துவிடப்பட்ட கவனிக்கப்படாத கல்லறை போலவோ வயிறுபிளக்கப்பட்ட எலிகளும் ரத்த மலமும் மிதக்கும் அடைத்துக்கொண்ட திறந்த சாக்கடைபோலவோ அச்சமும் சீர்கேடும் வழியும் முயல் உதடுகொண்ட வாயையும் முட்டாள்தனம் எச்சிலூறும் அவனது நாற்றம்பிடித்த சிரிப்பையும்

பேராசையையும் காமத்தையும் கொடூரத்தையும் அசிங்கத்தையும் அந்த கருங்காலி மர விரிவின் மறுபுறம் ஆல்பர்ட்டோ அமைதியாக அமர்ந்தபடி பார்த்துக்கொண்டிருந்தான். அந்த அரிப்பெடுத்த தவளைபோன்ற, மினுமினுங்கும், தோல் மடிந்துதொங்கும் தொண்டையையும் அந்த வெடித்த சாம்பல்நிற பருக்களையும் கோபமான சீழ்மருக்களையும் நீர்வடியும் பொருக்களையும் பார்த்துக் கொண்டிருந்தான்; அந்த புழுபுழுத்த நீர்நாயின் அழுகும் நச்சுப்பற்களையும் அந்த சூதாட்டக் கழுகின் அழுகும் பிணமேந்திய நகங்களையும் அந்த காகித ஜெனரலின் பீரங்கிப்படையையும் அந்த கீழ்த்தர அடியாள் முரடனின் ஜொள்வடிதலையும் அவன் கற்பனைசெய்தான். அந்தக் குதம்புணரும் கோழையின் மீசையால் அவனது கேவலமான

ஒழுக்கங்கெட்ட விபசாரவீட்டுத்தலைவன்தனமான கேலிக்கூத்தால் தொங்கும் சிவப்பூதா உதடுகளால் அருவெறுப்பாய் உணர்ந்தான்; அந்த இறைச்சிக்கூட ஆட்டுமனிதனின் கேவலமான மூச்சிரைப்பை, அவனது குகைபோன்ற, பார்வையற்ற, தமனிகள் ஓடும் கண்களை, அந்த நச்சுக் கண்ணிமைகளின் காட்டுமிராண்டித்தனமானக் கொடூரத்தை, அவன் பார்வையின் மிருகத்தனமான வெறுப்பையும் ஊடுருவும் ஒழுக்கங்கெட்டத்தனத்தை, அவனது கிழட்டு நீரடைந்த முறைப்பு விட்டுச்செல்லும் வேட்டையின் புகைக்கரியையும் வெறுத்தான்.

"பையா, நான் சொல்றத நீ கவனிக்கவேயில்லைன்னு தோணுது. உனக்குப் புரியலைன்னு நெனைக்கறேன்; நான்தான் இப்போ உன் பயிற்சியாளன் பாதுகாவலன்."

9

“ஆல்பர்ட்டோ ‘பயிற்சியாளர்’ங்ற வார்த்தையவே வெறுத்தான்”, இரண்டாவது துண்டு ஊறவைத்த பச்சை மீனைக் கொண்டுவர சொல்லிக்கொண்டே தனது எல்வா மாசியாஸ் சாலடில் முட்கரண்டியைக் குத்தியபடி எலிசா என்னிடம் சொல்கிறாள். “அப்போ பண்ணையில வசிச்ச அவனோட அப்பா, மார்செலினோட பயிற்சிக்குக் கீழ பள்ளியில கட்டாயப்படுத்தி தங்கிப்படிக்க வைச்சதால அவனுக்கு குழந்தைப்பருவத்தில இருந்தே பிடிக்காது. அடக்கம் நடந்த அன்னிக்கு இரவு அவன் சோலெதாத்கிட்ட அதப்பத்தி சொன்னப்போ கூட இருந்தேன். அவள மலீனான்னு கூப்பிடறத நிறுத்தியிருந்தான்.”

அதனால நான்தான் பாதிரி மெர்செலின கொன்னேன். சத்தியமா சொல்றேன் சோலெதாத். பள்ளி ரொம்ப மனச்சோர்வடைய வைக்கறதா இருந்தது. ஞாயிற்றுக்கிழமை தவிர எங்கயும் போகமாட்டோம். சில பசங்களோட உறவினர்கள் வந்து அவங்கள மிருகக்காட்சி சாலைக்கோ மதியக்காட்சிக்கோ கூட்டிப்போவாங்க. ஆனா எனக்கு பெர்ட்டாவத் தவிர யாரும் வரமாட்டாங்க, அவ செய்தெல்லாம் பிரார்த்தனைக்குக் கூட்டிப்போறதும் மதிப்பெண்களப் பத்தி அப்பாவோட ரேடியோல பேசவைக்கறதும்தான்.

எல்லோரும் ஒரே பெரிய அறையில படுத்துத் தூங்குவோம், அதில இருபது படுக்கைகள் இருக்கும், தேஞ்சுபோன சுருள்களோட பழைய இரும்புக் கட்டில்கள். எல்லாரும் எப்போவும் சீக்கிரமா எழுந்துடுவாங்க. ஏன்னா ஒரே ஒரு குளியலறைதான் இருந்தது.

பாதி மாணவர்கள், அவங்க பெற்றோர்கள் அவங்கள அங்க வைத்து சாப்பாடுபோட பள்ளிக்கு காசு கட்டியிருந்ததால இருந்தாங்க. மீதப் பாதி ஏழைகள்ன்றதால பணம்கட்டாதவங்க, அவங்க பாதிரிகள்ட்ட அவங்களும் பாதிரியாகணும்னு சொல்லுவாங்க. ஆனா நாங்க எல்லோரும் ஒண்ணாதான் விளையாடினோம்.

வகுப்பு முடிஞ்சதும், தங்கிப் படிக்கிற பசங்க மேல சாப்பிடப் போய்டுவோம். மத்தவங்க வீட்டுக்குப் போய்டுவாங்க.

இன்னொரு பெரிய அறையில சாப்பிடுவோம், குளிர்காலத்தில ரொம்பக் குளிரும். இரும்புக் கட்டில்களுக்குப் பதிலா அதில இரண்டு நீண்ட மர மேசைகள் இருக்கும். பாதிரிகள் ஒண்ணுலையும் நாங்க மற்றதிலையும் சாப்பிடுவோம். பாதிரி மார்செலின் எங்க மேசைத்தலைமாட்டுல நின்னு சின்ன எலும்புகளையும் ப்ரெட் உருண்டைகளையும் ஒருத்தர்மேல ஒருத்தர் எறியாம பார்த்துப்பார். அவர்தான் எங்க கண்காணிப்பாளர், எங்களக் கெட்டவார்த்தை பேச விடமாட்டார், நாசமாப் போன்னு கூட சொல்லக்கூடாது. அனுமதிக்கப்பட்டது என் நல்லது அப்டின்னு சொல்றதுதான். பணியமறுத்தா கன்னத்தக் கிள்ளுவாரு, விரல்களத் திருகுவாரு, அதாவது நாங்க வேலை செய்ய பயன்படுத்தாத கையில இருக்கும் விரல்கள. சனிக்கிழமைகள்ல அவர் கன்னத்த கிள்ளமாட்டார்; ஞாயிறு எங்களை வீட்டில இருந்து பார்க்க வர்றப்போ அவை சிகப்பா இருக்கத அவர் விரும்பல.

பாதிரி மார்செலின் இலவசமா படிச்ச பசங்கள்ட்ட ரொம்ப கடுமையா நடந்துப்பார். பாதிரியாகயணும்னா அவங்களுக்கு பணிவையும் விழுமியத்தையும் கத்துத் தரணும்னு சொல்வார். காலணிகள்ல கற்கள போட்டுக்க சொல்வார், *மேட்* தேநீர கொதிக்கற கோப்பைய இடது வெறுங்கையில பிடித்துக் கொண்டுவர சொல்வார், ஏன்னா அது சாத்தானோட கை. பிரார்த்திக்கறதுக்காக அதிகாலையில எழுப்புவார்.

சிலநேரம், மாணவர்கள்ல ஒருத்தரோட அறையில ரொம்ப நேரம் பூட்டிப்பார். அந்த மாணவன் அழுதுகிட்டும் என்ன நடந்ததுன்னு சொல்ல மறுத்துகிட்டும் வெளியவருவான். பாதிரி மார்செலின் அறையில என்ன வெச்சிருந்தார்னு தெரிஞ்சிக்க ஆசைப்பட்டேன்.

ஒருநாள் அவர்ட்ட பாவமன்னிப்பு கேட்கணும்னு சொன்னேன், மகிழ்ந்து, அவரோட அறைக்குக் கூட்டிப்போய் கதவ தாழ்போட்டார். அங்க தனியா இருந்தோம். அந்த அறை நீண்டும் குறுகலாவும் பாதிரி மார்செலின் போலவே இருந்தது. பூனை மூத்திரம் மாதிரி நாறியது, ஒரே ஒரு படுக்கை மட்டும் இருந்தது, மஞ்சளான கொசுவலையும் நாற்காலியும் மேசையும் சில புத்தகங்களும் ஒரு சிலுவையும் இருந்தது. அவர் என்ன ஒப்புக்க சொல்லல. பதிலா, சுவருக்கு முதுகக் காட்டியபடி படுக்கையில உட்கார்ந்தோம், அம்மா அப்பாவ பற்றி கேள்வியா கேட்டார். பேசினோம். படுக்கைக்கு அடியில வைத்திருந்த புகைப்படத் தொகுப்பக் காமிச்சார். சில படங்கள் பழசாகி மஞ்சளாகியிருந்தது. அதில பாதிரி மார்செலின் இளமையா இருந்தார், ஃப்ரெஞ்ச் பாஸ்க் நாட்டுல அவரோட பெற்றோர்களோடவும் அவரோட சகோதர சகோதரிகளா இருக்கக்கூடிய சில குழந்தைகளோடும் படமெடுத்திருந்தார். அவர் பாதிரியான நாள்ல எடுத்த படத்தையும் காட்டினார், அதுதான் அவர் வாழ்க்கையில மகிழ்ச்சியான நாள்னு சொன்னார், ஆனா அந்த படங்கள்ல தீவிரமா முறைச்சபடி இருந்தார். அப்புறம் ஒரு பக்கத்த திருப்பினார்... ஒரேயடியா பயந்துட்டேன்! அங்க என் முன்ன ரெண்டு பாதிரி மார்செலின் இருந்தாங்க, ஒரேமாதிரி, அங்கி எல்லாம் ஒரேமாதிரி, ஒரு சுழற்படிக்கட்டுல உட்கார்ந்தபடி, உண்மையில சிரிச்சுகிட்டு! பாதிரி மார்செலின் சூடான

கையால என் காலப் பிடிச்சுக்கொடுத்து பயப்படவேண்டாம்னும், அது அவரும் அவரோட ரெட்டைச் சகோதரரும் இருக்க படம்னும் அவரும் பாதிரியாகிட்டார், கடவுளுக்கு நன்றின்னும் சொன்னார்.

பெருமூச்சுவிட்டேன், அவரோட சூடான கைய தொடையிடுக்குல உணர்ந்து கழிவறைக்குப் போகணும்னு, ஆமா பொய்தான், சொல்லி கௌம்பறேன்னு சொன்னேன். படத்தொகுப்ப படுக்கைக்கடியில வைச்சிட்டு கதவத் திறந்தார். ஓடிப்போய் கழிவறையில அடைச்சுகிட்டு அழுதேன்.

அடுத்த நாள் பள்ளி விளையாட்டு மைதானமா பயன்படுத்தின காலியிடத்துக்கு போனோம்.

அது பெரிய எடம், பள்ளியில இருந்து அரைத் ப்ளாக் தூரம். அங்க எங்கள ஜிம்னாஸ்டிக் உடற்பயிற்சிகள் செய்யவோ, கால்பந்து விளையாடவோ அனுப்புவாங்க, ஏன்னா நாங்க வெட்டியா உட்கார்ந்து மோசமான எண்ணங்கள யோசிக்கக் கூடாதுன்னு. நாங்க எப்போவும் ஒரு வரிசையா அங்க நடைபோடுவோம், வருமானம் குறைவான குடும்ப மாணவர்கள்ல வயதானவர் முன்னபோக, ஒரு சூத்துநக்கி பந்தையும் விசிலையும் தூக்கி பின்னால போவான். கொஞ்ச நேரம் உடற்பயிற்சின்னு எங்களை சித்திரவதை செய்வான், பின்ன விளையாட்டுக்கு அணிபிரிப்பான். ஒவ்வொரு அணியிலயும் ஆறு பசங்க, எல்லோரும் ஒரே நேரத்தில விளையாட முடியாதுன்றதால, நாங்க முறைவைச்சு விளையாடுவோம். அந்த சூத்துநக்கிக்குப் பிடிச்சவங்க தவிர, அவங்க முழு ஆட்டமும் ஆடலாம். விளையாடாதப்போ நாங்க உட்கார்ந்து மைதானத்தில புல் இல்லாததால புகைமேகங்களுக்கு நடுவ ஆட்டத்த பார்ப்போம், இல்ல அந்த பகுதிய சுத்தி கொஞ்சம் நடப்போம். ஆனா சாலையக் கடக்க தடைசெய்யப்பட்டிருந்தது.

மைதானத்த சுத்தியிருந்த நடைபாதையில சுத்திவர்றது எனக்கு பிடிக்கும். பக்கத்தில் ஒரு வீடு இருந்தது, அதோட கதவு எப்பவும் அடைச்சே இருக்கும். எல்லாரும் அது பேய்பிடிச்ச வீடுன்னு சொல்வாங்க, ஆனா பள்ளியில இருந்த பெரிய மாணவர்கள் எப்போவும் மத்தவங்கள ஏமாத்த அதுக்குள்ள போய்வருவாங்க எந்த பேயும் அவங்கள எதுவும் செய்யல. மறுபக்கம் ஒரு மரக்குடிசையிருக்கும் அதில ஒரு கிழவி மிட்டாயும் குளிர்பானங்களும் விற்பாங்க. அவங்க மாவுப் பண்டங்களும் விற்பாங்க, ஆனா நான் எதையும் வாங்கமாட்டேன் ஏன்னா பெர்ட்டா சொல்லியிருந்தா, அவங்க மாவ காலால பிசைவாங்கன்னும் அத சாப்பிட்டா வயிற்றுவலி வரும்னும். அந்த கிழவியோட பேசிகிட்டு இருப்பேன், அவங்க ரொம்ப கனிவானவங்க, தனியாவும் இருந்தாங்க, அவங்களோட ஒரே குழந்தையும் இறந்துட்டு. சில சமயம் பிரபல கால்பந்து வீரர்களப் போல செய்யப்பட்ட பால் இனிப்புகள எனக்கு இலவசமாவே தருவாங்க. அவங்களுக்கு நிறைய பல் இல்ல, பேசும்போது வேடிக்கையா சத்தம் வரும், ஆனா நிறைய சுவாரசியமான விஷயம் சொல்வாங்க. பக்கத்திலேயே ஒரு சின்ன வீட்டில வசிச்சாங்க.

ஒரு மதியம் அவங்க அலமாரிக்குப் போய் பல வருடங்களுக்கு முன்ன திருவிழாவில அழகுராணி போல இருந்தப்போ முதல் தடவை அணிஞ்ச கஞ்சிபோட்ட பழைய ஆடைய எடுத்துவந்தாங்க. அத நான் என் காதலிக்குக் கொடுக்கணும்னு ஆசைப்பட்டாங்க, அது அதிர்ஷ்டத்த கொண்டுவரும்னு. எனக்கு காதலி யாரும் இல்லைன்னு சொன்னேன், ஏன்னா நான் வெறும் ஒரு பள்ளிக்கூடப் பையன்னு. அவங்க இந்தமாதிரி தலையாட்டி சொன்னாங்க, பள்ளிப்பசங்களோ கப்பலோட்டியோ விஷயமில்ல சோகமான இளம் பசங்க எப்படியும் நல்ல காதலர்களாகிடுவாங்கன்னு. அதனால அவங்களுக்கு சத்தியம் பண்ணேன் எனக்கொரு காதலி கிடைக்கும்போது அந்த ஆடைய வந்து வாங்கிக்கறேன்னு, அவங்களும் அத நல்லா மடிச்சு நிறைய அந்துருண்டை புதினா சிரகமெல்லாம் போட்டு பாதுகாத்து வைக்கறதா சொன்னாங்க.

எல்லா நோய்களையும் குணமாக்கறது மட்டுமில்லாம அதிசயங்களை யும் நிகழ்த்தக்கூடிய மூலிகைகளும் வித்தாங்க. ஒரு முறை பெரிய கண்ணாடி ஜாடி நிறைய பாம்புகளக் காட்டினதும் பயந்துட்டேன். அதெல்லாம் நஞ்சு நிறைஞ்சதுன்னு சொன்னாங்க, ஆனா அதோட தொடர்ந்துபேசி கட்டுப்படுத்தி வைச்சிருப்பதாகவும் அவங்களோட சிறந்த மருந்துகள்ல சிலது அந்த நஞ்சுல இருந்துதான் செய்வதாவும் சொன்னாங்க. அப்போதான் அவங்ககிட்ட அந்த பாம்புகள்ல ஒண்ண நான் வைச்சுக்கறேன்னு கேட்டேன். ஒரு சின்ன ஜாடியில கொடுத்து கவனமா வைச்சுக்க சொன்னாங்க. அத படுக்கைக்கு அடியில அதிர்ஷ்டத்துக்காக வைச்சுப்பேன்னு உறுதியளிச்சேன்.

நிறைய தரம் படுக்கையில இருந்து எழுந்து கழிவறைக்குப் போவேன். அடிக்கடி தாழ்வாரத்தில பிரார்த்தனைப் புத்தகத்தோட நடந்துகிட்டிருக்க பாதிரி மார்செலின் படுக்குமுன்ன ஏன் ஒண்ணுக்குப் போகலன்னு கேட்பார், பழுக்காத கொய்யாவ சாப்பிட்டதால வயிற்றுப்போக்காகிட்டதா சொல்வேன். படிப்படியா அவருக்கு என்ன பார்க்கறது பழகிப்போய் கேள்வி கேட்கறத நிறுத்திட்டாரு.

இரவு எழுந்திருக்கும்போதெல்லாம் பாம்பிருந்த ஜாடிய என்னோடயே பைஜாமா பையில வைத்து எடுத்துகிட்டுப் போவேன். கடைசியா ஒரு நாள், கழிப்பறையில இருந்து திரும்பி வரும்போது, மார்செலின் பாதிரியோட கதவு திறந்திருக்கப் பார்த்தேன். அறையில யாருமில்ல. சட்டுன்னு உள்ள போய், அந்த நச்சுப் பாம்பை படுக்கைவிரிப்புகளுக்கு நடுவிலப் போட்டுட்டு என் படுக்கைக்குத் திரும்பிட்டேன்.

மறுநாள் காலை உணவுக்கு பாதிரி மார்செலின் வரல. அவருக்கு எழுந்திருக்கும்போதே உடம்பு சரியில்லைன்னு மற்ற பாதிரியார்கள் சொன்னாங்க. நாங்க எதுவுமே சொல்லல, ஆனா எல்லாருமே அது உயிர்குடிக்கிற நோயா இருக்கணும்னு வேண்டினோம்.

அது ஞாயிற்றுக்கிழமையாயிருந்ததால பெர்ட்டா மதியம் போல வந்து *ராபின் ஹூடும் ப்ளட் ஆன் தி ஆரோவும்* பார்க்க என்னை திரையரங்குக்கு அழைச்சுப் போனா. அதுக்குப் பின்ன தாத்தா பாட்டி

வீட்டுக்குப் போனோம். எர்னெஸ்தினா பாட்டி எனக்கு சமைச்ச பழச்சாறும் பாலாடைக்கட்டியும் சேர்த்து சுவையான *கிபெபே செஞ்சு* தந்தாங்க, அலெஹாந்த்ரினோ தாத்தா செய்தி பார்த்தபடி காம்போரா பதவியிறங்கிட்டா எல்லாம் நாசமா போகும்னு முனகிகிட்டு இருந்தார்.

திங்கள் அதிகாலை வழக்கம்போல, பெர்ட்டா என்னை பள்ளிக்கு திரும்ப அழைத்துப்போனா. வழக்கம்போல கொட்டாவி விட்டவங்களை பிடிச்சு பாதிரி மார்செலின் விரலத் திருக நாங்க சலிப்புல விரைச்சுப்போய் வகுப்புல உட்கார்ந்திருந்தோம். ஒரு வருமானம் குறைவான குடும்பத்துப் பையனோட விரல் பாதிரி முறுக்கும்போது ஒரு கொடூரமான உடையற சத்தத்த ஏற்படுத்துச்சு.

நான் மகிழ்ச்சியாயிருந்தேன், பாதிரி மார்செலின் செத்துட்டார்ன்னும் சமாளிக்கறதுக்காக பாதிரிகள் எல்லாம் சேர்ந்து அவரோட ரெட்டைச் சகோதரர வைத்து மாத்திட்டாங்கன்னும் யாருக்குமே தெரியாட்டாலும்.

கொஞ்ச காலத்திலேயே அப்பா, அம்மா, வெரோனிகா எல்லாம் பண்ணையில இருந்து திரும்பி வந்துட்டாங்க, நாங்க ஒண்ணா வீட்டில இருந்தோம். அப்பா சொன்னார் நான் கடினமா படிச்சு அவரப் போல ஒரு வழக்குரைஞராகி சமூகத்தில பயனுள்ளவனா இருக்கணும்னு.

10

“ஆனா எப்படி உனக்குப் புரியல ஆல்பர்ட்டோ? எந்த துப்பறியும் கதையுமே படிச்சதில்லையா?” படுக்கையில் அப்படியும் இப்படியும் கைகளை ஆட்டியபடி வெரோனிகா கேட்கிறாள். இருவரும் அந்த பட்டு விரிப்புகளில் அம்மண மாகக் கிடக்கிறார்கள், ஒவ்வொருவரும் சோலெதாதுடன் காதல் செய்தபின்னே, அவளும் அங்கேதான் இருக்கிறாள். டிசம்பர் மாலையின் மறையும் ஒளியைப் போல மெல்லவும் சோகமாகவும் மங்கிக்கொண்டிருக்கும் கங்குகள் கொண்ட ஒரு மெல்லிய கஞ்சாக் குழலை மூவரும் பகிர்ந்துகொண் டிருக்கின்றனர்.

“லராய்னுக்குதான் கிழவரோட சாவுல அதிக லாபம்னு எனக்குத் தெரியும்.” என்றான் ஆல்பர்ட்டோ. “ஆனா அப்பா அவனுக்கு எல்லாத்தையும் விட்டுட்டுப்போனதுதான் விசித்திரமா இருக்கு. அதாவது, அப்பா எப்போவுமே ராணுவத்த மதிச்சதில்ல. லராய்னோட நட்பானதே அவருக்கு சதுரங்கம் விளையாட ஆள் வேணும்னுதான்.”

“வாய்ப்பேயில்ல” என்றாள் வெரோனிகா, “கிழவரோட சட்ட வாடிக்கையாளர்கள்ல நிறைய ராணுவக்காரங்க இருந்தாங்க. அவர் தாழ்த்திப் பேசினதெல்லாம் ரோசாஸ் பெரோன் மாதிரி பழைய ஆட்களத்தான், இப்போ இருக்க கொரில்லாக்கள இல்ல. அவருக்கு முழுக்க ராணுவத்தோட தொடர்பிருந்துச்சு. தெரியுமா, ரகசியக் குழுக்கள் மாதிரியெல்லாம்கூட. லராய்ன் அவரோட நம்பிக்கைக்கு பாத்திரமானவர். மட்டுமில்லாம, லராய்ன்தான் அவரக் கொன்னுருந்தான்னா அவன் உயில எரிச்சிட்டு போலி உயிலக் கூட வைச்சிருக்கலாம், அவனுக்குப் பிடிச்ச மாதிரி எழுதி.”

“ஏன்னு தெரியல, ஆனா லராய்ன் வெறும் கோழைதான்னு எனக்கு தோணிகிட்டே இருக்கு.” என்றான் ஆல்பர்ட்டோ, அவனது இடது கன்னத்தை சோலெதாதின் வயிற்றின் மேல்வைத்தபடி அவள் தனது கால்களை சற்றே விரித்து இன்னும் வசதியாக்கித் தர, “அவனால ரெண்டு பேர குத்தமுடியும்னு என்னால யோசிக்கமுடியல! அப்பா உறுதியானவர் வேற.”

“அய்ய, அவன் ஏன் குத்தறான்.” என்றாள் வெரோனிகா.

“அவன் செய்யவேண்டியதெல்லாம் அவங்கள சுடுறதுதான். சடலம்லாம் நெருப்புல எரிஞ்சிடுச்சு, காவல்துறை எப்படியும் உடற்கூராய்வ அனுமதிக்கமாட்டாங்க.”

“ஆனா மான்செய்ன்யூர் காசெரெஸ் நீதிபதிகிட்ட மனுகொடுத்திருக்கார்.”

“நீதிபதிங்க காவல்துறைக்கு ஆமாம் சார் போடறவங்கதான்.” ஆல்பர்ட்டோவின் பொன்மயிரோடு விளையாடியபடி சொன்னாள் சோலெதாத்.

“நிச்சயமா,” என்றாள் வெரோனிகா. “நீதிபதியால எளிமையா கிழவரோட உயில லராய்னுக்குக்காக போலியாக்கிருக்கமுடியும். எல்லாரும் ஊழல்பிடிச்சவங்க. மட்டுமில்லாம, லராய்ன் அந்த விபச்சாரவிடுதி சொந்தக்காரன்னு சொன்னீல்ல?”

“ஆமா” என்றாள் சோலெதாத். “நிறையவாட்டி அங்க அவன பாத்திருக்கேன். அவன்தான் என்கிட்ட அங்க என் பேர் மலீனான்னு சொன்னவன். ஏன்னா பொண்ணுங்க அங்க வேலையில சொந்தப் பெயர பயன்படுத்தமாட்டாங்க. ஒருவாட்டி அவனோட சண்டையும் போட்டேன். ஏன்னா அவன் என்ன ஒரு வாயத் திறக்கற ஒப்பந்தத்துக்கு பலவந்தப் படுத்தப்பாத்தான். நான் திங்கள், புதன், வெள்ளி மட்டும் வேலை செஞ்சதால் எனக்கு வாய மூடிட்டிருக்க ஒப்பந்தத்துக்கு உரிமை இருந்துச்சு. மேடம் சொன்னாங்க அவன் விபச்சாரவிடுதிச் சங்கிலியே நடத்துறான்னு.”

“பார்த்தியா” ஆல்பர்ட்டோவிடம் குழலைக் கொடுத்தபடியே சொன்னாள் வெரோனிகா, “அவன் தானே போய் கொல்லவேண்டாம். அவனோட அடியாளுங்கள்ல ஒருத்தன அனுப்பி செய்யசொல்லியிருக்கலாம்.”

“எனக்கிங்க ரொம்ப பிடிச்சிருக்கு . . .” சோலெதாத் அவளது கால்களால் அவன் தலையை பாசமாக அழுத்த அவளைப் பார்த்து சிரித்தபடியே முணுமுணுத்தான் ஆல்பர்ட்டோ. அவன் உறுப்பு விரைக்கத் தொடங்கியது; வெட்கி, அதை விரிப்பின் ஓரத்தால் மூடிக்கொண்டான். வெரோனிகா எழுந்து, இன்னும் கொஞ்சம் பியரை கோப்பையில் ஊற்றி மற்றவர்களுக்கும் கொடுத்தாள். படுக்கையில் சாய்ந்து அமர்ந்து, அவள் படுக்கைத் தலைப்பலகையில் சாய்ந்தபடி அந்த கரும் குடுவையிலிருந்து கடைசி வாய் பியரைக் குடித்தாள். ஆல்பர்ட்டோ சோலெதாதிடம் சாய்ந்து அவள் வாயில் மெதுவாக நீண்ட முத்தமிட்டான். வெரோனிகா மென்மையாக அவன் புட்டத்திலேயே உதைத்தாள்.

“ஹே திரும்ப ஆரம்பிக்காத ... மட்டுமில்லாம நான்தான் அவள மொத பார்த்தேன்.” அவள் வேடிக்கையாகச் சொன்னாள். ஆல்பர்ட்டோவும் சோலெதாதும் விலகி பணிவாக அதே தலைப்பலகையில் சாய்ந்து அமர்ந்தனர்.

“ஆமா, லராய்ன்தான் செஞ்சிருக்கணும்னு நினைக்கறேன். அவனே அவங்கள கொன்னுருக்கனும். இல்ல யாரையாவது வச்சு.” என்றாள் சோலெதாத், “நிச்சயம் இழக்கறதுக்கும் அடையறதுக்கும் நிறைய இருக்கு.”

சிறிது நேரம் மௌனமாக புகைத்தனர். வெரோனிகா பதட்டமாக மூச்சிழுத்தாள், மறுபடி எழுந்து, படுக்கையில் விரிந்துவிழுந்து, ஒரு குடுவையைத் திறந்து அதிலிருந்தவற்றை ஒரே மூச்சில் குடித்தாள். அமைதியாக யோசித்தபடி ஆல்பர்ட்டோவும் சோலெதாதும் அந்த நீண்ட அழகிய வியர்வையில் நனைந்த தொண்டை ஓய்வின்றி திரவத்தை கீழே தள்ளுவதை பார்த்தனர். முடித்தபின் வெரோனிகா ரோபர்ட் ரெட்ஃபோர்டின் சுவர்ப்படத்தின் மேலே காலி பாட்டிலை எறிந்தாள், மறுபடி எழுந்து. அறைக்குள் பதட்டமாக நடக்கத் தொடங்கினாள். படுக்கையின் இளஞ்சிவப்பு வெல்வெட் மெத்தை அவள் முதுகிலும் புட்டத்திலும் வியர்வையூறிப் பதிந்திருந்தது.

“நாம லராய்ன நசுக்கணும்,” அவள் உளறினாள். ஆல்பர்ட்டோ சிரித்தான்.

“மண்ட முழுக்க குப்பதானா உனக்கு.” அவன் சொன்னான். “அவன் பாதுகாவலாலர்களால சூழப்பட்டிருப்பான். மட்டுமில்லாம நம்மகிட்ட ஆயுதமுமில்ல.”

“உஸ்ஸூபோல பேசாத,” என்றாள் வெரோனிகா. “கிழவரோட துப்பாக்கிய பள்ளிக்கூட லாக்கர்ல வைச்சிருக்கேன். அவருக்கு கிறிஸ்துமஸுக்கு தாத்தா கொடுத்தது. லராய்ன் உன்ன ஒண்ணும் சந்தேகப்படமாட்டான். சும்மா அவன் வீட்டுக்கு போ, கொஞ்ச நேரம் அவனோட பேசு, தனியா இருக்கவரைக்கும் காத்திரு, பின்ன அவன போட்டுத் தள்ளு.”

“கெட்டிக்காரி” ஆல்பர்ட்டோ கேலிசெய்தான்.

“சரி, நீதான் சின்ன வயசிலயே பாதிரி மார்செலின்ன கொன்னதா சொன்னியே” அந்த முழுக் கதையும் ஒரு கற்பனையென நன்றாகத் தெரிந்துகொண்டே சொன்னாள் சோலெததாத்.

அவர்கள் மூவரும் ஒன்றாகப் படுப்பதை விரும்பினார்கள். அப்போதுதான் பாதி இரவை விழித்திருந்து பேசித் தீர்க்கமுடியுமென்பதால். தினம் பல் விளக்குவதற்கு முன் உறவுகொண்டனர். எங்கும் இருப்பது போலவே படுக்கையிலும் சோலெதாத் வெட்கம் கொண்டிருந்தாள். ஒருவரையொருவர் தொட்டுக்கொள்ளக்கூட செய்யாத வெரோனிகாவையும் ஆல்பர்ட்டோவையும் மகிழ்ச்சிப்படுத்துவதற்கு என்னவும் செய்வாள். சோலெதாதுக்கு அவளுக்கு ஒரே காதலர் மட்டும் இருந்திருக்கலாம் என பாதி வேடிக்கையாக அவர்களுக்கு ஞாபகப்படுத்தும் பழக்கமிருந்தது: ஆல்பர்ட்டோவின் உடலில் வெரோனிகா. *எனக்குப் பெண்களப் பிடிக்காதுன்னு இல்ல,* அவள் சிரித்தபடி சொல்வாள், *எனக்குப் பிடித்தது பெண்தன்மையுள்ள ஆண்கள்.* ஆனால் அதில் சிறந்த விஷயம் பாலுறவல்ல, பியருமல்ல, புகையுமல்ல. சிறந்தது அந்த ஒன்றாதல் உணர்வு, குழந்தைப்பருவக் கதைகளைச் சொல்லுதல், சுதந்திரமான எண்ணங்களை ஒருவருக்கொருவர் பகிர்ந்துகொள்ளல். அந்த குறுகிய இலட்சியபூர்வ

காலமே சோலெதாதின் வாழ்க்கையில் முதலும் கடைசியுமாக அவள் தந்தையை பற்றி பேச முடிந்தது; இறந்துபோன சவரக்காரர் ஆம்பெலியோ சனாப்ரியா.

அப்பா ஒரு நல்ல மனிதர். செய்தித்தாள்கள்ல அவர கம்யூனிஸ்ட்டுன்னு சொன்னாங்க, ஆனா அது உண்மையில்ல.

அவரைப் பற்றின எனது முதல் நினைவுகள் கொர்ரியந்த்தெஸிலிருந்து, நான் பிறந்து என்னோட பெரும்பாலான வாழ்க்கைய வாழ்ந்த இடத்திலிருந்து. மங்கலான நினைவுகள். அப்போ சின்னப் பெண், பள்ளி சேரவேயில்லை.

பான்ச்சோ மாமா அப்போதைக்குத் தந்திருந்த ஒரு சின்ன வீட்டில வாழ்ந்துவந்தோம். நகர்மையத்தில இருந்து பக்கமாக. அம்மா உதவியாளரா இருந்த அலுவலகத்தில இருந்து வீடுவந்ததும் தோட்டத்த பராமரிப்பாங்க, அது சின்னது ஆனா பூத்து நிறையும், அவங்களுக்கு தோட்டத்தில உதவிசெய்வேன். நிறைய தோட்டப்பூச்செடி வகைகள குவிச்சு நிறைச்சிருக்கும் அம்மாவோட கனவு, வீட்டு முன்ன ஒரு முன்றில் கட்டணும்னு.

அப்பா வேலைசெஞ்ச சவரக்கடைக்கு பக்கமேதான் அந்த வீடு. சிலநேரம் மற்ற சவரக்காரங்கள வீட்டுக்கு கூட்டிவருவாரு. அவங்க மணிக்கணக்கா உட்கார்ந்து அரட்டையடிச்சுகிட்டு இசைத்தட்டுகள கேட்டுகிட்டு இருப்பாங்க.

அப்பாவுக்கு இசை ரொம்பப் பிடிக்கும். சனிக்கிழமைகள்ல நிறைய நண்பர்கள் வீட்டுக்கு வருவாங்க, ரொம்ப நேரம் வரைக்கும் கிதார் வாசிச்சபடி, பாட்டு பாடினபடி இருப்பாங்க.

அப்பாவுக்கு நாடகமும் பிடிக்கும். வருஷத்துக்கு ரெண்டு மூணு முறை, அவரும் சில நண்பர்களும், குறிப்பா சில சவரக்காரர்களும், ஒரு நாடகம் போடுவாங்க, முழுக்க கவிதையும் இசையுமா. சிலசமயம் அத நிகழ்த்த கிராமங்களுக்கும் பண்ணைகளுக்கும் போவாங்க, இல்ல அப்பாவும் நண்பர்களும் இரவில படிச்ச பல்கலைக்கழகத்துக்கு.

செய்தித்தாள்கள் அவங்கள மோசம்னு ஏன் சொன்னதுன்னு எனக்குத் தெரியல. மோசமான ஆட்கள் நாடகம் போட்டு பாட்டுப் பாடி கிதார் வாசிச்சு ரசிக்கமாட்டாங்க. மோசமானவங்க மக்கள் துன்பப்படறத பார்த்து ரசிப்பாங்க.

சூடான வெப்பநிலையும் மக்கள் ஸ்பானிஷூம் பேசும் கொர்ரியந்த்தெஸ் ஒரு சிறிய நகரம். நீங்கள் அங்கே ஆங்கிலம் பேச தூதரகத்தில்தான் கற்றுக்கொள்ளவேண்டும், ஏனென்றால் எல்லாம் ஸ்பானிஷில்தான் இருக்கும், தொலைக்காட்சியில் வரும் பொம்மைப்படங்களும்கூட. கொர்ரியந்த்தெஸில் ஃப்ளின்ஸ்டோன்கள் ஸ்பானிஷ்தான் பேசுவர். நிறையபேர் குவரானியும் பேசுவர், ஆனால் எங்களுக்கு அது சரியாக

புரியாது. அப்பாவுக்கு ஆங்கிலமோ குவரானியோ தெரியாது, ஆனால் சிறிது ஃப்ரெஞ்ச் பேசத்தெரியும் போல நடிப்பார். அம்மா எப்போதும் பகட்டு காட்டுவதாகச் சொல்வார்.

வீட்டுக்கருகே தேவாலயம் முன்னாகச் செல்லும் ஒரு பழைய இரைச்சலான ட்ராலி இருந்தது. சிலசமயம் அந்த மின் ட்ராலியின் கம்பிகள் தெருமுனையிலிருந்த சிகப்பு லபாச்சோ மரத்தின் கிளைகளில் சிக்கிக்கொள்ளும். மதியநேரச் சூரியனில் அந்தப் பொறிகள் தேவாலயத்தில் பலிபீடத்திற்கு மேலிருக்கும் கடவுளின் தலையிலிருந்து வரும் மின்னல்கள் போலிருக்கும்.

ஒரு திறந்தவெளிச் சந்தையுமிருந்தது. சனி அதிகாலையில் அப்பாவுடன் இருப்பதிலேயெ சிறந்த கறித் துண்டுகளை வாங்கச் செல்வோம், அப்போதுதான் அன்றிரவு நல்ல வறுவல் செய்யமுடியும். உருளைகள், கீரைகள், முட்டைக்கோஸ்கள், கேரட்டுகள், மரவள்ளிகள் நிறைந்த கழுதைவண்டிகளைப் பார்த்து வாய்பிளப்போம். எங்கள் சாலடுக்காக கடைகடையாகச் சென்று இனிப்பான வெங்காயங்களையும் சிகப்பான தக்காளிகளையும் தேடித் தேடி நான் கொஞ்சம் வியர்த்திருப்பேன். மற்ற நாட்களில் நாங்கள் ஒரு பேரங்காடிக்குப் போவோம். அங்கே குளிரூட்டப்பட்டிருக்கும், ஆனால் அங்கே அனைத்து அற்புதமான அழுக்கு வாசங்களுமடிக்கும் உணவெல்லாம் கிடைக்காது.

அப்போது எங்களிடம் கார் இருந்தது. அப்பா அதை மீண்டும் எடுப்பதற்கு வசதியாக சாய்வை நோக்கியே நிறுத்துவார். கறியும் காய்கறிகளும் வாங்கியபின்னர் ஆற்றுக்கு அருகே யாரோ ஒரு விண்வெளிவீரரின் பெயர்கொண்ட கடையில் விஸ்கி வாங்குவோம். கார் பழையாதன்பதால் நிறைய எரிபொருள் பிடிக்கும், அதனால் செலவுபிடிப்பதுமாகும். மற்றொருபக்கம், விஸ்கி மலிவானது. ஏனெனில் அது தடைசெய்யப்பட்டது திருட்டுத்தனமானது. எரிபொருளின் பணம் ஜனாதிபதிக்கும் விஸ்கி பணம் அவரது நண்பர்களுக்கும் போவதாக அப்பா சொல்வார்.

ஆண்டு முழுவதையும் கொர்ரியந்த்தெஸில் கழிக்கமாட்டோம். அப்பாவுக்கு விடுமுறை கிடைக்கும்போதெல்லாம் புவனாஸ் அயர்ஸிலிருக்கும் பாட்டியின் வீட்டுக்குச் சென்றுவிடுவோம். அப்பா அந்நகரத்தில் நிறைய புத்தகங்களும் இசைத்தட்டுகளும் வாங்குவார். கிட்டத்தட்ட ஒவ்வொரு இரவும் அப்பாவும் அம்மாவும் நாடகத்துக்கோ திரைப்படங்களுக்கோ ஏதேனும் இசைவிழாவுக்கோ போவார்கள். நான் பாட்டியுடன் உட்கார்ந்து தொலைக்காட்சி பார்த்துக்கொன்டிருப்பேன். மெர்சிடீஸ் சோசா என்றொரு பாடகியுடன் அப்பா நட்பாயிருந்தார். ஒருமுறை அவர் தன் கணவர் போன்ச்சோவுடன் வீட்டுக்கு வந்தபோது எனக்கு வாயு நிரப்பிய பலூனொன்றும் சான்டா ஃபெ மாகணத்திலிருந்து சில கேக்குகளும் கொண்டுவந்திருந்தார். அப்பாவிடம் தன் நண்பரொருவர் எழுதிய இசைக்குறிப்பைக் காட்டிக்கொண்டிருந்தார். எழுத்து ஒருமாதிரி விசித்திரமாக இருந்தது, அந்த ஆள் கிரேக்கன் என்பதாலிருக்கலாம். அது சோர்பா என்ற பிரபலமான படத்திற்கான இசை. சோர்பா

கம்யூனிஸ்ட் என்று நினைக்கிறேன். அவிலாக்காரியான என் பாட்டி சிகப்புக்காரர்களெல்லாம் கடவுள்நம்பிக்கையற்றவர்களென்றும் ஃப்ரான்கோ அதிலும் மோசமென்றும் சொன்னாள். மெர்சிடீஸ் சிரித்தார், அவரது சிரிப்பு பாடுவதைப் போன்றிருந்தது. அவர் சோலெதாத் என்கிற எனது பெயர் ரொம்பப் பிடித்திருப்பதாகவும் சொன்னார்.

புவனெஸ் அயர்ஸில் எங்களிடம் கார் இல்லாததால், பாதாள ரயில் என்றழைக்கப்பட்ட ரயிலில்தான் ஓரிடத்திலிருந்து இன்னொன்றிற்கு போவோம். பின்னர் நியூயார்க் போனபோது அவர்கள் அதை வேறு என்னவோ பெயரில் அழைத்தனர், ஆனால் அதேதான். அப்பா கொர்ரியந்த்தெஸ் தெருவிலிருக்கும் புத்தகக்கடைகளுக்குப் போக விரும்பினார் அம்மா சான்டா ஃபெ தெருவில் காலணி பார்க்க விரும்பினார். பின் இன்னொரு தெருவுமிருந்தது, ஃப்ளோரிடா, அங்கே கார்களுக்கு அனுமதியில்லை, பாதசாரிகள் மட்டுமே. அங்கேதான் எனக்கு ஐஸ்க்ரீம்களும் பத்திரிகைகளும் வாங்கிக்கொடுத்தனர். பத்திரிகைக் கடைகள் புத்தகங்கள், சிகரெட்டுகள், மிட்டாய்களும் விற்றன. ஆனால் அப்பா எனக்கு பல் கெட்டுப்போகுமென சர்க்கரை மிட்டாய்கள் வாங்கித்தரவில்லை. மாலை வீடுதிரும்பும்போது ஆடைகள் கரியாலும் வாகனப் புகையாலும் அழுக்காகியிருக்கும், ஆனால் கடைப்பைகளைத் திறப்பதில் உற்சாகமாயிருப்போம். பாட்டி, அப்பா வாங்கிவரும் புத்தகங்களைப் பார்த்து அவற்றில் முழுக்க தாடிவைத்த ஆட்களின் படங்களிருப்பதால் காவல்துறையினர் அதைப் பிடுங்கிச் செல்வார்களென்று முனகுவார். அப்பா சொல்வார், அந்த தாடிக்காரர்களில் ஒருவர், காச்சோவோ என்னவோ, ஃபால்க்லாண்ட்ஸில் நமது உரிமைகளைப் பாதுகாக்க நிறைய எழுதியிருப்பதாக, பராகுவேயை ஆதரித்தும் கூட. அப்போது பாட்டி விலையேறிக்கொண்டே போகும் பூனைச் சாப்பாடு அல்லது வேறெதையும் பற்றிப் பேசத் தொடங்குவார்.

ஓரிரவு அம்மாவும் அப்பாவும் என்னை ஒரு பெரிய விளையாட்டுக்கூடத்துக்கு அழைத்துச்சென்றனர். நன்கு ஆடையணிந்த ஆட்களால் அது நிறைந்திருந்தது, அங்கே ஒரு இசைக்குழுவும் சில நடனக்கலைஞர்களும் கூட இருந்தனர். வாசலிலிருந்தவர் என்னை உள்ளேவிட விரும்பவில்லை, அப்பா அவரிடம் பேசி அவர் முதுகில் லேசாகத் தட்டியும்கொடுத்தார். அந்த இசையை மிக விரும்பினேன். அப்படிக் குதித்தாட அந்தக் கலைஞர்கள் பல வருடம் படித்திருப்பதாக அப்பா சொன்னார். கொர்ரியந்த்தெஸில் நாங்கள் பார்த்த சர்க்கஸ் நினைவுவந்தது, நிகழ்ச்சியில் ஏன் கோமாளிகளோ அந்தரத்தில் ஆடும் கலைஞர்களோ இல்லையெனக் கேட்டேன். அவர்களும் அப்படி காற்றில் ஆடவும் குழந்தைகளை சிரிக்கவைக்கவும் கடினமாகப் படித்திருக்கவேண்டும்.

மெதுவாக தனது பெரிய துடுப்புச் சக்கரத்தால் ஆற்றுநீரை மென்று துப்பும்போது சோர்வாக முனகிக்கொண்டேசெல்லும் பழைய படகிலேயே எப்போதும் கொர்ரியந்த்தெஸிற்குத் திரும்பிச் செல்வோம். அதிலொரு பழைய உணவறையும் இருந்தது, முழுக்க மஞ்சளான சிலந்திவலைகளும் பூண்டுவாசமுமாக. அங்கே சூப் சுவையாகயிருக்கும்; அப்படி எதையும் நான் சாப்பிட்டதேயில்லை. உணவறைச் சாளரங்கள்

வழியாக கரையில் இரவுவிழுவதைக் காணலாம். தூரத்து மலைகளும் மௌன மரங்களும் ஆற்றுப்போக்கில் வழுக்கிச்செல்வது போலிருக்கும். அம்மாவும் அப்பாவும் தளத்தில் என்னை அணைத்துக்கொண்டு நான் நன்றாக வெதுவெதுப்பாக தூங்கிவிடவேண்டுமென போர்வையொன்றில் சுற்றிவைப்பார்கள். அந்த கறுப்பு நீரில் மூழ்கும்போது நிலவுக்கு மிகக் குளிருமென நினைத்துக்கொள்வேன். பின்னர், நாங்கள் காலையுணவு சாப்பிடும்போது உணவறை உயிரோட்டமாக இருக்கும். ஒருமுறை பேராயர் ஒருவரை சந்தித்தோம், இன்னொரு முறை குழந்தைகளுக்கான புத்தகமெழுதும் பிரபல எழுத்தாளரொருவரை. எல்லாருமே நட்பாக இருந்தார்கள். படகில் செல்லும் மனிதர்கள் மிகவும் நல்லவர்கள், ஏனெனில் அவர்கள் எப்போதும் அவசரப்படுவதில்லை. அப்பா பயணங்களை நினைவிற்கொள்வதற்காக புகைப்படமெடுப்பார், ஆனால் கருப்பு வெள்ளைதான், வண்ணப் படம் அப்போது மிகச் செலவுபிடிப்பது. அப்படியிருந்தாலும் நான் அந்த சாம்பல் வண்ணக்கூறுகளை நினைவில் வைத்திருக்கிறேன், சாம்பல் புதனின் சாம்பலைப் போல சோகமாக, நான் அவற்றை பிரிந்துழல்கிறேன்.

11

டோடோ அசுவாகா தனது அறையில் மழை யிரவொன்றில் *மேட் டீ* காய்ச்சிக்கொண்டு கிதாரை மீட்டிக் கொண்டிருந்தபோது கதவை யாரோ திடீரென்று மெல்ல தட்டக் கேட்டான். மீட்டுவதை நிறுத்தினான். தட்டுவது தொடர்ந்தது. அசுவாகா எழுந்துபோய் கதவைத் திறந்தான். வெரோனிகா முழுக்க நனைந்திருவளாய் உள்ளே நுழைந்தாள்.

"வெரோனிகா! முழுக்க நனைஞ்சிட்ட!" அசுவாகா ஆச்சரியப்பட்டான்.

"இப்பவே உங்ககிட்ட பேசணும்."

"நிச்சயம். உட்கார்." அசுவாகா ஒரு கைநாற்காலியைக் காட்டினான், பின் படுக்கையில் அமர்ந்துகொண்டான். "என்ன விஷயம் இது?"

"இது ஒரு . . . சாட்சியப் பத்தினது," வெரோனிகா முணுமுணுத்தாள்.

பின் பார்வையாளர்களில் உள்ள அனைவரும், திரைமறைப்பின் பின்னே துடுக்கான கோழிபோல் நின்று கொண்டு வெரோனிகா சிந்திக்கிறாள், *அவர்களுக்கு புரியக்கூட புரியாத மொழியில் ஒரு துயரநாடகத்தைப் பார்த்து கைத்தட்டத் தயாராக.*

"அதனால முடிவா, நான் சொல்றது நீ விபச்சாரத் தரகர்களோட புகழுரைக்கு மயங்கிட்ட. மோசமான பெயருள்ள ஒரு வீட்டுக்கு போய்வந்திருக்க. பையா, சதையோட ஆபத்து உனக்குத் தெரியாது. நம்ம குடும்பத்துல ஒரு ஆண்கூட பரத்தைகள்ட்ட வேசிகள்ட்ட இரையானதில்ல. அந்த பாவக் குகைய மறந்துட்டு அங்க சந்திச்ச வழிதவறின இளம்பெண்ணையும் நீ மறக்கணும், புரியுதா?"

"சரிப்பா" ஆல்பர்ட்டோ சொன்னான்.

"நீங்க கட்டுரைகள் கவிதைகள் சிறுகதைகள் எல்லாம் படிச்சிருக்கீங்க..., எல்லாமே வார்த்தைகளாலான உரையாடல் வடிவங்கள்தான்," அவர்கள் ஒத்திகை பார்த்துக்கொண்டிருந்த பள்ளி அரங்கத்தின் மேலே தொங்கிக்கொண்டிருந்த ***புகைபிடிக்காதீர்*** பலகையின் திசையிலேயே நுரையீரலில் நிரம்பிய புகையை ஊதியபடி அசுவாகா சொன்னான்.

“எப்படியிருந்தாலும், நாடகத்தில முக்கியமானது சைகைகளோட மொழிதான். சைகைகள் சொற்களுக்கு மாற்றீடு. உடலோட சைகைகள் மட்டுமில்ல ஆன்மாவோடதும். நாம எதிர்கொள்றது வெறுமனே கதையோட முரண்பாடு மட்டுமில்ல; அது ஒரு அழகியல் போராட்டமும்: வக்கிரத்துக்கும் நகைமுரணுக்கிடையிலான ஒரு உலகளாவிய மோதல், தினசரி வாழ்க்கைக்கும் நுண்ணிய சிந்தனைக்குமான நாடகீய மோதல், ஆழ்மனதுக்கும் பாவப்பட்டதுக்குமான துயர்மிகு மோதல். அதுமட்டும்தான் நம்ம இதில ஆர்வப்படுத்துது.”

“அந்த நாசமாப் போன பேராயனுக்கு இதில தொடர்பிருக்கும் நிச்சயமா!” சுமாயா அலறுகிறான். “அப்படி இருக்காது” சோலெதாத் மெலிதாகச் சொல்கிறாள்.

“ஏன் இல்ல!” *பைத்தியம்பிடித்த கிறீச்சிடும் ஆந்தையென சுமாயா கத்துகிறான்.

“குற்றம் ஒரு மணிநேரம் முன்னதான் நடந்துருந்துச்சுன்னா, மான்செய்ன்யூர் காசெரெஸ் அதில ஈடுபட்டிருக்க முடியாது.” சோலெதாத் சொல்கிறாள், “ஏன்னா அவரும் நானும் நாடகம் நடந்த நேரம் முழுக்க வெரோனிகாவோட உடைமாத்தற அறையில இருந்தோம்...”

“அது உண்மைதான்.” வெரோனிகா சொல்கிறாள். “எனக்கு அதிர்ஷ்ட்டம் வரும்னு நான்தான் நிகழ்ச்சியின்போது அவங்கள அங்க இருக்க சொன்னேன்.”

“அந்த பராகுவே பேராயன் இதில முக்கியமா சம்பந்தப்பட்டிருக்கான்!” சுமாயா கத்துகிறான்.

“ஆனா அவரு முழு நேரமும் என்கூடதான் இருந்தாரு,” சொல்கிறாள் சோலெதாத். “சத்தியம் பண்றேன் இன்ஸ்பெக்டர், மான்செய்ன்யூர் காசெரெஸ் ரொம்ப நல்ல மனுஷன், இந்த மாதிரி ஒரு விஷயத்த அவரால செய்யமுடியாது.”

“ஓ’நீல்ல ஒரு சின்ன தந்திரம் செய்யப்போறோம்.” அசுவாகா சொல்லியிருந்தான். “உங்களுக்கே தெரியும், அவர் தன்னோட நாடகத்த கிரேக்கப் புராணத்தோட ஒரு புதுப்பித்தலா செய்தார். அந்தப் பழைய துயரநாடகத்த புதுமையாக்க முயற்சித்தார். ஆனா இப்போ அவரோட நாடகமும் அந்தப் புராணத்தப் போலவே பழசா ஆகிட்டு, அதனால அத புத்துயிர்ப்பிக்க ஒரு சின்ன புதிரான ஏமாத்துவேலை செய்யலாம்னு சொல்றேன். என்ன யோசிச்சு வைச்சிருக்கேன்னா முகமூடி எல்லாம் வைச்சு அத ஒரு கிரேக்க நாடகத்தபோல நிகழ்த்தலாம்னு. ஒரு விஷயம் நாம அமெரிக்க முகமூடிகளப் பயன்படுத்தலாம், கருஞ்சிறுத்தை முக முகமூடிகள், எப்படியிருக்கு? முதல்ல ஒருமாதிரி இருக்கும், ஆனா ஒத்திகை பண்ணப் பண்ண பழகிடும். எல்லோருமே போட்டுக்க வேண்டியிருக்காது. வெரோனிகாவோட முகமூடிதான் ஆக முக்கியமாயிருக்கும், ஏன்னா அது அந்த நடிகை அவளே இல்ல வேற ஒருவர்னு உறுதிப்படுத்த பயன்படுறதால. வெரோனிகா வெரோனிகா இல்ல; அவ எலக்ட்ராவா

இருக்க லாவினியாவா இருக்க வெரோனிகா. அவ எந்தப் பெண்ணா இருக்கத நிறுத்தினாளோ அவளா ஆகித்தான் தானாக முடியும், புரிஞ்சுதா?"

"அவங்க எதையும் ஒத்துக்கல, ஆனா நாங்க ஏற்கனவே எல்லாத்தையும் கண்டுபிடிச்சிட்டோம்!" சுமாயா அலறுகிறான். "அவங்க எல்லாரும் சம்பந்தப்பட்டிருக்காங்க"

"கொஞ்சம் *மேட்?*" அசுவாகா கொடுக்கிறான். வெரோனிகா அவன் கொடுத்த துவாலையில் கூந்தலை சுற்றிவைத்தபடி தலையசைக்கிறாள்.

"அப்ப உங்களுக்குப் புரியுதா டோடோ?"

"நிச்சயமா, எல்லாம் நேரத்த ஒத்திசைக்கிற விஷயம்தான்," அவளிடம் ஆவிபறக்கும் *மேட்டை* கொடுத்தபடி அசுவாகா சொல்கிறான்.

"நன்றி," வெரோனிகா உறிஞ்சியபடி சொல்கிறாள். "பார்வையாளர்கள் நீங்க ஆல்பர்ட்டோ இல்லன்னு கண்டுபிடிச்சிட மாட்டாங்கதானே?"

"முகமூடிகள்ல இருக்க வாய்ப்பகுதி நம்ம குரல்கள ரொம்ப சிதைச்சிடும், அதனால உறுதியா எந்த பிரச்சனையும் இருக்காது. ஆல்பர்ட்டோவும் நானும் ஒரே அளவுதான், மட்டுமில்லாம, அந்த சொக்காய்லயும் கனத்த மேடைக் காலணிகள்லயும் உன்னால கூட எங்களப் பிரிச்சு சொல்லமுடியும்னு தோணல."

நாற்காலியின் நுனியின் ஒட்டியபடி, கையில் தேநீர் அதிர, வெரோனிகா ஆழ்ந்து பெருமூச்சு விட்டாள்.

"எல்லாம் திட்டமிட்ட மாதிரிப் போகும்னு நம்பறேன்." அவள் சொன்னாள்.

"அவன் முடிவப்போ திரும்பி வந்திடணும். எல்லாரும் பார்வையாளர்களுக்கு நன்றிசொல்ல முகமூடிகளக் கழட்டியாகணும். லராய்ன் சுடப்பட தகுதியானவன்தான். நானே அத செய்வேன் – எப்படியும் நான் நீண்டகாலம் வாழப் போறதில்ல – ஆனா ஏன் ஆல்பர்ட்டோதான் அத செய்யணும்னு எனக்குப் புரியுது."

வெரோனிகா தனது அழகிய கருங்கண்களால் அவனைப் பார்த்தாள்.

"அப்போ அதான சொல்வீங்க... சாட்சிய இட்டுக்கட்டறது, சரியா, டோட்டோ?"

அசுவாகா புன்னகைத்தான்.

கதவில் இடிபோல் உதைத்து, ஆய்வாளர் ரோபர்ட்டோ அமடோர் சுமாயா வெறித்தனமாக வெரோனிகாவின் ஆடைமாற்று அறைக்குள் நுழைகிறான். தனியாக, ஒரு டெமோசெய்ல் தெ'விக்னான் போல, அந்த இளைஞி இப்போது ஆடைகளையெல்லாம் களைந்துவிட்டு பெரிய துயர முகமூடியோடு நிற்கிறாள்.

அந்த புதிரான நிர்வாண உடலையும் ஆவித்தனமான பாறைபோன்ற முகத்தையும் சுவர்க் கண்ணாடியின் பெரிய ஒளியில் பிரதிபலிக்கக் கண்டு வாயிலருகே வாயடைத்து நிற்கிறான்.

"நீயும் உன் நண்பர்களும் ஜெனரல் லராய்ன கொன்னுட்டீங்க!" கத்துகிறான் சுமாயா.

"லராய்ன்?" வெரோனிகா பேசுகிறாள். "எங்கயோ கேட்டிருக்கேன் இந்தப் பேர?"

"அவர் கட்சி உறுப்பினரா இருந்தார்!" சுமாயா அலறுகிறான்.

"அப்படியா?" வெரோனிகா சொல்கிறாள். "கட்சியில இருந்த நிறைய பெண்கள சுரண்டினார்னு தெரியும், ஆனா அவரும் கட்சியிலதான் இருந்தார்னு தெரியாது."

"நீ யார்னு நெனைச்சிட்டிருக்கடி?" சுமாயா கத்துகிறான்.

"நானா?" வெரோனிகா சொல்லிவிட்டு, தனது பாத்திரத்தைத் தொடர்வதுபோல அறிவிக்கத் தொடங்குகிறாள். "எலுமிச்சைகளின் வண்ணத்தின் வேதனை, ஒவ்வொருமனிதனின் துயர், கூட்டு நினைவேக்கம், துயர்மிகு நீர், தினசரித் தனிமை, மறைக்கப்பட்ட மழை, மிதக்கும் புலம்பல், காயம்பட்ட படிகம், துரோகிக்கப்பட்ட மகிழ்ச்சி, சிறைப்பட்ட காதல், பலஅடுக்கு மகிழ்ச்சி, கட்டறுபட்ட வழமைகள், நம்பிக்கையான மௌனம், அவசரமான முத்தம், எல்லையற்ற சாகசம், கனவுகளின் குகை, தீய சகுனங்கள் நிரம்பிய தனிமை, அலறல்களின் வெற்றிடம், மாலையின் தூக்கமின்மை, முடிவற்ற சதை, மறைக்கப்படாத நிழலுரு, தண்டனைப் பாதுகாப்பின் விளக்கு, காட்டுத்தனமான பானம், காலைநேர வானம்பாடி, துணிவின் கரை, இருண்ட நெடுஞ்சாலை, கசக்கும் சூரியகாந்தி, ரகசிய ஒப்பந்தம், ஆசை, கோதுமை, பெயரற்ற வடிவம், வெளிப்படையான சொல், தூய கங்கு, எடையற்ற நினைவு, மெல்லிய கனல், உடைந்த இலக்கற்ற ஒளி, சிறகுகொண்ட கண், நேரத்துல்லியமான நிழல், மின் ஆபத்து, குருதியின் இதழ், வான்நீல முத்தின் தாய், மென்மையான எதிரொலி, நெருக்கத்தின் வாசம், பறக்கும் பொங்கும் இடைவேளை, வழியடைக்கப்படாத நடத்தை, ஈரமான நிராகரிப்பூறிய வாய்ப்பு, தூய்மையற்றதற்கான மறுப்பு, அதிகாலையின் மூலை, புரிந்துகொள்ளமுடியாத அரிப்பு, பனியின் இடுப்புவரி, அற்புதமான சாம்பல், வைரங்களின் குட்டிகள், முட்டாள்தனத்துக்கும் தாமதமானதற்கும் வக்கிரமானதற்கும் அப்பட்டமானதற்கும் எதிரான அமைதியான அண்டம். விடுபடு, எழு, மின்னு, எரி, அனுமதி, மன்னி, தாங்கு, மயக்கு, இழை, மீள்செய். மறு."

"எனக்குப் புரியல" சுமாயா கத்துகிறான்.

"புரியலையா?" வெரோனிகா சொல்கிறாள். "மன்னிச்சுக்கோங்க நீங்க அத தவறவிட்டுட்டீங்க, நாடகம் முடிஞ்சிட்டுது." பாடியபடியும் நறுமணத்தோடும், மதியத்தில் உரிக்கப்பட்ட வாசமுள்ள தூக்கியெறியப்பட்ட பழமொன்றிலிருந்து வெளிவரும் ரீங்காரக்குருவியைப் போல அவள் தன் முகமூடியைக் கழட்டி எறிந்தாள்.

12

அந்த குண்டு மனிதனின், இரவால் கருத்திருக்கும் படிப்பறை சன்னலின் வழியே ஆல்பர்ட்டோ லராய்னை நோட்டம்விடுகிறான். அறையில் தனியாக அந்த குண்டு மனிதன் நின்றுகொண்டு ஒரு கோப்பை அனசெத்தை உறிஞ்சிக்கொண்டிருக்கிறான். கனத்த மறைப்புகளின் நிழலிலிருந்து அவனை நோக்கி ஆல்பர்ட்டோ மெல்ல நகர்கிறான். அறையின் மையத்தை நோக்கி நகர்ந்தபடியே, லராய்னிடமிருந்து இரண்டு மீட்டர் தொலைவிலிருக்க, அந்த பழைய துப்பாக்கியை இரண்டு கைகளாலும் நேர்ப்படுத்தி எதிரியைக் குறிவைக்கிறான்.

ஜெனரல் அவனைத் தனது கண்ணோரத்தில் பார்த்துவிட்டு சட்டென்ற எந்த அசைவையும் மேற்கொள்ளாமலிருக்கிறார். பதிலாக, அவர் மெல்லத் திரும்பி அந்தப் பையனை ஒரு தந்தைத்தன்மையோடு எதிர்கொள்கிறார்.

“ஆனா என் அன்பான பையனே . . .” தனது பானத்தை மெல்லத் தடவியபடி சொல்கிறார், “அறிவ வெளியக் கழட்டி வச்சுட்டியா என்ன? உன் தலைய சிதறடிக்கத் தயாரா பின்னாடி நிக்கிற என் பட்லரப் பார்க்கலையா?”

ஆல்பர்ட்டோ அனிச்சையாக திரும்புகிறான். அவன் அப்படிச் செய்ய, லராய்ன் துப்பாக்கியை அற்புதமான வேகத்தில் பிடுங்கிக்கொண்டு அதனாலேயே பையனின் தாவங்கட்டையை உடைக்கிறார்.

இளைஞனின் உடல் அவரது காலடியில் அசைவின்றி விழுகிறது. அசைவின்றி சற்று குழப்பத்தோடு, சிதறிய சாராயக் கோப்பைக்கு அருகே குலைந்துகிடக்கும் தாக்கவந்தவனை சிறிதுநேரம் வெறுப்போடு பார்க்கிறார். ஒரு பெருமூச்சுடன், க்ராண்ட் மார்னியர் குடுவையைத் தேடி பார்வையை அறைமுழுக்க அலையவிடுகிறார். அதை அலமாரியில் கண்டுகொண்டு, அங்கே சென்று, அதைத் திறந்து, சாராயத்தை ருசிக்கிறார். ஜப்பானிய சிகரெட் பெட்டியின் அருகே ஒரு சைலன்சர் இருக்கிறது. அதை ஆல்பர்ட்டோவின் துப்பாக்கியில் பொருத்துகிறார், குனிந்து, அந்தப் பையனின் நெற்றிப்பொட்டில் அழுத்திக் குறிவைக்கிறார். துப்பாக்கித் தீரும் வரை திரும்பத் திரும்பச் சுடுகிறார், டமாஸ்கஸ் தரைவிரிப்பு ரத்தத்தாலும் மூளைத் திசுவாலும் அழுக்காகும்வரை.

லராய்ன் மறுபடி பெருமூச்சு விடுகிறார், இம்முறை இன்னும் ஆழமாக. மஹோகனி மேசைக்கு மெல்ல நடந்துசென்று, அவரது திமிங்கலம் போன்ற உடல் மென்மையான மெதுமெதுப்பான சாய்வுநாற்காலியில் மூழ்குகிறது. திறந்திருக்கும் சன்னலிலிருந்து தூரத்து போக்குவரத்தின் மெல்லிய ஓசை கேட்கிறது, அதேநேரம் இருண்டிருக்கும் தோட்டத்திலிருந்து ஒரு தென்றல் உள்நுழைந்து சன்னல் மறைப்புகளின் பட்டு ஓரங்களை அசைக்கிறது. லராய்ன் காற்சட்டைப் பையிலிருந்து தையற்பூவேலையிட்ட கைக்குட்டையொன்றை எடுத்து, கால்மாற்றிப் போட்டுக்கொண்டு, அருவெருக்கும்படி வக்கிரமாக பார்த்துக்கொண்டே காலணிகளிருந்த ரத்தத்தைத் துடைக்கிறார். கைக்குட்டையை தந்தத்தாலான குப்பைக்கூடையில் போட்டுவிட்டு மேசையின் மத்தியிலிருக்கும் இழுப்பறையைத் திறந்து *ப்ளேகேர்ள்*இன் புதிய பதிப்பை எடுக்கிறார். அதை மேசையில் வைத்து நடுப்பக்கத்தை விரிக்கிறார். அந்த மாதத்தின் ஆண் நுண்ணிய கிழக்கத்திய அம்சங்களையும் அவனது உள்ளாடைக்கும் வசீகரமான வடிவுக்கும் பொருந்தாத வகையில் பெருத்த பிறப்புறுப்புகளையும் கொண்டிருக்கிறான். லராய்ன் அனசெத்தை ஏப்பமிட்டு, அவன் வயிற்றுக்கு கீழிருக்கும் உப்பலைத் தடவியபடியே தனது காற்சட்டை ஜிப்பை திறக்கிறார். சாய்வுநாற்காலியில் சரிந்தமர்ந்தபடியே, ஆல்பர்ட்டோவின் முகத்தில் சிதைந்திருக்கும் துளைகளைப் பார்க்கிறார், ரத்தம்படிந்து மூளை தெறித்திருக்கும் தரைவிரிப்பின் மேலே மோசமாக வீங்கிக் கிடக்கும் அந்தப் பையனின் கண்களில் கண்ணாடிபோன்ற ஆழம். லராய்னுக்கு எக்கச்சக்கமாக வியர்க்கிறது, அவரது உதடுகள் புரிந்துகொள்ள முடியாதபடிக்குத் துடிக்கின்றன. கடைசியாக, தயக்கத்தோடு எழுந்து, கையில் தனது சொந்த சதையின் கருந்துண்டைப் பிடித்தபடி, சடலத்தை நோக்கி ஆர்வமான நடுக்கத்துடன் நடக்கிறார். காலால் சடலத்தை முகம்கீழிருக்க உருட்டுகிறார், அதனருகே குனிந்து, பலியானவனின் காற்சட்டையைக் கழற்றப் போராடுகிறார்.

அப்போதுதான் அவர் முகமூடியணிந்த கருஞ்சிறுத்தைத் தோலுடைய உருவம் அவரை நெருங்குவதைக் கவனிக்கிறார், சவச்சீலை போன்றதொரு முகத்துடனும் கனத்தக் காலடியுடைய நாடகத்தனமான காலணிகளுடனும் அதன் அன்னச் சிறகணிந்த விரல்களில் இறுகப்பிடித்திருக்கும் பளபளக்கும் தானியங்கித் துப்பாக்கியுடனும்.

பகுதி மூன்று

1

குமர்சிந்தோ லராய்னைக் கொன்றது யார்?

சமையற்காரர் அன்றிரவு பத்து மணிக்கு நூலகத்தின் விளக்குகளை அணைக்கச் சென்றபோது அந்த உடல்களைக் கண்டார். உடனே சுமாயாவை அழைத்தார், சுமாயா விரைந்துவந்து சூழ்நிலையை தன் பொறுப்பிலேற்றுக் கொண்டார். கண்காணிப்பு காமிராக்கள் குற்றத்தின் கணத்தை முழுமையாக படம் பிடித்திருந்தது. லராய்னால் தனது மூளை சிதறடிக்கப் படுவதற்காக மட்டுமே உள்நுழையும் ஆல்பர்ட்டோவை பார்க்கமுடியும். திருவிழாவிலிருந்து தப்பித்தது போலிருக்கும் கருஞ்சிறுத்தை போன்ற உருவத்தைக் காணமுடியும். அது அந்த குண்டு மனிதனை கைத்தொடும் தூரத்தில் கழித்துக்கட்டிவிட்டு ஜன்னல் வழி மறைந்து போவதையும் பார்க்கமுடியும். சுமாயா அந்த டேப்பை நீதிபதியிடம் கொடுக்கவோ ஊடகங்களிடம் அதைப் பற்றி தெரிவிக்கவோ இல்லை. பிரேதப் பரிசோதனைகளும் ஆயுதச் சோதனைகளும் இரண்டு ஆயுதங்களின் இருப்பை உறுதிசெய்தன. எப்படியானாலும், இந்த முடிவுகள் மறைத்தே வைக்கப்பட்டன. காவல்துறை வெளியிட்ட அங்கீகரிக்கப்பட்ட உத்தேச அறிக்கை ஆல்பர்ட்டோவும் அவரது புதிய பாதுகாவலரும் நட்புரீதியான சந்திப்பிலிருந்தபோது கருஞ் சிறுத்தை வேடமிட்டிருந்த ஒரு கொலைகாரரால் சுட்டுக் கொல்லப்பட்டனர் என்பதே.

அச்செய்தி மாகாணத்தையே உலுக்கியதோடு இரண்டு நாட்களுக்கு நாட்டின் தொலைக்காட்சி செய்திகளை ஆக்ரமித்தது. பலியான இருவரில், ஒருவர் அர்ஹெந்தினாவின் உயிரோடிருக்கும் குடிமக்களில் மிகவும் நேசிக்கப்பட்டவரும் சாக்கோ போரின்போது பராகுவே ராணுவத்தோடு தன்னார்வலராக இணைந்து செயல்பட்ட அற்புதமான தரைப்படை கர்னலுமானவரின் பேரன். தரக்குறைவின் சராசரிகளின் காலத்தில் கர்னல் அலெஹாந்த்ரினோ சர்ரியா- கிரோகா தொலைந்துபோனதொரு பெருமிதத்தின் தன்னலத்தின் லட்சியவாதக் கலவையின் அடையாளமாயிருந்தார். தேசம் தனது வயதான போராளியின் துக்கத்தில் உடன்நின்றது.

பல்வேறு பதிலில்லாத கண்ணிகள் மிச்சமிருப்பதாக பொதுமக்கள் கருதினர்.

உதாரணத்திற்கு, ஆல்பர்ட்டோ லராய்னின் வீட்டில் என்ன செய்துகொண்டிருந்தான்? அவன் பள்ளி நாடகத்தில் ஓரினாக நடித்துக் கொண்டிருக்கவேண்டும் என எல்லோருக்கும் தெரியும்.

கிட்டத்தட்ட எல்லா சாட்சிகளும் குறையோடிருந்தன.

குறைந்தபட்ச பிழையோடிருந்தவை அருட்சகோதரி டொர்ராக்ஸினுடையதும் பாதிரி மார்செலினின் இரட்டைச் சகோதரருடையதும், அவர் இறந்துபோன தன் சகோதரரின் ஆசிரியப் பணியை ஏற்றுக்கொள்வற்காக புவனோஸ் அயர்ஸிலிருந்து வந்திருந்தார். ஓ’நீலின் நாடகம் முழுதும் அவர்கள் முதல் வரிசையில் உட்கார்ந்திருந்ததை பார்வையாளர்கள் அனைவரும் பார்த்திருந்தனர்.

எலிசா நாடகம் முழுவதும் இருந்ததாகக் கூறினாள், ஆனால் தன்னைச் சுற்றி அமர்ந்திருந்த அறிமுகமில்லாத பார்வையாளர்களின் முகங்களையோ வேறு அடையாளங்களையோ அவளால் நினைவு கூர முடியவில்லை.

டோடோ அசுவாகா, ஆல்பர்ட்டோ வராததால் ஓரினாக நடித்ததாகக் கூறினான். பல நடிகர்களும் முதலாவது இடைவேளையின் போது அவனை முகமூடி இல்லாமல் பார்த்திருந்தனர், ஆனால் அதன்பின்னர் அதை அவன் கழற்றவில்லை. வெறுமனே கவனம் சிதறியிருந்ததால் அதைக் கழற்றாமல் போனதாக அவன் வலியுறுத்தினாலும், அதை அணிந்திருந்ததை நினைவுகூர முடியாவிட்டாலும், இது அவனை முழுமையாக அடையாளம் காணும் வாய்ப்பை மழுங்கடித்துவிட்டிருந்தது.

வெரோனிகா லாவினியாவாக நடித்திருந்தாள், ஆனால் அவள் முகமூடியைக் கழற்றவேயில்லை.

காசெரெஸ் தான் எங்கிருந்தேனென அறிவிக்க மறுத்துவிட்டார், ஆனால் அந்த நேரம் முழுக்க தாங்கள் இருவரும் வெரோனிகாவின் உடைமாற்றும் அறையில்தான் இருந்ததாக சோலெதாத் உறுதியளித்தாள். சோலெதாத் சிறைவைக்கப்பட்டிருந்தாள், காவல்துறைத் தலைமையகத்தில் தொடர்பு கொள்ளமுடியாதபடிக்கு விசாரணைக்காக பிடித்துவைக்கப்பட்டிருந்தாள். அரசுக்கு ஆதரவான வானொலிச் செய்திகள் அவளை, உரிய வரிகளைச் செலுத்தாமல் வெட்கமேயில்லாமல் ஆவிமந்திரத்தால் கருஞ்சிறுத்தையாக மாறியதாக குற்றஞ்சாட்டிக்கொண்டிருந்தன. கோபம் கொண்டவராக, மான்செய்ன்யூர் காசெரெஸ் தேவாலயத்தில் தன்னுடைய ஒவ்வொரு கூட்டுப் பிரார்த்தனையிலும் அரசாங்கம் தானே அறிவித்துக்கொண்ட முற்றுகை நிலையை பயன்படுத்தி கொர்ரியந்த்தெஸின் மிகப் புகழ்பெற்ற கவிஞரும் மாணவர் தலைவருமானவரை பழிதீர்த்துக் கொள்வதாக குற்றஞ்சுமத்தினார்.

கிழட்டுக் கர்னலும் அவரது மனைவியும் நீதிபதியின் முன்தோன்ற சம்மன் விடப்பட்டது. குற்றம் நடந்த மாலை அவர்கள் தங்கள் அண்டைவீட்டுக்காரர்களுடன் கானஸ்தா விளையாடிக் கழித்ததாகத்

தெரிவித்தனர். இது நம்பும்படி இருந்தாலும் சாக்கோ கதாநாயகனின் வயதில் அவரை துப்பாக்கி ஏந்திய இரவில் அலையும் கருஞ்சிறுத்தையாக கற்பனை செய்வதும் கடினமாக இருந்தாலும், அவர் தனது பிரியமான பேத்தியின் நாடகத்துக்கு அவளை உற்சாகப்படுத்த செல்லவில்லை என்பது உறுத்தலாகவே இருந்தது.

இறந்துபோன சர்ரியா–கிரோகாவின் ஃப்ளோரன்தைன் மாளிகையில் பணிபுரிந்த எண்ணற்ற பணியாளர்களும் ஒவ்வொருவராக விசாரணைக்கு அழைக்கப்பட்டனர். கூடிய சீக்கிரத்தில் அவர்களை வேலையை விட்டு அனுப்பிவிட எண்ணியிருந்த ஜெனரல் லராய்னின் நோக்கத்தால் அவர்களும் சந்தேகத்துக்கு ஆளாகினர், குறைந்தது தர்க்கப்படியாவது. வீட்டுப் பராமரிப்பாளரான பெர்ட்டா தனது நலக்குறைவுகளையும் தாண்டி செருக்குடையளாக, வெளியிருந்து புரிந்துகொள்ள முடியாதபடிக்கு அந்துருண்டை வாசமடிக்கும் கருப்பு முக்காடால் மூடியபடி அந்த அணிவகுப்பை முன்நடத்தினாள். எல்லாப் பணியாளர்களும் ஒருவரையொருவர் ஆதரிக்கும் ஒரே கதையையே சொன்னார்கள், அதாவது அவர்கள் அந்த மாலையை ஒன்பதாம் அலைவரிசையில் ஒரு பழைய ஹோர்கே மிஸ்த்ரெல் படத்தைப் பார்த்துக் கழித்ததாக.

அவளது மகள் பங்கேற்காததால் அமபோலா குந்தர் நாடகத்துக்குச் செல்லவில்லை. கொலை நடந்த சமயத்தில் அவள் வடகிழக்கு ராணுவ மாவட்டத்துக்கான குதிரைப்படைக் கமாண்டரான ஜெனரல் ஃப்ரான்சிஸ்கோ ஹேவியர் கோன்சலேஸுடன் தேநீர் அருந்திவிட்டு பேருந்தில் வீட்டுக்குத் திரும்பிக்கொண்டிருந்ததாகக் கூறினாள். கோன்சலேஸ் சனாப்ரியாவின் முடிதிருத்தும் கடையில் வாடிக்கையாளராக இருந்தவர், அமபோலாவைப் போலவே அவரும் தன் இணையை இழந்து வாடுபவர். ஒரு உள்ளூர் நாளிதழின் சமூகப் பிரிவு அவரும் அமபோலாவும் அழகான சோடியாக இருப்பார்கள் என்றுகூட குறிப்பிட்டிருந்தது. ஒரே விசித்திரம் ஜெனரல் வழக்கமாகச் செய்வதுபோல அவருடைய காரிலோ ஹெலிகாப்டரிலோ அவளை வீட்டில் விடவில்லை என்பதே.

எப்படியிருந்தாலும், காவல்துறைக்கு வழக்கைத் தீர்ப்பதில் மிகக்குறைவான ஆர்வமே இருப்பது போலிருந்தது, மாறாக, அவர்கள் இதை ஜூன் மாணவர் போராட்டங்களின் தலைவர்களோடு பழிதீர்த்துக்கொள்வதற்கான ஒரு முன்னொட்டாகப் பயன்படுத்திக்கொள்ள முடிவெடுத்திருப்பதாகத் தோன்றியது. பல மேல்நிலைப் பள்ளி கல்லூரி மாணவர்கள் சுற்றிவளைக்கப்பட்டு தொடர்புகொள்ள முடியாதபடிக்கு தடுத்துவைக்கப்பட்டனர். கொர்ரியந்த்தெஸின் இளம் கவிஞர்களிடத்தும் மாணவர் சமூகத்திடமும் பள்ளியிலும் சோலெதாதின் சிறைவைப்பு அச்சத்தையும் சீற்றத்தையும் உண்டுபண்ணியது. அசுவாகாவை முடிந்தவரை விரைவாக அமெரிக்காவுக்குத் திரும்பும்படி மான்செய்ன்யூர் காசெரெஸ் அவசரப்படுத்தினார். அவனும் அவரது அறிவுரையைப் பின்பற்றினான், பயத்தினால் என்பதைவிட, நடக்கும் செயல்களில் எதுவும் செய்யமுடியாத இயலாமையாலும் துல்சாவில் அவனுடைய கீமோதெரபியைத் தொடரவேண்டிய தேவையாலுமே. அரசு ஆதரவு வானொலிகள் காசெரெஸுக்கு எதிராக கடுமையான வெறுப்பைத்

தூண்டும் பிரச்சாரங்களை முன்னெடுத்தனர், அவரை "கொர்ரியந்த்தெஸின் சிகப்புப் பேராயர்" என்றழைத்தனர். சோலெதாதின் ஊகிக்கப்பட்ட சுயபாலீர்ப்பைப் பற்றி அவர்களே பரப்பிய வதந்திகளின் சந்தேக மூட்டும் திறனையும் பயன்படுத்திக்கொண்டனர். பள்ளிக்கு முன்னிருந்த சுவர்கள் ஒரு காலையில் இந்த வார்த்தைகளால் நிரப்பப் பட்டிருந்தன: **கம்யூனிஸ்ட்டுகளும் டைக்குகளும் இல்லாத ஒரு அர்ஹெந்த்தினாவிற்காக.** அவளுடைய திருமண நம்பகத்தன்மையையும் அவள் பரம்பரையின் கௌகேசிய பக்கத்தையும் பற்றிய வானொலிச் செய்திகளால் எலிசாவும் இழிவுபடுத்தப் பட்டாள். அவள் மட்டும் உலக வங்கித் தலைவரைத் திருமணம் புரிந்திருக்காவிட்டால், அவளுடைய உறுதியான கல்விப்புலப் புகழும்கூட அவளை காவல்துறையின் வெறியிலிருந்து பாதுகாத்திருக்காது.

அவனுடைய தங்கை மகள் கைது செய்யப்பட்டிருப்பதை சொல்வதற்காக எலிசா தன் கணவனை தொலைபேசியில் அழைத்தாள், அதற்கு உள்ளூர் அதிகாரக் குழப்படிகளில் தலையிடும் அளவு தான் வெட்டியாக இல்லையென்றும் மட்டுமில்லாமல் சனாப்ரியாவின் மகள் தன்னைப் பார்த்துக்கொள்ளும் அளவு பெரியவள்தான் என்றும் பதிலளித்தான். ஒவ்வொரு நாளும் அமபோலா காவல்நிலையத்திலிருந்து சோலெதாதின் துணிகளை துவைப்பதற்காக வீட்டிற்கு எடுத்துவருவாள். துணிகளிடையே மறைக்கப்பட்ட ஒரு சிறிய காகிதக் கத்தையில் சோலெதாத் வெரோனிகாவுக்கு குறிப்புகளும் கவிதைகளும் அனுப்புவாள். ஒரு வெள்ளி, அமபோலா தன் மகளின் உள்ளாடையில் ரத்தம் படிந்திருப்பதை கவனித்தாள். கண்ணீரோடு தன் அண்ணியிடம் எவ்வளவு செலவானாலும் வாஷிங்டனுக்குத் திரும்பிப் போய் குந்தரை கொர்ரியந்த்தெஸிற்கு அழைத்துவருமாறு வேண்டினாள். எலிசா மறுநாளே விமானமேறினாள்.

இந்த அடக்குமுறைச் சங்கிலியில் தவறியிருக்கும் ஒரே கண்ணி தான்தானென முழுக்க அறிந்தவளாக வெரோனிகா முடிவுறா வாரங்களை தன் தாத்தா பாட்டியின் வீட்டில் அடைந்தபடி கழித்தாள். அவள் எண்ணம் சரிதான்.

அவர் பேத்தி போலவே கர்னலுக்கும் பாஸ்தா விருப்பம். எர்னெஸ்தினா சாஸைத் தானே மேற்பார்வையிடுவார், நூடூல்ஸ் *அல் டென்த்தே*வாக தயாராகும்வரை சிரித்துக்கொண்டு சுவற்றில் ஒட்டிக்கொண்டு சமையலறையை விட்டு நகரமாட்டார். பாஸ்தாவை சாப்பிட்டதும் வெரோனிகா தனது புரட்சிப் புத்தகங்கள் சிலவற்றை வைத்திருக்கும் மாடிப் படுக்கையறையில் ஒரு குட்டித் தூக்கம் போடுவாள். பின் கீழே சென்று அவர்களுடைய ஞாயிறு பயணத்திற்காக கால்பந்து மைதானம் செல்லவேண்டி அவரை எழுப்புவாள். அன்று மதியம், அவர்கள் வெளியில் செல்லமுடியவில்லை.

தெருவைப் பார்த்தபடி இருந்த ஒரு சமையலறை சாளரத்தின் அருகே நின்றபடி கர்னல் எஸ்ப்ரஸோவை ருசித்துக் கொன்டிருந்தார்.

"வெரோனிகா" சட்டென்று ஆனால் அமைதியானதொரு குரலில் சொன்னார், "ஓடு."

வெரோனிகா நான்கு ஆலிவ் தோலுடைய ராணுவ முடிவெட்டு கொண்ட ஆட்கள் தோட்டச் செடிகளை மிதித்துக்கொண்டு குடிலின் வாசல் நோக்கி முன்னேறுவதை சாளரம் வழியாகப் பார்த்தாள். மின்னலைப் போல பின்முற்றத்தை நோக்கிப் பாய்ந்தாள்.

சிலர் கதவைத் தட்டுவது கேட்டது. டோன்யா எர்னெஸ்தினா திறந்தார்.

"நல்ல நாளாகட்டும் மேடம்" ஊடுருபவர்களில் ஒருவனிடமிருந்து வணக்கம் வந்தது. "இளம் மிஸ் வெரோனிகா சர்ரியா இங்க இருக்காங்களா?"

டான் அலெஹாந்திரினோ கதவை நோக்கி வந்தார். வெளிப்படையாக நெளிபவர்களாக, வந்தவர் வயதான கர்னலுக்கு வணக்கம் செய்தார். அப்போது சரியாக, முன்னர் குத்துச்சண்டை வீரனாக இருந்திருக்கக்கூடிய முகம் கொண்ட ஒரு குண்டு வேற்றுமனிதன் பின் முற்றத்திலிருந்து காகிதம் போல் முகம் வெளுத்திருந்த வெரோனிகாவை இழுத்துக்கொண்டு நுழைந்தான்.

"இங்க இருக்கா லெப்டினன்ட்" என்றான் குண்டன். "பின் சுவர தாண்டிக் குதிக்கப் போனா"

"உன்ன எங்ககூட கூட்டிப்போக உத்தரவு" தன்னைப் பிடித்திருந்தவனின் பிடியில் திமிறிக்கொண்டிருந்த வெரோனிகாவிடம் சொன்னான் லெப்டினன்ட். டோன்யா எர்னெஸ்தினா கைகளால் வாயைப்பொத்தி கத்தவந்ததை அடைத்துக்கொண்டார்.

"அமைதி டார்லிங்." என்று கர்னல் அவளை அணைத்துக்கொண்டார்.

"தாத்தா. . ." வெரோனிகா முயன்று முணுமுணுத்தாள். "என் மேசைல இருக்க *கிழவனும் கடலும்* எனக்காக வெச்சுப்பீங்களா?"

கர்னல் தன் மனைவியின் கையை பற்றியபடி அமைதியாக தலையசைத்தார்.

அவள் சித்ரவதைக் கூடத்தில் நுழைந்த உடனேயே, ஒரு அதிகாரி, மின்சார தார்க்குச்சியொன்றை பிடித்தபடி, வெரோனிகாவை இடுப்புக்குக் கீழே ஆடைகளைக் களையச் சொன்னான், அதே நேரம் நடிகர்கள் பாடகர்கள் கவிஞர்களிடையே அதிக சதவீதம் ஓரினச் சேர்க்கையாளர்களாகவும் போதை அடிமைகளாகவும் இருப்பார்கள் என உறுதியளித்தான். வெரோனிகா அவனிடம் சோலெதாத் எங்கிருக்கிறாள் எனக் கேட்டாள். அதிகாரி இந்த வார்த்தைகளை உதடசைத்துக் காமித்தான்.

"இன்னிக்கு ராத்திரி நீ உன் பீயவே தின்னப் போற"

அதன்பின் அவன் வெரோனிகாவிடம் சோலெதாத் ஏற்கனவே அதைச் செய்துவிட்டாள் என்றும் இப்போதிருக்கும் கட்டத்தில் அவளது யோனியில் பசித்த எலியொன்றிருக்கும் கண்ணாடிக் குடுவையை நுழைத்திருக்கிறார்கள் என்று சொன்னான்.

அவரது பேத்தி கைதானதன் இரண்டாம் நாள், அலெஹாந்த்ரினோ சர்ரியா – கிரோகாவிற்கு முதல் நெஞ்சுவலி வந்தது. கர்னலது வயதின்

காரணமாக அனைவரும் மோசமான விளைவுகளை எண்ணி பயந்தனர். ஆனால் உடனடியாக ஆடம்பரமான ராணுவ மருத்துவமனையில் அனுமதிக்கப்பட்டு கிழவர் பொறுமையாகத் தேறத் தொடங்கினார்.

"பெரும்பாலும் பயம்தான்" பணியிலிருந்த மருத்துவர் டோன்யா எர்னெஸ்தினாவிடம் முணுமுனுத்தார். "கர்னல் அந்தப் பொண்ண நினச்சு பயந்திருக்கார். யார்கிட்டயும் பேசி நீங்க அவள விடுவிக்க முடியாதா?"

"நூறு சண்டையக் கண்ட சிங்கம் பயந்துடுச்சா?" என்று பதிலளித்தார் டோன்யா எர்னெஸ்தினா, சோர்வாகவும் மிகக்குறைவான நம்பிக்கை யோடும்.

ஒரு நாள் காலை கர்னலும் அவர் மனைவியும் மருத்துவமனைப் படுக்கையில் சீட்டுக்கட்டு விளையாடிக்கொன்டிருந்தபோது மருத்துவர் உள்ளேவந்து ஆளுநர் அவரை நலம்விசாரிக்க வருவதாக அறிவித்தார். நோயாளி லேசாக எழுந்தமர்ந்து தான் அவரைப் பார்க்க மறுப்பதாகக் கூறினார்.

"ஆனால் அலெஹோ" டோனா எர்னெஸ்தினா தனது ஆக இனிமை யான குரலில் போராடினார், "வெரோனிகாவ விடுவிக்கச் சொல்லி அவர்கிட்ட கேட்க இதுதான் உங்களுக்குக் கிடைக்கற வாய்ப்பு."

சுரமூண்டிருக்கும் நீலக் கண்களால் அவளைப் பார்த்து கிழவர் நலிந்த குரலில் சொன்னார்:

"வாய்ப்பு நிராகரிக்கப்பட்டாச்சு. அடுத்தத பார்க்கலாம்."

காவல்நிலையத்துடைய சமையலறையின் கூரையாக இருந்த ஒரு கான்க்ரீட் பலகையின் மேல் விரிக்கப்பட்டிருந்த போர்வையொன்றிலேயே வெரோனிகா கிட்டத்தட்ட தன் முழு நாளையும் கழித்தாள். அவளருகே படுத்திருந்தவர்கள், ஒரு மருத்துவ மாணவர், ஆபாசப் பத்திரிகைகள் விற்பவர்கள் இரண்டுபேர், பின் ஒரு சின்ன ஜேப்படித் திருடன், அவன் உளவாளியாகவும் அங்கு இருத்திவைக்கப் பட்டிருக்கலாம். அவர்களுக்கிடையே பேசிக்கொள்ள அனுமதி மறுக்கப்பட்டிருந்ததது. இன்னொரு மாணவரைப் பார்த்து சிரித்ததற்காக வெரோனிகா பலமுறை நெஞ்சுக்கூட்டிலேயே உதைக்கப்பட்டாள். இரவில் மிகவும் குளிராக இருந்தது, கீழிருந்த சமையலறையால் சூடாக்கப்பட்ட பலகை ஆள் இருக்க முடியாததாகவே தோன்றியது. தனது போன்ச்சோவிற்குள் முடங்கிக்கொன்டு அந்த இரவில் அது தன் தாத்தாவின் பிறந்தநாள் என்பதை நினைத்துக்கொண்டாள் வெரோனிகா. முடிவுறாத வளர்ச்சி விதியின் மீது எப்படி கர்னல் ஒரு அனிச்சையான வெறுப்பைக் கொண்டிருந்தார் என்பதை நினைவுகூர்ந்தாள், அவருடைய கனத்த ஹிஸ்பானிக் உச்சரிப்பில் ஆங்கிலத்தில் மீண்டும் மீண்டும் சொல்வார், *வரலாறு என்பது நான் விழித்தெழ முயற்சித்துக்கொண்டிருக்கும் ஒரு கொடுங்கனவு.* வெரோனிகா பெருமையாக தன் தாத்தா மட்டும்தான் கொர்ரியந்த்தெஸிலேயே *யுலிஸிஸ்* படித்திருக்கக்கூடிய எண்பதுகளில்

இருக்கும் நபராக இருக்கவேண்டுமென எண்ணிக்கொண்டாள். கர்னலுடைய போர்க்கால சாதனைகளுள் ஒன்று எதிரிக் எல்லைக்கு உள்ளே சில கிணறுகளைக் கண்டடைந்தது. பல நாட்கள் புதர்களினுள்ளே எரிக்கும் வெய்யிலிலும் டிசம்பர் மாதத்தின் கண்காணிக்கும் நிலவின் கீழும் தவழ்ந்த அவரது கிழித்தெறியப்பட்ட படைப்பிரிவின் மற்ற களைப்புற்ற சிறுவர்களான வீரர்களைவிட மிக வயதானவரான கர்னல் அவர்களை மயக்கமுறாது தியாகத்துக்கும் வெற்றிக்கும் இட்டுச்சென்றார். வெற்றிபெற்ற நாளின் மாலையில் நெருப்பினருகே அமர்ந்திருக்கையில் அவரது ஞானத்தாயின் ஆவியுரு *போராரா*வாக எப்படி தன்னைப் பார்க்கவந்ததென வெரோனிகாவிடம் சொல்லியிருக்கிறார், அவர் முக்கூட்டணியின் போரின்போது பராகுவே படைகளுக்கு கூடாரம் அமைத்துக்கொடுத்த நீண்ட காலம் வேதனையுற்றுவந்த பெண்களில் ஒருவராவார். அந்த தரிசனம் அவர் வருங்காலத்தில் பல்வேறு உருவங்களை எடுப்பார் என அறிவித்தது – அவரது பெயர் தெருக்களுக்கும் பள்ளிகளுக்கும் சூட்டப்பட்டிருக்கிறது, அவரது முகம் பண நோட்டுகளில் – ஆனால் இதெல்லாமே மாயையாகவே இருக்கும்: *யாராலும் அவன் தோளிலிருக்கும் நட்சத்திரங்களைத் தாங்கமுடியாது.* அந்த இரவிலிருந்து சீருடை அணிவதை நிறுத்திவிட்ட அந்த கிழவர், வெரோனிகாவிடம் அவர் இப்படி பதிலளித்ததாக செய்வார், தனது பெயரை இயல்பாக கேலிசெய்தபடி, *சரி, என் தேசம் முழுக் கவிதையானால், எழவெடுத்தக் கடவுளே, பின் நானொரு அலெக்ஸாந்திரின்.* வன்புணரப்பட்ட, தார்க்குச்சியால் குத்தப்பட்ட அவளது கீழிடுப்பில் பயங்கரமான வலியையும் தாண்டி, ஒரு வெள்ளைக்கார அமெரிக்க வரலாற்றாளன் அவள் தாத்தாவின் குவரானி மனநிலையை மிக மிகத் தவறாகப் புரிந்து அவரது வெற்றிகளை 'ஒரு கணித இயக்கத்தின்' ப்ருஷ்ஷியன் சர்வாதிகார கட்டொழுங்குத் திறனெனக் குறிப்பிடுமளவு போனதை எண்ணி சிரித்துக்கொண்டாள் வெரோனிகா.

கர்னல் தன்னுடைய இரண்டாவது நெஞ்சுவலியால் அவதிப்பட்டபோது, வெரோனிகா இன்னும் தொடர்புகொள்ள முடியாதபடியே இருந்தாள், ஆனால் குறைந்தது அந்த இரவில் அவர்கள் அதற்கு முயற்சிக்கவும் இல்லை. அவள் ஒரு தீவிரமான பால்வினைத் தொற்றால் பாதிக்கப்பட்டிருந்தாள், காவல்துறை மருத்துவர் அதை நிறைய ஆன்ட்டிபயாட்டிக் கொடுப்பதன் மூலம் சரிசெய்ய முயன்றார். இது அவளுக்கு அங்கிருந்து தான் உயிருடன் வெளியேறுவோம் என்ற சிறிய நம்பிக்கையை அளித்தது. அவள் அனுபவித்த கொடூரங்கள் அவளது தாத்தா எந்தளவு கண்ணியத்தோடு அவளுக்காக ராணுவ அதிகாரிகளிடம் மனு அளிக்க மறுத்தாரோ அதோடு தொடர்புடையது என்றெண்ணினாள். அவளுக்கு சோலெதாதைப் பற்றி எதுவும் தெரியவில்லை. அதை யோசிப்பது ஆழமாக நிலைகெட வைத்ததால் அதை யோசிப்பதையே தவிர்த்தாள்.

நெஞ்சுவலி ஒப்பீட்டளவில் மென்மையானதாகவே இருந்தது, ஆனால் எப்படியும் கர்னலை கோமாவில் ஆழ்த்தப் போதுமானதாக இருந்தது. இம்முறை மருத்துவர் இன்னும் அழுத்தமாக டோன்யா எர்னெஸ்தினாவை அவசரப்படுத்தினார்.

“அவர் இன்னும் தொங்கிட்டு இருக்கது அவரோட அந்த அற்புதமான உடல் பலம் கொஞ்சம் இன்னும் மிச்சமிருக்கதால!” கீச்சிடும் குரலில் சொன்னார். “ஆனா அந்த பொண்ண அங்கயிருந்து வெளிய எடுக்கிறது ரொம்ப முக்கியம்! அவளக் கூட்டிவந்து பெரியவரப் பார்க்க வைங்க!”

கர்னலுக்கு விழிப்பு வந்தாலும், அவர் தொடர்ந்து ஆளுநரையும் மற்ற அதிகாரிகளையும் திருப்பியனுப்பினார். பாதிரி மெர்செலினின் சகோதரர் ஒருமுறைப் பார்க்க வந்தார், தீவிரமான குணப்படுத்தல் முழுக்கை செய்யும் பாவனையுடன். கதவை சாத்திவிட்டு பெரியவருடன் தனியாக அமர்ந்தார். டான் அலெஹாந்திரினோவுக்கு சுவாசிப்பதில் பிரச்சனையிருந்தாலும், பாதிரியை மாற்றமுடியாத நம்பிக்கையற்றவரின் கேலிக் கண்களோடு பார்த்தார். நடுங்கும் கைகளால் இழுப்பறையிலிருந்து ஒரு மலிவான புத்தகத்தை எடுத்து முடிந்தளவு உறுதியுடன் பாதிரியிடம் கொடுத்தார். மார்செலினின் சகோதரர் படித்தார். அச்சடிக்கப்பட்ட எழுத்துகளுக்குக் கீழே *கிழவனும் கடலும்* என்றிருந்தது. வெரோனிகா சிட்டுக்குருவிகள் தவ்வுவது போன்ற கையெழுத்தில் எழுதியிருந்தாள்: *என்ன நடந்தாலும் எனக்காக அவங்கள்ட்ட கெஞ்சாதீங்க தாத்தா.*

புனித சனியன்று, வெரோனிகா சிறைவாசத்தில் மூன்று மாதங்களை முடித்திருந்தாள். நள்ளிரவுபோல, மார்பில் கடுமையாக அழுத்தப்படுவதாக உணர்ந்தாள். அப்போது போரின் நடுவே தனது தாத்தா ஒரு இளம் ஃப்ரெஞ்சு பத்திரிகையாளனால் பேட்டியெடுக்கப்பட ஒப்புக்கொண்டதை நினைத்துக்கொண்டாள்.

“நீங்கள் மாபெரும் புகழின் நுனியில் நின்றுகொண்டிருக்கிறீர்கள்!” என்று அவன் அறிவித்தான், தனது கருத்தை ரிம்போவின் மேற்கோளால் அலங்கரித்தபடி. அவனை சிறிதுநேரம் உளற அனுமதித்தபின், கர்னல் பதிலளித்தார்:

“அ குவோய் போன் மெ ப்ரோக்யூரர் தெஸ் செவ்ரெஸ் புய்ஸெக் ஹெ வெய்ஸ் பியன்தோத் மூரிர்?”

“அதுவும் ரிம்போதானா?” கேட்டான் அந்த பத்திரிகையாளன்.

“இல்ல, அவன் ஒரு தரைப்படை கேப்டனோட பையன்தானே, அது இருக்கதிலேயே கேவலமான படைவீரன் வேலை. . . என்ன மாதிரியே, தெரியுமா. இல்ல, சாக்கோவ சேர்ந்த ஒரு மட்டாக்கோ இந்தியர் என்கிட்ட சொன்னார் இத: *நான் எப்படியும் சாகத்தான் போறேன்னா, நான் ஏன் இன்னும் ஆடுகள சேர்க்கணும்!* மட்டாக்கோக்கள் நிறைய தற்கொலை செய்துப்பாங்க, தெரியுமா. அதையேதான் நான் உன்கிட்ட ஃப்ரெஞ்சில சொன்னேன் அப்போதான் இன்னும் நாகரீகமா இருக்கும்னு, சரியா?”

அந்த சின்ன ஃப்ரெஞ்சுக்காரன் ஆச்சரியமாக கர்னலைப் பார்க்க அவர் அவனுக்கு ஷெரி மட்டும் ஊற்றி ஒரு கோப்பை கொடுத்தார்.

ஈஸ்டர் இரவில் வெரோனிகா ஆடுகள் பாடும்பறவைகளாக மாறியிருப்பதைக் கண்டுகொண்டாள். ஒரு சார்ஜென்ட் அவளை மார்பில் உதைத்து எழுப்பி கைவிலங்கிட்டு, துப்பாக்கியால் பிட்டத்தில் குத்தியபடி,

மேலதிகாரியின் அறையை நோக்கி நடத்திச் சென்றான். வெரோனிகா உள்ளே நுழைந்தவுடன், மகிழ்ச்சியும் துயரும் கலந்த கலவையாக, தலைவரின் சுவர் சட்டப்புத்தகத்தின் பக்கங்களால் மூடப்பட்டிருக்கும் என்ற கதையின் உண்மையைக் கண்டாள். அவள் விடுதலையாகப் போவதாக தெரிவித்தார்.

"ஆனா உன் குடும்பத்தில ஒரு இறப்பு நடந்திருக்கதால மட்டுந்தான்." அவர் குரைத்தார். "திரும்பவும் ஏதாவது ஆட்டம் ஆடினன்னா, திரும்பவும் உன்ன வேட்டையாடிப் பிடிப்போம். அத நீ நம்பலாம்!!"

இன்னும் பலவீனமாகவும் துயருற்றவளாகவும், வெரோனிகா ஒரு டாக்ஸி பிடித்து அடக்கம் நடக்கும் நேரத்துக்கு வந்து சேர்ந்தாள்.

கல்லறையிலிருந்து திரும்பி, டோன்யா எர்னெஸ்தினா உடன்வந்த கொஞ்சம் நண்பர்களுக்கும் உறவினர்களுக்கும் சிறிதளவு தேநீர் பரிமாறினாள். பாதிரி மார்செலினின் சகோதரர் வெரோனிகாவின் கையைப் பிடித்து மெதுவாக கர்னல் தன் பூச்செடிகளோடு வழமையாக சத்தமாக பேசும் தோட்டத்துக்கு இட்டுச் சென்றார். கையில் ஆவிபறக்கும் கோப்பையோடு, பாதிரி வெரோனிகாவின் காதருகே வந்து *யேர்பா மேட்டின்* அடர்வாச ஆவியினூடாக முணுமுணுத்தார்:

"அவர்கிட்ட சொன்னேன், "துணிவோடயிருங்க, அலெஹாந்திரினோ! உங்களப் போல ஒரு வயதான போர்வீரன் ஏன் இந்த வயசில நடுங்கணும்?' அவர் பேச விரும்பல. ஆனா நேத்து, முடிவுக்கு கொஞ்சம் முன்ன அவர் சொன்னார், *ஏன்னா இப்போ வலி என்னோடது இல்ல.*"

அப்போது வெரோனிகா ஒரு சார்பான, சுமையற்ற கலையாக, தோற்றாங்குளிகள் அற்ற, வழமையான அதிகப்படி பேச்சற்று, ஆனால் மென்மையோடின்றி, பெருந்தன்மையோடும் நாயகத்தன்மையோடும் எழுதப்பட்ட வார்த்தைக்கு அவள் திறந்தமனதோடிருக்கவேண்டுமென அறிந்தாள். அவள் கர்னலின் அறைக்குச் சென்றாள், இன்னும் பட்சோலி மணம்நிரம்பியிருக்க, இந்தக் கதையை எழுத உறுதிபூண்டாள்.

ஒவ்வொரு மரசாமானின்மீதும் புத்தகத்தின் மீதும் படச் சட்டகங்களின்மீதும் கையால் வருடியபடி படுக்கையறைக் கதவருகேயிருந்து ஓடும் பாட்டியின் இனிய குரலைக் கேட்கிறாள்; அமபோலாவிற்கு அவளிடம் கொடுக்க சில காகித துண்டுகள் இருக்கிறது.

2

"உன் பேர்" ஆய்வாளர் சுமாயா கேட்டார்.

"சோலெதாத் மோன்த்தோயா சனாப்ரியா குந்தர்", என்றாள் சோலெதாத். அந்த உதவியாளர் அவள் சொன்ன எல்லாவற்றையும் பதிவுசெய்துகொண்டாள்.

"வயசு"

"பதினேழு"

"இருப்பிடம்"

"இங்கதான் வசிக்கிறேன்னு உங்களுக்கு தெரியும்"

"எ மோ'ய் கொர்ரியந்தஸ்" சுமாயா உதவியாளரிடம் எழுதிக்கொள்ள கட்டளையிட்டார். பின்னர், விசாரணையை புதிப்பிக்கும் நோக்கில் கேட்டார், "வேலை"

"படிக்கிறேன்"

"என்கிட்ட பொய் சொல்லாதடி விபச்சாரம் பண்ற சின்ன தேவ்டியா. 'காதல் கூடு'ல திங்கள்-புதன்-வெள்ளி நீ வேலை செய்றது எங்களுக்குத் தெரியும்."

"அது சும்மா விதவையான அம்மாவுக்கு உதவி செய்ய மட்டுந்தான். பகல்ல பள்ளிக்குப் போறேன்."

"பாரு செல்லம். உன்ன கைது பண்ணதே, நீ மூணு விஷயத்த சொல்லலைன்னா பழுக்க காய்ச்சின கம்பிய உன் புண்டைல சொருகத்தான்: ஏன் லெஸ்பியனா இருக்க, ஏன் கம்யூனிஸ்ட்டா இருக்க, எப்படி உன்ன சிறுத்த மாதிரி மாத்திக்கிற."

"என்னால கருஞ்சிறுத்தையா மாறவெல்லாம் முடியாது, முடியும்னா, இப்பவே அப்படி செஞ்சு இங்கருந்து தப்பியிருப்பேன்."

"இல்ல, ஏன்னா இந்த கதவு ஸ்டீலால செஞ்சது. மட்டுமில்லாம இத வெளியயிருந்து மட்டுந்தான் திறக்கமுடியும், அது உனக்கும் தெரியும். நல்லா பரிசோதிக்கப் பட்டது. அது இருக்கட்டும், நாம படிப்படியா போகலாம்."

3

உன்னைக் கடந்தும் நாளை இன்னொரு நாளே. இந்த தோட்டம் எப்படி மலரக்கூடாதென விரும்புகிறாயோ அப்படி மலர எதையும் தருவேன்! உனது அனுமதியின்றி நாள் விடிவதைப் பார்த்து எவ்வளவு கசப்பாய்! நீ வருமென்று நினைப்பதற்கு முன் விடியல் வருவதை வெறுமனே எண்ணிப்பார்த்தே எப்படி சிரிப்பேன்! (சிக்கோ புவார்கே தெ ஹோலந்தா) கொர்ரியந்த்தெஸில் கூதிரின் நடுக்கத்திடம் செல்வதற்கு முன்னே, குந்தரும் அவன் மனைவியும் பாரிஸில் இரு நாட்களை கழித்திருந்தனர். எலிசா நேரடியாக வந்த வேலையை பார்க்க வலியுறுத்தினாள். ஆனால் குந்தர் ஓய்வெடுக்க விரும்பினான். திரையரங்குகளுக்குச் செல்லவும் மோன்ட்மார்ட்டேவில் அவனுக்கு விருப்பமான கடைக்காரரோடு பேரம்பேசி சண்டையிடவும் ஆர்க் தெ த்ரியோம்பேவை பார்த்தபடி இருக்கும் ஒரு விடுதியில் தாமதமாகத் தூங்கவும். சாம்ப்ஸ் எலிஸீஸ் கிடைக்கும் சாலையோர மார்ட்டினிகள் பிடிக்கும் குந்தருக்கு, போர்பாக்ஸிலிருந்து வந்த வெர்மாத்தீன ஆங்கிலேய ஜின்னோடு உலர்வாகவும் நயமாகவும். எலிசாவுக்கு செய்ன்ட் மைக்கேலே விருப்பம் – பல வருடங்களுக்கு முன் ஒவ்வொரு நடைபாதைக் கல்லிலும் யாரோ சிறிய தங்கமீன்களை ஒளித்து வைத்திருக்கும் ஒரு நிழற்சாலையைப் பற்றிய ரகசியத்தை கோர்த்தஸார் அவளிடம் சொல்லியிருந்தார். லூகாஸ் இறந்துவிட்டான், ஆனால் எலிசா தேடிக்கொண்டிருந்தாள். பழைய சார்போனிலிருக்கும் சுரங்கப் பாதையிலிருந்து வெளிவரும் கசங்கிய ஜீன்ஸ்களில் சுற்றப்பட்டு கடந்துசெல்லும், மெல்லிய ஆஃப்ரிக்க லத்தீன் கால்களை ஒரு கஃபேயின் மாடியிலிருந்து பார்த்துக்கொண்டிருந்தனர். மலிவான கஃபேடீரியாக்களிலிருந்து வெளியேறும் அடையாளங்களற்ற மனிதத்தின் மேகங்கள் அல்லது வறண்ட மதியத்தில் விக்டோர் ஹ்யூகோவின் துருப்பிடித்த தாடியின் கீழே உழன்றுகொண்டிருக்க, நினைவிலிருந்து என்பதைவிட கடந்துபோன நாளையொன்றின் அடிமணலிலிருந்து எடுக்கப்பட்ட பிம்பங்கள், சிறந்த அருங்காட்சியகங்களின் வசந்த நிலவறைகளில் எறியப்பட்ட ஓவியங்களின் சோகமான யதேச்சையான அந்த புன்னகைகள். எதிர்பாராமல் குந்தர் தம்பதியர் தங்கள் புலம்பெயர் நண்பர்கள் இருவரை

சந்தித்தனர். எலிசா முதலாமவனை அவன் மெர்சிடீஸ் சோசாவின் சோர்போன் நிகழ்ச்சியொன்றில் பாடிக்கொண்டிருக்கும்போது பார்த்தாள். மிட்டோ விக்தர் ஹாராவின் பாடலொன்றை மெர்சிடீசுடன் இணைந்து பாடினான். யாருக்கும் உன்னைத் தெரியாது, யாருக்கும், ஆனாலும் பாடுவேன். உன் கதையை (ஃபெடரிக்கோ கார்சியா ஸோர்கா) மனுவேலையோ அமான்டாவையோ எப்போதும் சந்திக்கவில்லை. உன் வீடெனக்குத் தெரியாது உன்னோடு படுக்கவோ உணவருந்தவோ இல்லை. அறிந்ததெல்லாம் பதிவட்டு உறைகளில் உறைந்திருக்கும் புன்னகையையும் நித்தியமாக பதிவாகியிருக்கும் உன் மாயக்குரலையும் மேலும் நீ இறப்பதை காணவில்லை. உன்னோடே இறந்தேனெனினும் நான் பாடும்போது பிழைத்திருக்க உன் குருதியோ உன் கதையைப் பாட உன் குரலோ எனக்குத் தேவையில்லை. உன்னிடம் நான் சொல்ல விரும்புவது என் பெயரும் மனுவேல்தான் என் தாயின் பெயரும் அமாண்டாதான்.

வெறும் அந்த முத்தங்களுக்காவே நான் வந்தேன்! திரும்பி வருவதற்காக அந்த உதடுகளை வைத்துக்கொள் (லுயிஸ் செர்னுடா) எனது பெயர் விக்தர் ஹாரா. நீண்டதும் காயம்பட்டதுமான சிலேவின் பாடலைப் பாடப்பிறந்தேன். மற்ற குரல்களிடையே ஓடும் ஒரு நதி போன்றது எனது குரல். மற்றவர்களின் கனவுகளில் வரும் ஆழிகளோடே என் காதல். பனியின் கழுகின் கண்ணியத்தைப் பாடினேன், மென்மையை, மீள்கண்டுபிடிக்கப்பட்ட மனிதத்தை, வாழ்வின் ஊதா வழமைகளை. இப்போதென் கிதார் உடைந்துவிட்டது; அதன் துண்டுகளை எனக்காக மறுபடி ஒன்றுசேர். ஒரு பாடலோடு எனக்காக காத்திரு. காத்திருப்பா யென்றால் சத்தியமாய் திரும்பிவருவேன்.

அது தன்னைவிடவும் பெரியதொன்றாக இருப்பதை அவன் பிணத்தை தடவிப்பார்த்து கண்டுகொண்டனர். அது இவ்வுலகின் ஆன்மாவுக்கான உடலாக இருந்தது. (செஸார் வயேஜோ) அவன் கண்ணைப் பிடுங்கினார்கள். ஆனாலும் நட்சத்திரங்களைப் பார்த்துக் கொண்டேயிருந்தான். அவன் உதடுகளை வெட்டியெடுத்தார்கள். ஆனாலும் முத்தமிட்டுக்கொண்டேயிருந்தான். அவன் கைகளை வெட்டினார்கள். தொடர்ந்து கிதார் வாசித்துக் கொண்டேயிருந்தான். குரலை, நாக்கை, மொழியைப் பிடுங்கினார்கள். தொடர்ந்து பாடினான். பாடினான், பாடிக்கொண்டே இருந்தான். உயிரையே எடுத்தார்கள். இருப்பினும் அவன் நேராக நின்றான் பெரிய அழுகைக்கிடையே காற்றில் அலைவுறும் பதாகைகள் பின்னே, எந்த புதைக்கப்பட்ட நம்பிக்கையின் பின்னுமல்ல, தூரமாக ஆனால் கைக்கெட்டும்படி வடக்கிலும் தெற்கிலும், சரணடையாது. அப்போதுதான் ஜெனரல் அவன் இறந்துவிட்டதாக அறிவிக்க வேண்டி வந்தது, நாசமாய்ப் போனவன்!

காலையின் அறிகுறி பறவைகளின் பாடல் (நிக்கோலஸ் குய்யென்) மேளங்களும் தாளங்களும் சத்தமிடாது. முப்பது பீரங்கிகள் வணக்கம் செலுத்தாது. நாம் செய்தித்தாள்களில் விளம்பரம் செய்யமாட்டோம்.

அவனை தொலைபேசிப் புத்தகங்களிலோ பல் மருத்துவரின் காத்திருப்புப் பட்டியலிலோ வைக்கவும் மாட்டோம். தெருக்களில் எந்த அறிவிப்புப் பலகைகளும் தொங்கவிடமாட்டோம். அல்லது வீடு வீடாக அழைக்கவோ கத்தவோ அழைப்பு மணிகளை அழுத்தவோ சிறப்பான உணவை ஒயினை ருசிபார்க்கவோ வசந்தத்தின் கிறுஸ்துமஸின் நினைவுகளை உருட்டிப்பார்க்கவோ மாட்டோம். இருந்தாலும் நீ பாடுவாய். நாங்கள் அந்த நாள் வந்துவிட்டதை அறிவோம்.

காகங்களாலோ வெறுப்பாலோ என்னை உன் இடுப்பிலிருந்து பிய்த்தெடுக்க முடியாது (ஹெரிப் காம்போஸ் செர்வேரா) மனிதன் துன்புறுத்தப்படலாம், ஒரு மாதத்திலோ அல்லது விநாடியிலோ மாய்க்கப்படலாம், சங்கிலியிடப்படலாம், அவன் மக்களிடமிருந்து பிரிக்கப்படலாம், வாழ்க்கை மறுக்கப்படலாம், மரண தண்டனை விதிக்கப்படலாம், பெயரும் மதிப்பும் கவிழ்க்கப்படலாம், அவன் கைகளைக் கோடாலி கொண்டு வெட்டலாம். ஆனால் எதனாலும் அவன் விருப்பமின்றி வெறுக்கச் செய்ய முடியாது.

எலிசா மேடையிலேறி மறுநாள் இரவுணவுக்கு அவனை அழைத்தாள். மிட்டோ மகிழ்ந்தான்.

வெள்ளைக்காரனைப்போல அந்த லத்தீன் பகுதியில் நடைபோட்டபடி, எலிசாவின் கணவன் அந்த மற்றொரு நாடுபெயர்ந்தவனைக் கண்டு கொண்டான். ஒரு நல்ல திரைப்படத்தைத் தேடியபடி, ஒரு லினோ வென்ச்சுரா அல்லது அதைப்போன்ற ஏதோ ஒன்றை, குந்தர் விரைவிலேயே சலிப்படையத் தொடங்கினான். அவன் ஒரு பானத்தை வாங்கிக் கொண்டு கலைக்கூடங்களில் உலாவப் போனான். அதில் ஒன்று பதட்டமான நிர்வாண இளைஞர்களால் நிரம்பியிருந்த்து. கதவிலிருந்த அறிவிப்பு தள்ளுபடியும் பச்சை குத்திக் கொள்பவர்களுக்கு ப்ரேசிலிய ஓவியரொருவரின் கையெழுத்தும் கிடைக்குமென்றது. அந்தக் கலைஞரின் பெயர், கழுவக்கூடிய மையில், ஆண்களுக்கு இடது பிட்டத்திலும் பெண்களுக்கு வலது முலையிலும் குத்தப்பட்டுக்கொண்டிருந்தது. குந்தர் முட்டியால் நெட்டித் தள்ளியபடி உள்ளே போனான். வரிசை பெரிதாகவும் அங்கே நின்றபடியே ஒருவரை ஒருவர் தடவி ஆராய்ந்துகொண்டிருந்த ஜோடிகளால் நிறைந்ததாகவும் இருந்தது. அவனருகே தன்னைவிடப் பெரிய ஐஸ்கிரீம் வைத்திருந்த எலும்புக்கூடு போன்ற ஃபிரெஞ்சு பெண்ணிடம் தனது ஈரமான நுரையப்பிய உதடுகளால் கத்தமட்டுமே இடைவெளி விட்டு, ஐஸ்கிரீமை ஆர்வமாக உறிஞ்சிக் கொண்டிருந்த ஒரு குண்டு இத்தாலிய பெண் நின்றிருந்தாள். ஆறடிக்கு மேல் உயரமிருப்பானெனினும் – குந்தர் கழுத்தை உயர்த்திதான் கடையின் பின்பக்கத்தை பார்க்கமுடிந்தது. அங்கே லிவியோ ஆப்ரமோவைக் கண்டான், சற்று மங்கலாகி ஆனால் இன்னும் மெலிதாகவும் இனிமையாகவும், ஆலயத்திலிருக்கும் கண்ணாடியணிந்த சிறுவன் ஏசுவைப்போல, தனது *ஆர்டே பௌலிந்தா*வின் புதிய ஃப்ரெஞ்சு பதிப்புகள் அடுக்கப்பட்டிருந்த மேசைக்குப் பின் அமைதியாக அமர்ந்து உடல்களில் எழுத்தோவியத்தில் கையெழுத்திட்டபடியிருந்தார். குந்தர் அவரிடம் வாழ்க்கையில் ஒரே ஒருமுறைதான் பேசியிருக்கிறான். ஆப்ரமோ

மற்றும் போர்ட்டினரி குறித்து மேரிலாந்து பல்கலைக்கழகத்தில் எலிசா ஒருங்கிணைந்திருந்த ஒரு கருத்தரங்கில். வரிசையில் குந்தரின் முறை வந்தபோது தான் மட்டுமே உடையணிந்திருக்கும் ஒரே வாடிக்கையாளன் என்று உணர்ந்து சங்கடப்பட்டான். தனது பேனாவை காற்றில் ஆட்டியபடி குழப்பமுற்றிருந்த ஆப்ரமோ குந்தருக்கு *kiritŏ* எனத் தலைப்பிடப்பட்டிருந்த மரச் செதுக்கலொன்றை அவனை மறைத்துக் கொள்வதற்காக கொடுத்தான்.

"ஹாய், நான் குந்தர், ஞாபகமிருக்கா? எலிசா கணவன், அமெரிக்கப் பெண்!"

அந்த ப்ரேஸிலிய ஓவியன் தென் ஃபிரான்ஸில் வாழ்ந்துவந்தான், ஆனால் ஆர்வமூட்டும் தற்செயல் நிகழ்வாய் பாரிஸில் மிட்டோவின் அடுக்குமாடிக் குடியிருப்பில் தங்கியிருந்தான். குந்தர் தம்பதியர் மறுநாள் இரவுணவுக்கு அவர்கள் இருவரையும் வெளியே அழைத்துச் சென்றனர்.

ரத்தப் புட்டும் குடற்கொடியும் நிரம்பி வழிந்த சிறிய எண்ணெய் வழியும் சாப்பாட்டு கடையொன்றை கண்டுவிடித்தனர். ஆனால் மரவள்ளி இல்லை. "இன்று எனது செலவு" என்றான் குந்தர்.

தென்னமெரிக்காவின் தென் முனைப் பகுதியின் பாணியிலான வாசமான வாட்டிய மாட்டிறைச்சி *P.A.*வில் **மக்ஸிஸா** இசையோடு (அகுல்தின் பரிபோஸின் வால்ட்ஸ் எண் 3, நான்காம் அசைவு) இருந்தது. கூடவே நிறைய சூடான எம்ப்பனாடாக்களும், அவற்றை குந்தர் அநியாயத்திற்கு கெட்சப்பில் முக்கினான்.

ஒயின் பரிசாரகர் வந்து, குந்தரைப் பல்வேறு பழம் ஒயின்கள் குறித்து உரையாடத் தொடங்கிவைத்தார்.

"லிவியோவும் மிட்டோவும் குடிக்கலைன்னு உனக்குத் தெரியலியா?" என்றாள் எலிசா, கடினமான ஆனால் ஆரம்பிக்கப்படாத திருமணத்தின் இருபது திராட்சை அறுவடைகளுக்குப் பின் பொறுமையாக இடம்கொடுப்பவளாக.

கொர்ரியந்த்தெஸைச் சேர்ந்தவனான மிட்டோ "அப்போ ஊர்ல புதுசா என்ன?" என்றான்.

"அது, எனக்கு வர செய்தி எல்லாம் ரொம்ப தொழில்நுட்ப ரீதியானது" என்றான் குந்தர், அடக்கமாகத் தோன்ற முயன்றபடி "தெருவுல இருந்து வர செய்தி எதுவுமில்ல. அதாவது கிசுகிசு அந்த மாதிரி."

"அந்த திராட்சைக்கொடி" கவனித்தான் லிவியோ ஆப்ரமோ.

"தூக்கமின்மையின் தொற்றுநோய்னு சொல்லலாம்," என்றான் அந்த இசைக்கலைஞன், "மகோந்தோவில் போலவே எப்போதும் எதுவும் நடப்பதில்லை. காலம் உறைந்து நிற்கிறது. 'பேரரசனின் இலையுதிர்காலம்."

"பேரப்பனின் கொட்டை!" என்றாள் எலிசா, ஒரு வேடிக்கையோடு உரையாடலை திசைதிருப்பும் முயற்சியாக. அந்த விஷயம் ஒரு அரசியல் அகதியான லிவியோவுக்கு கொடூரமானது என்றெண்ணினாள்.

வீட்டையும் பிரிந்துழன்ற நபர்களையும் பற்றி அவன் என்ன உணரமுடியும், எப்போதைக்குமாக மாறிவிட்ட எல்லோரைப் பற்றியும்? "பான்ச்சோவின் சகோதரி மகள் கைதுசெய்யப்பட்டிருக்கிறாள்" என்றாள்.

குந்தர் தனது இரட்டை சிவாஸ் மற்றும் சோடாவைப் பதட்டமாக உறிஞ்சினான்.

"உன் சகோதரி மகளா ஒட்டகம்?" என்றான் மிட்டோ உயரமானவர் களுக்கு என்றிருந்த பள்ளிக் காலத்துக் கேலிப் பெயர்கொண்டு. "அமபோலாவின் பெண்ணா?"

"ஆமா" என்றான் குந்தர். "எனக்கு ஒரே சகோதரி பொண்ணுதான்."

"அமபோலா?" வினவினான் ப்ரேசிலியன்.

"பான்ச்சோவின் சகோதரி" என்றாள் எலிசா.

"அவ ஒரு விதவை, பான்ச்சோ, சனாப்ரியாவோட முதற்பெயர் என்ன?"

"அம்பேலியோன்னு நெனைக்கறேன். ஆனா எல்லோரும் அவன வெறுமனே சனாப்ரியானுதான் கூப்பிடுவாங்க"

"பெரிய ஆளு, எருதுபோல உறுதியா" எலிசா தொடர்ந்தாள். "ஆனா பலகீனமான இதயம். கொஞ்ச வருசம் முன்ன செத்துட்டான். அமபோலாவுக்கு ரொம்ப கஷ்டம். சனாப்ரியாவோட முடிவெட்டற கடை கூட வேற யாரோடதோ, இவனுக்கு வாடகைக்குத்தான் விட்டிருந்தாங்க. வீடு பான்ச்சோவோடது."

"அப்ப நிச்சயம் நீ அவள தெருவுக்கு விரட்டிட்ட." மிட்டோ ஜான் கேஜ் பாணியில் ஓட்டினான். "சனாப்ரியா அந்த காலத்து தாராளவாதி, இல்லையா?"

"இல்ல, முழுக்க இல்ல." என்றாள் எலிசா. "அவருக்கு ஃபெப்ருவரி இயக்கம் மேல அனுதாபம் இருந்தது?"

"சரி, எப்படியும் ஒரு போராளி" என்றறிவித்தான் இசைக் கலைஞன். "ஃபெப்ருவரி, மார்ச் என்ன வித்தியாசம்?"

"அது சரிதான்" என்றான் குந்தர். "மார்ச்சுன்னு சொன்னா மார்க்ஸுன்னும் சொல்லலாம். சனாப்ரியா ஒரு அரைகுறை மார்க்ஸிஸ்ட், மட்டுமில்லாம கால்பந்து பைத்தியம்."

டான் லிலியோ கலவரமுற்ற அமைதியில் உட்கார்ந்திருந்தார். எலிசா மறுபடி பேசினாள். "எப்படியிருந்தாலும் சொல்லிகிட்டிருந்தது போல, அவங்க ஒரே பொண்ணு இப்ப ரெண்டு மாசமா கைது செய்யப்பட்டிருக்கா. கம்யூனிச சார்புகளும் கவிதை எழுதினதுமா குற்றஞ்சாட்டப்பட்டு. கூடவே ஒரு கொலை வேற, மத்திய அமெரிக்கக்காரன் ஒருத்தன்."

"அமபோலா மனசுடைஞ்சிட்டா பாவம்" என்றான் குந்தர். "அதான் அடுத்த வாரம் கொர்ரியந்த்தெஸ் போறோம். என்ன இருந்தாலும் அவ என் ஒரே சகோதரி."

டான் லிவியோ தன் கலவரமுற்ற அமைதியைத் தொடர்ந்தார்.

பரிசாரகர் மடக்கக்கூடிய தள்ளுவண்டியொன்றை கொண்டுவந்து விரித்து அவர்களது இறைச்சிகளைப் பரிமாறினார். எலிசா மிட்டோ டான் லிவியோ அனைவரும் **சுர்ராஸ்கோ க்ருதோன்**தான் வேண்டியிருந்தனர். குந்தரும்தான் ஆனால் அவன் அதை உள்சிவக்க வாட்டிய எனும்படி ***rare*** என்றுதான் அழைப்பேனென்றான், அதுவும் அவனைப் பொறுத்தவரை யேலின் சிறப்பாகிய சத்தத்தோடு.

“அப்ப சொல்லுங்க...” டான் லிவியோ தனது கலைஞனினதேயான விரல்களை நீர்க்கோப்பையின் வெள்ளி விளிம்பில் ஓட்டியபடி மென்மையாக கேட்டார்.

“நீங்க நேரா கொர்ரியந்த்தெஸ் போயிருக்க முடியாதா? பாரிஸ்ல என்ன செய்றீங்க!”

குந்தர் தம்பதியர் அமைதியாக ஒருவரை ஒருவர் பார்த்தனர். எலிசா வெட்கினாள். குந்தர் தனது *சுர்ராஸ்கோ*வைக் கடித்தான்.

“இந்த இறைச்சி மோசமில்ல, இல்லையா?” ஒரு புன்னகையுடன் கேட்டான். இன்னும் பதட்டமாக, வாழ்க்கையின் விளையாட்டை உச்சபட்ச தீவிரத்துடன் பார்க்கும் குழந்தையைப் போல பதில் எதிர்பார்த்து அமர்ந்திருந்தார் டான் லிவியோ. குந்தர் ஒரு வாய் இறைச்சியை விழுங்கினான். “சரி, என்னன்னா நாங்க எப்பவுமே பாரிஸ்ல சின்னதா தப்பிச்சு ஓய்வெடுக்க முயற்சிப்போம். அந்த பொண்ணு ஆக பத்திரமா இருக்கான்னு சொல்லல... ஆனா அது அவ்வளவு பெரிய விஷயமில்ல!”

“அப்படியில்ல, பான்ச்சோ!” எலிசா முணுமுணுத்தாள், மச்சடோவின் நண்பனும் அவர் மிக ரசித்த கலைஞனுமான டான் லிவியோவின் முகத்தைப் பார்க்க வெட்கியபடி “அவ தன் உள்ளாடையை வீட்டுக்கு அனுப்பும்போது அதில ரத்தம் இருந்ததா நினைக்கறேன்.”

அத்தோடு அந்த ஓவியன் தனது பூத்தையலிட்ட கைக்குட்டையை ஆர்கிட் குவளையின் அருகே வைத்துவிட்டு எழுந்தான், கிட்டத்தட்ட வெளிப்படையானதெரு கனமின்மையோடு எலிசாவிடம் “சாப்பாட்டுக்கு நன்றி” என்றுவிட்டு மிட்டோவிடம் திரும்பினான். “கதவுகிட்ட காத்திருக்கேன்.”

அந்த ப்ரேசில்காரன் நகர்ந்துபோக குந்தர் தன் இடதுகாதுடன் விளையாடியபடி அமர்ந்திருந்தான். *மனிதன் உயர்ந்து தனது விலக்கப்படாத இருப்பை உண்மையான சனநாயகத்தோடு பிணைத்துக் கொள்ளும்போது, அப்போது உலகில் எல்லோரும் குழந்தைப் பருவத்தில் பார்த்திருக்கும், ஆனால் யாரும் தொட்டிராத ஒரு விஷயம் வெடித்துவரும், நமது உண்மையான தாய்மண் (எர்ன்ஸ்ட் ப்ளோச்).*

4

நான் காதலோடு தொடங்குகிறேன், சொல்லப் போனால் எதுவுமேயில்லை, ஒரு உறைந்த திருட்டுத்தனமான வார்த்தை, *செரெஸின் தூண், கண்தெரியாத கடற் பன்றி, விண்ணில் பிளவுகளிடையே முன்னும்பின்னும் ஆடுமொரு பொருள். போதையுற்ற துயர்மிகு ஒளி இழைத்த பாதைகளுக்கு என்னை அழைக்கிறது பொங்கும் கடல். அப்படி உயர்ந்த இடங்களிலிருந்துதான் நீ வந்தாய், என் கையேட்டின் நித்யமாக திரும்பத் திரும்பச் செய்யப்படும் ஒளிரும் பக்கம், செயலடங்கிய, வாழும் பாறை, கிணுகிணுக்கும் மணி, பொறுமையான நிழல், சட்டென்ற விடியல். பரந்த பனிப்பாளங்கள் அல்லது தூரத்து கோஷங்கள் போன்ற அதன் நீல முகடுகளோடு சொர்க்கத்தைப் பார்வையிடும்போது நீ ஒரு நடுங்கும் ஆழி மலர் அல்லது தூரத்திருக்கும் யாரோ துவங்கிய பாடலென காற்றிலிருந்து இறங்கிட, அப்போது நான் உடமைகளற்ற பயணியாகிறேன், ஒரு கண்ணீர்த்துளி என் உதடுகளுக்கு இறங்குகிறது ஒரு ரோஜா அதன் நட்சத்திரச் சிரிப்பை மறைக்க மூடிக்கொள்கிறது. பழங்காலத்திய பானையிலிருக்கும் தேனென, நீ சிறகொத்த மெல்லிய அசைவுகளால் எனதிருப்பைத் தேடி நான் இல்லையென்பதைக் கண்டுணர்ந்து வெறுப்புநிரம்பிய பூதக்கூட்டத்தால், இரவில் சுற்றிப்பறக்கும் கழுகுகளால், இறுகக் கட்டப்படாத கயிறுகள் போல மெல்லச் சொட்டும் குருதியால் சூழப்பட்டிருப்பதை உணர, குளிர் கண்களுடைய நாகம், நத்தை ஓடுகள், பகிர்ந்துகொண்ட துயரொன்றின் நினைவு, உன்னைத் தன் பர்ப்பிள் உதடுகளுக்குள் போட்டுக்கொள்ளும் பள்ளம், இரும்புக் கண்களும் உன் ஆன்மாவை மென்மையாகக் கடந்துசெல்லும் காற்றும், வெதுவெதுப்பான பிம்பம், நான் ஒருகாலத்திலிருந்த பெண்ணாக உறுதிப்பட்ட எஃகு; பொருள், ஆழி அல்லது புதிர், எப்போதும் மாறிக்கொண்டேயிருக்கும் ஒளி, அழாதே, ஏனெனில் நான் உன்னிலிருக்கிறேன் காதல் உனதுடலில் ஓடிக்கொண்டிருக்கும் ஆறு, ஒரு கண்ணீர்த்துளி, ஒரு உடன்படிக்கை, ஒரு முள், அல்லது ஒருவேளை நாம் சென்றபோது அணைக்க நேரமற்றுப்போன ஒரு விளக்கு.

அந்த இசைக்குறிப்பு எனது சிறிய கிதாரில் தழும்பாகி விட்ட காயத்தைப் போல அதிர்ந்தது, அது எப்போது தொடங்கியது? குன்றுகளின் மேலிருந்து ஒளிரும் அந்த தந்தையற்ற நினைவேக்கம் அங்கே நான் விட்டுவந்திருக்கிறேன்

எனது அட்டவணைகளை, எனது வரைபடங்களை, எனது மைப்புட்டியை, வெய்யிற்காலத்தின் அந்த நீலக் காலக்கடிகாரங்களை, என்னுடையதாகவும் என்னுடையதல்லாமலும் இருந்த அந்த தீவிரமான கன்னிமாதாவை, வாழ்க்கையைப் போலவே உனது சதையுடன் பிணைந்த அணைப்புகளை, புதைபொருளாளர்களாலும் விளங்கிக்கொள்ளமுடியாத அந்த அமைதியை, பொறுமையாக ஓடும் ஸ்டிக்ஸ் நதி அங்கேதான் இறந்தகாலம் கிடக்கிறதோ அல்லது வேதனையின் தோல்வியுற்ற இதயமோ, நம்பிக்கையின் சூடான விடியல், இலைகள் விழுந்துகொண்டிருக்க ஒரு கண்ணாடி நம்மைப் பார்த்துக்கொண்டிருக்கும் இலையுதிர்காலத்தின் பிரதிபிம்பங்கள், ஆனால் கூடவே எப்போதும் வழியில் எங்கோ ஒரு மரணம், நாம் கடந்துசெல்வதைத் தடுக்கும் ஒரு கரம், நமது தாகம் நிரம்பிய உதடுகளிலிருந்து தவறிச்செல்லும் ஒரு ஊற்று. மற்ற மொழிகளில் காதல் என்ன பெயர் தாங்கியிருக்கும், அது அப்போதும் எப்போதும் கொண்டிருக்கும் அந்தப் பெயர் இல்லாமல், உனது சிரிப்பு தீர்ந்துபோய் இந்த சாளரங்களுக்குப் பின்னே மழை வற்றிப் போகையில் உனது முகமூடியை எந்த முகம் அணிந்திருக்கும், நாம் எல்லோருமே ஏதோவொரு தூரத்துத் தெருவில் தனித்தலைபவர்களாகிவிட்ட இப்போது?

என்னோடு பேசு. உன்னை நான் காதலித்தபோது என் கண்களைக் கொண்டிருந்த அந்தப் பெண் யார், என் கடினமான தனிமையான அம்சங்களைப் போலிசெய்தபடி அந்த சிகப்பு ஆடையில் நீ அழகாக இருப்பதாக சொன்னவள், யார் அவள், சொல்? அவளைப் பற்றி சொல், என்னைவிட நன்றாக நீ அவளை அறிவாய், என்னை ஒரு கருஞ் சிறுத்தையின் சதையை அணிந்துகொள்ள அழைக்கும் நினைவைக் கொண்ட நீ, நீ, உற்சாகத்தின் மென்மையின் மதுக்கிண்ணம், வரப்போவனவற்றின் தொடுவானம், நீதியின் முடிவற்ற எல்லை, சுதந்திரத்தின் அடையாள அணி, வார்த்தைகளின் தீயின் சமூக மைதானம், தோழர்களின் தெளிந்த நீரின் ஒற்றைக் குரல் மொழி, பெயரற்ற கருத்த புவியியல், பழுப்புக் கரை, சிகப்பு மண்.

இருந்தாலும் சாவு வரும், கட்டப்பட்ட கண்களோடும் மஞ்சள் முகத்தோடும், விரைத்த கடைசிச் சொல்லோடு, குருட்டு எல்லையோடு, வெறுமையினூடே வீழும் ஒரு கண்ணீர்த்துளி. அது தன் தடங்களை எங்கே விட்டுச் செல்கிறது, அதன் சுவாசத்தின் தடங்களை? சாவே, என்ன நோக்கத்துக்காக நீ வருகிறாய்? இன்றிரவு மழை நடுவே நான் இன்னும் ஒரு பெண்தான் எனக் கண்டுகொள்கிறேன், நான் இன்னும் சுவாசிக்கிறேன் என்பதை; என்னை காலத்தையும் அந்தியையும் கடந்துசெல்லவிடு, நரகக் கொதிப்பே என்னை முழுதாக விழுங்கிக்கொள்! கடவுள் தன் இமைகளை மூடிக்கொண்டார்; சாவைத் தவிர எதுவும் அவர் இருப்பிடத்தை அறியாது, குதிரைக்காரர்கள் போய்வந்துகொண்டிருக்க நான் அவர்களுக்காக காத்திருக்கிறேன்; ரத்தத்தில் நனைந்து, எனது வாழ்க்கைக் குழியில் குறுகிக்கொண்டிருக்க.

மதியத்தின் கண்களே, குழப்பமற்ற சீரே, என்னை எல்லா தொல்லைகளிருந்தும் கரைசேருங்கள், என் சதையை பெயரை சுமப்பவளே, என்னை என்னிடமிருந்து மற்றவர்களிடமிருந்தும் கரைசேர்,

சுவர்க்கத்திடமிருந்தும் படுகுழியிடமிருந்தும், பொருண்மையிடமிருந்து, மனிதத்திடமிருந்தும் தாய்நாட்டிடமிருந்தும், கோபத்திலிருந்தும் கலக்கத்திலிமிருந்தும் என்னைக் கரைசேர், என்னைப் பாதுகாத்திரு. அதோ காதல் தன் திருமணத் தேரில் போகிறான்! அவனைத் தடுத்துநிறுத்து, கால்வாய்களின் பால்நிற பொங்குதலுக்கு உன் வெள்ளைக் கால்களைத் திற, சாவைப் பார்ப்பதைத் தவிர்க்க உன் பார்வையை உயர்த்து, உன் கையைக் கொடு, சகோதரி. நான் சாகும்போது பனைமடல்களில் ஒரு வாசமிக்க ரோஜா உன் கசகசா வாசங்கொண்ட புருவத்தை அலங்கரிக்கும்; நான் செத்தால் அந்த அமைதிக்கெதிராக காற்றாலான சிலையொன்று எழும், நான் வாழ்ந்தேனென்றால், இரவின் சுகந்தங்களும் திக்கற்ற திசைகாட்டிகளும். சர்க்கரை மிட்டாய், தைலம் அல்லது சித்தபிரமை, உனது வெளுத்த நீர்களின் கொதிப்பை எனக்கு விற்றுவிடு, உனது விளக்கையும் வாய்ப்பேயற்ற முகத்தையும், நான் செத்துக்கொண்டிருக்கிறேன் என்பதால். ஏரிகளையும் கனவிற்கண்ட கிரகணங்களையும் எனக்கு மொழியற்று நடித்துக்காட்டு, நான் அதுவாக இருந்திராத பார்த்திராத தொட்டிராத முகர்ந்திராத கேட்டிராத பேசியிராத முழுக் கவிதையையும், இப்போது விரியத் தொடங்குகிறது, நான் செத்துக்கொண்டிருக்கும்போதும் காதலித்துக்கொண்டிருக்கிறேன் இன்னும் என்பதால். பின் நீ என் அன்பே, என் உயிரே, எப்போதும் பெண்ணானவளே, எல்லாவற்றின் தாய்நிலமே, நீ என்னிடம் சொல்வாய், நான் இன்னும் உன் உதடுகளை எனதில் சுமக்கிறேன், சாவு, உன் வேதனையை முடிவுறச் செய். பின் நான் அறிவேன் நீ என்னைக் காதலிக்கிறாயென, நான் அறிவேன் என் சாவு உன் சாவும் எல்லாருடையதுமென, காலத்திற்கும் பின்னே பன்மைகளில் பிறந்த ஒரு சாவு, வெறுமையின் எரியும் கருப்பை, தாமரை, நுழைவாயில், ஆக இருண்மையான மனித இதயத்தில் பகல்வெளிச்சத்தை அணைத்தல். ஒருநாள் நான் மண்ணுக்கடியில் வசிக்கப்போவதைப் போல நான் நிச்சயமாக உன்னுள் வசிக்கிறேன்; என் கண்கள் திறந்திருக்க, என்னுதடுகள் காதலால் பாரமுற்றிருக்க, ஒரு ஒற்றைக் கொடியும் ஒரு கூட்டு நினைவும் என் சொற்களை எரியும் கொடிக்கம்பங்களிருந்து உயர்த்தும், என் நிழலைத் தரும், குழந்தைப் பருவத்தில் நான் இழந்த சுவர்க்கத்தைத் திரும்ப வென்றுதருவதோடு மனிதனின் சகோதர ஆன்மாவில் என் மௌனத்திற்கு குரலளிக்கும்.

ஃப்ரான்சிஸ்கோ ஹாவியர் குந்தர் குளிப்பதற்காகச் சென்று அந்த பளிங்கு, பீங்கான், ப்ளாட்டினத்திலான குளியலறையை வாய்பிளந்து பார்த்தான், ஒலிக்கும் கற்களின் காலத்தின் பலன். அறுபத்திரண்டில் கட்டுகுலையாமல் ஆனால் மூச்சிரைத்தபடி, தனது உடற்பயிற்சிகளை முடித்துவிட்டு குளியலூற்றின் ஆவிக் காற்றை சூடாக்கவேண்டி வெட்டியாக காத்திருந்தான். ஒரு துவாலையை சுற்றிக்கொண்டு தனது மனைவியை படுக்கையின் கீழிருந்த வெப்பமாக்கியை எடுத்துத்தரச் சொல்லி கேட்கிறான். சொந்த எண்ணங்களில் ஆழ்ந்துபோனவளாய், கால்களுக்கிடையே சோலெதாதின் கவிதைகளைப் பிடித்தபடி, எலிசா அச்சாதனத்தைப் பிடுங்கி அவனிடம் தருகிறாள். அவளது வியர்வையூறிய இரவங்கி அவளது மூப்பிலும் இன்னும் எச்சிலூறவைப்பதாயிருக்கும் பழுப்பு முலைகளின் தடையற்ற அசைவை வெளிக்காட்டுகிறது.

“நன்றி,” குந்தர் குளியலறைக் கதவருகிலிருந்து சொல்கிறான். “மாளிகையை அழைக்கவேண்டிய நேரமாகிட்டுன்னு நினைக்கிறேன்,” அழுத்தமான குரலில் மேலும் சொல்கிறான். “இங்க மக்கள் எவ்வளவு சீக்கிரமா எழுந்துப்பாங்கன்னு உனக்கு தெரியும்தான.”

குளியலூற்றில் நுழைகிறான். எலிசா நீர்ப்படுக்கையின் மேல் தொலைபேசிக்கு அருகே அமர்ந்தாள். படுக்கையின் ஓரத்தில் பணிப்பெண் திராட்சைகள், சுட்ட அப்பம், கடுங்காபி மற்றும் உள்ளூர் செய்தித்தாள்கள் மூன்று கொண்ட தட்டொன்றை வைத்துச்சென்றிருக்கிறாள். ஒன்று அரசாதரவு மற்ற இரண்டும் சுதந்திரமானவை. குந்தர் சுதந்திரப் பத்திரிகைகள் இரண்டிலுமே இருந்தான். உலக வங்கித் தலைவர் சொந்தப் பணிக்காக ஊருக்கு வந்திருப்பதாக அவர்கள் சொல்லியிருந்தனர். புவனெஸ் அயர்ஸ்ல எதிர்ப்பு தேசியவாதத்தின் வாசத்தோடு ஒரு செய்தித்தாள், எப்படி வந்திருப்பவர் உள்ளூர்க்காரர் இன்னும் குவரானி பேசுவபவர் எப்படி இன்னும் வடக்கிலிருக்கும் பெருந்தேசத்தில் தனது அலுவலகத்தில் “எங்கிருக்கிறாய், குவானாதாய்?” என்று ஹூலியோ இக்லேசியாஸ் பாடுவதைக் கேட்டு துள்ளலுறுபவர் என நினைவுகூர்ந்திருந்தது. இன்னொரு சுதந்திரத் தாள் கொஞ்சம் குத்திக்காட்டும் தொனியைக் கைக்கொண்டிருந்தது, குந்தர் இருபத்தைந்து வருடங்களாக எல்லா நடைமுறை அர்த்தங்களிலும் ஒரு வெள்ளைக்காரன்தான் என குறிப்பிட்டிருந்தது, ஃபோர்ட் அவனை ரோமானியாவுக்கான தூதுவராக குறிப்பிட்டிருந்தார் என்பதை, வியாரிக்கா நகராட்சிக்கு தனது பெற்றோரின் அடக்கச் செலவுகளில் பாக்கி செலுத்தாமல் இருக்கிறான் என்பதையும். பர்ப்பிள் வண்ணத்தில் சட்டகமிடப்பட்டு அந்த செய்தியில் எலிசாவின் புகைப்படமும் இந்த வாசகமும் இருந்தது: *எலிசா லின்ச் குந்தர், பென்சில்வேனியாவைச் சேர்ந்தவர், தற்போது மேரிலாந்த் பல்கலைக்கழகத்தில் பணிபுரிகிறார்.* அரசாதரவு செய்தித்தாள் குந்தர்களின் பயணத்தைக் குறிப்பிடவே இல்லை.

எலிசா காபியை உறிஞ்சினாள். எண்ணியல் கடிகார–வானொலி ஒன்பது மணியென மின்னியது. தொலைபேசி அழைப்பானை கையிலெடுத்து, முந்திய இரவு அவர்கள் விமானத்திலிருந்து இறங்கியபோது ஒரு அரசதிகாரி கொடுத்த எண்ணை அழுத்தினாள்.

உரையாடல் மூன்று நிமிடங்களுக்கு மேலில்லை. குந்தர் நடுங்கியபடியும் முனகியபடியும் குளியலறையிலிருந்து வெளிவந்தான், “கொடும, உறைஞ்சு போய்கிட்டிருக்கேன்.”

“நான் அவர அழைச்சேன்,” என்றாள் எலிசா, “உங்கள ஒரு மணிநேரத்தில எதிர்பார்க்கிறார்.”

சூடேறுவதற்காக குதித்தபடியே குந்தர் தன் உள்ளாடைகளையும் காலுறைகளையும் அணிந்தான், சீப்பைத் தேடி மறுபடி குளியலறைக்குள் நுழைந்து தன்னையே கண்ணாடியில் பார்த்தான். கிட்டத்தட்ட சொட்டையாகியிருந்தான்; அந்த இளவயதுப் பிடரியில் மிச்சமிருந்ததெல்லாம் காதுகளுக்கு மேலே இரண்டு பொன்னிற–சாம்பல்நிற மயிர்க்கொத்துகள்தான். கண்களும் உதடும் ஏதோ விசித்திரமான

உறுதியான பழைய கடற்கொள்ளையனைப் போல பொன்னிற வரிகளால் குறியிடப்பட்டிருந்தன. வேகமாக சிரைத்துக் கொண்டான், முக்கால் பாட்டிலளவு நறுமணத் தைலத்தை எப்போதும் போல பூசிக்கொண்டான், ஆடையணிந்து முடித்து டையைக் கட்டியபடியே குளியலறையிலிருந்து வெளிவந்தான். "பார்க்க நல்லா இருக்கேனா?" என்று கேட்டான். எலிசா எப்போதும் போல நிமிர்ந்து பார்க்காமலேயே ஆம் என்றாள்.

"என்ன படிக்கற லிசா?"

"சும்மா இந்த செய்தித்தாள்கள். உங்களப் பத்தி பேசியிருக்காங்க."

"என்ன சொல்றாங்க?."

"ஒண்ணுமில்ல, உங்க பணிவரலாறு."

"அந்தப் பொண்ண பத்தி எதுவுமே இல்லையா?"

"ஒண்ணும் இல்ல."

"என்ன ஒரு கேவலமான கூட்டம்."

"ஏன்? அவங்க என்ன அழுத்தங்கள்ல இருக்காங்கன்னு உங்களுக்கு என்ன தெரியும்?" "அழுத்தமா? ஒரு எளிமையான மனிதாபிமான செய்கை, அதுக்காகத்தான் இங்க வந்திருக்கேன் நான் ..."

எலிசா செய்தித்தாளை மூடிவிட்டு தன் கரண்டியை திராட்சைப் பழத்தில் முக்கினாள். குந்தர் விடைபெறும்போது அந்த சிட்ரிக் அமிலம் வாயில் சொடுக்குவதை உணர்ந்தான். அவனுக்குப் பின்னே எலிசா ஆங்கிலத்தில் மென்மையாக முணுமுணுப்பதைக் கேட்டான், அவள் அமைதியாக இருக்கும் தருணங்களில் மட்டும் பயன்படுத்தும் மொழி.

கிட்டத்தட்ட ராணுவ தீவிரத்தோடு கொர்ரியந்தெஸ் ஆளுநரின் பெரிய வசதியான அலுவலகம் நல்ல ரசனையைத் தவிர்த்திருந்தது. தூசடைந்த விரிசலுற்ற செப்டம்பர் மாதத்து லபாச்சோ மரங்களின் படங்களாலும் ஜெனரல் கால்தியெரி சிரித்துக்கொண்டிருக்கும் தைலவண்ண ஓவியத்தாலும் அலங்கரிக்கப்பட்டிருந்தது. வெண் பழுப்புத் திரைச்சீலைகளூடே பனிக்காலத்தின் ஒளி உள்நுழைந்து பரவிக் கொண்டிருந்தது. கீழிருந்து போக்குவரத்தின் கடூரமான இரைச்சல் வந்துகொண்டிருந்தது. அவனது நேர்த்தியான தெ லா ரெண்ட்டா காற்சட்டை வெளியே நீட்டித் தெரிய பாரிய தோல் இருக்கையால் விழுங்கப்பட்டு அமர்ந்திருந்த குந்தர் தன் வயதொத்த குண்டு மனிதரான கவர்னர் ஒரு குறிப்பேட்டை வீசிக் காட்டியபடி பேசிக் கொண்டிருப்பதை கேட்டுக் கொண்டிருந்தான். அந்த குறிப்பேட்டில் என்ன எழுதியிருக்கிறதென குந்தரால் படிக்கமுடியவில்லை. ஆனால் மற்றவரின் உரையிலிருந்து அதன் சாராம்சத்தைப் புரிந்துகொண்டான்: அதாவது அந்தப் பெண்ணின் எழுத்துகள் அவள் ஒரு கிறுக்குபிடித்த மாணவ கலகக்காரி என தெளிவாக்குக்கின்றன (அவளுக்கு பதினெட்டு வயதுதான், என்றாலும்கூட), ஒரு மாவோயிச எரியூட்டும் வெறிகொண்ட யூதர், ஒரு ஃப்ரீமேசான், ஒரு விசித்திரமான தாராளவாத மார்க்சிய சுற்றுச்சூழல்—

பைத்தியம், ஒரு போதை–பித்துகொண்ட தேவிடியா, ஒரு பிச்சைக்கார ஓரினப் புணர்ச்சியாளர், ஒரு பாஸ்க் சான்டினிஸ்டா தீவிரவாதி, ஒரு துரோகியும் கவிஞருமென்றும். *இந்த நாட்டில் ஆதவனொரு அலறும் குரல் வாழ்வென்பதொரு சொல்லப்படாத வார்த்தை* (லிபெரோ தெ லிபெரோ). *உன்னருகேயிருக்கும்போதான மதிய ஓட்டத்திலிருந்து தூரத்தில், உன் உதடுகளின் முடிவிலா மென்மையினின்று உன் கனவுகளின் பொறுமையான ஆற்றலிலிருந்து, உன் விடியலின் எடையில்லாத திருமணப் பறப்பிலிருந்து தூர, உன் ரகசியச் சதைகளின் மர்மங்களிலிருந்து உன் ரத்தத்தின் பிடிவாதமான கோட்டையிலிருந்து தூர, உன் தெருமுனைகளின் மூர்க்கமான ஆச்சரியங்களிருந்து தூரமாக, உன் எளிமையான விவசாய வழக்கங்களிலிருந்து உன் காலைகளுக்கான பரந்த சூரிய வழமைகளிருந்து தூரமாக, உனது தியாகம் செய்யப்பட்ட குற்றமின்மையின் கூட்டிலிருந்து தூரமாக, உனது முடிவுறா நாட்டுப்புறப்பாடல்களிலிருந்தும் தூரத்திருந்து வரிந்துகொள்ளப்பட்ட நிசப்தத்திலிருந்தும் தூரமாக, ஆரஞ்சு பண்ணையிலிருந்து தூரமாக, யாழிலிருந்தும் மணியிலிருந்தும், அடைத்துக்கொண்டுள்ள புரட்சிகர கீழ்மண்ணிலிருந்து தூரமாக, உனது சுவர்க்கக் கவிகையின் பரந்த வெளியிலிருந்து தூரமாக, நம் கரங்களில் உன்னை ஆற்றுவிக்கும் உணர்விலிருந்து தூரமாக, உன் கைகளை முத்தமிடும் மகிழ்ச்சியிலிருந்தும் சூரியன் எழுகையில் உன்னோடு எழும் உறுதியிலிருந்தும் தூரமாக, நாம் பிழைத்திருக்கிறோம்!*

ஆழியின் எல்லையைக் காணமுடியாத கண்களின் தீராது ஒரேமாதிரியிருக்கும் மணித்தியாலங்களின் நாட்கள், விடுதலையற்ற நாட்கள் (பால் எலுவார்ட்). *உனது மணித்தியாலங்களின் மீது கரங்களை நீட்டாத கடிகாரங்களோடு பிணைக்கப்பட்டு, உன் ஒலிகளைக் கேட்கமுடியாத பேச்சுவழக்குகளில், உன் நிழல் மறைக்கவியலாத மூலைகளில், உன் வேனிற்காலங்களை அறியமுடியாத பாதைகளோடு, உன் கண்ணீரை விலக்கிய கனவுவெளிகளோடு, உன் நினைவின் நீலக் கண்ணிமையோடு, அந்நியமான மின் வெற்றிடங்களோடும் இருண்ட வன்முறையான கொடுங்கனவுகளின் ஏக்கங்களோடும், அமைதியாக எரியும் வடுக்களோடும் எல்லைப்புறத்திலிருந்து வரும் பழங்காலத்திய கதறல்களோடும், ஒற்றை எண்ணங்கொண்ட உருளும் கூழாங்கற்களோடும், ஒற்றைப் பரந்த உடைபடாத பயனற்ற நிலத்தோடு, இருந்தாலும் உன்னை மறுபடி அணைத்துக்கொள்ளும் நம்பிக்கையைப் பிடித்துக்கொண்டு, உன் பாதச்சுவடுகளின் மேல்நடக்க, உனது விடுதலையான சூரியனின் வாயில்நோக்கியும் உன் மாறா மென்மையின் தெளிவான மொழி நோக்கியும், நாங்கள் பார்த்தபடி காத்திருக்கிறோம்!*

குருதி, வான், அப்பம், நம்பிக்கைவைக்கும் உரிமை, தீமையை மறுக்கும் எல்லா அப்பாவிகளுக்காகவும். (பால் எலுவார்ட்). *இது உனக்கான என் அழைப்பு, நீ வாழ்வின் தீயில் சாய்ந்து அதன் கோரமெனும் பிழம்புகளில் உன்னைத் தூய்மை செய்துகொள்ள வேண்டி, நீ மனிதனின் ஆற்றில் குதித்து அதன் வெதுவெதுப்பான ஓட்டத்தில் உன்னை அறிந்துகொள்ளவேண்டி, நீ மகிழ்ச்சியின் கோப்பையை*

ஒற்றை வாயில் கவிழ்த்துக்கொண்டு அதன் முழுமையில் உன் இருப்பை மிதக்கவிட வேண்டி, நீ ஒரு அந்நியனை அணைத்து அவனை உன்னுடன் ஒரு நடை அழைத்துச்செல்ல வேண்டி, நீ அமைதியின் முத்தத்தில் உறங்கி உன் கதவைப் பூட்டாதிருக்கவேண்டி, நீ உடைந்த கனவுகள் தூக்கமின்மையிலிருந்து சிவந்தகண்களோடு எழுந்து உனக்கருகிருக்கும் பெண்ணின் மெல்லிய குறட்டையில் காலையை மகிழ்ச்சியோடு வரவேற்க வேண்டி. அப்பம், புத்தகங்கள், காற்று, காதலின் பறத்தல்கள், நம்பிக்கை: இவை உன் உரிமைகள்; எனவே இந்த வாரம் நான் உன் பெயரை மறுபடி அழைக்கிறேன், உன்னை இவ்வுலகோடு பிணைக்கிறேன்!

நாம் தூங்கத் தவறினால் அது இன்னும் நாம் விடியலை வேட்டையாடிக்கொண்டிருப்பதால், எல்லாவற்றுக்குப் பிறகும் நாம் இன்னும் உயிருடன் இருக்கிறோமென நிரூபிப்பதற்காக. (ராபர்ட் டெஸ்னோஸ்). விடியலில் குருதிவழிதலின் ஒரு வரலாறு தன் தமனிகளை மூடிக்கொள்ளும், ஒரு ரகசிய தண்டனை அதிகாரி மறதியை அறிவார், இரு சோர்வடைந்த கைகள் வாழ்வை அங்கீகரிக்கும், இரு வயதான கண்கள் அச்சத்திலிருந்து வீடு வந்து சேரும், ஒரு துருப்பிடித்த சாவி லின்னெட் பறவையை அதன் கூட்டிலிருந்து விடுவிக்கும், ஒரு எஃகுக் கதவு உடைத்து நொறுக்கப்படும், ஒரு இருண்ட கொடும்பாவி தன் வெறுப்பைத் தீர்த்துக்கொள்ளும், ஒரு கவனமான மல்லிகை குளிர்காலத்தைக் களையும், ஒரு சில்வண்டு அதன் பைத்தியக்காரத்தனமான எண்ணற்ற பாடலைப் பாடும், ஒரு எண்கணித சூரியோதயம் ஓடும் இருளின்மேல் மின்மினிகளைத் தெளிக்கும், ஒரு கிறுகிறுப்புற்ற அணில் அபத்தமாய்ச் சிரிக்கும், ஒரு வியர்த்துவடியும் குண்டு மனிதர் குதித்தாடிக் களிப்பார், ஒரு கருத்த அழகி திருடனொருத்தனை அழைப்பாள் (அவள் தொடைகள் இனிமையான கள்ளமின்மையால் நிரம்பியிருக்க), கட்டணமில்லாப் பேருந்தொன்று தபால்தலைகள் வழங்கும், ஒரு *பெரிய நடுக்கம் மகிழ்ச்சியை நிலைநிறுத்தும், மக்கள் கூட்டம் (சொல்லப்போனால், கிட்டத்தட்ட எல்லாருமே) தெருவில் இருப்பர் ஒரு சர்க்கஸில் இருப்பது போலே பெரிய மகிழ்ச்சி நிரம்பிய கலகலப்பு நிலைத்திருக்கும் வியப்புற்ற குழந்தையொன்று நீண்ட காத்திருப்பிற்குப் பிறகு இது என்ன இடமெனக் கேட்கும். அப்போது நாங்கள் திரும்புவோம்.

ஆனால் நாங்கள் யாரும் இங்கே இருக்கமாட்டோம். கடைசிச் சொல் இன்னும் பேசப்படவில்லை. (பெர்டோல்ட் ப்ரெக்ட்). நாங்கள் எல்லோரும். அனாதையாக்கப்பட்டவர்கள், மறக்கப்பட்டவர்கள், சித்திரவதைக்காளானோர், நாடுகடத்தப்பட்டோர், ஏசப்பட்டோர், நரகத்தை தண்டனையை சிலுவையை தாகத்தை நோயை கோபத்தை வரித்துக்கொண்டோர், கொடிய கயவர்களின் சூடான கத்திகளால் சூழப்பட்டோ தீங்குவிளைவிக்கும் அழுகல்களில் மூங்கியோ இருப்போர், சிதைவுகளின் சிதைவுகளின் சிதைவுகளின் அந்த துக்கத்தை மாற்ற விழைந்தோர், சிறைப்பட்டதொரு இதயத்தின் அளவிடவியலா அவமானங்களும் வெறுப்பும், மறைமுக ஒப்பந்தங்களில் தவறினோர், ரகசிய சந்திப்புகள், சத்தமில்லாத பெயர்கள், முட்டாள்தனத்தையும் துக்கத்தையும் ஒழிக்க விழைந்தோர், எப்போதைக்குமான ஒன்றான

மனித உலகை கனவுகண்டோர், ஒன்றிணைந்த உதடுகளின், ஒரு சீக்கிரமான வீடுதிரும்புதல், எல்லையற்ற வாழ்க்கை, நாம் எல்லோரும், இவ்வெல்லா சரணடையாக் காரணங்களுக்கும், காதல், தூய்மை, பூக்கள், எழுதப்படாத கவிதை, இந்த நீண்ட அச்சுறுத்தும் இரவின் முடிவில் நாம் தாண்டிவருவோம்!

"நான் கேட்கறதெல்லாம் ஒரு எளிமையான மனிதாபிமான செய்கை..."

"பிரச்சனை சட்டரீதியானது. மத்ததெல்லாம் இருக்கட்டும், பிரச்சனை இப்போ ஒரு திறமையான நீதிபதி கையில இருக்கு. நாங்க சட்டத்தையும் நடைமுறைகளையும் இதுமாதிரியால ஒரு வழக்கில மதிக்க விரும்பறோம். குறிப்பா நடைமுறைகள."

"ஆனா கவர்னர், அதிகாரத்திலிருப்பவர்களை கருணை உன்னதப் படுத்துகிறது. பாருங்க, நான் எப்போவும் அரசியல் விளையாண்டது கிடையாது, அதிலும் இந்த ஆட்களோட. அவங்களுக்கு ஒரு கடனையும் மறுத்தது கிடையாதுன்னு உங்க அரசாங்கத்துக்குத் தெரியும். ஆனா நான் என்ன செய்யனும்னு எதிர்பார்க்கறீங்க? என் தங்கச்சி ஒரு ஏழை விதவை, அவளோட ஒரே மகள் அது! அந்த பொண்ணு என்னென்ன பட்டிருக்கான்னு யாருக்குத் தெரியும்? எங்களோட வாஷிங்டன்ல வீட்டுக்கு கூட்டிப்போகணும் அவள. என் மனைவி அவளுக்கு சிகிச்சை அளிக்க விரும்பற ஒரு அற்புதமான மனநல மருத்துவரப் பார்த்துவைச்சிருக்கா. ஒரு எளிமையான கருணைச் செயல், அவ்வளவுதான் நான் கேட்கறேன்."

"நிச்சயம் நண்பரே எனக்கு புரியுது. நீங்க எங்கிருந்து வர்றீங்கன்னு நிச்சயம் தெரியுது. உங்களால் முடிஞ்ச எல்லாத்தையும் செய்றீங்க, என்ன நம்புங்க, எங்களுக்கும் உதவ விருப்பம்தான். சனாதிபதிக்குக்கூட தெரியப்படுத்தியாச்சு. ஆனா பொறுமை வேணும்."

"அவளோட அம்மாவக் கூட பார்க்க அனுமதிக்காதப்போ நாங்க எப்படி பொறுமையா இருக்கமுடியும்?"

"எல்லாம் கடவுளோட நன்னேரத்தில நடக்கும். அமெரிக்காவுக்கு திரும்பப்போங்க. ஜெனரல் போரால நேரமில்லாம இருக்கார். அவசரப்படுத்துறது அவருக்குப் பிடிக்காது. சில சந்தேகப்படக்கூடிய அழுத்தக் குழுக்கள் இந்த வழக்க அளவுக்கு மேல ஊதிப்பெருக்கறாங்க. அம்னெஸ்டி, மனித உரிமைகள் அமைப்பு, அதெல்லாம் உங்களுக்கு தெரியும்தான. ஏகப்பட்ட கூச்சல். எல்லாம் அடங்கினபிறகு, சட்டம் இறுகக் கையில் இருக்கப்போ, நீதி வழங்கப்படும்."

"அப்போ?" இன்னும் ஈரமாக இருந்த அதிர்வானைக் கையில் பிடித்தபடி அவனைக் கதவருகே வரவேற்கையில் எலிசா கேட்டாள். குந்தர் அவள் கையைப் பிடித்து உள்ளே இட்டுச்சென்று இரு கோப்பைகளில் விஸ்கி ஊற்றினான்.

"இது ஒரு நீண்ட பனிக்காலமா இருக்கப்போகுது," என்றான்.

5

வாடகைக்கு எடுத்த வால்வோவில் இலக்கின்றி நகரத்தினூடே சுற்றிக்கொண்டிருந்தான், புகையின் கண்ணாடியின் உச்சநாட்களில் உயர்த்தப்பட்ட எஃகு அலுமினியத்தாலான பேருருக்கள் பழைய செங்கற் குடியிருப்புகளை ஏழை சொந்தக்காரர்களிடம் மூக்கை மூடிக்கொள்வதுபோல தாழப் பார்த்தன. சாராயம் விற்பவர்கள், அதிர்ஷ்ட எண் உருட்டுபவர்கள், பால் விற்பவர்கள், சீட்டு விற்பவர்கள், போக்குவரத்து ஒழுங்குநர்கள், சிகரெட் விற்போர், பரிசாரகிகள், கடைக் கணக்கர்கள், செவிலிகள், மதுக்கூட பாடகிகள், பெண் சரக்குந்து ஓட்டுநர்கள், அபார வெள்ளையாடையணிந்த சிகப்புப் பள்ளியாசிரியைகள், குள்ள அருட்சகோதரிகள், போக்குவரத்து காவலர்களும் மற்ற விபசாரிகளும் – வழக்கம்போல ஆண்கள் குண்டியை சொரிந்தபடி உட்கார்ந்துகொண்டிருக்க பெண்கள் எல்லா வேலைகளையும் செய்துகொண்டிருந்தனர். அவனுக்கு இதைப்பற்றி ஏற்கனவே தெரியும். ஆனால் இதற்குமுன் அவன் பார்த்திராதது மாயைக்கும் வன்முறைக்கும் உட்படும் இளம்பெண்களின் பாரிய எண்ணிக்கை. ***ஷிட்,*** குந்தர் ஆங்கிலத்தில் எண்ணிக்கொண்டான், ***சோசியலிசம் இங்கே கடைசியில் எழுச்சிபெற்றே தீரும்.*** தேசத்தின் விடுதலை நாளை கௌரவப்படுத்தும் விதமாய் பெயரிடப்பட்ட, பெட்டிக்கடைகளும், விபசாரவிடுதிகளும் வங்கிகளும் நிரம்பிய ஃபெப்ருவரி 30 தெருவில் மெல்ல இறங்கியபடி, அவனும் சோலெதாதும் வாஷிங்டன் வீட்டில் குளத்தோரம் அமர்ந்தபடி இரவுணவுக்குப் பின் காக்னேக்கை சுவைத்த இரவை நினைத்துக்கொண்டான். நியூயார்க்கில் அவளது வெய்யிற்கால அனுபவங்களைப் பற்றி சொல்லியிருந்தாள். குந்தர் அந்த மாலையை தற்போது துல்லியமாகவும் கொஞ்சம் நினைவேக்கத்தோடு கூடவுமே நினைவுகூர்ந்தான்.

“நீ ஒரு ஒண்ணுமில்லாத குட்டி இந்தியப் பொண்ணு,” கென்னடி விமானநிலையத்தில என் பையைப் பிடுங்கியபோது அட்டிலியோ என்னிடம் சொன்னார். “அதனால உனக்கு சில விசயங்கள் சொல்லிக்கொடுக்க வேண்டியிருக்கு.”

அட்டிலியோ உங்கள் ஊர்க்காரர்தான் மாமா. ஆனால் அவர் மிகக் குள்ளம், ஐம்பது வயதிருக்கும், சிகப்பு முகம், இருபது வருடங்களுக்கு மேலாக நியூயார்க்கில் வாழ்ந்துவருகிறார்.

அப்பாவின் நண்பர், இருவரும் ஒன்றாக சவரக்காரர்களாக வேலை பார்த்திருக்கின்றனர். செர்ரோ கால்பந்தாட்ட மைதானத்திற்கு ஒன்றாக செல்வார்கள். எனது ஆங்கில வகுப்பு தொடங்கி அந்த சிறய உதவித் தொகையிலிருந்து பணம் கிடைக்கத் தொடங்கும்வரை என்னைப் பார்த்துக்கொள்ளுமாறு அப்பா அட்டிலியோவுக்கு எழுதியிருந்தார்.

“அப்போ நீ பட்டம் வாங்கினதும் சமூகவியல் படிக்கணும் உனக்கு,” நாங்கள் அவரது பழைய பச்சை இம்பாலாவில் ஏறிக்கொண்டிருக்கையிலே அட்டிலியோ கேட்பார். “அங்க எல்லாம் அந்த வேலை இருக்கா இப்போ?”

“ஆமா, அப்படித்தான் நினைக்கிறேன்.”

“என் காலத்தில அப்படியெல்லாம் எதுவும் கிடையாது. எப்படியோ, எதுக்கு பயன்படும் அது?”

“அது, சமூகப் பிரச்சனைகளப் படிக்க, சமூக உறவுகள, அந்த மாதிரி விஷயங்கள. அவங்க பயன்படுத்தற ஒரு முழுமையான அமைப்பே இருக்கு.”

“குசுமூட்டை, அவ்வளவுதான் அது. அதெல்லாம் நீ தெருவிலையே படிக்கலாம். புத்தகம் எல்லாம் வெறும் குசுக்காத்துதான். அங்க சமூகவியல் எல்லாம் கிடையாது! வெறும் வேதியியலாளர்கள்தான்! சமூகவியலாளர் களுக்கு இங்கயும் வேல கிடைக்காது. என்கிட்ட வேலை செய்யற ஒருத்தன் சமூகவியல் படிச்சிருக்கான்; அவனுக்குத் தெரிஞ்ச ஒரே விஷயம் என் பியர எப்படி குடிக்கறதுன்றதுதான்.”

அட்டிலியோ ப்ரான்க்ஸில் ஒரு கிரேக்க உணவகம் வைத்திருக்கிறார். பெரும்பாலும் ஸ்பானிய வாடிக்கையாளர்கள்தான்: டொமினிக்கர்கள், புயெர்த்தோ ரிக்கர்கள், சிக்கனோக்கள். அவ்வப்போது இரவில் ஏதேனுமொரு வெள்ளைக்காரர் வந்துசேர்வதுண்டு. அந்த இடத்தை வாங்க ஒரு ஹிந்துவிடமிருந்து கடன் வாங்கினாரென சொல்வார்கள். கார்டோசோ என்று பெயர்கொண்ட யாரோ ஒரு மரகாய்போவை சேர்ந்த நோயியல் மருத்துவர், ஒவ்வொரு வெள்ளிக்கிழமை இரவும் அவரோடு சேர்ந்து போதையாவார். அவர்தான் கடனுக்காக உத்தரவாதமிட்டிருக்கிறார். நியூயார்க்கில் பராகுவேய உணவை வைத்து உணவகம் நடத்துவது இயலாதது என்றூ அட்டிலியோ சொன்னார்; வெள்ளையர்களுக்கு க்ரியோஸ் சான்ட்விச்சுகள் பிடிக்கும், ஆனால் அவர்கள் ம்பேயூ முயற்சித்ததே இல்லை, அல்லது பராகுவேய சூப்பைக்கூட, அது உண்மையில் திடமாகவே இருந்தாலும் கூட.

“அதுசரி,” முதல் போக்குவரத்து விளக்கில் நிறுத்தியபோது நான் அவரிடம் சொன்னேன். “சில சமூகவியலாளர்கள் இருக்காங்க. சொல்லப் போனா, உங்க தாத்தா டான் இக்னேசியோ ஏ. பேன், அந்த துறையில ஒரு முக்கியமான முன்னோடி.”

“அய்யே, அவர் முழுக்க நாடகக்காரர்தான்.” ஹோன்டுராஸில் செய்த கூபச் சுருட்டொன்றை என்னிடம் நீட்டினார். “மிச்சமெல்லாம் சும்மா ஆட்டிக்கிட்டு திரிஞ்சதுதான்.”

“நன்றி, ஆனா நான் புகைபிடிக்கறதில்ல.”

“எந்த கெட்டப்பழக்கமும் இல்லையா? பியர் குடிப்பதானே, இல்லையா?”

“கொஞ்சமா, எப்போதாவது. ஆனா அது குடிச்சா நிறைய மூத்திரம் வரும்.”

“கேளு, வெள்ளையர்கள்ட்ட கவனமா இரு. அவங்களுக்கு ஹெர்பெஸ் இருக்கும், அது ஒரு பயங்கரமான கொடூரமான பால்வினைநோய். வெள்ளைக்கார பொண்ணுங்களுக்குப் பிடிச்ச ஒரே விஷயம் கால விரிக்கறதுதான், நீ ஒரு பொண்ணுன்றதால அவ்வளவுதான் என்னால சொல்லமுடியும்.”

அட்டிலியோ இயல்பாகவே ஒரு உறுதிப்படுத்தப்பட்ட ஒண்டிக்கட்டை. அவர் *பென்ட்ஹவுஸு*க்கும் *ப்ளேபாய்*க்கும் சந்தா கட்டுகிறார், அதில்தான் சமீபத்தில் கரையோரத்தை சேர்ந்த யாரோ ஒரு ஆள் பழைய ஸ்பானிய, நகைச்சுவைகளை சொன்னதற்காக மட்டுமே ஏதோ ஸ்வீடியப் பரிசை வென்றவர், அவர் பேட்டியை படித்ததாக சொன்னார்.

“அப்போ,” நான் சொன்னேன், “எனக்காக ஒரு தோழி காத்துகிட்டுருக்கா என்னோட உதவித்தொகை ஒன்றரை மாதத்துக்குதான் வரும், அதனால எனக்கு அதுக்கெல்லாம் நேரம் இருக்குமான்னு தெரியல.”

“நம்ம புள்ளைங்கதான் எப்பவும் ஒரு குண்டி கிடைக்காதான்னு பாத்துகிட்டிருக்கும். நீ எப்பவும் படிச்சிகிட்டே இருக்கப் போறதில்ல, மட்டுமில்லாம, என்ன மோசமாகிடப்போகுது? சும்மா ஞாபகம் வெச்சுக்கோ, நீ ஏற்கனவே செஞ்சத திருப்பி செய்யாம ஆக்கமுடியாது, அதனால ரப்பர் பயன்படுத்துறான்னு உறுதிப்படுத்திக்கோ.”

அவர் அதைச் சொன்னபோது நாங்கள் ப்ரூக்ளின் பாலத்தை கடந்துகொண்டிருந்தோம். அட்டிலியோ நான் கவரப்பட்டிருக்கிறேனா என ஓரக்கண்ணால் பார்த்தார்.

“இது ஒரு பெரிய நகரம்”, அவர் பெருமூச்சு விட்டார், “ஒருமாதிரி புவனெஸ் அயர்ஸபோல ஆனா ஓத்தா அவ்ளோ அர்ஹெந்தீனியர்கள் இல்லாம. யாரும் ஆங்கிலமோ குவரானியோ பேசறதே இல்ல, அதனால நீ ஸ்பானிஷ்லயே பழகியாகணும்.”

அப்போதுதான் நாங்கள் வந்துசேர்ந்தோம். உணவகத்துக்கு மேலே அவர் தூங்கிய வீட்டில் எனக்கொரு அறை கொடுத்தார்.

“குளிரூட்டி வேலை செய்யல ஆனா அத திங்கட்கிழமை சரி செய்துடுவாங்க,” என்றார் அவர், ஆகஸ்ட் வெப்பநிலைக்கு எதிராக என்னை ஆறுதல்படுத்தியபடி.

குளித்துவிட்டு கீழே உணவகத்துக்குச் சென்றேன். சனிக்கிழமை என்பதால் கூட்டம் நிரம்பியிருந்தது. சவரக் கிரீம் துணிதுவைக்கும் சோப் காப்பீடு நாய் உணவு டொயோட்டோ மயனீஸ் என்று தொலைக்காட்சி அலறிக் கொண்டிருக்க, விளையாடிக் கொண்டிருந்த பூல் மேசையின் ஓரங்களில் குடுவைகளை சரியாமல் நிறுத்தியபடி வாடிக்கையாளர்கள்

சாப்பிட்டுக்கொண்டும் விவாதித்துக் கொண்டும் தண்ணீர் கலந்த பியரை உள்ளே கவிழ்த்துக் கொண்டுமிருந்தனர். அட்டிலியோ காதின்பின் பேனாவை சொருகி வைத்துக்கொண்டு கல்லாப் பெட்டியை மேற்பார்வையிட்டுக் கொண்டும் சமையலறையில் குண்டு சிக்கனோ பெண்மணி வறுக்கும் உணவுத் தட்டுளை சமூகவியலை நீர்த்துப் போகச் செய்வதிலும் பியரிலும் பட்டம் பெற்ற களைத்த கறுப்புப் பரிசாரகரிடம் கொடுத்துக் கொண்டுமிருந்தார். கொடுமையாக தேவதாரு வாசமூட்டி நாற்றமடித்த கழிவறையின் அருகே என்னை உட்கார வைத்தார். முன்னிருந்த சிகப்பு கட்டம் போட்ட மேசைவிரிப்பில் கறி, உருளை வறுவல், சாலத், கிரேக்க அப்பம், குளிர்ந்த பயிர் அனைத்துமிருந்த தட்டை வைத்தார். அந்த காட்சியே என் பசியைத் தூண்டியது.

“அப்ப கால்பந்துல புதுசா என்ன நடக்குது? ஆட்டத்துக்குப் போய் ரொம்ப நாளாச்சு. அர்ருவா ஸ்பெயினுக்குப் போய் பணக்காரன் ஆகிட்டான். பிரேஸில்ல அவன இன்னொரு பீலேன்னு சொல்லிகிட்டு இருந்தாங்க! அவன் ஒரு உஸ்ஸுன்னு எங்களுக்குத் தெரியும். நினைச்சுப் பார்க்க முடியுதா? எப்பவும் போல எல்லாம் வியாபாரம்தானு நினைக்கிறேன்.”

“அதுசரி, பிளாக் பாண்ட் வடக்கு தெற்கு அமெரிக்காவோட வெற்றியாளர்களாதான இருந்தாங்க.”

“அதுனால என்ன? பிளாக் பாண்ட் வெறும் ஒரு துரோகிக் கூட்டம்.”

“அதிகப்படுத்தி சொல்லாதீங்க டான் அட்டிலியோ. நம்ம லத்தீன் அமெரிக்கர்கள பிரிச்சு பின்னுக்கு தள்றது இந்த மனோபாவம், யார் என்கூட இல்லையோ அவங்க எனக்கு எதிரா இருக்காங்க.”

“எப்பவும் தத்துவம் பேசு. ஏன் நீ கணினி படிக்கக் கூடாது, வருங்காலத்தோட அறிவியல்? வாய்ப்ப பயன்படுத்திக்கோ இல்ல பசியில தொண்டையடைச்சுக் கிடப்ப. லூசுப் பொண்ணுங்க தினம் குழந்தையா பெத்துப் போடறீங்க, உலகத்தால அதெல்லாத்துக்கும் இடம் தரவே முடியல. அதனால் நீ நடைமுறைக்கேத்தபடி ஏதாவது படிக்கணும், அதுவும் உன்கிட்ட வெள்ளைக்காரப் பணம் இருக்கும்போதே.”

“ஆனா அங்க கீழ ஆட்கள்தான் தேவைப்படறாங்க. எல்லாமே மக்கள்திறனில்லாம கிடக்கு.”

“ரத்தக் கண்ணீர்விடும் இதயம்மா உனக்கு, ரத்தமழும் இதயம்! நீ செய்யறதெல்லாம் உன் அப்பனைப் போலவே கனவு காண்றதுதான். என்ன ஒரு மனுஷன் சனாப்ரியா! ஓத்தா, அந்தகால கம்யூனிஸ்ட்டு அவன்.”

“அவர் கம்யூனிஸ்ட் இல்ல டான் அட்டிலியோ. வாழ்க்கை முழுக்க ஃபெப்ருவரி இயக்கத்தில இருந்தார்.”

“வேற வார்த்தைகள்ல கம்யூனிஸ்ட் அவ்வளவுதான். நாம அரசியல் பேசறோம். ராசிபலன் இல்ல. ஒண்ணு நீலமா இருக்கணும் இல்ல சிகப்பு.

ஏன் பேரப் போட்டு உருட்டிகிட்டு? ஆனா அப்படியொரு மனுஷன் உங்கப்பன். அவன மனசார நேசிச்சேன்."

"நன்றி, ஆனா, அவர் கம்யூனிஸ்ட் எல்லாம் இல்ல. பிரார்த்தனைக்கு எல்லாம் போவாரு. கடைசி மாநாட்டில டான் அலராக்கோக்கு வாக்களிச்சாரு. நீங்க தீவிரக் கட்சியில இருந்தீங்களா?"

"அய்யே"

"அப்ப கொலராடோ கட்சி." "வாய்ப்பே இல்ல. நான் ஒரு செர்ரோ ரசிகன்."

"அது கட்சி இல்ல டான் அட்டிலியோ. செர்ரோ ஒரு கால்பந்தாட்ட அணி. இருந்தாலும் உங்க தர்க்கப்படியே வருவோம் அப்போ நீங்களும் ஒரு கம்யூனிஸ்ட்தான்."

"புத்திசாலி. சிறந்தவர் ஹால்ட்ரின் பத்தி கேள்விப்பட்டதே இல்லையா? அவர்தான் வண்ணங்கள் பத்தி சண்டைகள தவிர்க்கறதுக்காக நீலக் கருஞ்சிவப்பக் கண்டுபிடிச்சாரு."

"எங்கேயோ கேள்விப்பட்டிருக்கேன். ஒரு சமூகப் பிரச்சனை, சமூக உறவுகளின் ஒரு முழுமையான முறை."

"ஓஓ இந்த மயிரை மறந்துட்டு சாப்பிடு. உனக்கு கைரோஸ் பிடிக்குமா? சாப்பிட்டப் பின்ன 42வது தெருவுக்கு கூட்டிப்போறேன். இன்னிக்கு சனிக்கிழமைன்றதால எப்பவும் விட மோசமா இருக்கும். ஒரு பெரிய கருப்பு விபச்சார விடுதி . . . கோச் எல்லாதையும் வெள்ளையடிக்க விரும்பறதா நினைக்கறேன்!"

"இது சுவையா இருக்கு டான் அட்டிலியோ. நன்றியும்கூட, ஆனா ரொம்ப களைப்பா இருக்கு. போய் தூங்கலாம்னு நினைக்கிறேன்."

"உன் அறையில தொலைக்காட்சியொன்னு வைச்சிருக்கேன். இன்னிக்கு இரவு ஒரு காஸ்மோஸ் ஆட்டம் இருக்கு – தெரியும்ல, ராபர்ட்டோ கபானாஸ், எல்லாம் ஸ்பானிஷ்ல."

"நன்றி, ஆனா நான் ஆங்கிலம் பயிற்சி செய்யணும்."

"அப்போ ஹெச்பிஓ பாரு. குரங்கு மனிதன் டார்சான். போ டெரெக் அழகி, குண்டி சின்னதா இருந்தாலும்கூட. அவ கன்னமும் தட்டையா இருக்கும் . . . அப்போ, எங்க ஆங்கிலம் கத்துகிட்ட நீ?"

"அது . . . தூதரக கலாச்சார மையத்தில . . ."

"அங்க இப்ப ஆங்கிலம் கத்துத்தராங்களா? என் காலத்தில எல்லாம் அங்க விழாக்கள் நடத்துவாங்க. குவரானி போல்கா பாடல்கள கிதாரோ எதுவுமோ இல்லாம பாடற மூணு யூதர்கள், பலாய்க்கா வாசிக்க ஒரு வெள்ளைக்காரர், அந்த மாதிரி விஷயங்கள்."

"அப்போ எப்படின்னு எனக்குத் தெரியாது. இப்போ ஆங்கிலம் கத்துக்கொடுத்து *TOEFL* பரீட்சைக்கு தயார் செய்யறாங்க."

“குசு மூட்டை, அவ்வளவுதான். ஏகாதிபத்தியவாதக் குப்பை.”

“ஆனா நீங்க ‘வளர்ச்சி’ய நம்புறீங்கதான, சரியா?”

“ஆமா, கிட்டத்தட்ட. போன வருஷம் ஒரு டொயோட்டோ வைச்சிருந்தேன் இப்போ இம்பாலா வைச்சிருக்கேன்.”

“நீங்க பயன்படுத்துன பதத்த சொல்றேன், ஏகாதிபத்தியவாதம். அதில இயல்பாவே ஒரு சமூக உறவு முறை இருக்கு.”

“அதுக்கு அர்த்தம் எமிலியானோவ கிதாருக்குப் பதிலா பலாய்க்கால வாசிக்கிறது.”

“ஒரு ரஷ்ய கருவி.”

“அததான் சொல்றேன். ஒரு நிமிஷம், அந்த பெரிய கருப்பு தேவ்டியாப் பையன வெளிய தூக்கிப் போடணும். அவன் ஒரு வியட்நாம் போர்வீரன்றதால வேணும்ன்றப்போ இங்க வந்து ஓசியில குடிக்கலாம்னு நினைச்சுகிட்டு இருக்கான்.”

நியூயார்க்கின் கடினமான அடிவயிற்றில் பல பதிற்றாண்டுகள் வாழ்ந்ததில் கிடைத்த எளிமையான நடைமுறை புத்திசாலித்தனத்தால் என்னைத் தாக்குவதில் அடுத்த மூன்று வாரங்களைக் கழித்தார் அட்டிலியோ. கடைசியாக பள்ளியிலேயே ஒரு அறை கிடைக்கப் பெற்றேன், தைவானிலிருந்து வந்திருந்த யாருடனோ. அட்டிலியோவும் நானும் தொலைபேசியில் பேசிக்கொண்டோம், ஆனால் படிப்பு முடியும் வரை அவரைப் பார்க்க முடியவில்லை. விடைபெறுவதற்காக உணவகத்திற்குச் சென்றேன். கிட்டத்தட்ட காலியாக இருந்தது. ஒரு மில்டன் நாசிமெண்ட்டோ சாம்பா ஒலிபெருக்கிகளிலிருந்து பொழிந்துகொண்டிருந்தது. அட்டிலியோ கைகளை விரித்தார்.

“அப்போ தங்குறதில்லைன்னு முடிவே பண்ணிட்ட?”

“ஆமா தெரியல டான் அட்டிலியோ. ஈர்க்கறமாதிரிதான் இருந்தது, ஆனா அங்க கீழ என்னோட மக்கள் இருக்காங்க.”

“ரொம்ப மோசம். யாருக்கு தெரியும் அங்க கீழ சமூகவியல் படிச்ச ஒரு பொண்ணுக்கு என்ன நடக்கும்னு. சரி, குறைஞ்சது உங்க அப்பாட்ட நீ கத்துக்க ஒரு தொழிலாவது இருக்கு. சவரக்கடைல வேலை செய்யறியா?”

“இல்ல, உண்மையில அப்பா எனக்கு சொல்லிக்கொடுக்கவே இல்ல. நான் இன்னும் லட்சியபூர்வமா இருக்கனும்னு விரும்பினார்.”

“நீ மருத்துவம் படிச்சிருக்கலாம். மருத்துவர்கள் பட்டினியில சாகமாட்டாங்க. அதோட நீ இங்க சம்பாதிக்க வாய்ப்புள்ள பணம்! ஒரு காமெரோ வண்டியில கூட வந்திருக்கலாம்.”

“நீங்க எப்படி டான் அட்டிலியோ, உங்களுக்குத் திரும்பப் போக விருப்பமில்லையா? நீங்க உணவகத்த வித்தீங்கன்னா, இப்போ டாலர் மதிப்பு உறுதியா இருக்கப்போ, நீங்க ரொம்ப நல்லாவே இருக்கலாம்.”

“எனக்கு இனி நாடுன்னு ஒண்ணில்ல. ஆர்டிகாஸ் அப்படி எதையோ சொன்னார் இல்லையா? கதே நிறுவனம் முன்ன இருக்க அவரோட சிலை உனக்குப் பிடிச்சதா? யாருக்கு வேணும் ஒரு ரோடோ சிலை, எப்படியும்! ரோடோசோடத பறவைககளா வேற யாருமே கண்டுக்கிறதே கிடையாது. மறுபக்கம், அர்டிகாஸுடையதுக்கு முழுக்க சிறகுகள். அது ஒரு கருஞ்சிறுத்தையோட சிலை! அழகு!... எல்லாப் பறவைகளும் அவர் தலையில பேண்டுவைக்கும், நாய்கள் அவர்மேல மூத்திரமடிக்கும், எப்போவும் தனிமையா இருக்கதில்ல.”

அவர் சற்று தடுமாற்றத்துடனிருந்தார். தனது உரையை இருட்டும் வரை தொடர்ந்தார், ஆனால் எனக்கு எந்த அவசரமும் இல்லை அப்போது.எப்படியும் எல்லாவற்றையும் கட்டித் தயாராக வைத்திருந்தேன். கடைசியாக உடைந்து அழத்தொடங்கினார். அற்புதம் மாமா! அதற்குமுன் நான் ஆண்கள் அழுவதைப் பார்த்ததேயில்லை, அதிலும் ஒரு பராகுவேய ஆண்! குண்டுப் பெண்மணி எங்களை வெறுப்போடு பார்த்தார், கறுப்பர் சிரித்தபடி காலால் ஒரு பிரேசிலிய வடிவத்தை வரைந்துகொண்டிருந்தார்.

“டான் அட்டிலியோ,” நான் கேட்டேன், “நான் உங்களுக்கு எப்படியாவது உதவமுடியுமா?”

அவர் கண்களை பதினான்கு டிஷ்யூ காகிதங்களைக் கொண்டு துடைத்துக் கொண்டார், தலையை மறுத்தாட்டிவிட்டு, அமைதியாக நீண்ட நேரம் நின்றார். கடைசியாக அவர் அன்று புதியதாயிருந்த தனது காமெரோவில் என்னை ஏற்றிக்கொண்டார். ஏற்கனவே சுதந்திரதேவி சிலையை பார்த்துவிட்டேனென சொன்னேன், அவர் இந்த நிலையில் வண்டியோட்டுவதும் நல்லதில்லையென. அவர் அதை எப்படிச் செய்தாரென எனக்குத் தெரியாது. பியர் நாற்றமடிக்கும் வியர்வை வியர்த்தபடி நெற்றியை குளிர்ந்த பியர் புட்டியால் குளிரூட்டிக் கொண்டு வானில் முழுக்க ஒளியூட்டப் பட்டிருந்த கல் விளக்கைக் காட்டிக்கொண்டிருந்தது நினைவிருக்கிறது. அவர் சொன்னார், “நல்ல படியா போய்ட்டுவா செல்லம். இன்னிக்குப் பத்தி மன்னிச்சுக்கோ. இன்னிக்கு ஃபெப்ருவரி 30ன்னு உனக்குத் தெரிஞ்சிருக்க வாய்ப்பில்லைன்னு நினைக்கிறேன்.”

6

ஒவ்வொரு வாரமுமாக பல வாரங்கள். அமபோலா துவைப்பதற்காகத் துணிகளை வீட்டிற்குக் கொண்டு வருவாள். அடிக்கடி அவற்றில் கவிதைகள் திணித்து வைக்கப்பட்டிருப்பதைப் பார்ப்பாள்.

“இலக்கியம் படிக்கிறீங்களா” அவற்றை ஆர்வமாக படிக்கும் எலிசாவிடம் கொடுத்தபடி சொல்வாள். ஒரு நாள் எலிசா பாதியிலேயே நிறுத்திவிட்டு அவற்றை அமபோலாவிடம் திருப்பிக் கொடுத்துவிட்டாள்.

“அவை ஒரு காதலிக்காக எழுதப்பட்டதா இருக்கணும்” வெளிப்படையாக உணர்ச்சிவசப்பட்டவளாக முணுமுணுத்தாள்.

அதேநேரம் வாழ்நாளைக்கும் ஒரு எச்சரிக்கையுடைய தொழிலில் பிணைக்கப்பட்ட, இந்திய முகமூடியைப் போல அமைதியாக எண்பதை நெருங்கிக்கொண்டிருக்கும் ஒரு சராசரியான சின்ன மனிதன், குழப்பமடைந்த பாதிரியொருவன் போப்பை வரவேற்பதுபோன்று புவெனஸ் அயர்ஸில் குந்தரிடம் பேசி மகிழ்வூட்டிக்கொண்டிருந்தான்.

“இந்த நெருக்கடியிலிருந்து வெளியேற ஒரு வழியிருக்கிறது.” தனது அலுவலகத்தில் அமர்ந்தபடி ஆஸ்துமாத்தனமாக மூச்சிரைத்தான். “மூலதன லாபங்களில் குறைவேற்படுவது இருதேச நிறுவனங்களின் முதலீட்டில் சரிவேற்படுவதன் காரணமாகவே. நிச்சயமா அற்பத்தனமான வெளிநாட்டு முதலீடும் ஒரு சிறிய காரணமா இருக்கக்கூடும்.”

“சிறியவா?” என்றான் குந்தர். “தயவுசெய்து! நான் செய்திகளப் படிக்கிறதில்லைன்னு நினைக்கிறீங்களா? இன்னொரு வருஷம் பணவழங்கல் பற்றாக்குறையும் வரப்போற நிதித் திட்டத்தில பணவீக்கக் கடன்களையும் மக்கள் பொறுத்துப்பாங்கன்னு நினைக்கறீங்களா? அதுவும் 1980இல மொத்த தேசிய உற்பத்தியில முழு உள்நாட்டு முதலீடு வெறும் முப்பது சதவீதமா இருந்தத நினைக்கும்போது...”

“முப்பது புள்ளி அஞ்சு,” மற்றவர் செயலாமையின் நினைவேக்கத்தோடு முனகினார், குந்தரால் அவருக்குக் கொடுக்கப்பட்ட அவர் பெயர் பொறித்த தங்க பார்க்கர்

பேனாவுக்கும் அவரது கீல்வாதம் பிடித்த சுருங்கிய விரல்களுக்கும் இடையே ஒளியை விளையாடவிட்டபடி. இந்நாட்களில் அப்படித்தான் மணித்தியாலங்கள் அலறியபடி கடந்துசெல்லும்போதும் வெற்றிடங்கள் வெளிறிய நினைவுகளாக நகரும்போதும் 'மேகங்கள் தம் கருத்த கண்ணீரைப் பொழியும்போதும் வானொலி ஒரு தனித்த கசப்பான துயர்மிகு குரலாகியிருக்கும்போதும் நான் கிட்டத்தட்ட நம்பிக்கையும் நினைவுகளும் வற்றிப்போயிருக்கிறேன். என்னோடு மட்டுமே நங்கூரமிடப் பட்டு, எல்லாவற்றிலிருந்தும் பிணைப்பறுந்து. என் நிழலைக் கூப்பிடவும் குரலற்றிருக்கிறேன். வார்த்தைகள், என் நாவிற்கு கடினமாகவும் கசப்பாகவும், உன்னைத் தவிர எந்த வடிவையும் கொள்ளாமல், உன் பெயரைத் தவிர எந்தச் சத்தத்தையும் செய்யாமல். அன்பே அவர்கள் எப்படி நம்மை பிரித்து வைக்கமுடியும், இந்த தீய, நீண்ட வன்முறையின் வழிகளன்றி? நாம் யாரை காயப்படுத்துகிறோம் நம் சுருக்கமான முத்தங்களால், வருகையில் போகையில் கைகோர்த்து நடப்பதால், கடவுச்சொற்களையும் அமைதியையும் பகிர்ந்துகொள்வதால்? எப்படி அன்பே, வெறும் ஒரு ஒற்றை கனவும் ஒற்றைத் தனிமையும் என் எல்லாக் காலைகளிலும் இருக்கின்றன? காற்று எந்த சத்தத்தையும் மேற்கொள்ளாத ஊர்ப்புறம் ஒரு விரிசலுறாத சாம்பல் கல்லைப் போலிருக்கிற ஒற்றைச் சன்னல் மட்டுமே என்னிடமிருக்கிறது? எப்படி வழிகள், இடங்கள், மதியநேரம், அற்புதங்கள், எளிய பேச்சு எல்லாம் மறைந்துபோய்விட்டது? நாட்களின் அசைவற்ற நகர்வாக வாழ்வு ஆகிவிட்டது எப்படி, நாம் நம்மிடமிருந்தே துண்டிக்கப்பட்டிருப்பது எப்படி, உடல்களும் இசையும் கரங்களுமற்ற இந்தச் செல்லை இன்னும் உயிர்ப்பிக்கும் (எப்படியென்று எனக்குத் தெரியாது) அந்தச் சிறிய விடுதலைத் துடிப்பிலிருந்தும்கூட? மணித்தியாலங்கள் அலறியபடி கடந்துசெல்லும் இந்நாட்களில் அப்படித்தான் இருக்கிறது. நான் உன்னை அமைதியாக கற்பனை செய்கிறேன். காத்திருக்கிறேன். நீயும் காத்திருப்பதாக கற்பனை செய்கிறேன் எல்லா அழுகைக்கும் பின்னே, கோபத்தால் நிரம்பி, நிலைகொள்ளாது அச்சுறுத்தும் கனவுகளோடு, வெறுங்கைகள், நாம் இன்னும் கைகளைக் கோர்த்துக் கொண்டிருக்கும் படமொன்றைத் தவிர வேறேதும் கூடக் குறைவில்லாதபடி பிடித்துக்கொண்டிருக்கும் உன் நினைவு. எப்படி அன்பே இன்று ஞாயிறாக இருக்கிறது, ஆனால் நாம் வெளியே எங்கோ கைகோர்த்தபடி ஓடிக்கொண்டில்லை? பூட்டிய கதவுகளில் விடியும் இந்த அசிங்கமான திங்கட்கிழமையும் தாண்டி எப்படி? மணித்தியாலங்கள் அலறியபடி கடந்துசெல்லும் இந்நாட்களில் அப்படித்தான் இருக்கிறது. என்னிடம் வார்த்தைகள் மிச்சமில்லை, வலியின் அமைதியின் இந்த அசைகள் மட்டுமே, துருப்பிடிக்கும் கீல்களின் இந்நாட்கள், இந்த துயர்மிகு அந்தமில்லாத் தனிமை, அலறும் நாட்கள் நிரம்பிய இம்மணித்தியாலங்கள்.

"உள்நாட்டு கடன் ஒப்பந்தங்களை மேலும் வாங்கறதத் தவிர வேற எதுவும் மாற்றே இல்லன்னு சொல்வேன். ஆமா, வெளிநாட்டுக் கடன்களையும் கூட! நம்மோட தற்போதைய வருமானம் நாட்ட நடத்தறதுக்குப் போதுமான வழமையான செலவுகள ஈடுகட்டாது."

“நான் ஒண்ணுமே இல்லாம பேசமுடியாது. எண்ணிக்கைகள் வேணும்,” முறைப்படி கடத்திவரப்பட்ட ஒரு கறுப்புச்சந்தை ஹவானா சுருட்டைப் பற்றவைத்தபடி குந்தர் உறுமினான்.

“சரி, நாங்க கணக்கிட்டபடி வந்திருக்க மொத்த பணம் எண்பத்தி ஒன்பது இல்ல தொன்னூறு பில்லியனத் தாண்டாது.”

“அதில எவ்வளவு உண்மையான முதலீட்டு வருமானம்?”

“ஓ, ஒரு அறுபது பில்லியன்.”

“பதினெட்டு சதவீதம்,” குந்தர் குரைத்தான். “போன வருஷம் கணிச்சதவிட இரண்டு மடங்குக்கு மேல!”

“மத்திய வங்கில உருவாகற செல்வங்கள் முன்பணமாவோ இல்ல பத்திரங்களாவோ சேர்றத வெச்சுதான் அந்த வித்தியாசத்த கருவூலத்தில கணக்கிட்டிருக்காங்க.” குந்தர் புகைக்கு இடையே கோரைப்பற்களைப் போல் தன் பற்களைக் காட்டிச் சிரித்தான்; மற்றவர் அவனைக் குழப்பமாகப் பார்த்தார். “அப்ப நாங்க என்னதான் பண்ணனும்? மிதமான வட்டியில மத்திம மற்றும் நீண்ட கால கடன்கள் தரக்கூடிய வங்கிகள் ஒத்துக்கக்கூடிய திட்டங்கள் மூலமா எங்க வெளிக் கடன அதிகரிக்க முடியாதபடிக்கு நிறைய பின்னடைவுகள் சந்திச்சிட்டோம், அது வெளிப்படையானது. அது உங்க தவறு. நீங்கதான் இப்போல்லாம் உலக வங்கியில பிரபலமா இருக்க அந்த அபத்தமான கருத்தாக்கத்த முன்வைச்சீங்க – திட்டப் பற்றாக்குறைகள மானியம் வழங்கி ஈடுசெய்யாம இருக்கது.”

“அபத்தமா? தெரிஞ்சுதான் பேசறீங்களா! நீங்க சொல்ற அந்த ‘கருத்தாக்கம்’ மட்டும் இல்லைன்னா நாம எல்லாருமே ஜப்தியாகிருப்போம். நீங்கல்லாம் இன்னும் நடைமுறைக்கேற்ப மாறணும்.” *இந்தக் காதல் என்னிடம் இருக்கவில்லை அதை நான் உருவாக்கவேண்டியிருந்தது. யார் இந்தத் தீயின்றி வாழமுடியும், யாரொருத்தியால் தன்னையே விடியலின் அற்புதத்தை கற்பனை செய்துகொள்ளும் பிறவியிலேயே பார்வையற்றவரைப் போல் ஏமாற்றிக்கொள்ளமுடியும்? ஒவ்வொரு சோதனைக்காகவும் இக்காதல் என்னை உறுதிப்படுத்தியிருக்கிறது, சீற்றத்தின் நடுவே, தூண்களில் ஆணியடிக்கப்பட்டு, உலகிலிருந்து தடைசெய்யப்பட்டு, பின் தொடரப்பட்டு, அசிங்கப்படுத்தப்பட்டு, அச்சுறுத்தல்களால் வெட்டப்பட்டு, செய்தியும் ஒலியும் கவரப்பட்ட மர்மம்போல் தனிமையாக, பகலின் ஒளியை நம்பாத பருந்துகளிடமிருந்து ஒளிக்கப்பட்டு. யாரால் இந்த தீப்பிழம்புகளின்றி வாழமுடியும், இந்த தகர்க்கமுடியாத அனலின்றி, வசந்தத்தில் கூதிரின் குளிரை நம் விரியும் கண்கள் உதறித்தள்ளும் வழியை சாவை வெறுக்கும் இணைக்கும் தேவையை, நம் உணர்துளைகளைத் திறக்கும் வாசத்தை நம் உதடுகளைத் திறக்கும் இந்தப் பாடும் ஒளியின்றி, வாழ்க்கைக்கே கதவுகளைத் திறக்கும் இந்தக் காதலின்றி? நான் உன்னை உருவாக்க வேண்டியிருக்கும். நான் உனைக் கனவுகாண வேண்டியிருக்கும், காலைநட்சத்திரங்களில் புட்தரை வானம்பாடிகளில் ஆடையுடுத்தி, பூவிதழ்கள் முத்தங்களால் கிரீடம்சூட்டி, நீரைப் போல் பெருந்தன்மையாய், இரவைப் போல் இனிமையாய்,*

பகலைப் போல் இளமையாய், ஒயினின் இனிமைபோல் இனிமையாய். உன்னைக் காதலிப்பதற்காக, அன்பே, நான் உலகையே உருவாக்குவேன். உன் வருகையில் இசையால் நிரப்பப்படாத வெளியையோ நேரத்தையோ என்னால் கற்பனை செய்ய இயலவில்லை. உன் கைகளில் நான் முனகுகிறேன். உன் காதலை உண்டுவாழ்கிறேன், உன் மௌனக் காதல் எனக்கு மென்மையைக் கற்பித்தது, உன் காதல் சுதந்திரம் நோக்கின என் வழியை காற்றசைவைப் போல் ஒளியூட்டுகிறது. ஒரு நினைவைப் போல் என்னுடன் பிணைந்து உன் கரங்கள் இருளை ஓட்டும் விளக்காகும், என் கண்ணில் சேர்ந்திருக்கும் கண்ணீரில் தாக்குப்பிடிக்கும் ஒரு இசைக்குறிப்பாகும். ஈரமான அந்தமற்ற தனிமையில் போர்த்தப்பட்டு நான் கடைசியாக படிக்கிறேன் என் அடிகளை, என் கனவுகளை, என் எழுதப் பட்ட வார்த்தைகளை, பின் அங்கே நான் உனைக் கண்டுகொள்கிறேன், இன்னும் என்னருகே, மறுபடியும் எப்போதும் எனதாக, புன்னகைத்தபடி, என் ஆன்மாவுக்குள் ஊடுருவி. நான் உனைக் கண்டுபிடிக்கிறேன், உன்மூலம், மற்ற அனைத்தையும்: நம்பிக்கை, வாழ்க்கை, விரிந்த கரங்கள், சுவர்களற்ற இலையுதிர்காலம், நட்பின் புத்தாயிர நதிகள், உன் முத்தத்தின் நேர்மையான மறுக்கவியலா விடுதலை, உன் செயல்கள், உன் மௌனம். அடிகளுக்கு ஒரு முடிவு வேண்டுகிறேன், வாரமத்தியில் உரைக்கப்படும் பொய்களுக்கு, என் தோலெங்கும் கீறப்பட்டிருக்கும் காதல் குறிப்புகளுக்கு, என் முகத்தில் அறைந்துமூடப்படும் கதவுகளுக்கு, கட்டாய மௌனமான மதிய உணவுகளுக்கு, துண்டிக்கப்பட்ட உறக்கத்துக்கு. நான் மேலும் மற்றவர்களையோ என்னையோ பார்க்க விரும்பவில்லை; துயரின் இச்சன்னலை எடுத்துவிடு; தினசரிக் கொடூரங்களின் இக்கண்ணாடியிலிருந்து எனை அழித்துவிடு. இரவை ஊதி அணை. என் வாழ்வை எனக்குத் திருப்பியளி. காவல் முடிந்தது. கவிஞர் சென்றுவிட்டார். ஒரு பிணைக்கைதியே மிச்சம், ஒரு எளிய, தனித்த, உண்மையான, காத்திருக்கும் வேதனையுறும் காதலிக்கும் பெண் மட்டுமே.

“நிதியமைச்சகம் அதோட நடப்புச் செலவுகள் மதிப்பீட்ட பதிமூணு சதவீதம் குறைச்சிருக்கு. கருவூலம் மத்திய வங்கிகிட்ட இருந்து பைத்தியக்காரத்தனமா கடன் வாங்கிருக்கு, உங்களுக்கே தெரியும், இதெல்லாம் வெளிக்கடன்கள் போலில்லாம குறுகிய காலத்து கடன்கள்.”

“ஆமா, அப்போ நீங்க மறுபடி வரிகள உயர்த்தறதுல போய் நிக்கப்போறீங்களா.”

“வேற என்ன பண்றது குந்தர்? சமமான மதிப்பளவு பொருட்களும் சேவைகளும் இல்லாம பணத்த அச்சடிக்கறதா?”

“அரசாங்கத்தோட பற்றாக்குறைய ஈடுகட்ட ஏற்கனவே எக்கச்சக்கமா ஏறிகிட்டு இருக்க பணவீக்கத்தால பாடுபடறீங்க.”

“அப்போ இதுக்கு உங்ககிட்ட ஏதோ மாய மந்திர மருந்து இருக்குபோல.”

“இல்ல, நிச்சயமா இல்ல. ஆனா இந்த நாட்டுல எனக்கொரு குடும்பம் இருக்கு ... இப்படி சொல்லலாம், என்னால வாஷிங்டன்ல சில காய்கள

நகர்த்தமுடியும். நீங்க எல்லாம் உணர்வுபூர்வமான மனித விஷயங்களுக்கு சுரணையற்ற ஆட்களில்லைன்னு தெரியும் . . .”

“தெரியும்! நீங்க உங்க சகோதரி மக சம்பந்தமான அந்த விஷயத்த இதில இழுப்பீங்கன்னு எனக்குத் தெரியும்! என்னை என்ன பண்ண சொல்றீங்க? நான் வெறும் ஒரு அரசுப் பணி அதிகாரி! என்னால அரசியல்ல ஈடுபடமுடியாது.”

“ஈடுபடமுடியாதுன்னா என்ன சொல்லவர்றீங்க? ஒரு பாவம் ஏழை பொண்ணு, அவ உங்க மக்களுக்கு என்ன மதிப்பிருக்க முடியும்? ஏன் முழு தேசத்தையும் ஒரு சின்ன குழப்பத்துக்காக நிதியளவில மண்டியிடவைக்கணும்?”

“எனக்குத் தெரியல குந்தர்! கொர்ரியந்தெஸில இருக்க தலைவர்களுக்கு நீங்க அவ சொந்தக்காரர்னு கூட தெரியாது! அப்போ என்னை ஏன் குத்தஞ்சொல்லணும்? நீங்களும் நானும், இத்தன வருஷம் எவ்வளவோ நல்லபடியா பேசியிருக்கோம், இப்போ இந்த அர்த்தமில்லாத பேச்சு நடக்கணுமா?”

“பாருங்க, நமக்கு நடுவில மட்டும் . . ., அந்த பாவப்பட்ட பொண்ணு அவங்க சொல்றமாதிரின்னு நினைக்கறீங்களா?”

“என்ன சொல்லவர்றீங்க?”

“ம்ம் . . . அதாவது கொஞ்சம் விசித்திரமா?”

அந்த பழைய ஏட்டுச்சுரைக்காய்காரர் சோர்வின் காலமற்ற ஆழங்களிலிருந்து குந்தரை நோக்கிச் சிரித்தார். பெருமூச்சுவிட்டு, ஒரு புதிய ஆஸ்துமா வலிப்பை எதிர்நோக்குவதுபோல கலக்கமுற்று, லேசாகவே கேட்கமுடிகின்ற குரலில் கடைசியாக அவர் சொன்னார்.

“அது, ஆமாவும் இல்லவும்தான். பேனாவுக்கு நன்றி.”

7

எலிசாவுக்கு ககன்ஹெய்ம் வழங்கப்பட்டிருக்கிறது அவள் ஜெசூட் பரோக் வடிவம் பற்றின ஆராய்ச்சியின் முதல் கட்டத்திற்காக கொர்ரியந்தெஸிற்கு புறப்பட இருக்கிறாள் என்றறிந்ததும் மானுடவியல்களுக்கான தேசிய அறக்கட்டளை உபயத்தில் அவன் பல்கலைக்கழகத்தில் ஆசிரியர்களுக்காக நடத்தப்பட்ட வேனிற்கால கூட்டத்தில் நிறைவு உரையாற்ற அவளை அழைக்க முடிவெடுத்தான் டோடோ அசுவாகா. எலிசாவுக்கு கொர்ரியந்தெஸில் அவளுக்காக காத்திருக்கும் சிக்கல்களை பற்றி ஒன்றுமே தெரியாதுதான், சர்ரியா–கிரோகாகளின் துயர்மரணம், லராய்னின் மரணம், சோலெதாத் கைது. அவள் டோடோவின் அழைப்பை ஏற்றுக்கொண்டாள். எப்படியிருந்தாலும் அவள் “அபத்தக் குறிப்பு” என்று அழைக்கவிரும்பிய ஏற்கனவே பெரிதாகியிருந்த சுயவிபரக்குறிப்பில் இன்னொரு பெருமையை சேர்ப்பதற்காகச் செய்யவில்லை. இதுவரை ஓக்லஹோமாவிற்கு போனதில்லையென்றாலும் அவள் அப்பயணத்தை எதிர்நோக்கியிருக்கவெல்லாம் இல்லை. இல்லை, அவளது நோக்கம் வேறொன்று. டோடோ தினக்குறிப்பெழுதும் நபர்களில் ஒருவன், சில சமயம் ஒரு குறிசொல்லி கோப்பையின் அடியிலிருக்கும் மேட் இலைகளைக் கிளறுவதைப் போல (செக்மேட்!) அவன் தனது நாட்குறிப்பிலிருந்து ஒரு பக்கத்தைக் கிழித்து லிசாவுக்கு அனுப்புவான் *வீக்கம்* அவன் அவளிடம் சொல்வான், *மோசமான ஒயின் உன் கல்லீரலை அரிப்பதுபோல உன் சனிக்கிழமைகளை அரிக்கும் எண்கள் நிரம்பி வழியும் அக்கோப்பை, உன் நினைவுகளை உடைக்கவோ அல்லது சிறிது நேரம் அமைதியாக அமர்ந்திருக்கும் உனது விருப்பத்தை பறிக்கவோ முடியாது, இளஞ்சிவப்பாகவோ பர்ப்பிளாகவோ வாக்களிப்பதன் மூலம் இவ்விஷயங்களைப் பெறமுடியாதென நீ நன்கறிவாய், தவறும் புரட்சிகளாலோ உடைக்கப்பட்ட சர்வாதிகாரங்களாலோ கூட, உனக்கு நன்றாகவே தெரியும் கவிதைக்கு எந்த பொருளுமில்லை மேலும் என்ன இவ்விஷயங்கள் சொல்லப்படுகிறதா இல்லையா என யாருக்கும் கவலையில்லை, பொருட்படுத்தபடுவதெல்லாம் காற்றுதான், இங்கே மேலே கவிஞர்களால் தங்கள் கவிதைகளை விற்கமுடிவதில்லை கீழே அவர்கள் எப்படியும் அதை தணிக்கைச் செய்துவிடுகிறார்கள்*

எனவே பொருட்படுவதெல்லாம் காற்றுதான். எழவு, சிலசமயம் மாலைகளில் நான் ரத்தத்தை துப்புகிறேன், இரவு ஆழப்படப்பட யாரும் கேட்பதில்லை, அனைவரும் வீட்டில் உறங்குகின்றனர், சாளரங்கள் தங்கள் அழுக்குத் திரைச்சீலைகளெனும் விலங்காடைகளுக்குள் சீக்கிரமாகவே நிலைத்துவிட்டன, நாளை என்பது கடனட்டைகளால் துரத்தப்படும் மற்றொரு வேலைநாளே, 19 சதவீதத்திலிருக்கும் அழகிய நச்சுப்பற்களுக்கு இடையிருந்து அவற்றின் சிரிக்கும் தொண்டை நம்மை அழைக்கிறது ஆனால் எங்கிருந்தோ வெட்டவெளியிலிருந்து யாரோ இக்கவிதையை எழுதுகிறார்கள் எல்லாமே, உனக்குத் தெரியாதா, பின் எல்லாமே பாதாளத்திற்கு ஆடிச் சரிகின்றன கவிஞரையும் வாசகரையும் தவிர, சன்னல்கள் இப்போது விரியத் திறந்திருக்கின்றன, வெற்றுடலாய், கடனட்டைகளோ தபாலட்டைகளோ இன்றி வான் மட்டும், கீறிவைக்கப்பட்ட தர்பூசணியென சிவப்பாய். பின் ஏன் கவிதை பிழைக்கிறது? ஏனெனில் அது மட்டுந்தான் இலவசமாக மிச்சமிருப்பதென்பதாலோ.

நோக்கம் டோடாவுக்கு கேன்சர் இருந்தது.

“அததான் எல்லாரும் சொல்றாங்க, எல்லாம் பேத்தல். எனக்கு இருக்கது வெறும் நாசமாப் போன அல்சர்தான்.”

“எப்போ ஓய்வெடுக்கப் போற?” லிசா கேட்டாள், விமானநிலையத்தில் நிறுத்தப்பட்டிருந்த துருப்பிடித்த வேனைப் பார்த்து லேசாக ஆச்சரியமுற்று.

“இந்த பூதத்தப் பிடிக்கலையா உனக்கு, மரகாய்போல சொல்றமாதிரி இந்த *கார்காச்சா?* கூட வேலை செய்ற சிலரோட வேட்டைக்குப் போறதுக்காக இத வாங்கினேன். அவங்களும் என்னப் போலவே சலிப்படைஞ்சிருக்காங்க தெரிஞ்சிக்கோ. அந்த பொண்ணுங்க ஒரு தடுமாற்றமான வயசுல இருக்காங்க, டேட்டிங் அப்படி எல்லாம், அவங்க எப்போ பார்த்தாலும் இந்த வண்டிய பயன்படுத்திகிட்டு இருக்காங்க. சில சமயம் இவ்வளவு காலங்கழிச்சு திருமணம் பண்ணி பெரிய தவற செஞ்சிட்டேன்னு தோணும். என்ன சொல்றேன் புரியுதா? நீ கொடுத்துவைச்சவ குழந்தைகளே பெத்துக்கல.”

“நிச்சயமா முயற்சி பண்ணேன். இப்போ விட்டுட்டேன்.”

“இருந்தாலும் பிரபுவானவர் நல்லா வைச்சி செய்யறார்தானே, அப்படி சொல்றதுக்கு மன்னிச்சுக்கோ; அப்படி ஒரு பெருத்த வேலையோட தனக்கு உரிமை இருக்கதா நம்பியிருப்பார். சரி, நான் வெறுமனே பொறாமைப்படறேன்னு நினைக்கறேன்; யேசுவே, நீ அழகா இருக்க. ரோய் ரோஜெர்ஸ் நெடுஞ்சாலைக்குப் போற இந்த வாசல் எப்போவும் கட்டப்பட்டுகிட்டே இருக்கு, எசெய்ஸாவவிட மோசம். எண்ணெய் வருமானமெல்லாம் பாதாளத்துக்கு வீழ்ந்தபின்ன எங்கிருந்து அவங்களுக்கு பைசா கிடைக்குது? இங்க எவ்வளவு பழமைவாதிகளா இருக்காங்கன்னா, பற்றாக்குறைய காரணம் காட்டி பல்கலைக்கழக செலவுத்திட்டத்துல இருந்து கடைசிப் பைசா வர உருவிடறாங்க ஆனா பாப்டிஸ்ட்டுங்க வரி கட்டக்கூட வேணாம், கற்பனை பண்ண முடியுதா உன்னால. இங்கதான்

நாம போகணும் தெரியுதா? அந்த நிறுத்தல் அடையாளப்பலகைக்கு அடுத்து உடனே. இப்போ, என்ன சொல்லிகிட்டிருந்தேன்?"

"நெடுஞ்சாலையப் பத்தி ஏதோ."

"இல்ல, இல்ல. நீ எவ்வளவு அழகா இருக்கன்னு பேசிகிட்டு இருந்தேன். எப்படி அத செய்ற நீ? கவலைப்படாத, உன்ன படுக்கைல தள்ள முயற்சிக்கல; இப்போல்லாம் என்னால அத எழுப்பக்கூட முடியறதில்ல. அப்போ சொல்லு, உனக்கு ரொம்ப சலிச்சிருக்கணும்ல எல்லா வரவேற்புகளுக்கும் போக, இந்த திருமதி ... யா ம்ம்ம், அந்த ஆளோட பேர் என்ன?"

"உனக்குத் தெள்ளத் தெளிவா தெரியும் குந்தர்னு"

"இங்க ஒரு வரவேற்பு, அங்க ஒரு வரவேற்பு. இங்க திருமதி. அவனோட பெயர் என்னவா, அங்க மேடம் அவ மூஞ்சி என்னவா. கடைசியா கத்தியும் முட்கரண்டியும் பயன்படுத்த கத்துகிட்டோம்னு காட்டிக்க விரும்புற வெள்ளைக்காரங்களுக்காக ஒரு பானம்."

"பாரு செல்லம், நானும் ஒரு வெள்ளைக்காரிதான்."

"அதுவேற. நான் சொல்றது எப்போ பாத்தாலும் கம் மென்னுகிட்டு திரியற அந்த வக்கிரமான சிவப்புத்தலையனுங்கள பத்தி."

"அவங்க வக்கிரமானவங்கன்னு நெனைக்கல. *நோ க்ரெயோ கே தெனெமோஸ் எல் தெரெச்சோ தெ தெச்ப்ரெசியார் அ நாடை.* நமக்கு தீர்ப்பு வழங்கற எடத்துல உட்கார்ற உரிமைய எது எப்படியும் கொடுக்குது? ஓஓ, எனக்குத் தெரியல ... ஒருவேள நமக்கு நாமே தீர்ப்பு வழங்கிக்கறதுல இருந்து தப்பிக்கறதுக்காக செய்றமோ, நீ அப்டி நினைக்கலையா?"

"நீ சொல்றது சரிதான் டார்லிங், திருத்திக்கறேன்."

"என்ன மன்னிச்சுக்கோ." வேனின் மங்கல் ஒளியில் எலிசா வெட்கப் பட்டாள். "அப்படி அர்த்தத்தில சொல்லல. உன்ன எவ்வளவு உயர்வா நினைக்கறேன்னு உனக்கே தெரியும். ஆனா நீ ஒத்துக்கணும் சில சமயம் நீ கொஞ்சம் ..."

"கொஞ்சம் என்ன? நீ விமர்சிக்க போறீன்னா, குறைஞ்சது சரியான ஸ்பானிஷ்ஷாவது பேசு. நீ வினைச்சொல்லோட கருத்துப் புனைவுருவ எப்போவும் கத்துக்கவே மாட்டன்னு சொல்லிருக்கேன். *நோ க்ரெயோ கே தெனெமோஸ்னு சொல்லறதில்ல.* அது *தெங்கமோஸ்* புரிஞ்சதா? *நோ க்ரெயோ கே தெங்கமோஸ்."*

"ஓ, இந்த பைத்தியக்காரத்தனத்த நிறுத்து. இத சொல்றதுக்கு நீ யாரு? முப்பது வருஷம் ஆகியும் நீ இன்னும் ஆங்கிலம் கத்துக்கல."

"எனக்குத் தேவையில்ல. அது நான் பணிபுரியிற மொழியில்ல. உதவியாளர் என்னோட கடிதங்கள திருத்திடறாங்க, அப்புறம் சந்திப்புகள்ல எல்லாருமே என்னப் பொறுத்துக்கறாங்க. எல்லாத்தையும் தாண்டி, அதனாலதான என்ன துறைத்தலைவரா தேர்ந்தெடுத்தாங்க, நான்தான்

இருக்கதிலயே பெரிய முரட்டு முட்டாள்னு. ஆனா உனக்கு ஸ்பானிஷ் தெரிஞ்சிருக்கணும். உனக்கே வெட்கமா இல்லையா? உன்னோட அந்த அரைகொறை ஸ்பானிஷ்ஷ வெச்சுகிட்டு எப்படி நீ முழு பேராசிரியரா இருக்க? அதுதான் எனக்குப் புரியல. எங்க கத்துகிட்ட அத, அந்த ஜெர்மானிய ஓல்மாரிகிட்டயா?"

"அதாவது உன் கணவர்."

"அந்த பாவப்பட்ட மனுஷனையே பிடிச்சிகிட்டிருக்க."

"அந்த வரவேற்புகள் எல்லாம் உன் வாழ்க்கைய கெடுக்கலன்னு சொல்லாத"

"அதுங்க செய்யல, கொடுமையே, அதனால அதப்பத்தி பேசறத நிப்பாட்டு. "

"நீ விமானத்தில திங்க எதுவும் கிடைச்சிதா?" "*உனா தாபா*. ஒரே ஒரு சாண்ட்விச்."

"*தாபா*ன்னு சொல்லாத. எனக்குப்புரியாத அந்த மூரிஷ் ஸ்பானிஷ்ல என்கிட்டப் பேசாத."

"மன்னிச்சுக்கோ. நன்றி, ஆனா எனக்குப் பசியில்ல."

"இன்னும் அதேதான் – உன் அழகை பத்தி கவலை. உனக்கு விருப்பம்னா வழியில இங்ககொஞ்சம் மெக்ஸிக உணவு வாங்கலாம். வளாகத்து உணவகம் எல்லாம் மூடியிருக்கும்."

"சரி, *ஃபஹிட்டாஸ்* சாப்பிட்டு நாளாச்சு."

"அப்போ நிறுத்தலாமா? முதல்தர *ஃபஹிட்டாஸ்* கிடைக்கும்."

"நல்லது, நிறுத்தலாம். ஆனா குடிக்கக்கூடாது என்ன? ஒரு குடிகாரன் ஓட்டுற வண்டியில வர எனக்கு விருப்பமில்ல."

"ஓ, ஒரே ஒரு மார்கரிட்டா."

"சரி."

"ரெண்டு மார்கரிட்டா"

"வாய்ப்பே இல்ல. வண்டிய எடு."

"ஓ, சரி சரி! எப்போவும் நொய்நொய்ன்னு! ஷிட், எப்படிப் பேசற! முறையா பேசறதுக்கு என்ன மயிரு தங்கமா செலவாகிடப் போகுது. வா போகலாம், நேரமாகிட்டு, மழைபெய்யுது, எனக்குக் குளிரா இருக்கு."

அவளுக்குக் கதவைத் திறந்துவிட்டான். அந்த உணவகத்தில் எல்லாமே வறுத்த உணவின் வாசமடித்தது. எலிசாவுக்கு அந்த இடம் பிடித்திருந்தது. ரயில் இருக்கைகளைப் போல சுவரிலிருந்து நீட்டிக்கொண்டிருக்கும் சிகாகோ பாணி சாவடியொன்றில் அமர்ந்தனர். பானங்கள் இரட்டையாக இருந்தன, ஆனால் லேசாக. மறுபுறம் குவாக்கமோலோ பெயருக்கென்றுதான்

மெக்ஸிகத்தனமாய் இருந்தது, தமாயோவின் கூப சந்தைக் காட்சிகளைப் போல. எப்போதுமே ஹூலியோ இக்லேஸியாஸ் எனக்குப் பிடித்த பாடகர்களுள் இல்லையென்றே நினைத்துவந்திருக்கிறேன். தவறாது வணிகரீதியாய், அவன் பிறந்த ஃப்ரான்கோ ஆதரவுக் குடும்பத்தை நினைவுபடுத்துபவனாய். இன்றைக்கு ஹாலோவீன், டெக்ஸாஸின் வழமையான சூனியக்காரிகள் திருவிழா. ஒரு தாளில் இந்திராவைப் போல வேடமிட்டுக்கொண்டு, ட்ராகுலாவாகவும் ஸ்ட்ராபெர்ரி கேக்காகவும் வேடமிட்ட என் மகள்களின் மிட்டாய் வேட்டைக்கு என் மனைவி துணைசென்றாள், ... தந்திரமா பரிசா! வீட்டில் தனித்து, மற்ற வேடமிட்ட குழந்தைகள் தந்திரமா பரிசா அழைக்க மணியடிப்பதைத் தவிர்த்து தொந்தரவு செய்யப்படாமல், என் நண்பனும் டிடெரோட்டின் எழுத்துகளில் நிபுணனுமாகிய ஒஹியோக்காரனான ஹாமில்ட்டன் பெக் போயும்போயும் நெப்ராஸ்காவின் ரோச்செஸ்டரில் சுவைக்கக் கற்றுத்தந்த ஆகச்சிறந்த 100 சதவீத ஸ்காட்சான ப்ளாக் புல் ஒரு கோப்பையை கையில் பிடித்தபடி, தொலைக்காட்சி பார்த்துக்கொண்டு அமர்ந்திருக்கிறேன். அற்புதமான ஜெருசலேம் அரங்கமொன்றில் நடக்கும் இரவுநேரக் கச்சேரியை தொலைக்காட்சிக் காட்டிக்கொண்டிருக்கின்றது, அதில் இக்லேசியாஸ் பராகுவேயின் குவரானிய இசைக்கோர்ப்பான 'இபாகராயின் நினைவுகள்' உடைய இத்தாலிய வடிவத்தைப் பாடிக்கொண்டிருக்கிறான். ஒரு டல்லாஸ் நிலையத்தின் அழைப்பெண்கள் திரையில் தொடர்ந்து தோன்றிக்கொன்டிருக்கின்றன (ஒரு வேளை பார்வையாளர் இந்த வரலாற்றுச் சிறப்புமிக்க நிகழ்வை சட்டத்துக்குப் புறம்பாக தனது கடனட்டையைக் கொடுத்து வாங்கிய விசிஆரில் பதிவுசெய்ய முயன்றால் அதற்காக). இக்லேஸியாஸ் ஜெருசலேமின் பெண்களைப் பார்த்து 'குனத்தாய்' என்றழைக்கிறான், இந்த குவரானி வார்த்தையின் தொடுகையில் அவர்களது முகங்கள் புன்னகை பூக்கின்றன. வெளுத்த கறுத்த தோல்கள், கறுப்பு நீல கண்கள், இஸ்ரேலின் யூதர்கள், வெனிசுலாவிலிருந்து ஸ்பெயினிலிருந்து யூஎஸ்ஏவிலிருந்து, மிசியோன்ஸிலிருந்து, அவர்கள் முகங்கள் ஒன்றாகச் சிரிக்கின்றன. ஒரு இளம் பெண் மேடையில் ஏறி, செபார்டிய ஸ்பானிஷில் தான் சொல்லவந்ததைப் புரியவைக்கிறாள். எப்போதும் ஹூலியோ இக்லேஸியாஸ் எனக்குப் பிடித்தப் பாடகர்களில் ஒருவனில்லை என்றே எண்ணிவந்தேன். இனிமேலல்ல.

"அப்போ, பிரபல லின்ச், இங்க ஓக்லஹோமாவில! கடைசியில உன்னக் கொண்டுவந்துட்டேன், செல்லம்."

"அதிகப்படுத்தி சொல்லாத. எனக்கு அது பிடிக்காதுன்னு உனக்குத் தெரியும்."

"ஓ, இந்த ஒருவாட்டி மட்டும் நான் எப்படி உணர்றேன்னு உன்கிட்ட சொல்லவிடு. இது நல்லா இருக்கு, இல்லையா?"

"அதி ருசி"

"அப்போ சொல்லு, என்ன பண்ணிகிட்டு இருக்க?"

“அதேதான். உனக்குத் தெரிஞ்சதுதான், அடுத்த வாரம் கொர்ரியந்த்தெஸ் போறேன். என் நாத்தனார் அங்க இருக்கா, என்னோட ககன்ஹெய்ம் உதவிப்பணத்தை வெச்சு ஒரு புத்தகம் எழுதலாம்னு இருக்கேன்.”

“ஆமா, தெரியும். . . கொர்ரியந்த்தெஸ்! கடவுளே. . . படுமோசம்! ஏன் நீ டோக்கியோவுக்கோ, ஹோனோலுலுக்கோ இல்ல அகாபுல்கோவுக்கோ போகக்கூடாது? என்ன சலிப்பான ஆள் நீ!”

“நீ எப்படி டோட்டோ? நீ நோய்வாய்ப்பட்டிருக்கது உண்மையா?”

“அது புற்றுநோயில்ல. ஏற்கனவே சொல்லிட்டேன் அது சுத்தப் பிதற்றல்னு. வெறும் அல்சர், அவ்வளவுதான். ஆனா எப்படியும் அடுத்த மாசம் சாகப்போறேன். எனக்கு வயசாகுது தெரியுதுல்ல.”

“ரொம்ப வருஷமா ‘அடுத்த மாசம்’ சாகறதாத்தான் சொல்லிட்டு இருக்க. அதுசரி என்ன வயசாகுது உனக்கு?”

“மொத்தமா, அறுபத்து மூணு நீண்ட வருஷங்களா இருக்கேன்.” “வாழ்க்கை அறுபத்தி மூணுலதான் தொடங்குது.”

“என்னோடதில்ல. சரிசெய்யமுடியாதபடிக்கு என் வாழ்க்கையக் சொதப்பிட்டேன். தினம் குடி, ஒரு சொட்டு உடற்பயிற்சியில்ல, கொழுப்புக் கறி பெரிய துண்டு துண்டா, நார்ச்சத்தே இல்ல, பத்திரிகைகள் கல்லெறியற எல்லாமே. நிறைய ஆபத்தான கலோரிகளுக்காக கண்டிக்கப்பட்டிருக்கேன். அதனால எப்படியும் அடுத்த வருஷம் போய் சேர்ந்துடுவேன். அதனாலதான் நீ வரணும்னு ரொம்ப ஆசைப்பட்டேன்.”

“எப்போ பணிஓய்வு பெறப்போற?”

“84இல.”

“அததான் பயந்தேன். உன் வாழ்க்கை முடியப்போறதா நினைக்கற நீ.”

“இல்ல, வாய்ப்பே இல்ல.”

“அப்ப என்ன திட்டம் வெச்சிருக்க?”

“எதுவும் இல்ல.”

“டோடோ, ஒழுங்கா சொல்லு. விளையாடாத.”

“சாஸ்கோமஸ¬க்கு திரும்பப் போறேன். அங்க வீட்டுக்கு மறுபடி வண்ணம் அடிச்சு, ஸ்பானிஷ் தொலைக்காட்சி பார்த்து, தோட்டத்துல பூச்செடி வைச்சு, சுயமைதுனம் பண்ணி பைத்தியமாகப் போறேன்.”

கழுதைப்புலிச் சிரிப்புகொண்ட கழுகுக்கண் தலைவர் முதல் மிகக்கீழான ஆகச்சோம்பேறி மாணவர் வரை மகிழ்விக்கும் தன் கல்வித்துறை கடமைகளிலிருந்து விடுபட்டவளாக வளாக உணவகத்தில் எலிசா வசதியாக அமர்ந்துகொண்டாள். அருகாமையில் வசித்த அல்ஃபோன்சினின் மகள் மரியா இனெஸை அவளுக்கு யாரோ காக்டெயில் விருந்தில் அறிமுகப்படுத்தினார்கள். அவள் தனது மச்சாதோ பற்றிய புத்தகத்திலிருந்து

எதையோ குறிப்பிட்டு சொல்லிக்கொண்டிருக்கையில் டோட்டோவின் இளம் சகபணியாளன் ஒருவன் ப்ளடி மேரியை ஏந்தியபடி கூட்டத்தின் தள்ளுமுள்ளில் அவள் சூத்தைத் தடவிப்பார்த்தான். எலிசா அந்நாளை உற்சாகத்தோடு எதிர்கொண்டிருந்தாள், ஆனால் டோட்டோ தனது வாத்துசுடும் துப்பாக்கியால் கழுத்தில் ஓட்டைப்போட்டுக்கொள்வதின் எல்லையிலிருக்கிறான் என உறுதிப்பட்டிருந்ததால் தளர்வாக முடியாது தவித்தாள். எல்லோரையும் பயமுறுத்துகின்ற வெள்ளத்திலிருந்து தான் மட்டும் பாதுகாப்பாயிருப்பதாய் எண்ணும் ஜெர்மானியத்தனமான தன் கணவனைப் பிரிந்துழன்றாள்.

ஒரு மேகமூட்டமான, புகைசூழ்ந்த ஞாயிறில் டோட்டோ அதே ஓட்டுபோட்ட வேனில் அவளைக் கூட்டிக்கொண்டு ஆமைகளும் எண்ணெய்க் கிணறுகளும் முளைத்திருந்த கடினமான பாழ் புல்நிலம் வழியே விமானநிலையத்திற்கு அழைத்துச்சென்றான். கண்ணீர் திணறடிக்க, அவள் மாட்ரிடை நினைத்துக்கொண்டாள், அவளது மாணவப் பருவ நாட்களின் ஹராமாவை அல்ல, பேக்கோ இபெனெஸின் மாட்ரிடை, உண்மையைத் தேடுபவர்களின் மாட்ரிட், கோபத்தின் யோசனைகளின் ஸ்பெயினை, சோஃபியாவின் ஸ்பெயின். இனி டோடோவுக்கு முன்னகர்வதற்கென எதுவுமில்லையென புரிந்துகொண்டாள், முட்டாள் வயலின்காரர்களும் தொங்கும் வித்தை போல மூச்சின்றி ஆடும் முத்தங்களுமான அவனது மிகையதார்த்தக் கனவுகளை ஒரு மலட்டு கண்ணாடிவீட்டின் மின்னும் சுவர்கள் அடைத்துவிட்டிருக்கின்றன என்பதை, பிளந்த தர்பூசணி போல் சிவப்பாய் அவனுக்கும் அவன் கற்பனைகளின் வானுக்குமிடையில் ஒரு தடைச்சுவர் நிற்கிறதென்பதை. பின் அவனை விமானநிலையத்தில் கட்டி அணைத்தபோது அதைக் கடைசி முறையாகச் செய்கிறோம் என்ற கையாலாகாத உறுதிப்பாட்டால் நடுங்கினாள். எல்லைகளைப் பற்றின பழைய போர்ஹேஸ் கவிதையொன்றை நினைத்துக்கொண்டாள், இந்த கணம்தான் மான்ரிகேவின் பிரபல இரங்கற்பாவில் வரக்கூடிய ஒன்றைப்போல அவளது தன்னிச்சையான வாழ்க்கைக்கும் டோடோ அசுவாகாவின் அபத்த இருப்பிற்குமான கடைசி சந்திப்பென்பதை யோசித்தாள். பிட்ஸ்பர்கில் அவர்கள் தந்தை சாகக் கிடந்தபோது அம்மா சகோதரியிடம் திரும்பத் திரும்பச் சொல்லிக்கொண்டிருந்த ஒரு வரியை நினைத்துக்கொண்டாள்: *சுவர்க்கமென்பது மகிழ்ச்சியாகச் சாவதும் கொண்டது.*

எனவே அவள் அப்படியே விடைபெறுதலைத் தவிர்த்துவிட்டாள், பதிலாய் கல்வியாண்டின் இறுதியில் கொர்ரியந்த்தெஸிற்கு வருமாறு அழைத்தாள்.

8

காலம், உலோகம், குருதியின் சுத்தமான பாய்ச்சல் வார்த்தையின் வாதையின் அடிகள் சிறைவைக்கப்பட்ட விளக்கின் அசைவுகள், ஒரு விழிப்பான இதயம், ஒரு புறா, இந்த பொருட்களால்தான் பலவீனமானவர்களின் வரலாறு செய்யப்பட்டிருக்கிறது. ஒருவேளை எப்போதைக்கும் மேலும் இருந்தாலும் மற்றும் குறைவுடையதாக மற்றும் குளிர்ந்து இன்னும் எப்படியிருந்தாலும்கூட, எங்குமில்லாமலிருந்து இந்த காலமற்ற உச்சாடனம், சாலையோரத்தில் இந்த தனித்த மரணம்! சொர்க்கத்தின் நற்கருணைத் துண்டொன்று காற்றிலிருந்து விழுந்து ஒரு மனிதனின் சட்டை கால்சராயை நிரப்பி, காற்றுடன் பெருங்காதல் புரிய, இரவு, சமூகத் தாய்மண், புன்னகைக்கும் பளிங்குக் காலைக்குள் புலர. இளைஞர்கள் இருக்கும் வரை, குருதி அவர்களின் பெயர்களை சுவர்களில் எழுதும். குந்தருக்கு வழக்கறிஞர்கள் குழுமத்தின் தலைவருடன் சந்திக்க முன்னேற்பாடிருந்தது. ஏழு இரவுகள் ஏழு முகங்களின் நித்திய ஜெனரலைத் தவிர வேறு ஆட்சியாளரற்ற அந்த பழைய தீவிரக் கட்சியின் பேரன்கள், இருப்பினும் அவர்கள் தளராது முயன்றனர், ப்ளாச் சொல்வதுபோன்ற, நம்பிக்கையில். அதன் விலை சமூக விரக்தி, கொழுத்த கீழ்த்தரமான சந்தர்ப்பவாதிகள் ஆக்ரமித்திருந்த குழுமங்களில் தடை, சிறை, சித்ரவதை. இது எல்லாவற்றையும் கண்ணியத்தோடு தாங்க இவர்கள் சனநாயக கற்பனையுலகொன்றின் குழப்பமான கனவுகளைப் பிடித்துத் தொங்கினர். அவர்களுக்கு வேறு வாய்ப்புகள் இருந்ததென்று இல்லை. *கரய்*யைப் போல அவர்கள் தம் வழிகளை எரித்துவிட்டு ஒருமனதாக ஒற்றை உணர்வோடு போராடினர். நீலமும் கருஞ்சிவப்புமணிந்த வயசாளிகள் கடைசி காலத்தின் கடைசி நிமிடம் வரை கஷ்டப்பட்டு விளையாடும் கால்பந்து அவர்களுக்கான குறியீடாக இருந்திருக்கும். சந்திப்பு நான்கு மணிக்கு. அந்த வால்வோ முழுவேகத்தில் சாலையில் வழுக்கிச் செல்ல குந்தர் தன் ஒமேகாவை அடிக்கடிப் பார்த்தான். வந்தவுடன் காரிலிருந்து குதித்திறங்கி பதட்டமாக மணி அடித்தான். பணிப்பெண் ஜெர்மன் ஷெப்பர்டொன்றின் துணையோடு மல்லிகை வாசமிட்ட வழியாக அவனை உள்ளே அழைத்து, அவனை அழைத்தவர் சற்று நேரத்தில் வருவார் என்றாள்.

கலைந்துகிடந்தாலும், அரசு அலுவலகங்களைவிட அந்த வீட்டு அலுவலகம் தரம் காட்டுவதாயிருந்தது. சாக்கோ நாயகன் மார்ஷல் எஸ்திகரீபியாவின் பெரிய தைல ஓவியமொன்றிருந்தது. ஜான் கென்னடியின் இரும்பு மார்பளவுச் சிலையொன்றும், அது அவ்வளவு நொய்ம்மையாக பறந்துவிடும் போலிருந்தது. எலிசா இருந்திருந்தால் பேராயர் தேடிக்கொண்டிருந்த ஹுவான் ராமோன் ஜிமொனஸ் தொகுப்பை எளிதாகக் கண்டிருப்பாள். வழக்கறிஞர் அமைதியாக அறைக்குள் நடந்து வந்தார். அவர் சின்னதாகவும் கொஞ்சம் எடைகூடியுமிருந்தார். ஆனால் அவரது இருப்பில் காற்று ஒளிரும் தீவிரம் கொள்வதாக தோன்றியது. நீலம் கருஞ்சிவப்பினிடையான விளையாட்டுகளில் கடைசியாக வருங்காலத் தலைவர் ஆகக்கூடியவர்களில் ஒருவரோடு (இந்த மனிதனுக்கு அவன் மகனாக இருக்கக்கூடிய வயது) இருக்கிறோம் என எந்த உணர்வையும் மறைக்காமல் குந்தருக்கு உடனடியாகத் தெரிந்துவிட்டது: உறுதியான, சமரசம் செய்துகொள்ளாத, வெல்லவியலாதவர். அந்த மனிதனின் நுணுக்கமாக கவனம் செலுத்தப்பட்ட தோற்றத்தை கவனித்தான், குறையற்ற சிகை, கண்ணாடி போன்று பளிச்சிடும் தோல் காலணிகள், அதன் செய்தி படிக்கப்படாதது, வீண் நேர்த்தி அல்லது எளியதும் தேவையானதுமான சுய நேசம். வழக்கறிஞரின் பெரிய பழுப்பு கண்கள் அவனைப் பார்த்தன. உலக வங்கியின் அதிகாரமிக்க ஆட்சியாளரை ஒருவர் கவனிப்பது போலல்ல, சிறையிலிருக்கும் பெண்ணொருத்தியின் பாவப்பட்ட உறவினரை ஒருவரைப் பார்ப்பதுபோல. வந்ததிலிருந்து முதல்முறையாக குந்தர் மரியாதையை உணர்ந்தான்.

“தலைவர் அவர்களே, உங்கள சந்திச்சதுல ரொம்ப மகிழ்ச்சி. உங்க தாத்தா இல்லாம, என்னோட உதவித்தொகை …”

“என் தாத்தா என் தாத்தாதான் ஐயா … உங்க தங்கை மகள் உங்க தங்கை மகள்தான்” வழக்கறிஞர் இடைமறித்தார், இனிமையாக. “அவளுக்கு என்ன செய்யணும்?” *நீ அறிந்ததுபோல, அன்பே, இத்தனிமையில் வானொலியே என் துணை. ஆனால் பணிரெண்டரைக்கு அலைவரிசை நிகழ்ச்சிகள் தொடங்கும். வலையிலிருக்கும் ஒவ்வொரு அலைவரிசையும் ஒரே அதிகாரபூர்வ செய்தி அறிவிப்பை ஒலிபரப்பும். நீ டயலை நகர்த்து, ஆனால் எதுவும் நகராது, ஒரே ஒற்றைத்தன்மையான, அழகிய, மிதமிஞ்சிய குரலைத் தவிர எதுவும் உன்னிடம் வராது. நான் வானொலியைத் தரையில் எறிகிறேன். வலையை வெட்டுகிறேன், எதிர்காலம் தொடங்குகிறது.*

“சரி, காட்டுமிராண்டிச் சமூகங்களில் சட்ட அடிப்படைகள் பற்றிய என் புரிதல் சூனியத்திற்கும் கம்மி. அடிப்படைக் கொள்கை தெரியுமா. அதுக்கு ஸ்பானிஷ்ல என்ன, ருடிமென்ட்டோஸ்சூ?”

அந்த இன்னொரு கனவான் புன்னகைத்தார், வடக்கிலிருந்து வந்திருக்கும் தன் விருந்தாளனின் அறிவுப் பகட்டிலும் ஆறடித் தோற்றத்திலும் மெலிதாக எரிச்சலுற்று.

“ரூடிஸ் இதிலிருந்து, ரூடிமெண்ட்டம் ஆனால் இங்க நீங்க லத்தீன் சொல் தோற்றுவாய்கள் பற்றி பேச வரலியே?”

"பாருங்க" குந்தர் தொடர்ந்தான், "தொலைபேசியில சொன்னது மாதிரி ஏற்கனவே அமைச்சர்ட்டயும் உயர்நீதிமன்றத்தோட புது ஆங்கிலத் தலைமை நீதிபதிகிட்டயும் பேசிட்டேன்."

"என் இணைப்பு ஒட்டுக்கேட்கப்படுது, உங்க ஆளுங்க சொல்றமாதிரி, அதனால அரசுக்குத் தெரியவேண்டாம்னா இதுமாதிரி விஷயங்கள தொலைபேசில பேசாதீங்க."

"என் மனைவி அதப்பத்தி என்னவோ சொன்னா" நம்பிக்கையின்றி பதிலளித்தான் குந்தர், அவர் வாய்ச்சவடால் விடுவதாக சந்தேகித்தபடி, "விஷயம் என்னன்னா, எனக்கு இந்த அரசாங்கத்துக்கு எதிரா ஒண்ணுமில்ல. எனக்கு வேண்டியதெல்லாம் என் தங்கை மகள வீட்டுக்குக் கூட்டி வரணும். எனக்கு அவ்வளவுதான் வேணும்னு அவங்களுக்குத் தெரியும், அதனால அத தொலைபேசியில சொல்றதில என்ன தப்பு?" *மறைக்கப்பட்ட வசந்தத்திலிருந்து, மண் நிறமான குருதியால் சிவப்பாக்கப்பட்ட பூமியிலிருந்து, காசாப்ளான்க்காவிற்கும் விரிதியானாவிற்கும் உன் தோலின் இளமஞ்சள்சிகப்பு தகதகப்பிற்கு ஏறிச்செல்லும் எரியும் படிக்கட்டுக்கட்டுகளுக்குமான பயணங்களிலிருந்து, நிலவறைகளின் தெருமுனைகளின் கசக்கும் அறிவிலிருந்து, சின்னங்கள் தொங்கவிடப்பட்ட குரலிருந்து, தடைசெய்யப்பட்ட குரலிழந்த கிதாரிலிருந்து சத்தங்களற்ற மதியத்திலிருந்து, துடுப்புச் சக்கரப் படகின் மீதான கண்ணாடியணிந்த சிறுமிப்பருவத்திலிருந்து, பேசாத கிழவனொருவனிடமிருந்து, வாய்ப்பேயற்ற இரு போர்களிலிருந்து, கனத்து குரைக்கும் காவல்நாய் காற்றுகளின் வழியிலிருந்து, நீரின் நம்பிக்கையின் துல்லியத்திலிருந்து, உடைந்த நேரக்குடுவையின் துண்டுகளிலிருந்து, எல்லாவற்றிலிருந்தும், எனதெல்லாவற்றிலிருந்தும்: உனைக் காதலிக்கிறேன்.*

வழக்குரைஞர் ஓரிரு நிமிடங்களுக்கு அமைதியாக இருந்தார். குந்தருக்குக் குடிக்க எதுவும் வேண்டுமா எனக் கேட்டார். குந்தர் ஒரு விஸ்கியை ஏற்றுக்கொண்டான். விருந்தோம்புநர் சில கோப்பைகளையும் ஒரு ப்ளாக் லேபில் குடுவையையும் சரக்கு நிரம்பிய மதுக்கூடத்திலிருந்து எடுத்தார், பானத்தை விருந்தினரிடம் கொடுத்துவிட்டு, தனக்கொரு கோக் திறந்துகொண்டார்.

"குறிப்பா என்னை எதுக்கு பார்க்க வத்தீங்க?"

"அதாவது, நீங்க வழக்குரைஞர் சங்கத் தலைவர் அதோட ஆற்றலுள்ளவர் அழகுள்ளவர் அரசியல் கைதிகளுக்காக உழைக்கிறவர்னு உங்களுக்குப் பெயர் இருக்கு. காணாமல் போனவங்களுக்கான ப்ளாசா தெ மேயோ அன்னைகள் அமைப்பில இருக்க என் தங்கையின் யாரோ ஒரு பாதிரி நண்பர், அவள்ட்ட சொல்லியிருக்கார் 'மிட்டா கரய்தான் உங்க ஒரே நம்பிக்கை'ன்னு"

"அவ்வளவுதானா?"

"ஆமா. நிச்சயமா, உங்க சேவைக்கான பணத்தக் கொடுத்துடுவோம்"
"நான் சொல்லவந்தது அதில்ல. உங்களுக்குப் புரிய மாட்டேங்குது..."
"என்ன?"

“என்ன! நாம ஒரு சர்வாதிகார அரசின்கீழ் வாழறோம்னு நீங்க உணரவேயில்ல. இங்க எந்த அரசும் சட்டமும் கிடையாது. நாங்க வழக்குரைஞர்கள் என்ன பண்ணமுடியும்?”

“சரிதான் ஆமா, கொர்ரியந்த்தெஸில ராணுவச்சட்டம் நடைமுறையில இருக்குன்ற அளவு எனக்குத் தெரியும், என் தங்கை மக ஒரு முற்றுகை நிலையின்போது கைது செய்யப்பட்டான்னும்“

“அதெல்லாத்தையும் மறந்துடுங்க. சர்வாதிகாரியோட விருப்பம் மட்டும்தான் முக்கியம். ‘நித்யமான ஒருவர்’ உங்க தங்கைமகள சிறைப்படுத்தியிருக்கார், அவருக்கு எப்போ தோணுதோ அப்போ அவள தெருக்களுக்குத் திரும்ப அனுப்புவார்.” *நான் இப்போது உனைவிட்டு நீங்கவேண்டும், என் ப்ரியத்திற்குரிய தேசமே, ஒருவேளை நீண்டகாலத்துக்காயிருக்கலாம். நான் விளக்குகிறேன்: உன் கருப்பையிலிருந்து கலைக்கப்பட்ட கருவென எனை உருவியெடுக்கின்றனர். ஆனால் என்னுடன் எடுத்துச் செல்கிறேன், உன் காடுகளை, பறவைகளை, ஆறுகளை, துல்லியமான சாய்மாலைவட்டத்தை, கூட்டு நம்பிக்கைகள் மொத்தத்தையும், வலியை, உதடுகளை. மறுபடி, என் நேசத்திற்குரிய தேசமே, உன் பெயரை உரக்கப் பேசுவேன். துருச் சாயமேறிய உன் பிம்பத்தை தோளில் சுமப்பேன், மக்கள் என்னையும் என்னில் உன்னையும் அடையாளங்காணக்கூடும். நான் இப்போது உனைவிட்டு நீங்கவேண்டும், ஆனால் உனை என்னோடு சுமந்துசெல்வதும் எஞ்சியிருப்பதின் ஒரு வழிதான்.*

“ஒரு தொழில்முறை அமைப்போட தலைவர்ட்ட இருந்து இதக் கேட்கறது எவ்வளவு சோகமா இருக்கு. நம்புங்க, புகாரெஸ்ட்லயோ ரோமானியாபோல ஒரு இடத்திலயோ இந்தப் பதவில இருக்க ஒருவர். . . அரசாங்கத்தோடப் பேச்சாளராதான் இருப்பார். மிதமா சொல்லனும்னா.”

“அந்த மாதிரி இடங்கள்ல எப்படின்னு எனக்குத் தெரியாது. ஆனா இங்க எப்படின்னு எனக்குத் தெரியும். சட்ட வழிமுறைகள் மூலம் அவள விடுவிக்க முடியும்னு நம்புனீங்கன்னா உங்களுக்குப் பைத்தியம்தான்.”

குந்தர் வாயிலிருந்த கூடுதல் எச்சிலை விழுங்கியபின் தன் விஸ்கியின் கடைசி வாயை ஊற்றிக்கொண்டு, தன்னெதிரே யோகாக் கலைகளில் பயிற்சி தொடங்குபவரைப் போல கால்மாற்றிப் போட்டு ப்ரீஸ்லித்தனமான முடியுடன் அமர்ந்திருக்கும் பதட்டமான வழக்குரைஞரின் மேல் பார்வை நிலைக்க அமர்ந்திருந்தான்.

“எவ்வளவு விசித்திரம்,” தோல்வியுற்றவனாக குந்தர் முணுமுணுத்தான், “நீங்க எனக்கு ஏதாவது நம்பிக்கைக்கீற்றக் கொடுப்பீங்கன்னு நினைச்சிருந்தேன்.”

“தப்பா எடுத்துக்காதீங்க. நம்பிக்கை இருக்கு, ஆனா சட்ட வழியில இல்ல. முதல் படி தொலைபேசியில என் கூட பேசாம இருக்கதுதான்.”

“பாருங்க, இந்த அரசியல் குழப்படிகள்ல சம்பந்தப்படமாட்டேன். நான் கலக்கக்காரகளோடயும் ஊர்க்கார காட்டுமிராண்டிகளோடயும் சேர்ந்து சதிபண்ணமாட்டேன்.”

“நாங்க யாரோடவும் சதிசெய்றதில்ல. நாம பண்ணவும் வேண்டாம்; நாம உதவிசெய்யாமலே எல்லாம் கவிழ்ந்துகிட்டு இருக்கு. மட்டுமில்லாம, நீங்க ஒரு தீவிரக் கட்சி உறுப்பினராக தகுதிபடைச்சவரா இல்லையான்னே எனக்கு தெரியாது.”

“சோலெ, அவ உறுப்பினரா?”

“அப்படித் தோணல. ஃபாசிஸ்டுகள வெறுக்கற அளவு அராத்துகளையும் வெறுக்கறோம். ஒருவேள அவ சுதந்திரமான மார்க்சிஸ்ட்டா இருக்கலாம்.”

“மார்க்சிஸ்ட்! ஆனா அது சட்டவிரோதமாச்சே! அப்படி சொல்றப்போ செய்தித்தாள்கள் சொல்றத நீங்க உறுதிசெய்றீங்க!” *தினசரி அற்பத் துணிக்கைகளாக வழங்கப்படும் மரணத்தால் நான் கவரப்படுவதில்லை. எடுத்துச் செல்லுங்கள் என் வீட்டிலிருந்து மரணத்தின் சாம்பல் கரிகளை, ரத்தம் நிரப்பிய வவ்வால் வாயாக நாறும் அதன் சுவாசத்தை, அதன் மஞ்சள் பள்ளங்கள்கொண்ட நிலப்பரப்பை. எவ்வளவு நன்றாக அறிவேன் சாளரங்களின் நிலவறைகளில் சந்தைகளின் சனிக்கிழமைகளால் நிரம்பியிருக்கும் இடங்களில் பெருகும் துயர்மிகு கட்டியங்கூறல்களை, அதன் புழுக்கமான தெருமுனைகளின் அடங்காத நாற்றங்களை. என் சுகதுக்கங்களை வாழ்வோடு பகிர்ந்துகொள்கிறேன். தயங்கும் நாவுகளுக்கு லஞ்சமளிக்கும் உளவாளிகளையும் மீறி, துரோகத்தை இழிவை சேற்றை வீசியிறைக்கும் வேட்டைநாய்களை மீறி, ஒவ்வொரு நாளின் நல்லுறவில் கடத்தலைமீறி, நான் என் சுகதுக்கங்களை வாழ்வோடு பகிர்ந்துகொள்கிறேன், புதுமையை, வாய்ப்புகளையும், திராட்சைளின் சுழற்சிப் புன்னகையை, ஆற்றில் வீடுசேரும் கால்வாய்களின் அமைதியான ஓட்டத்தை, ஆறுகள் கடலில் வீடுசேர்தலை, கடல்கள் நிலத்தில் வீடுசேர்தலை, இந்த களிமண் கனவுகள்! எங்கோ ரகசியமான குயவர்கள் தங்கள் இதயங்களில் பகலின் நிழலுருவை வார்த்துக்கொண்டிருக்கிறார்கள். பின் ஏன் மகிழ்ச்சி எப்போதைக்குமாக தடைசெய்யப்படவேண்டும்?*

“ஏன் மகிழ்ச்சி எப்போதைக்குமாக தடைசெய்யப்படவேண்டும்? யோசிப்பது குற்றம்னு ஏன் நினைக்கிறாங்க? யோசனைகள்ல ஏன் பற்றுக்கட்டைகள் மாட்டறாங்க? சட்டத்தோட தீர்ப்புகள் உண்மைய அடிப்படையாக் கொண்டிருக்கணும், நிரூபிக்கப்பட்ட, முழுநிறைவான உண்மைகள். ஆனா நமக்கு இங்க கிடைக்கறதெல்லாம் சுதந்திரத்திற்கு எதிரான சட்டங்கள்தான். அதுவும் ஒவ்வொரு அடியிலயும் மீறப்படுது.”

“ஆமா, அதப்பத்தி கேள்விப்பட்டேன். எப்படியிருந்தாலும் நாங்க தொழில்நுட்பவாதிகள் ஒரு பிடிவாதங்கொண்ட கும்பல். எனக்கு வேண்டியதெல்லாம் என் தங்கைமகள அங்கிருந்து வெளியக் கொண்டுவரணும், முடிஞ்ச வரை சீக்கிரமா வேலைக்குத் திரும்பிப் போகணும், என் தங்கச்சிக்கு மன அமைதிய திரும்பக்கொடுக்கணும்.”

”அப்போ நாங்க எப்படி, இல்ல இன்னும் துல்லியமா, நான் எப்படி உங்களுக்கு உதவியா இருப்பேன்னு நினைக்கறீங்க?”

“ஒரு ஹேபியஸ் கார்ப்பஸ் ஆட்கொணர்வு மனு போடறதன் மூலம்.” “நாங்க ஏற்கனவே செஞ்சுட்டோம். எங்க இயக்கத்தோட வழமையான

பணிகள்ல அதுவும் ஒண்ணு." "அப்படியா? அமபோலா அத சொல்லல. எப்படியோ, நன்றி. அது வேலை செய்யும்னு நினைக்கறீங்களா?"

"இல்ல. நீதிமன்றம் அத ஏற்கனவே நிராகரிச்சிட்டு."

"அவள நாடுகடத்த சொல்லிக் கேட்கலாமா?" வானொலியில் ஒரு குவரானிக்காரனைக் கேட்கிறேன், எப்படி அந்த வாசமான பெயருடைய மனிதனால் பயணத்தின்போது நெஞ்சில் சேமித்துவைத்துக்கொள்வதற் கான எளிதில் குலைந்துவிடக்கூடிய நினைவுகளேந்திய ஒரு கரத்தைப் போன்ற சிறிய கையடக்கமான நாட்டை நிலைத்திருக்கச் செய்ய முடிகிறதென வியக்கிறேன்.

வழக்குரைஞர் குந்தரின் கோப்பையைப் பார்க்கிறார், அது காலியா யிருக்கக் கண்டு இன்னும் கொஞ்சம் விஸ்கியை ஊற்றிவிட்டு தனக்குக் கொஞ்சம் சோடா ஊற்றிக் கொள்கிறார். அவர் மறுபடி பேச சிறிது நேரமாகிறது.

"இந்த நாடு," குரல் அடங்கி, பெருமூச்சு விடுகிறார், "ஒரு நாடகத்தனமான இடம், ஒரு கொடிய, கலைந்த, கொந்தளிப்பான, ஊழல்மலிஞ்ச, துரதிர்ஷ்ட்டம் பிடிச்ச, அதிகாரவெறி பிடிச்ச, பின்தங்கிய, வன்முறையான, ஆபத்தான, ஏழ்மையான, அச்சமூட்டுற, தனிமையான, நட்பில்லாத, கவனிக்கப்படாத, அடிவாங்கின, கொடுமைப்படுத்தப்பட்ட, தியாகியாக்கப்பட்ட, இருண்ட இடம், கலைந்துபோன கனவுகளோட இடம், துளைக்கப்பட்ட கைகளும் அழுகுற கிதார்களும் வெறுப்பும் நிறைஞ்சதும் சகிக்கமுடியாததுமான இடம்."

அங்கொரு நீண்ட மௌனமிருந்தது. அவர் மூச்சு வாங்கினார். குரலும் விளக்குமற்ற நீண்ட சுரங்கத்திலிருந்து வெளிவருவதுபோல கடைசியாக குந்தர் பேசியபோது அவனுக்கு வயதாகிவிட்டது போலிருந்தது.

"சரி அப்போ . . ." போதையின் முதல் அலையை உணரும் உதடுகளைப் பிரித்தபடி அவன் கேட்டான், "ஏன் அத இவ்வளவு நேசிக்கறீங்க? ஏன் இவ்வளவு நேசிக்கறீங்க அத, ஹ? நாசமாப்போனவனே, ஏன் அத இவ்வளவு நேசிக்கற?"

9

அந்நாட்களில், சராசரித்தனத்தில் ஊறிய ஒரு கல்விப்புல தினசரி வழமையில் வீணடித்த பல ஆண்டு களுக்குப் பிறகு, சாராயத்தாலும் புகையிலையாலும் கசப்பேறிய ஆண்டுகள், சிகப்பு மயிரும் ஜான் வெய்ன் சூத்தும்கொண்ட வெள்ளைக்கார சண்டைக்காரியோடு கழித்த ஆண்டுகள், தனது பதின்பருவ மகள்களிடமிருந்து ஒற்றை ஸ்பானியச் சொல்லை எதிர்பார்த்து வீணாய்க் கழித்த ஆண்டுகள், சைபீரியப் பனிகளுக்கும் சஹாரா சூரியனுக்கும் இடையே ஊசலாடிய ஆண்டுகளுக்குப் பிறகு, அந்நாளின் வாத்து வேட்டை முடிவுற்றதும் பரந்த செயற்கை சகதி நிலத்தின் சூரிய அஸ்தமனங்களுடைய முதுகெலும்பற்றப் பணிதலைப் போல ஒருவர் தவறும்வரை அவரது ஆன்மாவை இயலாமையின் சலிப்பின் விஷப்பற்களால் பிழிந்து காயப்படுத்தும் பனிப்புயல்களுக்கும் தூசுக்கும் பின்னே வாட்டிய விலா எலும்புக்கறியிலிருந்தும் தனது பிரியத்துக்குரிய சாஸ்கோமஸிலிருந்தும் தூரமாக்கப்பட்டு தடுக்கவியலாத கீமோதெரப்பிய துல்லியத்துடன் சாவை நெருங்கிக்கொண்டிருக்கும் ஓக்லஹாமவைச் சேர்ந்த தனது பழைய நண்பனைப் பற்றிய எண்ணங்களால் எலிசா தொந்தரவுற்றிருந்தாள்.

அவளது வாழ்க்கையை வைத்து எப்போதாவது ஒரு நாவல் எழுதப்பட்டால் அதில் சில உண்மைகளை சற்று மாற்றிக்கூற வேண்டியிருக்குமென எலிசா நினைத்துக் கொண்டாள். மீதமெல்லாம் இருக்கட்டும், இப்படி இத்தனை புற்றுநோயாளிகளின் வரிசையை யார் நம்புவார்கள்? அவளது குழந்தைப்பருவத்தின் நகரத்திற்கு ஏழு மாதங்களுள் ஒவ்வொரு வாரக்கடைசியிலும் ஐந்து மணிநேரங்கள் கார் ஓட்டிச் செல்லவைத்து இழுத்துக்கொண்டிருந்த துன்புறுத்தல்களைக் கொண்டிருந்த, அவளது தந்தை தனது கடைசி வேதனையை எட்டிய காலகட்டத்திற்குப் பிறகு, நெருங்கிய சொந்தம் அல்லது உயிர் நண்பர் புற்றுநோயால் இறப்பதைக் கண்ட பலரைப் போலவே எலிசாவும் புகைபிடிப்பதைக் கைவிட்டாள். அது நிக்ஸன் காலகட்டம். குந்தரோடு ஒரு பதிற்றாண்டாக திருமணபந்தத்திலிருந்த அக்காலகட்டத்தில் 1969இல் ஒரு பருவத்திற்கு ஊதியமுள்ள விடுப்போடு மட்டுமே மேரிலாந்து

பல்கலைக்கழகத்தை விட்டு சென்றிருந்தாள், அப்போதுதான் முழு பேராசிரியராக பணியுயர்வு பெற்றிருந்தாள். 1969தான் அதற்கு முந்தைய வருடம் பெர்க்லீயில் விதைவிட்டிருந்த புரட்சியை தனக்குள்ளே உணர ஆசைப்பட்டு பாலோ ஆல்ட்டோவில் வருகைப் பேராசிரியர்ப் பணியை ஏற்றுக்கொண்ட பருவம்.

1975இல் அவள் தனது இரண்டாவது ஊதியமுள்ள விடுமுறைப் பருவத்தை புக்காரெஸ்ட்டில் குந்தரோடு கழிக்கவேண்டி எதிர் பார்த்திருந்தாள்.

அப்போது கருப்பு கைப்பெட்டியேந்திய நேர்த்தியான ஆடையணிந்த நிர்வாகியின் (பின்னே, சர்வதேச பொருளாதாரத்தில் ஒரு அரசுத் துறை வல்லுநர் ஒருமாதிரி நிர்வாகிதானே?) வாழ்க்கையைக் கொண்டிருந்த குந்தர், 1976இன் டிசம்பரில் தனது வீட்டிலிருந்து ஆறேழு ஆயிரம் மைல்கள் தொலைவில் ரோமானியாவிற்கான யு.எஸ்.அமெரிக்காவின் தூதரது நேர்த்தியான புக்காரெஸ்ட் வீட்டில் மத்திய–பனிக்காலத்தில் தான் அடைந்திருக்கக் கண்டான். அங்கிருந்த எல்லோரும், பணியாளர்களும் அதிகாரிகளும் ஒரேமாதிரி, அவனை இனிமையாகவே நடத்தினர், என்றாலும் அவன் அத்துமீறி நுழைந்தவரைப் போலவே உணர்ந்தான். இருந்தாலும், அவன் தனிமையாக உணர்ந்தான். யு.எஸ்.அமெரிக்காவிற்கு வெளியே அதுதான் அவனது முதல் பதவி. முதல் ஆண்டில் எலிசா அவனோடிருந்தாள், ஆனால் அவள் ஊருக்குத் திரும்பி ஆசிரியப் பணியை தொடரவேண்டியிருந்தது.

வாஷிங்டனுக்கான தனது பணிமாற்றத்தில் குந்தர் ஃபோர்டின் கையெழுத்தைப் பெற்றுவிட்டான், ஆனால் ஆண்டின் மத்தியில் மூளையில் ரத்தக்கசிவால் நினைவிழப்பைத் தொடர்ந்த மாரடைப்பில் பழைய தூதர் இறந்துவிட்டார். தூதரகத்தில் இரண்டாம் நிலை உயர் அதிகாரியாக, குந்தருக்கு புதிய தூதர் வந்து தனது அறிமுகச் சான்றளித்து பொறுப்பேற்றுக் கொள்ளும்வரை அப்பதவியை ஏற்றுக்கொள்ளுமாறு தபால்மூலம் ஆணை வந்தது.

அவனது தொழில்நுட்பத் துறைக்கு வெளியே குந்தருக்கு எதைப்பற்றி யும் பெரிய புரிதல் கிடையாது. அவனது ஆங்கிலமும் ஃபிரஞ்சுப் பிதற்றலுமே உள்ளூர் அதிகாரிகளைக் கையாள அவனது துறையில் போதுமானதாக இருந்தது, ஆனால் அவனுக்கு ரோமானிய மொழி தெரியாததால் செய்தித்தாள்களை வாசிக்கவோ தொலைக்காட்சி பார்க்கவோ முடியாமலிருந்தது. இறந்துபோன தூதரின் சோகமான வளமான படுக்கையறையில் தன் நாட்களை, எலிசாவும் அவனும் எப்போதும் பகிர்ந்துகொள்ளாத படுக்கையில் நீட்டிப் படுத்துக்கொண்டு, ப்ளம் பிராந்தி குடித்தபடி, பழைய அகதா க்றிஸ்டி நாவல்களை விரித்துவைத்துக்கொண்டு சிந்தனையில் ஆழ்ந்தபடி, சாளரம் வழியே நிலநடுக்கத்தால் சேதாரமுற்ற கட்டிடங்களையும் கூதிர்கால வானையும் சாம்பல்வண்ண வாத்துகளையும் உரித்துவைக்கப்பட்ட மரங்களையும் தெரு மின்சாரக் கம்பிகளின்கீழே ரீங்காரமிட்டுச் செல்லும் ஆக்ஸிஜனேற்றப்பட்ட ஆரஞ்சுவண்ண ட்ராலிக்களையும் பார்த்துக்கொண்டு, கழித்தான்.

அந்த பின்மதியப்பொழுதில் ஹெர்குலே பொய்ரோத்தின் சாகசங்களில் ஆழமுடியாமல் அவன் எரிச்சலுற்றிருந்தான். புக்காரெஸ்டில் எங்கேயும்போலவே அவனது அறையிலும் பற்றாக்குறையான வெளிச்சமே இருந்தது. ரோமானியா மின்னாற்றல் தட்டுப்பாட்டால் துயருற்றிருந்தது, அவன் அறிந்தவரை அந்த ஆண்டு மழை குறைவாக இருந்ததால் நீர்தேக்கங்களில் கொஞ்சமே கொஞ்சம் நீர்தான் சேர்ந்தது என்பதால். மதியம் மூன்று மணிபோல்தான் டிசம்பர் மாதத்தின் அரையொளி நகரத்தின்மேல் சேரும், ஒரு மணிநேரம் கழித்து கம்யூனிச நாடுகளில் வழமையாக எழுப்பப்படும் சாம்பல்வண்ண அடுக்குமாடி குடியிருப்பு கட்டிடங்களின் தேய்ந்த காரைபூசிய சுவர்களிலிருந்து மங்கி விழுந்திருக்கும்; ஒரு மங்கிய சாம்பல் பழுப்பு சீலை நடைபாதைகளைமூடி தெருவிளக்குகளின் குளிர்ந்த மஞ்சள் ஒளியைச் சூழ்ந்திருந்தது.

ஒரு கம்யூனிஸ்ட்டு கூட்டத்துக்காக நான் குருடாப் போக மாட்டேன், என்று குந்தர் எண்ணிக்கொண்டான். விஷயங்களை இன்னும் மோசமாக்க, யூதக் குடும்பத்தைச் சேர்ந்த ஒரு இளம் அதிருப்தியாளன் தூதரகத்தில் அடைக்கலம் கோருவதாக அவனிடம் சொல்லியிருந்தார்கள். வருடத் தொடக்கத்தில் அரசாங்கத்தை கேலிசெய்த ஒரு சிறிய இரகசிய நாவலை வெளியிட்டிருந்தான், இப்போது ஒரு இரண்டாம் தர பதிப்பகத்தில் பிழைதிருத்தும் வேலையிலிருந்து விரட்டப்பட்டு நாட்டைவிட்டு வெளியேற கடவுச்சீட்டும் மறுக்கப்பட்டு தன்னை ஒரு தந்திரமான சூனியவேட்டைக்கு இலக்கானவனாக கருதிக்கொண்டான்.

அய்யே! குந்தர் அருவறுப்போடு இடைமறித்தான், *பென் ஃப்ரான்க்ளின் சொல்வார் ஒரு நல்ல பள்ளி ஆசிரியர் பெரிய கவிஞர்கள் கூட்டத்தவிடவும் மதிப்பு மிக்கவர்ன்னு.*

இருந்தாலும் அந்த வதந்தி சுற்றிவந்துகொண்டே இருந்தது, அதிகாரிகளாலேயே தூண்டிவிடப்பட்டோ என்னவோ. வெறியர்கள் என கருதப்பட்டவர்களிடமிருந்து குந்தருக்கு சீக்கிரமே மிரட்டும் பெயரற்ற அழைப்புகள் வரத்தொடங்கின–சில அந்த அதிருப்தியாளனை ஏற்றுக்கொள்ள அவன் மறுத்ததாக சொல்லி அதைக் கண்டிக்க, மற்றவை அந்த இளைஞன் மீதான அவனது இரக்கத்தைக் கண்டிக்க. உண்மை என்னவென்றால் குந்தர் தூதரகக் கதவை பகலும் இரவும் முழுக்க திறந்துவைக்க உத்தரவிட்டிருந்தான்.

பெயரற்ற அழைப்புகள் பெருகத் தொடங்கின, பொதுமக்களைப் போல் உடையணிந்த இரு அடியாட்கள், ரகசிய போலீசின் அதிகாரிகளாக இருக்கக்கூடும், தூதரகத்தை இருபது நான்கு மணிநேரமும் கண்காணிக்கத் தொடங்கினர். நட்புரீதியான கிறுஸ்துமஸ் இரவுணவுக்காக பிரிட்டீஷ் தூதரின் வீட்டுக்கு அவன் சென்றபோதெல்லாம், ஒருவாரகாலமாக துப்பாக்கியொன்றை வைத்துக்கொண்டிருந்தான், தனது ரோமானிய காரோட்டிக்குப் பதிலாக கடற்படை வீரரொருவரை நியமித்திருந்தான். யூரோப்பில் இருப்பவர்களைவிட பலமணிநேரங்கள் கழித்துதான் அமெரிக்காவின் கடிகாரங்களுக்கு கிறுஸ்துமஸ் இரவு வரும். பணிப்பெண் அவனது இரவுணவுக்கான மேலாடையை தேய்த்துக்கொண்டிருக்க

குந்தர் எலிசாவுக்கு தொலைபேசியில் அழைத்தான். ஏற்கனவே குந்தர் மின்னஞ்சலில் சொல்லியிருந்த அடைக்கலம் கோருபவனைப் பற்றி அவர்கள் பேசவில்லை. ஆனால் எலிசா *கவனமாயிரு பான்ச்சோ* என்று சொல்லியபோது அவள் எதைச்சொல்கிறாள் என அறிந்திருந்தான். ஆங்கிலேயரின் வீட்டில் காத்திருக்கும் மென்மையான வயதேறிய ஸ்காட்ச்சின் நினைவுகூட தொலைபேசியை வைக்கும்போதிருந்த கசப்பை விரட்டமுடியவில்லை.

நகரத்தின் ஓக்லாந்து பிரிவில் அமைந்திருந்த பிட்ஸ்பர்க் பல்கலைக்கழகத்தின் பென்னம்பெரிய மருத்துவ மையத்தில் எலிசாவின் அப்பா தனது ஏழுமாத வேதனையை அனுபவித்தார். அந்த பல்கலைக்கழகத்தில்தான் அரைநூற்றாண்டு காலத்துக்கு வெளியே தெரியாத நேர்மையான நிர்வாக ஊழியராக பணியாற்றினார், அங்கேதான் எலிசா தனது எல்லா மேல்நிலை பட்டங்களையும் உதவித்தொகை மேல் உதவித்தொகையாக வென்று பெற்றாள்.

கிழவர் கடைசி சில ஆண்டுகளை நல்லிணக்கச் செயல்பாடுகள் அலுவலகத்தில் பணியாற்றிக் கழித்திருந்தார், பெண்கள், சிறுபான்மை யினத்தினர், மற்ற பாதிக்கப்பட்ட குழுவினருக்கு சம வாய்ப்புகளை உறுதிசெய்வதற்காக உருவாக்கப்பட்ட ஒரு பல்கலைக்கழக அமைப்பாகும் அது. அவரைப் போன்ற முறுமுறுத்துக்கொண்டிருக்கும் ஒரு எபிஸ்கோப்பிய ஐரிஷ் சனநாயகவாதிக்கென்றே உருவாக்கப்பட்டது போலிருந்தது அப்பணி. மருத்துவமனை நடைக்கூடத்தில் தபால்காரராகவும் காவல்துறையிலும் இருந்த தன் தந்தையின் இரு தம்பிகளோடு எலிசா அவ்வப்போது ஒரு அணைப்பை பகிர்ந்துகொண்டாள், சில சமயம் நாட்டுக்கு வெளியே இருக்கும் தூரத்து உறவினரோடும். எல்லோருமே அவளது தந்தையைப் போலவே மூர்க்கமாகவும் உணர்ச்சிமிகுந்தும் இருந்தனர். என்றாலும் சிலர், எலிசாவைப் போல மெலிந்தும், மீண்டும் எப்போதும் திருமணம் செய்துகொள்ளாத விவாகரத்தான குழந்தையற்ற பல்மருத்துவரான தன் மற்றொரு மகளோடு 1982இல் அப்போதும் பிட்ஸ்பர்க்கில் வாழ்ந்துவந்த அமைதியான கிட்டத்தட்ட கண்ணுக்குத் தெரியாத கருப்பினப் பெண்மணியான எலிசாவின் அம்மாவைப் போன்றும்.

அந்த துயர்நிரம்பிய வசந்தத்தில் எலிசாவுக்கு நாற்பந்தைந்து வயதானது, அவள் மேலும் மிக இளமையாக தோற்றமளித்தாள் என்றாலும்கூட. அவள் இத்தனை ஒளிமிகுந்த இனிமையானவளாக, ஆன்ம பலம் வழங்கப்பட்டவளாக, தனது துக்கத்தை மறைத்துக்கொள்ளவும் சிரிக்கவும் இனிமையாக உரையாடவும் அவரது அறையில் மலர்களை ரசனையாக அமைக்கவும் முடிந்தவளாக இருக்கக் காண்பதை அவள் தந்தை நேசித்தார். சிலசமயம், கிழவரோடு நன்கு பழகியவனாக அறியப்பட்ட குந்தர், அவருடைய இன்னொரு மகளான பல்மருத்துவர்தான் இருவரில் அழகு என விளையாடுவான். மொத்தத்தில், அது கடினமான ஆனால் முழுமையாக மகிழ்ச்சியற்றதாக இல்லாத வலியின் ஏழு மாதங்கள்.

எலிசா தன் வீட்டுக்கு அருகாமையிலிருந்த எபிஸ்கோப்பல் பள்ளியில் மேல்நிலைப் பள்ளிப்படிப்பை முடித்தாள்; இரண்டாம் உலகப்

போர் முடிவுக்கு வந்த அதே ஆண்டில். அந்த இலையுதிர்காலத்தில் பல்கலைக்கழகத்தில் சேர்ந்தாள். அழிக்கமுடியாத குழந்தைப்பருவ பாடலின் கேடின்மையைப் போல அவளது நினைவில் பதிந்திருக்கும் அர்குயெசெஸ் சுற்றுப்புறத்தின் மாலைப்பொழுதுகளைக் கொண்ட மாட்ரிடில் தனது மூன்றாமாண்டைக் கழித்தாள். பிட்ஸ்பர்க் திரும்பியதும், அவள் ஸ்பானிஷில் கௌரவப் பட்டத்தோடு பட்டம்பெற்று மேற்படிப்பிற்கான வேலைகளில் ஈடுபடத்தொடங்கினாள்.

சகோதரி திருமணம் செய்துகொண்டதும், எலிசா பெற்றோரின் வீட்டிலிருந்து ஐந்தாவது நிழற்சாலையிலிருக்கும் பெண்கள் விடுதிக்கு மாறினாள். ஒவ்வொரு நாளும் நகரத்தின் அப்பகுதியில் அடர்ந்த சைப்ரஸ் பைன் கிளைகளுக்குக் கீழே நாற்பது நிமிடங்கள் நடந்து ஸ்பானிஷில் உதவி ஆசிரியராக பணியாற்றவும் தனது கருத்தரங்களில் கலந்துகொள்ளவும் அல்லது ஒக்லாந்து நூலகத்தைப் பயன்படுத்தவும் செல்வாள். மேற்படிப்பு தொடங்கும்வரையான இரண்டு ஆண்டுகளும் அந்த பச்சை இருபத்திமூன்று வயதின் கண்களுடைய ஈர்ப்பைக் கருத்தில்கொண்டால் ஒப்பீட்டளவில் அமைதியான துறவொத்த இருப்பிலேயே கழிந்தது.

அப்போதுதான் அவள் மச்சடோவைக் கண்டுபிடித்தாள், தானாகவே, எந்த பேராசிரியரின் துணையுமின்றி. மேற்படிப்பு ஆய்வுக்கட்டுரையை *Solitudes*இல் எழுதத் தேர்ந்தெடுத்தாள், முனைவர் பட்ட ஆய்வை மச்சடோவின் முழுமையான கவிதைகள் உரைநடைகளில். கலிஃபோர்னியா பல்கலைக்கழகத்தின் மாட்ரிட் திட்டத்தில் உதவித்தொகை வென்றதும் ஸ்பெயினுக்கு திரும்ப முடிவெடுத்தாள். தனது மகளின் முதிராப்பருவத் திருமணத்தால் அதிகமாக பாதிக்கப்பட்டிருந்த அம்மா அதை எதிர்த்தார். ஆனால் எப்போதும்போல அப்பா அவளுக்குத் துணைநின்றார், எனவே 1951இன் இலையுதிர்காலத்தில் மீண்டுமொருமுறை எலிசா தான் அர்குயெசெஸில் பாதுகாப்பாக உறைந்திருக்கக் கண்டாள்.

இப்போது இன்னும் முதிர்ச்சியும் மொழியில் சரளமும் கைவரப்பெற்ற அவள், மாணவர்கள் இளம் கவிஞர்களின் சோகமான பொஹீமிய துணைக்கலாச்சாரத்திலும் ஏழ்மையான கலாச்சார மலட்டுத்தன்மை கொண்ட மாட்ரிடின் அறிவுப்புல கீழ்வர்க்கத்திலும் ஒட்டிக்கொண்டாள். அந்தக் கவிஞர்களில் ஒருவனுடன் காதலில் விழுந்தாள், பின் வகுப்புத் தோழர்கள் இரு பருவங்களுக்குப் பின் அமெரிக்கா திரும்பியபோது, சான் பெர்னான்டோ சந்திப்பினருகே வறுத்த பூண்டின் ஆலிவ் எண்ணெயின் மணம் நிரம்பியிருந்த மாடியறையில் அவனோடு ஒன்றாக வாழவேண்டி அங்கேயே தங்கினாள்.

ஸ்பாஃபோர்ட் ஹெர்சாக், அந்த ஆங்கிலேயன் மனைவியை இழந்தவன், குந்தரைப் போலவே. அவன் மூளை காலியாக சலிப்புற்றிருந்தான். லிஸ்பனில் பல ஆண்டுகள் தூதராக பணியாற்றினான், ***சந்தேகமியில்ல நான் கத்தோலிக்கன்றதாலதான்***, என்று சொல்வான். குந்தர் புக்காரெஸ்ட்டில் இருந்ததைவிட நீண்டகாலம் இருந்ததால், அவனால் ரோமானியாவில் சில வார்த்தைகளுக்கு வாயசைக்கமுடியும். சாராயம் மீதான பிரியம் குந்தரையும் அவனையும் அடிக்கடி ஒன்றுகூடுபவர்களாக்கியது.

அன்றிரவு அவன் பிரிட்டீஷ் தூதரகத்தின் செயலாளரையும் ஸ்வீடன் தூதரக கலாச்சார அலுவலரையும் அவர்களது துணைவர்களையும் அழைத்திருந்தான். அந்த ஜோடிகள் இளைஞர்களாக இருந்தனர், அவர்களோடிருப்பதை குந்தர் விரும்பினான்.

மீதமெல்லாவற்றையும் விட இனிப்புகள் மிகுந்திருந்த ஒரு வழமையான ஆங்கிலேய உணவுக்குப் பிறகு, குந்தரும் ஹெர்சாகும் ***முக்கியமான விஷயங்களை*** விவாதிப்பதாக, யூத அதிருப்தியாளன் விஷயத்தில் உடன்பாடு எட்டவேண்டுமென்று சொல்லி, இன்னும் விஸ்கி குடிப்பதற்காக நூலகத்துக்குள் அடைந்துகொண்டனர். மற்றவர்கள் பழைய பீட்டில் இசைத்தட்டுகளை கேட்கவேண்டி கணப்பறைக்கு அருகிலேயே தங்கிவிட்டனர்.

சான்றளிக்கப்பட்ட மட்டமான கிழவனான ஹெர்சாகின் நம்பிக்கைக்குரியவனாகியிருந்தான் குந்தர். இடாஹோவைச் சேர்ந்த, முகத்தில் தவிட்டுப் புள்ளிகள்கொண்ட வெள்ளைக்காரியான உதவியாளரோடு தனது முழுக்க பால்சார்ந்த உறவின் வளர்ச்சி பற்றி அந்த ஆங்கிலேயனிடம் சொல்லிவைத்திருந்தான். குந்தர் விரைவில் வாஷிங்டனுக்கு திரும்புவான் என்றறிந்த ஹெர்சாக், குறைந்தது ஆங்கிலமாவது பேசிய அந்த வெள்ளைக்காரியை தாரைவார்த்துக்கொள்ளும் நம்பிக்கையை ஆழ்மனதில் கொண்டிருந்தார்.

மிக சம்பிரதாயபூர்வமானவளும் சமயநம்பிக்கைகொண்டவளுமான தன் அம்மாவை மகிழ்விக்கவேண்டி, தன்னைவிட இருவயது இளையவனான அந்தக் கவிஞனை தன்னை மணந்துகொள்ள கேட்டாள் எலிசா. மிக அதிகமாக குளிராகவும் இறுக்கம் நிறைந்தத்தாகவும் எலிசாவுக்குத் தோன்றிய ஆளற்ற பரந்த கோவிலான, ப்ளாஸ்கோ தெ கரே தெருவில் அந்த சோடியின் வீட்டினருகேயே இருந்த தேவாலயத்தில் திருமணம் நடத்தப்பட்டது. மணமகனின் அம்மா, ஒரு மிலிட்டரிக்காரரின் விதவை, மெலியாவிலிருந்து வந்திருந்தார், எலிசாவின் பெற்றோர் பென்சில்வேனியாவிலிருந்தும். எல்லோருமே சிறிது பதட்டமாக இருந்தார்கள். ஆரம்பத்திலிருந்தே துரதிர்ஷ்டமான அந்நிகழ்வில், கத்தோலிக்க வழிபாடுகளும் மொழித் தடையும் இன்னும் இறுக்கத்தைக் கூட்டியிருந்தன.

எலிசா வழமையான பல்கலைக்கழகப் படிப்பில் பதிவுசெய்து கொண்டாள், வயேகாஸில் இருந்த ஒபஸ் தெய் பள்ளியில் ஆங்கில ஆசிரியையாக வேலை கிடைக்கப்பெற்றாள்.

இரண்டு வருடங்களுக்குள்ளாகவே அந்தக் கவிஞன் தனது இலக்கிய விரக்திகளை சாராயத்தால் தணித்துக்கொள்ளத் தொடங்கி, சட்டப் படிப்பைவிட்டுவிட்டு, அவர்கள் வீட்டுக்கு அருகாமையிலேயே ஆல்பர்ட் அகிலேரா தெருவில் ஒரு ஃப்ளாங்கிச பாசிச ஆவணப் பதிவரிடம் பார்த்துக்கொண்டிருந்த வேலையையும் தொலைத்தான்.

எலிசாவுக்கு இயல்பாகவே தாய்மை உணர்வுகள் இல்லாதிருந்தது, அத்தோடு இருபத்தாறு வயதிலேயே வயதானதாக உணரத்தொடங்கி யிருந்தாள். அவனை அளவிற்கதிகமாக அடைகாக்காமலிருக்க முயன்றாள்,

அவனது படைப்பாற்றலை வளர்க்கவும் அவனைவிட பயனற்றிருந்த நண்பர்களிடமிருந்து விலக்கிவைக்கவும் தன்னால் ஆனவரை முயன்றாள். அதேநேரம், தனது வகுப்புகளாலும் அவள் பாடமெடுத்த பள்ளியில் ஆசிரியர்களிடம் எதிர்பார்க்கப்பட்ட ஆன்மீக செயல்பாடுகளாலும் அவள் கடுமையாக சலிப்புற்றிருந்தாள். கு க்ளக்ஸ் க்ளானை ஆதரித்தவரும் எலிசாவை கருப்பின மாணவர்களிடத்தும் அவர்களது குடும்பத்தினரிடம் உதாரணமாக உயர்த்திப்பிடிப்பதை: ***ஒபஸ் தெய்யில் நாங்கள் கருப்பினத்தவருக்கும் உதவிக்கரம் நீட்டுகிறோம்,*** விரும்பினவருமான நச்சு ஆன்மீகவாதியான அந்த பள்ளியின் இயக்குநரால் எலிசா வெறுத்துப் போயிருந்தாள். பிட்ஸ்பர்க்குக்கு இடம் மாறலாமென அவளது கணவனை ஏற்றுக்கொள்ளச் செய்வதில் அவளுக்கு எந்தக் கஷ்டமுமிருக்கவில்லை.

1954இல் ஓக்லாந்தின் தென் முனையில் கிரேக்கர்களும் கருப்பினத்தவர்களுமான பகுதியில் ஒரு இடம் பிடித்தனர்.

அவள் பட்டம்பெற்ற பழைய பல்கலைக்கழகத்திலேயே உடனே முனைவர்ப் படிப்பில் சேர்த்துக்கொள்ளப் பட்டாள். அவர்களுடைய வினோதமான மருமகன் ஆங்கிலத்தில் ஹலோ கூட சொல்லாமல் எப்போதும் அறையில் அடைந்துகொண்டு புத்தகங்கள், இசைத்தட்டுகள், குடுவைகளால் சூழப்பட்டு இருந்தானென்றாலும், அவள் அருகிலிருப்பதில் அவளது பெற்றோருக்கு மகிழ்ச்சிதான்.

எலிசா அவனை இன்னும் சில வருடங்களுக்குப் பொறுத்துக் கொண்டாள், ஆனால் மார்ஃபைன் அதிகம் செலுத்திக்கொண்டு, இரண்டாவதுமுறை தற்கொலைக்கு முயற்சித்ததும், அவள் கடைசியாக விவாகரத்து வேண்டினாள்.

லத்தீன் இசைக்கலைஞர்களும் ஓவியர்களுமான ஒரு கூட்டத்தோடு அந்த இளைஞன் கிராமத்தில் தஞ்சம் புகுந்தான். நியூயார்க்கில் அவனது ஆங்கிலம் முன்னேறவில்லையென்றாலும் அதைவிட பெரிய அற்புதமொன்று அவனுக்கு நிகழ்ந்தது. முழுக்க ஒற்றைத்தன்மையான எதிர்பாலீர்ப்புக் காமம் பற்றி எரியும், நிச்சயம் அவன் வேறெந்த பெண்ணோடும் அதன்பின் படுப்பதில்லை என்பதால், பிட்ஸ்பர்க்கைச் சேர்ந்த முலாட்டோ பெண்ணால் தூண்டப்பெற்ற கவிதைத் தொடரை எழுதத் தொடங்கினான். அவன் குடிப்பதை விட்டுவிட்டான், அவனது கவிதைப் புத்தகம் மாட்ரிடில் பரிசொன்றை வென்றது, விரைவில் அங்கேயே இலக்கிய இணைப்புகளின் வாசகர்களினிடையே சுவர்க்கத்திலிருந்து வந்த கலைத்தூண்டுதல் தேவதையின் அப்போஸ்தலனாக தனது உறுதியான கீர்த்தியை வாழத் திரும்பிவிட்டான்.

எலிசா ஒன்றரை வருடம் தன் பெற்றோர்களோடு வசிக்க வந்தாள், தனது முனைவர் பட்ட ஆய்வை முடித்துவிட்டு, 1957இல் கவுரவப் பட்டத்தோடு தனது முனைவர் பட்டத்தைப் பெற்றாள்.

மேரிலாந்த் பல்கலைக்கழகம் அவளுக்கு துணைப் பேராசிரியப் பணி வழங்கியது. அவர்களை ஈர்த்தது அவளது ஆய்வுக் கட்டுரை அல்ல, அதை

பணியாளர் தேடும் குழு படிக்க எடுக்கவுமில்லை, மாறாக, ஸ்பானிய மொழியை அவ்வளவு எளிமையாகவும் முழுமையாகவும் கட்டுப்படுத்தியது போல் தோன்றிய அந்த அற்புதமான இனிய வளமான உதடுகள்தான்.

பின் அந்த இலையுதிர்காலத்தில், வாஷிங்டனில் அவளது துறைத்தலைவர் வீட்டில், எலிசா ஒரு உயரமான, கல்விச்செருக்குடைய, திருமணமாகாத, இரண்டாந்தர பாலாடைக்கட்டியில் முக்கிய செலரியைக் கொரிக்கும் மோசமான பழக்கத்தையுடைய பொருளாதாரநிபுணனை சந்தித்தாள்.

அவர்கள் யு.எஸ் தூதரகத்துக்குத் திரும்பியதும், குந்தர் கடற்படைக் காவலரை அந்த வளாகத்தை சுற்றிவர சொன்னான். அந்த ரகசிய போலீஸ் அடியாட்கள் ஒவ்வொரு அரைமணி நேரத்துக்கும் 'தன்னியல்பாக' மூலைகளை மாற்றியதன் கணித ஒழுங்கு அவனுக்கு வேடிக்கையாக இருந்தது. அவனது ஒமேகா சரியாக இரவு 2 மணி எனக் காட்டியது. ஒருவேளை அவன் "காவல் மாறுவதை"க்கூட பார்க்கமுடியக் கூடும். ஆனாலும் அவன் பார்த்தபோது, கண்ணுக்கெட்டியவரை யாரும் இல்லை. எல்லாம் இருண்டிருந்தது. ஒருவேளை, அன்று கிறுஸ்துமஸ் என்பதால், அந்த ஆட்கள் பக்கத்தில் எங்கேனும் குடிக்கப் போக முடிவெடுத்திருக்கலாம்.

சரியாக அவர்கள் தூதரகத்தின் பெரிய இரும்புக் கதவைத் தாண்டும்போது, தோட்டத்தின் முன்புறத்தை மூடியிருக்கும் புதரிலிருந்து விநோதமான சத்தமொன்றைக் கேட்டான் குந்தர்.

கடற்படைக்காரனை என்ஜினை அணைத்துவிட்டு விளக்குகளை அணைக்காமல் காரிலேயே அவனுக்காக காத்திருக்க சொன்னான். நடுங்கியபடி, ஒரு கை மேல்கோட் பையிலிருந்த அவன் துப்பாக்கியின் குளிர்ந்த கைப்பிடியைப் பிடித்தபடியிருக்க, குந்தர் வெளியே வந்து புதரைநோக்கிச் சென்றான். அங்கே அந்த இரண்டு அடியாட்களும் அந்நாட்டுக்கு சற்றும் பொருத்தமில்லாத வூடி ஆலன் கண்ணாடியணிந்த கந்தலான சிறிய மனிதனொருவனை வாயில் கைக்குட்டையத் திணித்து வைத்து அடித்துக்கொண்டிருக்கக் கண்டான்.

எரிச்சலுற்று, அருகே சென்று ஆங்கிலத்தில் முழங்கினான்.

"இது தூதரக நிலம்! அந்த ஆள விடுங்க!" அடியாட்கள் ரோமானியாவில் சில வசைகளை வாயசைத்தனர், அவர்களது குட்டி பலியாள், அவர்களது கைகளில் துரதிர்ஷ்டவசமாக சிக்கியிருந்தபடி கண்கள் வீங்கியிருக்க கடுமையாக முணகிக்கொண்டிருந்தான். குந்தர் ஒரு நொடி தயங்கிவிட்டு, தனது துப்பாக்கியை எடுத்து குவரானியில் சொன்னான், ஏனெனில் எந்த மொழியும் பயன்பட்டிருக்கும், "பாருங்க, நான் ரொம்ப கோபமாயிருக்கேன்!"

எது அவர்களை அதிகம் பாதித்ததென அவனுக்கு தெரிந்துகொள்ள முடியாமலே போனது, குவரானியா துப்பாக்கியா அல்லது தனது கடற்படை முகத்தோடும் அரைத்தானியங்கி துப்பாக்கியோடும் நெருங்கிவந்த கடற்படைவீரனா; இறுதியில் அவர்கள் வூடியை விட்டுவிட்டு ஓடினர்.

ரோமானியாவின் உள்நாட்டு விவகாரங்களில் தலையிட்டதாக குற்றஞ்சாட்டப்பட்டு, குந்தருக்கு நாட்டைவிட்டு வெளியேற ஒருவாரகால அவகாசம் அளிக்கப்பட்டது.

"நான் போறேன், ஆனா அந்த யூதன என்னோட கூட்டிட்டு போறேன்," பெரிதாக நம்பிக்கையின்றி அவன் அறிவித்தான். எப்படியிருந்தாலும், ரோமானிய அதிகாரிகள் அந்த விவகாரத்தில் மேலும் உள்நாட்டு அவமானங்களைத் தவிர்க்க விரும்பி, நாற்பத்தெட்டு மணிநேரத்தில் குந்தர் பாதுகாப்பாக நாட்டைவிட்டு வெளியேற ஏற்பாடு செய்தனர். அவனும் அந்த அதிருப்தியாளனும் புத்தாண்டுக்கு முன்னர் வாஷிங்டன் தேசிய விமானநிலையத்தில் நிலத்திலிருந்தனர்.

"இதெப்டியிருக்கு பையா. நீ கதாநாயகனாகிட்ட!" விமானநிலையத்தில் தனது மிகக் கேலியான புன்னகையை அணிந்தபடி எலிசா கூவினாள். "எப்படி இருந்துச்சு?"

"எனக்கு விக்கல் வந்தது." அவளைக் கட்டியணைத்து அவள் காதுக்குப் பின்னே தனது நாசியைப் புதைத்தபடி குந்தர் சொன்னான். உண்மை என்னவென்றால் அவள் அணிந்திருந்த சேனல் வாசனை அந்த வெள்ளைக்காரியின் பழக்கமான கலவை வாசனையைவிட அதிகப் பெண்மையாக அவனுக்குத் தோன்றியது.

அடுத்துவந்த மாதம், மனித உரிமைகளின் தீவிரமான காவலராக பிரச்சாரம் செய்த புதிய சனாதிபதி பதவியேற்றார். குந்தர் *நியூஸ்வீக்கின்* சமீபத்திய பதிப்பின் அட்டைப்படத்தில் இடம்பெற்றிருந்தான், புதிய நிர்வாகம் வரவிருந்த உலகவங்கித் தலைவர் தேர்வில் தங்கள் பிரதிநிதியை விரைவாக முன்னிறுத்தினர்.

10

மனதை முரணுரைகளில் பயிற்றுவிக்க வேண்டும், நிச்சயத்தன்மையிலல்ல. புரட்சியென்பது சந்தேகங்கொள்ளும் உரிமை. உனதருகே எனக்கொரு இடம் உருவாக்கு, நினைவுக்கு இணைகோடாக, ஏக்கத்தால் சூடான தொடுவானம் போலே விரிக்கப்பட்டு, உனது ரகசியக் கரங்களிலிருந்து ஒரு அணைப்பைப் போல் வெதுவெதுப்பாக, உன் மயிரும் பாடும் அலைபாய்தலைப் போல் எனதாக. உனதருகே எனக்கொரு இடம் உருவாக்கு அதில் நான் என் வலியை விரிப்பேன், என் துக்கத்திலிருந்து அடைக்கலமாக, சண்டைகளிலிருந்து புகலிடமாக, இறந்தவர்களை மறக்கும் ஒன்றாக: என் முழுக் குறுகிய வரலாறு, என் காயங்கள், தார்க்குச்சிகள், இந்த அரிக்கும் பொருக்குகள், இந்த மோகத்தின் சுழல், இந்த நினைவுகொள்தல்களின் குவித்துவைக்கப்பட்ட மலைகள். உனதருகே எனக்கொரு இடம் உருவாக்கு உனதருகே இருப்பதற்காக உனதருகே இருந்து என் பார்வையை உனதோடு பிணைக்க, உனதருகே இருந்து நமது குருதி ஒரே தமனியிலிருந்து சங்கமாமவதைக் காண, நமது தேசத்தை மக்களின் ஆயுதங்களால் வார்க்க: ஒரு ஒற்றைக் கனவின் ஒற்றை மெய்ப்பித்தல். உன் படுக்கையில் எனக்கொரு இடம் உருவாக்கு என் சீற்றத்தை அடக்க, உன் ஆன்மாவில் எனக்கொரு இடம் உருவாக்கு என் முத்தங்களை பாதுகாக்க; உன் சதையிலிருந்து பறவைகளையும் பாடுதலையும் உருவாக்க விரும்புகிறேன் சில சமயம் உன்னைக் காதலிக்கிறேன் என்றுன்னிடம் சொல்லவும். சனாப்ரியாவுடைய முடிதிருத்தும் கடையின் நீண்ட நாள் வாடிக்கையாளரான ஜெனரல் கோன்சலேஸிற்கு ஃப்ரான்ஸிஸ்கோ ஹேவியர் என்றும் பெயரிருக்கிறதென்று அறிந்தபோது குந்தர் அவனுக்கு அவ்வப்போது தோன்றும் குற்ற உடந்தையாயிருத்தல் சுயசார்பின் சிறுபிள்ளைத்தனமான உந்துதல்களை உணர்ந்தான். கோன்சலேஸ் ஓய்வு நேரத்தில் செர்ரோவுடைய இயக்குநர் குழுவில் உறுப்பினராய் இருந்துவந்தார், முடிவெட்டிக்கொள்ளும்போது எப்போதும் கால்பந்து பற்றியே பேசுவார்.

ஜெனரலோடு குந்தருக்கு சந்திப்பிற்கான முன்னேற்பாட்டிற்காக எலிசா ஏற்கனவே குதிரைப்படைத்

தலைமயகத்தை அழைத்திருந்தாள். மறுநாளுக்கு ஏற்பாடாயிருந்தது, ராணுவத்தின் ஊகிக்கமுடியாத ரகசியத்தன்மையைக் கொண்டு பார்க்கும்போது அது வெற்றியின் அடையாளமான ஒரு செய்தியாகத் தோன்றியது.

கிட்டத்தட்ட அரைநூற்றாண்டு முன்னர் ராணுவத்தில் அவன் சேவை புரிந்த நாட்களுக்குப் பின்னர் எந்த முழுமையான ராணுவ அதிகாரியோடும் தனிப்பட்ட முறையில் உரையாடியதில்லை என்பதில் உறுதியாக இருந்தான். எந்த நல்ல ஜெர்மானிய இளைஞனையும்போல அவனது மலரும் விடலைப்பருவம் புதிதாக ஆக்ரமிக்கப்பட்டிருந்த சாக்கோ காடுகளிடையே மூன்று வேனில்களின் கடும் ஒழுக்கத்தால் பெருமளவு பயனடைந்தது, அவனுக்கு இரண்டாம் லெப்டினன்ட் பெருமைகளையும் உயரதிகாரிகளின் ஆர்வமிக்க பாராட்டுகளையும் பெற்றுத்தந்த வேனிற்காலங்கள்.

பராகுவேயிலேயே இருந்திருந்தானென்றால், அவன் சில சமயம் எண்ணிப்பார்ப்பதுண்டு, ஒரு ராணுவ வாழ்க்கை அமைந்திருக்கும், பொறியாளர்களின் அணியில். சொல்லப்போனால் ஒரு அதிகாரியாக அவன்மீது அடிக்கடி வைக்கப்படும் விமர்சனம் வங்கியை ராணுவத்தைப் போல் நடத்துகிறான் என்பதே. உள்ளுக்குள்ளே இது அவனை மகிழ்வித்தது. எல்லாம் தாண்டி வாஷிங்டன் பக்கம் பராகுவேயர்களுக்கு திறன் போதாது ஆனால் கழுதை போல் உழைப்பார்கள் என்றே பெயர்.

குந்தரும் விதிவிலக்கல்ல. அப்பெயரை ஆண்மையின் வெற்றுச்செருக்கோடு ஏற்றுக்கொண்டான், ஒரு நல்ல வீரனுக்கு தேவையான விழுமியம். சுருங்கப்பேசுதலும் திமிரும்தான் ரோமானியாவில் அவனது அரசுப் பணி வாழ்க்கையை கெடுத்திருக்கலாம், ஆனால் அவைதான் ரீகன் நிர்வாகத்தின் ஒலிம்பிய வட்டங்களில் அவன் பிம்பத்தை உயர்த்தியது.

சோலெதாத் எப்போது வேண்டுமானாலும் விடுதலையாகலாம் என்றன வதந்திகள். சிலரே இன்னும் தீர்க்கப்படாத லராய்ன் கொலைவழக்கை நினைவுகொண்டிருந்தனர், அது ஒரு தீவிரமான அரசியல் வண்ணம் பெற்றிருந்தது, குந்தரின் அடக்கமான சகோதரிமகள் கொர்ரியந்த்தெஸின் மிகப் பிரபலமான பெண்களில் ஒருத்தியாகிருந்தாள்.

எலிசா வால்வோவில் அமபோலாவைக் காவல் தலைமையகத்திற்கு கூட்டிச்சென்றாள். அங்கே அவர்கள் நல்ல செய்தியை எதிர்பார்த்துக் காத்து அமர்ந்திருந்தனர். *செவ்வாய்களின் விடுமுறைகளின் இடிபாடுகளுக் கிடையே, மணித்தியாலங்களின் நசுக்கும் ஒற்றைத்தன்மையில் அறையப்பட்டு, உன்னிடமிருந்து தூரமாக, என் பெரிய கண்களுடைய கண்ணீர்நிரம்பிய காதலியே, நான் துயரால் வளைக்கப்படாமல் நிற்கிறேன்.*

குந்தர் படையணித் தலைமையகத்திற்கு டாக்ஸியில் சென்றான். மத்திய காலைப்பொழுதில் தனது சந்திப்பு நேரத்திற்கு பதினைந்து நிமிடம் முன்னமே போய்சேர்ந்தான், கோன்சலேசின் உதவியாளர் ஒரு இளம் குடிமகள் என்பதைக் கண்டு ஆச்சரியமடைந்தான். பின்னரே அவள்

ஜெனரலின் சகோதரி மகள் என்பதை அறிந்தான், ஒரு சமூகவியல் மாணவி.

நுழையும்போதே தனக்கு வீணாக்க நேரமில்லையென முழங்கியபடி வந்தார் ஜெனரல். அவரது குறுகிய, சதைப்பற்றான, மெஸ்டிசோ உடலை மூடியிருந்த சீருடை ஒரு தேர்ந்த தையற்காரரின் பணியாக இருந்தது. வழக்கறிஞர் கூட்டமைப்புத் தலைவரின் அலுவலகத்தில் குந்தர் உணர்ந்த அதே தன்னுணர்வற்ற ஒழுங்கும் இயல்பான ஈர்ப்பும் கொண்டதாக இருந்தது அவரது பரந்த வெளிச்சமான அலுவலகம். *ஓ எப்போது, மலையைக் கரையைக் கடந்து, புதிய உழைப்பாளர் விடியலை நாம் வரவேற்போம், புதிய அறிவின் எழுச்சியை, சர்வாதிகாரியின் ஓட்டத்தை, பேய்களின் வீழ்ச்சியை, மூடநம்பிக்கையின் முடிவை, பூமியின் மேலே பிறப்பை வழிபடும் முதலாமவர்!* (ஆர்த்தர் ரைம்போ) *புவியியலே தன் வண்ணங்களை மாற்றிக்கொள்ளும், மரங்கள் தம் பச்சையத்தை ஆழமாக்கும், பறவைகள் இன்னும் உண்மையாய் பறக்கும், ஆறுகள் இன்னும் மகிழ்ச்சியாய் ஓடும் குன்றுகள் இன்னும் அழகாய் எழும். பெண்கள் இன்னும் அழகாவர் ஆண்கள் இன்னும் குழந்தைபோல. யாருக்கும் மறதி ஞாபகமிராது யாருக்கும் கசப்பை வாந்தியெடுக்க நேரமிராது. எந்த நிலவும் எழாது உழைப்பில், காதலில், கவிதையில், வாழ்க்கையில் ஒன்றிணையும் கைகளின் பகலொளிருபவற்றைத் தவிர. திறக்கமுடியாத புத்தகங்களை எந்த எழுத்தாளரும் எழுதமாட்டர். காற்றில் கடக்கையில் எந்தப் பாடலும் சிதறாது, கனவுகாணும் உதடுகளுக்கு எந்த முத்தமும் தீட்டாகாது, எளிய மனித வழிகளிலிருந்து தவறிய கடவுள்களுமிருக்க மாட்டர். வாசனையில் போதையுற்று, இசையும் அணைப்புமாய், அமைதியாய், நமது கூட்டாளிகளினது சூரியனின் வெளிநோக்கித் திறந்து ஒரு பழக்கமுற்ற தாய்நிலம் போன்றோ பரந்து விரியும் கொடிபோன்றோ நாம் அவ்வாறு ஒன்றாக நம்மை நோக்கிச் செல்லும் பாதையில் நடப்போம். பூமி காலையின் ஒரு விரிவாயிருக்கும் எல்லைகளற்று, சுங்கச்சாவடிகளும் காவலருமற்று: ஒரு பாயும் ஒற்றை மனங்கொண்ட கூட்டமான பொருண்மையாக. வாழ்க்கையைப் போல உறுதியாக, நம்பிக்கையின் சேமிப்புக்கிடங்காக, விடியலை நோக்கின இப்பதற்றமே நம்மை நிலத்தில் இருத்தி ஒன்றிணைக்கிறது, இல்லாமையினின்று நம் நடையை விடுவிக்கும் இந்த அச்சமற்ற ஆவலே வரப்போகும் வாழ்க்கையின் இழைகளை மெல்ல நினைவில் இழைக்கிறது.* உட்காரும்போதே குந்தர் அவர்கள் பெயர்களுக்கு இடையிலான தற்செயல் ஒற்றுமையை இழுத்தான்.

“நம்ம ரெண்டு பேரோட பேருமே ஃப்ரான்சிஸ்கோ ஹாவியர்ங்றது வேடிக்கையா இருக்குல்ல சார்!” அவன் நம்பிக்கையோடு அறிவித்தான்.

“‘ஜெனரல்’ போதும்”

“மன்னிக்கணும்?”

“‘ஜெனரல்’ போதும்,” கோன்சலேஸ் பொறுமையின்றி மறுபடி சொன்னார். “நீங்க என்ன சார்ன்னு கூப்பிட வேணாம். நான் உங்க உயரதிகாரியில்ல. ‘ஜெனரல்’ போதும்.”

“ஓ சரி, மன்னிக்கணும் சார், அதாவது ஜெனரல். அது என்னன்னா நான் ராணுவப் பணியில இருந்த காலங்கள ஞாபகப்படுத்தறீங்க. என்ன அற்புதமான காலம்!”

கோன்சலேஸ் முனகலாக இருமினார், ஒரு கணம் ஆயுதமேந்திய பீரங்கிகள் நிறுத்தப்பட்டிருந்த கூடாரங்களைப் பார்த்திருந்த பெரிய சன்னலொன்றின் வழி தெரிந்த மழைக்காலத்தின் பச்சையில் தொலைந்து போனது போலிருந்தார். குந்தரால் அவரது கண்களைப் பார்க்க முடியவில்லை, ஆனால் வழமையாக ஆழமாகவும் ஒரு கரும் புகையிலைப் போன்று வடிவங்கொண்டதுமான ஜெனரலது குரலின் மேலே ஒரு வெளிறிய நிழல் படிவதைக் கேட்டான். *காத்திருப்பு நீளமானது; உனைப் பற்றிய என் கனவு முடிவுறவில்லை (யூஜினோ மொந்தேல்). எவ்வளவு வெற்றாக அவர்கள் உன் இல்லாமையைத் நீட்டிக்கிறார்கள், ஏனெனில் நீ என்னுடனிருக்கிறாய். என் தனிமை உன்னால் நிரம்பியுள்ளது, ஏனெனில் நீ என்னை நினைவு வைத்துள்ளாய். என் மௌனம் கட்டுகளின்றி விடிகிறது, ஏனெனில் நீ அதை உன் காதலால் நிரப்புகிறாய். காலையின் கடைசிச் சந்திப்புகளில் எனக்காகக் காத்திரு; எனை வாழ்வதிலிருந்து வெளியேற்ற எப்போதும் இயலாது அவர்களால்.*

“சரி திரு. குந்தர் நான் எப்படி உதவமுடியும்?”

“மன்னிக்கனும் ஜெனரல். உங்களோட பொன்னான நேரத்த வீணாக்க விரும்பல. நீங்க சோலெதாதுக்காக பண்ண எல்லாத்துக்கும் எங்களோட மனமார்ந்த நன்றிய தெரிவிக்கத்தான் விரும்பினேன். மிச்சமெல்லாம் இருக்கட்டும். வாஷிங்டன்ல என்னோட நிதிப் பணிகளத் தொடரும்போது உங்களோட கனிவான செய்கைய மறக்கமாட்டேன்.”

“கவலைப்படவேணாம், நண்பா” என்றார் கோன்சலேஸ், தனது அழுக்குப்படாத வருகையாளரில் வஞ்சகத்தை உணர்ந்த தொழிலாளியின் லாவகமான நுட்பத்தோடு. “அத சனாப்ரியாக்காக செய்றேன். உங்களுக்காக இல்ல.”

குந்தர் அமைதியாகவும் குழம்பியும் அமர்ந்திருந்தான்.

“சரி ...” அவன் தடுமாறினான், கடைசியாக. “ஆமா! என் சகோதரி மகிழ்ச்சியடைந்திருக்கா! நன்றியோடவும் கூட. என்னோட இறந்துபோன மச்சினன் உங்களுக்கு சவரக்காரரா இருந்தது பத்தி சொல்லிக்கிட்டு இருந்தா.”

“அவன் என்னோட நண்பன். ரொம்ப நல்ல மனுஷன்.”

“ஆமா, நிச்சயமா ஜெனரல்.”

“கொஞ்சம் விசிறித்தனமான, ஏழை.”

“அது, செர்ரோ எப்போவுமே அப்படித்தான்,” குந்தர் குரலை இறக்கிக் கூறினான், நீண்ட வெளிர் விரல்களை ஆட்டியபடி. “அது எப்பவும் விளையாட்டுப் பைத்தியங்கள உற்சாகப்படுத்தும், அவங்க அத்தனபேரயும்! அத ‘சாக்கரிட்டா சுழற்காற்று’ன்னு சும்மா சொல்றதில்ல. நீங்க அந்த சங்கத்தோட குழுவில நல்ல வேல செய்றீங்க.”

“இல்ல, அப்படி இல்ல. அவனோட அராஜகவாத அரசியலப் பத்தி சொன்னேன், அவன் ஒரு செர்ரோ ரசிகன்றத இல்ல. அவன் ரொம்ப வெறியனா இருந்தான்.”

“ஓ ஆமா சார், . . . ஜெனரல். ஏன் மக்கள் அரசியல்ல போய் விழறாங்கன்னு எனக்கு தெரியல, செய்றதுக்கு நிறைய சுவாரஸ்யமான விஷயங்கள் இருக்கும்போது. அனிச்சையாவே எனக்கு அதோட ஒட்டல.”

“நமக்கு தேவையானது வீரம்தான், வெத்துக் குப்பையில்ல.”

“விஷயம் என்னன்னா சார், பாவம் சனாப்ரியா படிச்சதில்ல. அவன் கல்லூரியக் கூட முடிக்கல.”

“இல்ல அவன் முடிக்கலதான். ஆனா அது பிரச்சனையில்ல. நான் மூணு கல்லூரிப் பட்டங்கள் வெச்சிருக்கேன், ஒரு முதுநிலைப் பட்டம் உட்பட. அவனவிட உசத்தியா என்ன நினைக்கல. அது விஷயமில்ல.”

“ஓ ஜெனரல் உங்களோட அற்புதமான தகுதிகள் பத்தி எனக்குத் தெரியும். உங்களப் போய்… அது மாஹா வெஸ்திடாவ மாஃபால்டாவோட ஒப்பிடறமாதிரி.” *எனது ஆன்மாவில் இரவு உன்னில் தன்னை மறக்கிறது, எனவே நான் இப்போதெல்லாம் யார் வருகிறார் யார் இருக்கிறார் என அறிவதில்லை (யூஜினோ மொந்தேல்). ஒரு நாள் இவ்வீடு தன் கதவுகளை விரியத் திறக்கவேண்டும். மனிதனின் பரந்த காற்று பூட்டுகளின் கட்டின்றி அதோடு காதல் புரியவேண்டும். திரளின் கரங்கள் அதன் சாவியை ஒதுக்கிவைக்கும். இந்த சன்னலின் மீது விடியலின் எதிர்பாரா அலைகள் வந்து மோதும். நம்பிக்கையின் விடுதலையுற்ற எல்லைவழியே பின் மக்கள் வந்துசெல்வர், ஞாயிறு காலை முகவாசல் போலே, விடைபெறுகையில் நம் உதடுகள் மலரேந்தியவையாய், திரும்பிச்செல்கையில் நம் கரங்கள் திறந்தவையாய். நீ இவற்றை அறிவாய், என்னோடு இந்த முடிவுறா காவலில் நிற்க. உன்னோடு மட்டுமே நான் வரவும் போகவும் இயலும். எனது வீடு காலையை முன்னறிவிக்கும் குழந்தைகளின் பார்வைகள் கிடக்கும் மனிதனின் வீடு, தூரத்து புதைக்கப்பட்ட நினைவுகளின் ரகசியக் கைதி, ஏங்கும் நினைவின் தோல் மேலுள்ள எல்லாப் பனியும். என் வீடு, இந்த மீறப்பட்ட ஆரம் மட்டுமன்று, அது துருப்பிடிக்கும் காலஅட்டவணைகளின் ஒரு பெரிய இரவுவெளி. ஆனால் சுதந்திரம் என்பது நாம், நீ அங்கிருக்கையில் என் வீட்டில் பகல் விடிகிறது.*

“என் குழந்தைகளுக்கு மாஃபால்டாவ ரொம்ப விருப்பம். அவ ஆடை அணிஞ்சிருக்காளோ இல்ல அம்மணமாவோ, சான் மார்ட்டின் சொல்றமாதிரி. டச்சுக்காரிகளுக்கு எதுவும் தெரியாது – ஜெரூட்டுகளப் போடறத தவிர. நான் ஒண்ணு சொல்றேன்: சனாப்ரியாட்ட ஒரு மாதிரியான இயல்பான ஞானம் இருந்தது. உங்களுக்கு அவன அவ்வளவு நல்லாத் தெரிஞ்ச மாதிரி தெரியல.”

“உண்மையில எனக்குத் தெரியாதுதான்.” குந்தர் சிவந்தான். “ஆனா எனக்கு அவனப் பிடிக்கும். அவன் ரொம்ப நல்லவன். அவனுக்கு பொண்ண சரியா வளர்க்கதான் தெரியல, ஒத்துப்பீங்கதானா?”

"ஏன் அப்படி சொல்றீங்க?"

"ம்ம்ம்... அவ இந்த வித்யாசமான நிகழ்வுகள்ல போய் மாட்டிகிட்டது, முதல்ல அந்த ஹைக் விஷயம், பின்ன அந்த மத்திய அமரிக்கக்காரனோட பயங்கரமான மரணம்—அந்த பாவத்துக்கு அதில எந்த தொடர்பும் இல்லதான். அப்புறம் அவ தோழியோட அந்த வித்தியாசமான விஷயங்கள், என்ன சொல்றேன் புரியுதில்ல? எப்படியோ, என் மனைவிக்கு வாஷிங்டன்ல ஒரு நல்ல மனநல மருத்துவர தெரியும்."

"சரி, சனாப்ரியா ஒரு உண்மையான எதிர்வாதி. ஃபெப்ருவரி கட்சி ஆட்சிக்கு வந்திருந்தா, அவன் மாசங்கள மாத்தியிருப்பான். அவனும் அவன் பொண்ணும், ரெண்டும் பிறவிப் புரட்சியாளர்கள். மாதங்களப் பத்தி பேசும்போது, அவங்க முழு ஒன்பதையும் கடந்து போய்ட்டாங்க நினைக்கறேன். அப்படியே இருக்கட்டும். குரைக்கிற நாய் கடிக்காது."

"பெற்றோர்கள் பிள்ளைகளோட கருத்தியல கட்டுப்படுத்தாதபோதுதான் பிரச்சனையே தொடங்குது ஜெனரல். புக்காரெஸ்ட்ல இருந்தப்ப ...:

"எத்தன உங்களுக்கு?" ஜெனரல் இடையிட்டார்.

"ஒரே ஒரு தத்தெடுத்த பொண்ணுதான். சோலெதாத்—தான் இளம் தலைமுறைல ஒரே வெள்ளை குந்தர். அதனாலதான் ..."

"எனக்கு உண்மையில அவளத் தெரியாது. அதாவது, ஒருவாட்டி சவரக்கடைக்கு வந்து போகும்போது பாத்திருக்கேன். இப்போ ஞாபகம் வருது எனக்கு, அவ அம்மா மாதிரி, பொன்முடி இல்லாம, ஆனா அழகா நல்லா நடந்துகிட்டா. உங்களுக்கு நல்லா தெரியுமா?"

"இல்ல."

"அமபோலா சொன்னா அந்த பொண்ணு உங்களோடயும் உங்க மனைவியோடயும்தான் ஒரு வேனிற்காலத்துக்கு வாஷிங்டன்ல இருந்ததா, இல்ல ஒரு மழைக்காலத்துக்கா."

"ஆமா ஆனா நாங்க அவ்வளவு பேசினதில்ல. இனி அவள சரியான வழிக்கு கொண்டுவந்துடுவேன்."

"நம்புறேன். ஆனா அதப் பத்தி ரொம்ப கவலைப்படாதீங்க. எதிர்ப்புணர்வு குழந்தைகளுக்கு இயல்பா வரும். நான் ரொம்ப பயங்கரமா இருந்தேன்; அதனாலதான் என்ன ராணுவப் பள்ளிக்கு அனுப்பிவைச்சாங்க." *அவர்கள் என் கரங்களை ஒரு சோடி விலங்குகளோடு பிணைக்க கட்டாயப்படுத்தினர், என்னை தாழ்த்த எண்ணி. என்ன விலங்குகள்? உன் பரு வெடித்த முகத்தை நேசிப்பதைத் தவிர எந்த மகிழ்ச்சியோடும் என்னைப் பிணைத்துக்கொள்ளமாட்டேன்; அதற்கு மட்டுமே என் கரத்தைத் தருவேன்.*

"நிச்சயமா சார். ராணுவக்கிடங்கு போல எங்கயும் ஒழுங்கப் பார்க்க முடியாது. என்ன வெட்கமான விசயம் நாம சோலெதாத்த ராணுவத்தில சேர்க்க முடியாதது. அது எவ்வளவு மோசமான பழக்கத்தையும் நேர் பண்ணிடும்."

“ம்ம்ம் . . . கேளுங்க குந்தர், என்ன பாக்கறதுக்காக சிலர் காத்திருக்காங்கன்னு நெனைக்கறேன்.” கோன்சலேஸ் கைக்கடிகாரத்தைப் பார்த்தார். “வேற ஏதும்?”

“இல்ல சார். எல்லாத்துக்கும் நன்றி. கன்னி மாதா உங்க கருணைக்குப் பரிசளிக்கட்டும். இனி எல்லாம் நல்லா நடக்கும்னு நம்பறேன். அமபோலாவும் என் மனைவியும் காவல்நிலையத்தில காத்திருக்காங்க. அவ அனேகமா இன்னிக்கு வெளிய வருவான்னு நெனைக்கறேன், என்ன நினைக்கறீங்க?”

“அப்படித்தான் நினைக்கறேன்.” *உன்னை என்னுடன் எடுத்துச் செல்கிறேன், தூரத்துக் கண்களால் என் காதலை, ஏனெனில் நீ என் ஆன்மா, என் நடை, என் திசைகாட்டி, என் இருப்பு, இன்னும் இவ்வுலகில் நான் இருப்பதன் அறிந்துணர்வு நீ. ஒன்றாக நாம் வாழ்க்கையை ஒரு நட்சத்திர வழிப்படமென சுற்றிவருவோம், உள்நோக்கி நேசத்தின் கரங்களால் பிணையப்பட்ட சிப்பிமீனுணவு, ரகசியங்களின் தங்க வரைகலைத்திறன், மென்மையின் கடைசி வானியல். உன் கண்கள் மட்டுமே விடியலைக் கொண்டுள்ளன, உன் கரங்கள் மட்டுமே அணைக்கின்றன, உன் உதடுகள் மட்டுமே என் பெயரை உச்சரித்து என்னை முத்தமிடுகின்றன. உன்னை என்னுடன் எடுத்துச் செல்வேன்! நீயன்றி என்னால் செல்லவோ தங்கவோ இயலாது.*

“நாங்க உங்களுக்குக் கடன்பட்டிருக்கோம்னு நினைக்கிறேன் ஜெனரல்.”

“இல்ல, அப்படி ஒண்ணும் இல்ல. நான் நிர்வாகத்திடமிருந்து என்னோட ஆணைகளப் பெறுறேன். என்னோட பணி முழுக்க தொழில்முறையானது; நான் அரசியல்வாதியில்ல. நீங்க எனக்கு எதுவும் கடன்படல.”

“உங்களோட எளிமைய வியக்கறேன் ஜெனரல். அமபோலா சொல்லிகிட்டே இருப்பா பாவப்பட்ட செத்துப்போன சனாப்ரியோட கனவு நீங்க ஒரு . . . அதாவது தெரியுமில்ல. பெரிய நிலைக்கு வரணும்னு! அரசியல்வாதிகளவிட ராணுவவீரர்கள் நல்ல அரசதிகாரிகளா இருப்பாங்க எப்பவும்.”

“அது யார்ன்றத பொறுத்து குந்தர். ஒவ்வொரு மனுஷனுக்கு அவனுக்கு நல்லா தெரிஞ்சத செய்யணும். என்னப் போல வீரர்கள் ராணுவ முகாம்கள்ல இருக்கனும். எனக்கு எந்த லட்சியமும் கிடையாது. மட்டுமில்லாம . . .”

ஜெனரல் சொல்லவந்ததை முடிக்கவேண்டி குந்தர் சில நொடிகள் காத்திருந்தான், பின் கவனமாக சொன்னான்:

“மேல சொல்லுங்க.”

“அது நான் கொஞ்சம் சீக்கடைஞ்சிட்டேன்னு தோணுது. புகையிலை, எப்பவும் அதான் எமன்! நீங்க புகை பிடிப்பீங்களா?”

“ஓ அப்பப்போ ஒரு சிகரெட். *அல்ட்ரா – லைட்ஸ்*”

“பிடிக்காதீங்க நண்பரே. நான் அத பரிந்துரைக்கமாட்டேன்.”

அவர் குந்தரோடு வலுவாக கை குலுக்கிவிட்டு அலுவலகக் கதவை ஒரு முடிவான நகர்வில் திறந்தார். ஒரு ரோஸ்வண்ண முகமுடைய பணியாள் சட்டென்று நேராக விரைத்து நின்றான். கோன்சலேஸ் அவனை குந்தருடன் செல்லப் பணித்தார்.

“*சரி சார்.*” அந்த இளைஞன் உறுதியாகக் கூவினான், கடவுளிடமிருந்து வந்த கட்டளைக்குப் பதிலளிப்பதைப் போல.

“அப்போ போய்ட்டுவாங்க குந்தர். இவன் உங்கள என் ஹெலிகாப்டர்ல திரும்பக் கூட்டிப்போவான். எங்க போகணும்னு மட்டும் அவன்ட்ட சொல்லுங்க.” என்றார் கோன்சலேஸ் மறுபடியும் கைகுலுக்கியபடி, குந்தர் ஒரு சாண் உயரம் அதிகமென்றாலும் ஜெனரல் கைகுலுக்குவதை நிறுத்தாமலே, வாயைத் தன் விருந்தினரின் காது நோக்கி லேசாக உயர்த்த முயன்றார். அவர் முணுமுணுத்தார் “... பின்ன நாம இனி பார்த்துக்கலன்னா, அந்தப் பொண்ணுகிட்ட சொல்லுங்க அவ அப்பாவ எவ்வளவு நேசிச்சேன்னு.”

உனக்காக என் அன்பே, நான் அனைத்தையும் தருவேன். வாழ்வு. வார்த்தைகள். யாவையும். நீ கேட்கும் அல்லது என்னிடம் கேட்காத எதையும், என் சுயம் முழுதும். நான் உன்னைக் காதலிக்கிறேன், அதுமட்டும் போதும். மீதமெல்லாம் கவிதை.

11

கொர்ரியந்த்தெஸ் காவல்துறை தலைமையகத்தில் ஒரு நிசப்தமான மூலையில் இரும்பு பென்ஞ்சொன்றில் அமபோலாவும் எலிசாவும் அமைதியாக அமர்ந்திருந்தனர். பொதுமக்களுக்கு அக்கட்டிடம் தன் கதவுகளை விடியலில் திறந்திலிலிருந்து அங்கே அவர்கள் ஓட்டுநர் உரிமம் புதுப்பிக்க, அபராதம் கட்ட, பொது இசை நிகழ்ச்சிக்கு அனுமதி பெற, சட்டப் படிவங்கள் வாங்க, அல்லது சுவரொட்டிகள் ஒட்ட அனுமதிபெற வந்துபோகும் பெயரற்ற முகங்களின் சுழற்சியைப் பார்த்தபடி காத்திருந்தனர்.

அடிக்கடி, அமபோலா நடுங்கும் விரல்களை காக்குப்பேவின் கன்னிக் கோவிலில் ஆசிர்வதிக்கப்பட்ட செபமாலையின் மணிகளில் ஓடவிட்டுக்கொண்டிருந்தாள். சமீபகாலமாய் அவள் கன்னியை பலவிதமான வேண்டுதல்கள் கோரிக்கைகளால் திணறடித்துக் கொண்டிருந்தாள்.

மதியத்துக்கு சற்றுமுன், எலிசாவுக்கு பசியெடுத்தது, தன் நாத்தனாருக்கு சாப்பிட எதுவும் வேண்டுமா என்று கேட்டாள். தனது முணுமுணுக்கும் பிரார்த்தனை தடைபடாமல் அமபோலா விதவைக்கான கறுப்புக் கைத்துணியால் மூடப்பட்டிருந்த தலையை அசைத்து மறுத்தாள்.

எலிசா எழுந்து தனது கீரிமயிர் மேலாடையை அணிந்துகொண்டு, வென்டோமெ சதுக்கத்தில் வாங்கிய கார்ட்டியர் பணப்பையை தோளில் மாட்டிக்கொண்டு, படித்துக்கொண்டிருந்த பெல்லோவின் நாவலை பெஞ் ச்சில் வைத்துவிட்டு, அமபோலாவிடம் தன் இடத்தைப் பார்த்துக்கொள்ளச் சொன்னாள்.

ஒளிரும் பனிக்காலச் சூரியனைத் தாண்டியும் தெரு காற்றுவீசுவதாய் இருந்தது. எலிசா அனிச்சையாக மேலாடைக் காலரை உயர்த்திக்கொண்டு கையுறைகளை அணிந்து கொண்டாள். கைகளை ஆடைப்பையில் விட்டுக்கொண்டு, பழைய முனிசிபல் அரங்கத்திற்கு பக்கமாக ஓடிய தெருவில் உற்சாகமாக நடந்தாள், காவல்நிலையத்திலிருந்து இரண்டு ப்ளாக்குகள் தள்ளியிருந்த 'லூடோ பார் என்ற

துரித உணவகத்தை நோக்கி நடந்துகொண்டிருந்தாள். லூடோவின் முன்னே கொர்ரியந்த்தெஸின் கதாநாயகர்களினதும் நாடுகடத்தப்பட்ட அண்டைநாட்டு பிரபலங்கள் சிலரினதுமான எச்சங்கள் எப்போதைக்குமாக இருந்த உயர்ந்த மனிதர்களின் கல்லறை மாடம் உயர்ந்து நின்றது. சில காலணியணியாத ஏழைச் சிறுவர்கள் கல்லறை மாடத்தின் படிகளில் கடத்தல் ஜப்பானிய கைக்கடிகாரங்களை கூவி விற்றுக்கொண்டிருந்தனர்.

எலிசா லூடோ பாரில் நுழைந்தாள். எடுத்துச் செல்ல காஃபியும் சாண்ட்விச்சும் வேண்டிய அவளுக்கு ஒரு சீட்டு கொடுக்கப்பட்டது. நகர்மையத்தில் பணிபுரியும் அரசு ஊழியர்கள் நிரம்பி வழிந்ததால் அவள் சிறிது நேரம் காத்திருக்க வேண்டிவந்தது. சில வாடிக்கையாளர்கள் அவளை குறுகுறுப்புடன் நோக்கினர், ஒருவேளை அவள் அணிந்திருந்த கீரிமயிர் ஆடை ஒரு சாதாரண பணிநாளில் அணிவதற்கு மிக விலையுயர்ந்ததாக இருந்ததால் இருக்கலாம். அது அவளை சிறிது வெட்கச் செய்தது. வழக்கமாக தெற்கத்தி பருவம் மிகக் குளிராக இருக்காதென நினைத்து அவள் இன்னொரு மேலாடை எடுத்துவரத் தவறிவிட்டாள். கடைசியாக சீருடைப் பணியாளரொருவர் கவுண்டரில் அவளுக்காக நீட்டிய உணவுப் பையை வாங்கிக்கொண்டாள். அவர்களிடம் தொலைபேசி இருக்கிறதா என கேட்டாள். பரிசாரகி அறைப் பின்பக்கத்தைச் சுட்டினார். நாணயங்களைப் போட்டு வீட்டு எண்ணைச் சுழற்றியபின் குந்தர் முறையாக பதிலளித்ததும் பெருமூச்சு விட்டாள். அவர்கள் எதுவும் கேட்கவில்லை என்றும் ஜெனரல் கோன்சலேசுடன் பேசப்போனது எப்படிப் போனதென்றும் கேட்டாள். *சிறப்பாக!* என்றான் குந்தர். எலிசா புன்னகையோடு வைத்தாள். மகிழ்ச்சியான பதிலின் தெளிவான வாய்ப்பால் மிதந்துகொண்டிருக்கிறான் என குரலிலிருந்தே நன்றாகத் தெரிந்தது. *நேரா அந்தப் பொண்ணை கூட்டிக்கிட்டு வீட்டுக்கு வா,* என்றான் குந்தர். *எதுவும் வாங்கறதுக்காக நிக்காத. சாம்பெயினோட காத்திருக்கேன்.*

எலிசா மதிய உணவுப்பையுடன் லூடோவை விட்டு வெளியேறினாள். காஃபி குளிர்ந்துபோகுமென அறிந்திருந்தாலும், அவளால் தெருவின் மறுபுறமிருந்த கல்லறை மாடத்துக்குப் போகும் ஆர்வத்தைக் கட்டுப்படுத்த இயலவில்லை. செயின்ட்டே ஜெனெவியேவின் பண்டைய பாரீசியபக் குன்றின் மேலிருந்த அதேபோன்ற கட்டிடமொன்றிலிருந்து தூண்டுதல் பெற்ற இத்தாலிய கட்டிடக் கலைஞரொருவரால் போன நூற்றாண்டில் வடிவமைக்கப்பட்ட பிரெஞ்சு வடிவங்கொண்ட நினைவிடமாகும். தற்போது நகராட்சிப் பணியாளர்களின் நிலையற்ற தூரிகைகளால் சாம்பல் வண்ணத்தில் மூடப்பட்டு, தனது கற்பனாவாத விதானத்தின் காற்றுதாங்கிய சிலுவையை பனிக்கால வானை நோக்கி நீட்டியபடி கல்லறைமாடம் நின்றுகொண்டிருந்தது. எலிசா படிகளில் ஏறினாள். தடித்த துகள்கொண்ட மரத்தாலானதும் பரோக்கிய பின்னல் வரி அராபெஸ்கிய அலங்காரம் செதுக்கப்பட்டதுமான அந்த உயர்ந்த தலைவாசல் பாதி திறந்துகிடந்தது, காவல் விளக்குகளாலும் நீண்ட சீருடையங்கி அணிந்த சிறுவர்களான வீரர்களாலும் காவற்காக்கப்பட்டிருந்தது. அடைபட்டிருந்த அவ்விடத்தின் மங்கல் ஒளியில் சூடான மெழுகின் வாசம் மேலோங்கியிருந்தது,

அங்கே இரு வயதான பயணிகள், பகட்டாக ஆடையணிந்துகொண்டு, போர்ச்சுகீசிய மொழியில் அந்த சிலைகளின் வரலாற்று முக்கியத்துவம் எனப்பட்டதைப் பற்றி உளறிக்கொண்டிருந்தார்கள், அல்லது உயர் மாடத்திலிருக்கும் கன்னிமேரியின் நீல ஆடையின் அர்த்தம் குறித்து. சரியாக கட்டிடத்தின் மையத்தில் விதானத்துக்கு நேர்கீழே ஒரு திறந்த புதைவிடம் பார்வையாளரின் கால் கீழே திறந்திருந்தது.

“தந்தைநாட்டை நிறுவிய தந்தைகள்” இங்கே படுத்திருக்கின்றனர், என்றெண்ணினாள் எலிசா, உண்மையில் அவர்கள் அன்னைகளால் மீள்கட்டப்பட்ட தேசத்தில் (கூட்டமைப்பு, பராகுவே, உருகுவேயின் கிழக்குக் கரை) அவர்கள் எல்லாரும் ஆண்கள். அப்போது எங்கே அன்னை களின் எலும்புகள்? *இப்போது பார் சகோதரியே, தந்தைநாடு எப்படி எரிகிறதென்று. கொடு உன் பார்வையை, உன் காலி சட்டியை, உன் சோர்வடைந்த கலப்பையையும் வியர்க்கும் நெற்றியையும். முகாம்கார குடிமகளே, தீயும் சீரிய கரங்களுமான பெண்ணே. போராட்டம் உன் மகன்களை அதன் எழுச்சியில் விட்டுவந்தது. உன் கண்களில் நிலவெழுகிறது கண்ணீர்த்துளிகள் தேங்கிநிற்கின்றன. உனது மர உடல் வருங்காலங்களின் ஒளிரும் கருப்பையாகட்டும், துக்கிக்கும் பெண்ணே, வெட்டவெளி முகாம்களை நிசப்தமாய் அமைப்பவளே. உனது நீண்ட, மங்கலான, உடைசலுற்ற நடையைக் கட, வீழ்ந்தோரின் கொடியை நீ உயர்த்திப் பிடிப்பதினின்று தவறிவிடாதிருக்கவே நாங்கள் பாடுகிறோம் என்பதை மறக்காது. நினைவு வை, சகோதரியே, போரில் வெற்றிபெற்றோரைத் தோற்கடிக்க ரத்தம் சிந்திய எங்களை. கேள் சகோதரியே, விதைக்கு உயிரூட்டு; நாங்கள் பூமிக்கடியில் காத்திருக்கிறோம்.*

எலிசா தனது கையுறைகளையும் மதிய உணவுப் பையையும் திறந்தவெளிக் இடுகாட்டரங்குக்கு எதிரிலிருந்த சுவரின்மேல் வைத்தாள். இருந்தாலும் வெளியேவிட கட்டிடத்திற்குள்ளே இன்னும் குளிராயிருந்ததால், தன் மேலாடையை அணிந்தே இருந்தாள். வெளியே குறைந்தது வெயிலாகவும் உலர்ந்தும் இருந்தது. அந்த முரடான கற்சுவரில் முட்டியை வைத்தபடி, அவள் காலுக்கடியிலிருக்கும் கல்லறை அடுக்குகளைப் பார்த்தாள். ஒவ்வொன்றிலும் அதனதன் பிரமுகர் பெயர் தாங்கிய செப்புப் பட்டயமொன்றிருந்தது, ஆனால் அந்த தூரத்தில் படிக்கமுடியாதபடிக்கு அவளுக்கு கிட்டப்பார்வையாகிவிட்டிருந்தது. அங்கே புதைக்கப்பட்டிருந்த கதாநாயகர்களில் இருவர் பராகுவேக்காரர்கள் என்பதை அறிவாள். ஒருவர் சாக்கோ போரின்போது பராகுவேயைச் செலுத்தியவரும் தன் மக்களுக்காக கிட்டத்தட்ட கலிஃபோர்னியா அளவு நிலத்தைப் மீட்டுத்தந்தவருமான தாராளவாதி சனாதிபதி டாக்டர் யேசெபியோ ஆயலா. அவருக்குக் கிடைத்த பரிசு ஒதுக்கிவைக்கப்படுதலும் அதைத் தொடர்ந்த மரணமும், நாடுகடத்தப் பட்டோருக்கு மட்டுமே வரும் ஒப்பற்ற தொடர் மரணம். எலிசா பையில் கண்ணாடியைத் தேடினாள், அதை மாட்டிக்கொண்டு செப்புப் பட்டயங்களைப் படிக்க முயன்றாள். கடைசியாக இன்னொரு பராகுவேக்காரரின் பெயரைக் கண்டுகொண்டாள், கொலம்பஸைப் போலவே இரு இடங்களில் புதைக்கப்பட்டிருக்கும் மார்ஷல் ஃப்ரான்ஸிஸ்கோ சொலானோ லோபெஸ்.

அசுன்சியோன் நகரம் அங்கே தேசிய நினைவிடத்தில்தான் லோபெஸின் உண்மையான உடல் புதைக்கப்பட்டிருப்பதாக ஆங்காரத்துடன் கூறிக்கொண்டது. பராகுவேயின் வடக்கு எல்லையில் போர்க்களத்தில் 1870இல் லோபெஸ் மரணமடைந்தார், உடனேயே அவரது விதவை மேடம் எலிசா லின்ச்சால் எண்ணற்ற ப்ரேசிலியப் படைகள் அவர் உடலை சிதைத்துவிடாதிருக்கவேண்டி புதைக்கப்பட்டார். அறுபது வருடங்களுக்கு மேல் கடந்தபின்னர், அந்த உடலின் எச்சங்களென கருதப்பட்டவை தோண்டியெடுக்கப்பட்டு முறையாக அசுன்சியோனில் இருக்கும் கல்லறைக்கு மாற்றப்பட்டன. இருந்தாலும் 1970களில் கேட்டலன் புதைபொருள் ஆய்வாளர் ஒருவர் தலைமையிலான ஐரோப்பிய ஜெசூட்டுகளின் அறிவியற்குழு ஒன்று அசுன்சியோனில் இருக்கும் எலும்புகளில் பல தீவிரமான சோதனைகள் செய்து அவை ஒரு இளம் இந்தியப் பெண்ணுடையது மார்ஷல் லோபெஸுடையது அல்ல என கண்டுபிடித்தது. கடைசிப் போர் நிகழ்ந்த இடமான செர்ரோ கோராவின் வடக்குப் பகுதியில் மூன்று வருட கடினமான தேடுதலுக்குப் பின்னர், அவர்கள் நவீன மானுடவியல் சோதனைகளின் அடிப்படையில் உண்மையாக லோபெஸுடையது எனப்பட்ட எலும்புகளைக் கண்டுபிடித்தனர். பராகுவே ஆட்சியாளர்கள் அந்த கண்டுபிடிப்பை தேசத்திற்கு எதிரான அவமதிப்பாக முத்திரையிட்டு அந்த ஜெசூட்டுகள் நுண்ணோக்கிகள் எலும்புகள் எல்லாவற்றையும் வெளியேற்றினர். ஒரு ஜெசூட்டாக அந்த குழுவின் முயற்சிகளோடு ஈடுபாடுகொண்டிருந்த மான்செய்ன்யூர் காசெரெஸ் தனது மறைமாவட்டத்தின் கல்லறையை அந்த வீழ்ந்த தலைவரின் பூத எச்சங்களுக்கு தற்காலிக ஓய்விடமாக வழங்கினார்.

மார்ச் 1, 1870இல் பராகுவேயின் ஜெனரலும் சனாதிபதியுமானவரே அமெரிக்காக்களின் வரலாற்றில் ரூஸ்வெல்ட்டுக்கும் ஆலெண்டேவுக்கும் முன்னர் பதவியிலிருக்கும்போது எதிரியுடன் போரிட்டு இறந்த தேசத்தலைவர் ஆனார் என்பதை எலிசா அறிந்திருந்தாள். பூமியின் பெரிய அரசுடனான 'விக்டோரிய–எதிர்ப்பு போரில் கருஞ்சிறுத்தைகளாக வேடமிட்ட பெரும்பாலும் குழந்தைகளும் பெண்களும் மட்டுமே கொண்ட தனது ஒப்புக்குச் சப்பாணி ராணுவத்தின் முதல் வரிசையில் நின்று லோபெஸ் மரணித்தார். *என் தேசத்தோடு சேர்ந்து அழிகிறேன்!* என்று கடைசித் தாக்குதலுக்கு முன்னே முழங்கினார், அவரது அழைப்பு இந்த நிசப்தமான குளிரான கற்சுவர்களில் இன்னும் எதிரொலிப்பதுபோல் தோன்றியது. *பொலிவாரின் குரல் கத்துவது கேட்கட்டும்: நம் தேசமே கண்டம். மார்ட்டியின் கெய்மன் முதலைகள் உயர்குடி ஆறுகளில் நீந்தட்டும், ஹுவாரெஸ்ஸின் இந்திய உடல் அவரது அலையும் கோவேறின் மேலேறி உட்காரட்டும். நட்சத்திரங்களையும் பாடல்களையும் ஆயுதமாயேந்திய சுக்ரே மலைக் கோட்டைகளைலிருந்து இறங்கி வரட்டும். செந்தவிட்டுக் குதிரையேறிய மிராண்டாவின் தாக்குதல்கள் இடி முழங்கட்டும். கதாநாயகர்களின் ஆங்காரப் புருவங்கள் நடுவே ஓ'ஹிகின்ஸ் மின்னல்களை நிறுத்தட்டும். ஓ துண்டாடப்பட்ட மக்களின் துண்டுகளே, சான் மார்ட்டின் தாயகநீத்த வாழ்வின் இரவுகளைக்*

கடக்கிறார். நவீன ஜெசூட்டிய பூதங்கள் மறைக்கமுடியாத சூரியன்களை வரவேற்கிறார்கள். லிங்கனின் தேசம் தன் ஆதரவாளர்களின் குருதியை மறக்க விழைகிறது. ஆர்டிகாஸின் தவறாத அழைப்பு, இன்று பள்ளத்தாக்குகளைப் போல் எதிரொலிக்கும் அவர் குரல்: தாய்மண் அல்லது மரணம் பிரியத்திற்குரிய இளம் அமெரிக்காவின் கிழக்கத்திக் கரையே. மலைகளில் சாண்டினோ: துப்பாக்கிகள், விடியல், தாக்குதல்கள், சிலுவைகளும், இசையும். தூசின் உலகுகள் வழியே நெருங்கிவரும் ஒரு குதிரைக்காரனின் ஒலிக்கும் ஓட்டம்: சபாட்டா! வறியோரின் சகோதரனே, மக்களின் அக்கறைகொண்ட கேப்டனே. இவர்களே நம்மிடம் முன்னறிவிப்பின் மொழியோடு நம்மிடம் வருபவர்கள், சீற்றங்கொண்ட உறுதியான சாட்சி நிறைந்த தொலைநோக்கின் குரல்கள். இவர்களே லோபெஸ் தனது எரியும் நெருப்பை முழுக்க உனதும் எனதுமான தேசியத்திற்காகத் தரும்போது ஃப்ரான்சிஸ்கோவிற்கு பின்னிற்கும் மக்கள் சொலானோவின் மக்கள். செர்ரோ கோரா, வரலாற்றின் அறியப்படாத தெருக்களினூடே அம்மணமாக நடப்பவரே. வெப்பமான இறுதி தீர்க்கரேகையே, தேள் சதையால் உருவான புயற்காற்றே. நடையின் முன்னின்ற அவர்கள் உனக்கு உயிர்கொடுக்க வேண்டி வீழ்ந்தார்கள், அவர்களது தேசம் சண்டையில் அழிந்த அன்று அவர்கள் கண்டுகொண்டது வாழ்க்கையைத்தான். எல்லோரின் தேசம்! நாளை நாம் ஒன்றான சுதந்திரமான அமெரிக்காவாவோம். லோபெஸின் நேரம் எல்லா அமெரிக்காவும் முதுகெலும்பற்ற போராட்டங்களையே கொண்டுவந்தன. லோபெஸின் நேரம் வணிகம் வந்து நம் தாளத்தை, முகத்தை மாற்றியது. லோபெஸின் நேரம் வாள்கள் பணத்தையும் வங்கியாளர்களின் குப்பையையும் முனையாய்க் கொண்டிருந்தன. லோபெஸின் நேரம் சூரிய ஒளி மலமானது சாவானது சாவாகவும் சாவாகவும் ஆனது.

இச்செயலாக்கத்தில் அர்ஹெந்தினாவின் ஜெனரல்கள் ஃபால்க்லாண்ட்ஸில் மரணிப்பதை எலிசாவால் கற்பனை செய்ய முடியவில்லை, அல்லது எந்த போர்க்களத்திலும் சரி. அயாலாவும் அவரது தாராளவாத தோழர், மார்ஷல் ஹோசே ஃபெலிக்ஸ் எஸ்திகரீபியாவும் தங்கள் தேசத்திற்காக வாழ்ந்து இறந்தனர், ஆனால் லோபெஸைப் போலன்றி புதிய பேரரசின் படைகளுக்கு எதிராக வெற்றி என்ற புகழை அடைந்தனர். இருந்தாலும் எலிசா முந்தையக் கதாநாயகரோடு ஒரு கற்பனாவாத மர்மமான ஒத்துணர்வை உணர்ந்தாள், அவர் பாரிஸின் சலூன்களிலிருந்து அவளைப் போலவே பச்சைக் கண்களும் பெயரும் கொண்ட ஐரிஷ் சீமாட்டியொருத்தியைக் கொணர்ந்தார் (குந்தர் வரலாற்றைப் பற்றிப் பேசுவதேயில்லை என்பதால் அவளே கண்டுபிடித்த ஒரு தற்செயல் ஒற்றுமை) என்பதினால் மட்டுமல்ல, தாடி வைத்த கருஞ்சிறுத்தையான அம்மனிதர், பழைய வெள்ளி – பாதரச புகைப்படங்களில் இருக்கும் துக்கத்தின் தீ நிறைந்த மஞ்சளாகாத அணையாத அவர் பார்வை, ஒரு சுவாரசியமான வரலாற்றை விட்டுச்சென்றிருக்கிறார், தேவதையும் சாத்தானுமாய், கனிவானவரும் குரூரமானவருமாய், கத்தோலிக்கரும் குழப்பவாதியுமாய், நகரக் கனவானும் காட்டுமிராண்டியுமாய், ஸ்பானியவாதியும் ஃப்ரான்ஸை நேசித்தவருமாய்,

பெண்களை வெறுத்தவரும் வீரியமுள்ள பரத்தனுமாய், டயனீசியனும் அப்போலோனியனுமாய், யார் தேர்ந்தெடுக்கப்பட்டவர் யார் நல்லவர் யார் தீயவர் யார் நாகரீகமானவர் யார் நாகரீகமற்றவர் என்ற அவர்களது அடிக்குறிப்பிடப்பட்ட மூடநம்பிக்கைகளையும் புத்தக விதிகளையும் தகர்ப்பவர் என்பதால் வடக்கத்தி வரலாற்றார்களால் தவறின்றி அடையாளப்படுத்தவியலாத மாதிரி லத்தீன் அமெரிக்க கதாநாயகர்/ எதிர் கதாயநாயகர் அவர். அந்தக் கல்லறையில் சேமிக்கப்பட்டிருக்கும் கங்குகள், அவரதும் அவரது அற்றதுமான அந்த சாம்பல்கள், தணியவே இல்லை.

இங்கிருந்து நாம் அவர்களுக்குப் பாடுகிறோம். அவர்களின் பெயரால், நம் தேசம். புகழில் தீரமிக்கத் தோழர்களாக அவர்கள் பெயர். இங்கிருந்து வார்த்தைகள், இசை மற்றும் படுகுழி வழியே. உமது விதவையாக்கப்பட்ட உரத்த சொல். கவிச்சுய், கீதம், சென்ட்டினல். நாம் ஒரே கதறலினவர், ஒரு சூரியன் நாம் பிறப்பதைக் கண்டது, இங்கே, இந்தப் பக்கத்துக்குப் பின்னே! தலவேரா, போராட்டத்தில் கவிகள். நாம் குருதியின் எரியும் வேரின் பிள்ளைகள். நமது தேசமும் முடிவும் காலமுமற்ற ஒரு கவிதை: எம்மால் உம் மரணத்தின் வரிகளையோ தினசரி மரணத்தின் வரிகளையோ எப்போதும் மறக்கவியலாது. உங்கள் பார்வையில் பாதியை மறக்கும் மூடிய கை. உங்கள் உதாரணத்தின் பாறை: இரவில் ஏறிய ஓடம்,நீரின் மக்களாய்ப் பிறந்த ராணுவத்தினர், செல்லுங்கள்! முதுகில் தோட்டாக்கள், பக்கக்ங்களிலிருந்து பொங்கிவழியும் குருதி. இக்னாசியோ ஜெனெஸ், போராட்டத்தின் கதாநாயகர்கள். போர்க்களத்தில் உம்மோடு நாங்கள் ஓரே தோலினர். வலியையும் மீறி தகர்க்க முடியாதபடிக்கு மூடியிருக்கும் உங்கள் கரம். நாங்கள் உம் தமனிகளின் சூடான சேகரம், நிராகரிக்கப்பட்டோரின் குவேரா லின்ச் ஜெனெஸ். உங்களது பொதுவான முகம் ஒரு கண்ணின்றி இருக்கின்றது, ஏனெனில் அது உண்மையாகக் காண்கிறது. இரவின் ஒற்றைக்கண்ணனே, தோழா: எங்களை போலியின்றி காண், பூமியைப் போலே. வெற்றிகொள் மக்கள் வெற்றிகொள்வதைப்போலே, மூன்றாயிரு கடவுள் மூன்றாயிருப்பதைப் போலே, அவர்கள் பின்தங்கியிருப்பதற்காக போனார்கள், இரும்பு தேவதை போலே. இன்று குருபேட்டி, நாங்கள் ஒன்றாயிருக்கிறோம்! உங்களுடன், டான் யோசே, நடையில், உங்களில்தான் நம்பிக்கை ஒன்றாயிருக்கிறது, கடைசி உந்துதல், நாளின் வருகை, கிதார்களின் பாட்டு. நாங்கள் உங்களுடன் இருப்போம், இப்போதைப் போல் எப்போதும் உடனிருப்போராய், கலப்பு ரத்தங்களின் குருபேட்டியில், கருஞ்சிறுத்தைகளின் மீட்பின்: ஆர்டிகாஸ், தியாஸ் மற்றும் ஃப்ளோரெஸ்! யோசேவின் மும்மை ஏறும் சூரியனுக்கும் மனிதனின் புதுமைக்கும் சன்னல்களை திறவுங்கள், மகிழ்ச்சிக்கும் சரியான தேர்வுக்கும், கல்லின் நிலைக்கும் நீரின் எல்லைகளுக்கும், வேனிலுக்கு. ஃப்ரான்ஸிஸ்கோவின் சொலானோவின் லோபெஸின் பெயரால் அது வந்து கடந்துபோகட்டும்!

தேவாலய மணிகள் அவளைத் திடுக்கிடச் செய்தன. எலிசா தனது பணப்பைக்கு பொருத்தமாயிருந்த சிறிய தங்க கார்ட்டியர் கைக்கடிகாரத்திப் பார்த்துவிட்டு மேலாடையை எடுத்துக்கொண்டு ஓடத்தொடங்கினாள்.

வாசலில் இருந்த கௌரவக் காவலர்களைத் தாண்டி ஓடும்போது அவர்களது சீருடை தரையணிவீரர்கள் அணியும் அதே சீருடை என்பதை உணர்ந்தாள், அவளால் சீரிய ஜெனரல் கோன்சலேஸைப் பற்றி யோசிப்பதைத் தவிர்க்கமுடியவில்லை, மாநிலத்தின் மிக சக்திவாய்ந்த கமாண்டராக இருந்தாலும் தனது அராஜகவாத சவரக்கார நண்பனின் நட்புக்கு யாராலுமே புரிந்துகொள்ளமுடியாத காரணங்களுக்காகவோ என்னவோ விசுவாசமாய் இருக்க முடிவுசெய்தவர்.

பழைய அரங்கத்தைத் தாண்டி ஓடும்போதும், மினுங்கும் கீரிமயிராடை போர்த்திய அழகியபச்சைக்கண் முலாட்டோ பெண்ணைப் பார்த்து ஆச்சரியத்தின் ஒதுங்கும் பாதசாரிகள் கூட்டத்திடையே குழப்பத்தில் மூச்சிறைத்தபடி, எலிசா இந்தப் புதிருக்கு இயற்கணிதமின்றி ஒரே ஒரு தீர்வுதான் என்பதைப் பற்றி சிந்திப்பதை நிறுத்தவில்லை, ஒரே ஒரு உண்மையான பதில், அவள் இப்போது தனது சாண்ட்விச்சுகள் பையை மறந்துவைத்துவிட்ட அந்த நினைவிடத்தின் கல்லறைகளுக்கு இடையே கிடைக்கக்கூடியது.

தூரத்திலிருந்து காவல்நிலைய வாசலில் நிற்கும் அமபோலா சோலெதாதின் போர்வையை சுருட்டி தன் கழுத்தில் தொங்கவிட்டிருப்பதைப் பார்த்தாள். மூச்சற்று அருகே நெருங்க அவளது கட்டுப்படுத்தவியலா கதறலையும் அவளது முகம் ஆவேசத்தில் கோணலாகி அவளது ஆற்றுப்படுத்தவியலா விரல்கள் தீரா மென்மையுடன் ஆறடி நீளமிருக்கக் கூடிய கரடுமுரடான மரப்பெட்டியின் அடைக்கப்பட்ட ஓரங்களை வருடிக்கொண்டிருப்பதையும் உணர்ந்தாள். மூச்சற்று அருகே நெருங்க அவளது கட்டுப்படுத்தவியலா கதறலை உணர்ந்தாள், அவளது முகம் ஆவேசத்தில் கோணலாகி, அவளது ஆற்றுப்படுத்தவியலா விரல்கள் தீரா மென்மையுடன் ஆறடி நீளமிருக்கக்கூடிய கரடுமுரடான மரப்பெட்டியின் அடைக்கப்பட்ட ஓரங்களை வருடிக்கொண்டிருப்பதை. மூச்சற்று அருகே நெருங்க அவளது கட்டுப்படுத்தவியலா கதறலை உணர்ந்தாள், அவளது முகம் ஆவேசத்தில் கோணலாகி, அவளது ஆற்றுப்படுத்தவியலா விரல்கள் தீரா மென்மையுடன் ஆறடி நீளமிருக்கக்கூடிய கரடுமுரடான மரப்பெட்டியின் அடைக்கப்பட்ட ஓரங்களை வருடிக்கொண்டிருப்பதை.

12

"உதாரணத்திற்கு இங்கிருக்கும் இந்தச் சின்னக் கவிதை 'காஸ்பர் ஹௌசர்'ன்னு எனத் தலைப்பிடப்பட்டிருக்கு. *அவன் வரியிடப்பட்ட கிளைகளில் பனி விழுவதைக் கண்டான், நடைமுற்றத்தின் மங்கலில் கொலைகாரனின் நிழலை.* (ஜியோர்ஹ் ட்ராக்ல்) *வளைந்த கண்களோடு அவன் வருவதைக் கண்டேன். அவன் பையில் கைவிலங்குகள் கிணுங்குவதைக் கேட்டேன். அவனது இந்த ஊனமுற்ற தூக்குமேடைக்காரன் நடையின் ஈர ஒளியில் எதுவோ ஒன்று என்னை அதன் பிடியில் வைத்திருந்தது. இருந்தாலும் காலையின் பறவைகள் பாடின.* பார்த்தீங்களா? சோலெதாத் தனக்குப் பிடித்த வரிகளைத் தன்னோட கையேட்டில பிரதியெடுத்து வைக்கறத விரும்பியிருக்கா. அதில சிலது ஜெர்மன், ஃப்ரெஞ்ச், இத்தாலியக் கவிஞர்களோடதுன்றதால, அவள்ட்ட கேப்பேன் ஏன் அவ மொழிபெயர்ப்ப எழுதிவெச்சுக்கலன்னு, அவ சொல்வா அது தேவையில்ல ஏன்னா அவளோட பிரதி அந்த குறிப்போட மறுகூறல்தான்னு. நம்மோட தேசிய இருமொழியியல்ல ஒருத்தருக்குத் தோணற அதே வகையான பிரச்சனைதான்."

சோலெதாதின் அடக்கத்திற்குப் பின் எலிசா வெரோனிகாவின் பாட்டி வீட்டிற்கு காஃபிக்காக வந்தாள். அந்த வீட்டின் சுவர்கள் சுண்ணம்பூசிய வெள்ளைத்தன்மையை கொஞ்சம் இன்னும் தக்கவைத்திருந்தன, வெப்பமாக்குதல் இல்லாவிட்டாலும் ஒருவர் வசதியாகவே உணர்வார். 'தூரம்' என தலைப்பிடப் பட்ட மிடோவின் பாடலொன்றுக்கு சோலெ கிதார் வாசிக்கும் டேப் ஒன்றை வெரோனிகா ஓடவிட்டாள்: *உன் கூந்தல் காலத்தின் நிறங்கொண்டதொரு உலோக வீழ்ச்சி. பனிவிழுகையில் நினைவேக்கம் உனை ஆட்கொள்கிறது, நீ உனைப்போல் இல்லை உன் நிழலாக. உன் தோல் இப்போது மாயத் திரும்புதல்களின் தாமரைநிலம். இறந்தோர் அவர்களின் மௌனத்தில் தெற்கத்தி நட்சத்திரங்கள், சாம்பலின் பண்டைய சிறுகப்பல்கள். உன் ஆன்மா இன்னிசையும் கணநேரப் பார்வைகளும் உறையுமிடம். இலையுதிர்காலம் காற்றை நோக்கித் தன் கண்களைத் திருப்பித் தேம்புகிறது. எனை விடு ஆனால் உனை நீயாக நினைவிற்கொள்ள.* வெரோனிகாவுக்கு அந்தப்பாடல் அவள் சகோதரன் ஆல்பர்ட்டோவை, அவள்

தாத்தாவை, அவள் பெற்றோர்களை தன் வாயில் ஏந்திய இருபக்கக் கூரான கத்தியால் கொன்ற அந்த கொடிய வான்நீல கருஞ்சிறுத்தையை நினைவுபடுத்தியது (ஊழியின் புத்தகத்தில் புனிதர் ஜான் சொல்லியும் சொல்லாமலும் இருப்பதுபோன்று).

"இது விசித்திரமா இருக்கு லிசா. கடைசிநேரங்கள்ல சோலெதாத் தன்ன அவங்க நாடுகடத்தப் போறத நினைச்சிருக்கா போல. கடைசி வாரத்தில அவ துணிகள்ல வைச்சு எனக்கு அனுப்பின கவிதைகள் நாடுகடத்தப்படறது, பயணிக்கறது, நீண்ட காலம் கட்டாயமா வெளிநாடுகள்ல இருந்தபின்ன திரும்பிவரத பத்தி எல்லாம் இருந்தது. பாரு, நீங்களே பாருங்க. கொஞ்சம் கசங்கியிருக்கு, ஆனா அவ கையெழுத்து. அதப் படிங்க. என்னால அதத் திரும்ப படிக்க முடியறதுக்கு நீண்ட காலமாகும்."

இப்போதே விடியலுக்கு முன்னான மாலை. பலத்தின் உண்மையான மென்மையின் ஒவ்வொரு ஓட்டமும் நம்மைக் நனைத்துச் செல்ல அனுமதிப்போம். பின் விடியல் வரும்போது, எரியும் மௌனத்தை ஆயுதமாயேந்தி நாம் ஒவ்வொரு நீடிசையார்ந்த நகரின் வாசல்கள் வழியாகவும் நடைபோடுவோம். (ஆர்தர் ரைம்போ). நீ ஒரு நீண்ட துயரைக் கடந்து வாழவேண்டும். ஒரு துயர்மிகு தனிமை. சுரத்தின் முற்றுகை. ஒரு ஈரமான மௌனத்திற்கு பழகிக்கொள்ளவேண்டும். நிச்சலனமான சன்னலுக்கு. வெற்றுப் படுக்கைக்கு. நெரிசல்மிகு தெருக்கள் தன் போக்கில் போகவிட வேண்டும். இரைச்சலான டாக்ஸிகளும் கரந்திருக்கும் பயணிகளும். இந்த பொறுமையின்மையை ஏற்றுக்கொள்ள வேண்டும். மறக்கப்பட்ட ஆணியாக துருப்பிடித்து ஓரிடத்தில் தொக்கி. ஆனால் எப்போதைக்குமல்ல. ஒரே ஒரு வாழ்நாளுக்காயிருக்கலாம். ஒரு ஒற்றை வாழ்க்கை, உன்னுடையது, எப்படியும் நீ உண்மையில் வாழாத ஒன்றுதானே. அங்கே காலையின் எல்லைக்கப்பாற்பட்ட உன் பேச்சற்ற எதிரொலிக்காத குகையில். நீ சுவாசிக்கிறாய். உன் மை, தனித்துவிடப்பட்டு, இப்பொதெல்லாம் எழுத முடிவதில்லை. இருள் கவிகிறது. உன் கண்கள், ஒளிபுகாது, ஒன்றையும் கண்டடைவதில்லை. வெறும் நினைவுகள். உன் தொலைந்த கரங்கள் எதையும் அணைப்பதில்லை. மற்ற கரங்களைக் கூட. காலை இன்னும் வரவில்லை. ஒருவேளை ஒரு காற்று, ஒரு சூரியன், ஒரு சோடி உதடுகள் உனை விடுவிக்கலாம். நீ உன் பெயரைத் திரும்ப அடையலாம், உன் காதலரை, உன் கவிதையை, உன் குருதியை, உன் வருகையை போதலை. என்னோடு வா. காதலின்றி இந்த இன்மையை உன்னால் தாங்கவியலாது. ஒன்றாக நாம் பகலின் கதவை அகலத் திறப்போம்.

"இந்த மாதிரியான காலங்களில், எக்கச்சக்க பொய்யும் ஏமாற்றும் இருக்கையில" எலிசாவிடம் சர்க்கரையை நகர்த்தியபடியே சொன்னாள் வெரோனிகா, "சோலெதாதினது போன்ற மனப்பான்மைகள் ரொம்ப போற்றத்தக்கதா இருக்கு, இத்தகைய மனப்பான்மையப் பிடிச்சிட்டிருக்கவங்க மறைஞ்சுபோறது அவங்களோட மானுட அறிவுஜீவிப் பரிமாணங்கள அதிகரிக்கதான் செய்யுது. சோலெதாத் நமக்கு நடுவுல உழன்றா, மனித விடுதலைக்கான போராட்டத்தின் ஒவ்வொரு அம்சத்தோடும் வலியால

போராட்டத்தால பிணைக்கப்பட்டு, ஒரு கலைஞரா அவளது வாழ்க்கைக்கு முழுமையாகவும் தீவிரமாகவும் ஒப்புக்கொடுத்துக்கொண்டு. அவளது கல்லறை ஒரு வகுப்பறையா இருக்கணும்ன விரும்புறோம், ஒரு அச்சுக்கூடமா, மையும் காகிதமுமான ஒரு உயிருள்ள விஷயமா, சும்மா ஒரு பளிங்கு நினைவிடமா இல்ல. ஜூன் போராட்டங்கள்ல, அடிகள்ல, சித்ரவதைகள்ல அவளோட நண்பர்களா நாங்க வேண்டறது, 'வெகுசன ஊடகங்கள்'ல இருந்து அவளப்பத்தின அஞ்சலிக் குறிப்புகள் எல்லாத்தையும் அழிக்கணும், ஏன்னா அவங்க செஞ்சது எல்லாம் அவங்களோட சொந்த முடிவுகளுக்கு அவளப் பயன்படுத்திகிட்டதுதான்."

நம்மைப் போலிருப்பதைதான் நேசிக்கிறோம் மணலின் மேல் காற்றெழுதுவதை நாம் புரிந்துகொள்கிறோம் **(ஹெர்மன் ஹெஸ்ஸி)**. *நாங்கள் அம்முகத்தை எப்போதும் பார்க்கவில்லை. ஒரு வார்த்தையுமின்றி அவன் சிரிப்பதை நாங்கள் நினைவு வைத்திருந்தோம். நாங்கள் அக்கரங்களை எப்போதும் பிடிக்கவில்லை. ஆனால் அவற்றின் பின்தொடரும் தொடுகை ஒரு பழைய நண்பன். நாங்கள் அவ்வுதடுகளை எப்போதும் அறிந்திருக்கவில்லை. ஆனால் தூரத்து நதிகளிலிருந்து அவை எங்கள் நினைவுகளை முத்தமிட்டிருக்கின்றன. அவனது அலட்சிய நடை எங்கள் வாசல்வழி சோர்ந்து கடந்ததில்லை. அவனது தனிமையின் அந்திகள் வேண்டப்படாது எங்கள் அந்தரங்கப் படிகளில் ஏறியதில்லை. எங்களது சாதாரண வழமையான சடங்குகளின் மீது அவன் துக்கத்தின் பாசி என்றும் படிந்ததில்லை. ஆனாலும் அவன் வந்துவிட்டான். அவன் மொழியின் சிறகெடையொத்த குழலொலி மீட்டலை நாங்கள் பகிர்ந்துகொள்ளாவிட்டாலும் அவனது வணக்கத்தின் நாசி எதிரொலிக்கும் தூரத்தில் அமராவிட்டாலும்கூட. புதிதாய் ஒலிக்கும் அவன் சங்கின் மூச்சிழுக்கும் நீதிக்கதையை ஒருபோதும் சந்தேகப்பட்டதில்லை. அவனை அழைக்கிறோம்! அவன் இங்கு வந்ததேயில்லை! ஆனால் இப்போது அவன் திரும்பிவந்துவிட்டான்! அவன் நிழலுரு எங்கள் வீட்டின் ஒவ்வொரு மூலைமுடுக்கிலும் பழக்கத்தோடு அலைகிறது. அவை இருப்பதாக நாங்கள் கனவும் கண்டிராத மூலைகளை அவன் அடையாளங் கண்டுகொள்கிறான். இரவில் எப்போதும்போல தடுமாறி அலையும் அசைகளில் எங்களோடு பேசுவான். நட்சத்திரங்களின் நம்பிக்கைக்குரிய அமைதியின்கீழே முடிவின்மையில் பனிக்காலத்தில் காலங்கடந்து விழித்திருந்து பாதச்சுவடுகள் பதித்துவிளையாடும் குழந்தைகள்போல் நாங்கள் கதையடிப்போம்.*

"சோலெதாத் எப்பவும் இந்த கலாச்சார நிறுவனம் அப்டின்றத எதிர்த்தா. சுயபாராட்டுதல்கள், கரிச்சுக்கொட்டறது, பாராட்டால வாங்கற பாராட்டு, சராசரி உற்பத்தி, கேவலமான கருத்தியல் உருவாக்கம் இதெல்லாம் எரிச்சலேற்படுத்துற திராபையான விஷயங்களா இருக்க சின்ன 'கலைஞர்களின் உலகத்த'", வெரோனிகா தொடர்ந்தாள். "நேரம் வர்றப்போ அவங்க ஒவ்வொருத்தரோடயும் நேருக்கு நேர் மோதத் தயாரா இருந்திருப்பா, வார்த்தைகளாலும் துப்பாக்கிகளாலும் மனிதரோட சுதந்திரத்த பாதுகாக்க. *நம்ம நாட்டுல காதலிக்க விரும்புறதே ஒருத்தர புரட்சியாளர் ஆக்கிடும்*

ஏன்னா அதையே இங்க எல்லாத்தையும் மாத்தாம செய்யமுடியாதுன்னு **ஒருவாட்டி என்கிட்ட சொன்னா. அடிக்கடி தினசரி போராட்டங்களையும் கருத்தியல்களையும் பகிர்ந்துக்கற வேலைகளிலயே எங்கள அறியாமலேயே நாங்க தாக்கற அதே தீமைகளுக்கு பலியாகறதா குற்றஞ்சாட்டுவா."**

எலிசா தான்தான் கருஞ்சிறுத்தைத் தோலணிந்த ஒரு கிரேக்க துன்பியல் நடிகனைப்போல வேடமிட்டுக்கொண்டு நாடகத்தன்று இரவு லராய்னைக் கொன்றதாக ஒப்புக்கொள்ள விரும்பியிருப்பாள். அவள் ஆல்பர்ட்டோவை காப்பாற்றத் தாமதமாகிவிட்டது, சோலெதாதைக் காப்பாற்றுமளவு துணிவிருக்கவில்லை.

வைன், கவிதை அல்லது நல்விழுமியங்கள், நீ விரும்பியபடி. ஆனால் போதையுறு **(சார்லஸ் பாதலேர்)**. *அந்த குறிப்பிட்ட இரவை, கரத்தை, சுவரை அவன் மறந்துவிட்டான். ஒரு குறிப்பிட்ட மகிழ்ச்சிநிரம்பிய குழந்தைமையின் மதியத்தை மறந்துவிட்டான். ஒரு விளக்கை, ஒரு மேசையை, ஒரு புத்தகத்தை, தெற்கின் தூரத்து முகத்தை மறந்துவிட்டான். புதிதாய்ப் பெற்றதொரு ஊர்சுற்றிமோகத்தில், அவன் தன் இதயத்தில் தாகத்தோடு லின்னெட் பறவைகளோடு குக்கிராமங்களோடு மெல்லிய நட்பைக் காண்கிறான். இவை நினைவு விட்டுச்சென்ற இடங்களைத் தூண்டுகின்றன. இசை, மக்கள், கலகலப்பு, பிம்பங்கள், ஆறுதலற்ற இன்மை, போக்குவரத்து விளக்குகள், புகையிலை, நாணயங்கள், காஃபி வாசம். எல்லாம் இங்கிருக்கிறது, தூரத்தின் ஆடையணிந்து. இருந்தாலும், அவன் எழுந்து தன் தனிமையான* **யேர்பா மேட்** *தேநீரை அருந்தும்போது எதுவுமே மாறாததுபோல் தோன்றுகிறது. காலையின் பண்டைய மினுக்கலைக் கண்டுகொள்கிறான். அவன் எப்போதும் விடைபெறாததுபோல் உணர்கிறான். நாடுகடத்தப்பட்டபோதின் மெதுவான அரிப்பால் துன்புற்றதிலும் தெருக்களின் முடிவுறா ஊமைத்தனத்திலும் சோர்வுற்று, வீடுதிரும்புதலின் சத்தங்களுக்காக ஆங்காரத்துடனும் உயிருள்ளோரிடையே வாழ்ந்த வாழ்க்கையின் தலைசுற்றலுக்கும் ஏங்குகிறான். எனவே தன்னை அமைதியான ஏக்கதிலும் தன் சத்தமில்லாத பெட்டியின் ஒவ்வொரு இணுக்கையும் தயார்செய்வதிலும் ஆழ்த்திக்கொள்கிறான். பயணத்திற்கு எல்லாம் தயார்! அவன் பொருட்களை எடுத்துவைக்கும்போது ஒரு விசித்திரமான புன்னகை அவன் முகத்தில் படர்கிறது.*

அவளது இறுக்கமான சிகப்பு டிஷர்ட்டுக்கு கீழிருக்கும் பெரிய வட்டமான முலைக்காம்புகளைப் போல வழமையாக மிக அழகாகவும் விரைத்துமிருக்கும் வெரோனிகாவின் முகத்தில் எலிசா கண்ணீரைப் பார்ப்பது அதுதான் முதல்முறை.

"நான் அவள கடைசிவாட்டி பாத்தப்ப, நாங்க ஒண்ணா இருந்த கடைசிவாட்டி, பள்ளிக்கூட அரங்கத்தில நாங்க பண்ண முட்டாள்தனமான திமிரெடுத்த விஷயத்துக்கு முன்ன." வெரோனிகா விம்மினாள், "சோலெ என்னால என்கிட்ட சொன்னத என்னால எப்போவும் மறக்கமுடியாது: *நான் பண்றது முழுக்க உண்மையான விஷயம்னு , அதோட ஒருநாள், எனக்கு தெரியாமலேகூட, நான் சந்திக்காத நான் எப்போவும் சந்திக்கப்*

போகாத ஒருத்தர் என்னோட கவிதைய படிச்சி என்னோட பிணைஞ்ச ஒரு உணர்வ உணர்வாங்கன்னு நம்புறேன்."

வெரோனிகா உடைந்தழுதாள், அவள் பயங்கரமாக நடுங்கத்தொடங்கியதில் எலிசா தான் எடுத்துக்கொண்ட அமைதியாக்கும் மருந்துகளையும் தாண்டி பதற்றமாக உணரத்தொடங்கினாள். வெரோனிகாவுக்கு அருகே ஓய்விருக்கையில் அமர்ந்தாள். அவளது கையைப் பிடித்துக்கொள்ளும்போது, கன்றி உப்பிய சதையில் புதைந்திருக்கும் அவள் நகங்களில் சில, சதை வரை கடித்திருக்கப்பட்டிருப்பதை பார்த்தாள். ஒரு நீண்ட வீச்சிற்குப்பிறகு, வெரோனிகா சற்று அமைதியாகி கன்னத்தில் வழியும் கனத்த கண்ணீரினூடே சோகமாக சிரித்தாள். அவளது முகமும் கழுத்தும் நீண்ட தூரம் தடகளவிளையாட்டில் ஈடுபட்டதுபோல விரைத்தும் சிவந்துமிருந்தது. கேணைத்தனமாக சிரித்தபடி, கரகரப்பான கிட்டத்தட்ட கேட்கவியலாத ஒரு குரலை தான் சொல்லத்தொடங்கியதை முடிக்க வரவழைத்துக்கொண்டாள்.

"நீண்டகால நோக்கில், எலிசா, மனித மனங்களின் புயலான மறைக்கப்பட்ட நாட்டம் நம்பிக்கையைவிட முடிவற்ற ஒன்று. ஒருவேளை காதல் காலத்தையும் தாண்டி வாழக்கூடியது."

திரும்பிப்போவது அந்த வாதையை ஏற்குமளவு பொருளுள்ளதே, நாம் மாறிவிட்டிருந்தாலும் (செசார் பவேஸ்). இவ்வளவு காலம் கழிந்த பின் திரும்பிச் செல்வது எவ்வளவு இனிமையானது. நம் மக்களை பொறுமையற்ற மகிழ்ச்சியுடன் கட்டிக்கொள்ள. எல்லாவற்றையும் வித்தியாசமாக பார்க்க. பின் திடீரென நாம் போகவே இல்லையென உணர்ந்துகொள்ள.

அந்த இருவரும் தங்கள் வாழ்வின் முடிவுரைகளை நம்பிக்கையின்றி வாழ மறுத்தனர். டோடோ அசுவாகா ஓக்லஹோமாவில் தன் வேனிற்கால வகுப்பை நேரத்திற்குத் தொடங்கினான் ஃப்ரான்சிஸ்கோ ஹாவியர் கோன்சலேஸ் இரும்புக்கரம் கொண்டு வழிநடத்தியபடி கொர்ரியந்தெஸின் தரைப் படையணியின் தலைமைப் பொறுப்பிலேயே இருந்தார். டோடோ குடி, சிகரெட்டுகள், கொழுப்புணவுகளைத் தாறுமாறாகப் பயன்படுத்தினான், எந்த விளையாட்டையும் பயிலவேயில்லை. மறுபக்கம் ஜெனரலோ, புகையிலையைத் தவிர எந்த தவறான பழக்கத்தையும் கொள்ளவில்லை. எந்த தீயப்பழக்கமும் அற்றவராக அவர் தினம் ஒருமணிநேரம் உடற்பயிற்சியும் ஆவிக்குளியலும் செய்தார், அடிக்கடி குதிரை ஓட்டம் பழகினார், தனது விமானத்தை மிகத் திறமையாக ஓட்டினார், எடையை குறைவாகவே வைத்துக்கொண்டார், காதலற்ற விதவையானவராக எப்போதாவது ஈடுபடும்போதும் மறக்காமல் ஆணுறை பயன்படுத்தினார். அதேநேரம் டோடோவின் உடலோ கொஞ்சம் கொஞ் சமாக அழுகிக்கொண்டிருந்தது, அவனது ஆன்மாவையும் கீழிழுத்துக் கொண்டு, துல்ஸாவின் அறுவைசிகிச்சையாளர்கள் அவன் காலை வெட்டி எடுத்துக்கொண்டிருக்க அவன் ஆன்மா அரிக்கப்பட்டுக்கொண்டிருந்தது.

கோன்சலேஸ் அப்படியல்ல. அவர் எளிமையாக தன்னை சுட்டுக் கொண்டார். காவலில் அளிக்கப்பட்ட அற்புதமான கவனத்தையும் காவல் மருத்துவமனை அவசர சிகிச்சைப் பிரிவின் ஆகச்சிறந்த

அவசர சிகிச்சையும் தாண்டி 'விளக்கமுடியாத உள் ரத்தக்கசிவால்' சவப்பெட்டியில் வீட்டுக்கு அனுப்பப்பட்ட இளம் கவிஞர் சோலெதாத் மோன்தோயா குந்தரைப் பற்றிய மயிர்கூச்செரியும் தலைப்புச்செய்திகளும் விவரமான புகைப்படங்களுமாக கொர்ரியந்த்தெஸின் ஒரே மாலைச் செய்தித்தாள் நகரமெங்கும் இறைத்துக்கொண்டிருந்த அதே இரவில். யாரும் சவப்பெட்டியை திறக்கவோ உடற்கூராய்வு செய்வது பற்றிப் பேசவும்கூட அனுமதிக்கப்படவில்லை.

கோன்சலேஸ் தீர்க்கமுடியாத ஒரு நோய்க்கு ஆளாகியிருந்ததே அலுவல்பூர்வமான அறிக்கையில் தற்கொலைக்கான காரணமாக சுட்டப்பட்டிருந்தது. இருந்தாலும் அவர் தங்கை மகள் சமூகவியல் துறையில் எல்லாரிடமும் அவர் சோலெதாதின் குடும்பத்திடம் அவள் காவலிலிருந்து பாதுகாப்பாகவும் நலமாகவும் வெளிவருவாள் என உறுதியளித்திருந்ததால் அவள் மரணத்தில் ஏற்பட்ட கூர்மையான அவமானமும் கௌரவமிழப்புமான உணர்வுகளே அப்படி நடந்துகொள்ளக் காரணமென சொன்னாள்.

குந்தர் தன் பெயர்கொண்டவரின் உடல் முழுச் சீருடையில் கிடத்தப்பட்டிருப்பதை பெருமிதத்துடன் காண விரும்பியிருப்பான், ஆனால் சவப்பெட்டி ஏற்கனவே அடைக்கப்பட்டு நீல வெள்ளை அர்ஹெந்தீனிய கொடியால் மூடப்பட்டு மாநில ஆளுநரின் ஃபெப்ருவரி 30 அறைக்கு மாற்றப்பட்டிருந்தது. அன்று மதியமே சனாதிபதி பைகோனால் கையெழுத்திடப்பட்ட ஆணையின்படி கோன்சலேஸ் மரணத்திற்குப் பின்பு பதவி உயர்த்தப்பட்டு வட்டார ஜெனரலாக முழு மரியாதையும் வழங்கப்படுவார் என்று அறிவிக்கப்பட்டது.

சவரக்காரர்கள் சங்கத்திலிருந்து ஒரு அலுவலர் அழைத்ததை அமபோலா தன் அண்ணனிடம் தெரிவித்தாள். தரைப்படை அலுவலகம் சங்கத்தை அழைத்து ஜெனரலுடைய தனிப்பட்ட நண்பர்கள் சார்பாக உரையாற்ற யாரையாவது அனுப்பும்படி அழைப்புவிடுத்திருந்தது, சங்கத்து ஆளைப் பொறுத்தவரை இறந்துபோன சனாப்ரியாவுக்குப் பதிலாக இத்தகையதொரு நிகழ்வில் பங்கேற்க பொருத்தமான ஒரே நபர் அவரது மனைவியின் சகோதரர்தான், அவரும் இப்போது கொர்ரியந்த்தெஸில் இருக்கிறார்.

"அவங்களுக்குப் பைத்தியம்." குந்தர் வியப்பில் கத்தினான். "என்னால கூட்டத்துக்கு முன்ன பேச முடியாது, நான் செர்ரோ ரசிகன் கூட கிடையாது."

தாமதமாகிக் கொண்டிருக்கிறது. இறுதிச்சடங்கு நான்கு மணிக்கு, அதிகாரபூர்வமான ஊர்வலம் மாளிகையிலிருந்து குறைந்து ஒருமணிநேரம் முன்னர் கிளம்ப திட்டமிடப்பட்டிருந்தது. குந்தர், அமபோலா, சங்கத்து நபர் மூவரும் நேராக கல்லறைக்குச் செல்ல முடிவெடுத்தனர். வால்வோவில் அல்ல, சவரக்காரரின் கலகலத்த பழைய ப்ரெஸிலிய ஹோர்க்ஸ்வேகனில். தூசு சூழ்ந்த கடகடக்கும் பயணம் முழுக்க சவரக்காரர் குந்தரை கூட்டத்தின் முன் பேசும்படி அறிவுறுத்திக்கொண்டே வருகிறார். இதுதான் அவர் வாழ்க்கையின் மிக முக்கியமான தினம் எனும்படிக்கு

காதுபிளக்கும் குரலில் விவாதிக்கிறார். மறுபுறம் அமபோலாவோ தனது இனிய நீலக் கண்களின் கெஞ்சும் பார்வைகளை வீசுகிறாள்.

கல்லறைப் பக்கமாக நிறுத்திவிட்டு தேவாலய வாசலுக்கு நடந்துசெல்கின்றனர். இருபுற நடைபாதைகளிலும் நிறைய பேர் கூடியிருக்கின்றனர். விடுவித்தவரான சான் மார்ட்டினின் பரந்த நிழற்சாலையில் ஒரு கௌரவக் காவலரும் தரைப்படை இசைக்குழுவும் இறுக்கமான ஒழுங்கமைவில் நின்றபடி விறைப்பாக பொறுமையற்று ஆயுதங்களை ஏந்தி (இதுபோன்ற சமயங்களில் வழமையாக வாசிக்கப்படும் சோப்பின் பாடலைவிட ஹோராக்ஸ்வேகன் வானொலியின்படி ஜெனரலுக்கு பிடித்தமானதான) பீத்தோவனின் இறுதியூர்வலப் பாடலைத் தொடங்கக் காத்திருந்தனர். மென்மையான இளம் கட்டாயப் படையணியாலான ஒரு பிரிவினர் தங்கள் மறைந்த தலைவருக்கு மரியாதை செலுத்தும்விதமாக கத்திமுனை கொண்ட துப்பாக்கிகளை உயர்த்திப் பிடித்திருந்தனர். சில வீரர்களின் கன்னங்களில் கண்ணீர் வரியாக ஓடியிருந்தது.

“பிதற்றல், கடவுளே போய்சேர்ந்துட்டதா தோணும்.” தன் சகோதரிக்கும் அந்த சவரக்காரருக்கும் இடையே இரண்டாவது வரிசையில் நின்றபடி சொன்னான் குந்தர்.

பூக்களால் மூடப்பட்ட பாடையின் பின்னே நடந்து கௌரவக் காவலர் கடைசியாக வருகிறார். *எட்டு கறுப்புக் கிடாக்குதிரைகளும் எட்டு வெண்புரவிகளும் இழுத்துச்செல்லும் ஒரு ஊர்தியில் ஃப்ரான்சிஸ்கோ ஹேவியர் கோன்சலேஸின் உடல் கடந்துசெல்கிறது. இரண்டாவது இசைக்குழுவொன்று ப்ளோக்கின் நாட்டுப்புற மேய்ச்சல்நிலத்து மெல்லிசைப் பாடல்களின் வரிசையை இசைக்கிறது. ஒரு தரைப்படையணி ஊர்தியோடு நடந்துசெல்ல, பின்னே ஆளுநரும் மற்ற திருச்சபை தலைவர்களும் அணிவகுக்கின்றனர். மேலும் அணி கமாண்டர்களும் செய்தித்தாள் அதிபர்களும் நீதிபதிகளும் முக்கிய பிரபுக்களும் எண்ணற்ற அதிகாரிகளும் சபையினரும் மற்றோருமாகிய கூட்டம் நடந்துசெல்கிறது. குந்தர் தான் சவப்பெட்டிக்கு பூக்கள் வாங்கியிருக்கலாம் என நினைத்துக்கொள்கிறான், ஆனால் ஒரே நாளில் இரண்டு அடக்கங்கள் கொஞ்சம் அதிகம்தான். இரண்டாவது இசைக்குழுவின் சத்தம் கேட்டு லேசாய் அதிர்கிறான், பர்ரியோஸின் ஒரு இசைக்கோர்ப்பை வாசிக்கும் இந்தியத் தாரைவாசிப்பவரின் உலுக்கும் தாளம்.

தரைப்படை வீரர்கள், கோன்சலேஸின் மகள் படிக்கும் கான்வென்ட் பள்ளியின் மாணவிகள், அவரது மகன்கள் படிக்கும் திருச்சபைப் பள்ளியின் மாணவர்கள் என மூன்றடுக்குகொண்ட முடிவற்ற வரிசையால் இறுதியூர்வலம் பின்தொடரப்பட்டது. ராணுவத்தினரின் மிடுக்கான தொழில்முறையை ஈடுசெய்ய முயல்வது போல மாணவர்கள் தங்கள் கஞ்சியிட்ட சீருடைகளில் அமைதியாக நடைபோட்டனர். சார்மியந்தோ சரியாகத்தான் சொன்னான் என குந்தர் முணகுகிறான், அவன் டோமின்குய்ட்டோவின் மரணத்தைப் பற்றி பராகுவேக்காரர்களும் கவுச்சோக்களும் போரைத் தவிர எதற்கும் லாயக்கில்லை என்று குறிப்பிட்டதை.

ஊர்வல மைதானத்தில் நான்கு இறுதிச்சடங்கு வளைவுகள் எழுப்பப்பட்டிருக்கின்றன. மரணமின்மை என எழுதப்பட்ட ஒன்றின் கீழே கோன்சலேஸின் சவப்பெட்டி பனை, புன்னைக் கிளைகளால் அலங்காரிக்கப் பட்டு கிடத்தப்பட்டிருக்கிறது. அருகிலிருக்கும் சதுக்கமும் வீடுகளும் பதாகைகள் கொடிகள் மண்டிக்கிடக்கின்றன. அருகாமையிலிருக்கும் சிறை மற்றும் மற்ற கட்டிடங்களின் பலகணிகள் குறிப்பிடத்தக்க சீமாட்டிகளாலும் குறிப்பிடவியலாத கனவான்களாலும் நிரம்பிக்கிடக்கின்றன. பகட்டான கந்தல்கள் சூடிய அகந்தைபிடித்தக் கேவலமானவர்கள். அந்தி நகரத்தின்மேல் படிகிறது, விளக்குகள் தெருக்களை, பொதுக் கட்டிடங்களை, மேலடுக்கின் வீடுகளை ஒளிர்வூட்டத் தொடங்குகின்றன. இரவு வானில் வானவேடிக்கைகள் ஒளிர்கின்றன; சுவர்க்கத்தின் கூரை உற்சாகமான ஆல்டெபாரான்சின் ஆண்ட்ரோமெடாசினதொரு தோட்டம்.

அமபோலாவும் அந்த சவரக்காரரும் கண்ணீர்விடுமளவு நெகிழ்ந்து விட்டனர். குந்தர் ஒரு கடூரமான சிரிக்கும் தூண்டுதலை உணர்கிறான், ஆனால் அவனது கண்கள் திடீரென அடக்கக் குழுவின் முதல் வரிசையில் கவனம் செலுத்த அதிலிருந்து கவனம் சிதறுகிறான்: தொப்பையுள்ள ஆளுநர், கர்னல் அலெஹாந்திரினோ சர்ரியா–கிரோகாவால் திருப்பி அனுப்பப்பட்ட அமைச்சர்கள், ஒரு ஜெனரல்கள் படையும் வெள்ளைக்கார குடிமகன்கள் கூட்டமும், அதிகாரிகளாயிருக்கலாம், அவர்களிடையே குறிப்பிடும்படி யூ.எஸ். தூதரைக் காணவில்லை. ஆனால் அவனது கவனத்தைக் கோரியது ஒரு வெள்ளைமுடிகொண்ட ஆயர், கிட்டத்தட்ட அவனளவு உயரமாக, குவாய்ராவின் ஒக்கர் குன்றுகளில் மின்மினிகளும் சில்வண்டுகளும் நிரம்பிய அந்தியைப் போல கடினமாகவும் புதிராகவும்.

அப்போதுதான் அவன் சவரக்காரரின் பேசுவதற்கான அழைப்பை ஏற்க முடிவெடுக்கிறான்.

பேசுவதற்கான அவனது முறை கடைசிக்கு முன்னது. கோன்சலேஸ் குடும்பக் கல்லறையை சுற்றி காவல்துறையினர் தடுப்பிட்டிருந்தாலும் கரும் மேகமடர்ந்த வானின்கீழே வியர்வையிலூறியபடி கூட்டம் இன்னும் நெருங்கிக் காணவேண்டி முட்டுகிறது. ஒரு மெல்லிய தூறல் விழத்தொடங்குகிறது.

குந்தருக்கு ஒரு இரங்கலுரை எப்படி வழங்கவேண்டுமென எதுவும் தெரியாது. சவப்பெட்டிக்கு அருகே நின்று பேசுமாறு சவரக்காரார் தள்ளுகிறார். அரசு செய்தி நிறுவனங்களின் ஒளிவெள்ளத்தில் நனைந்தபடி செருமிக்கொண்டு ஒரு பானத்திற்கு ஏங்கியபடி வாயைத்திறந்து தொடங்குகிறான்.

"என் பெயர் ஃப்ரான்சிஸ்கோ ஹாவியர் குந்தர், இங்கே ஜெனரலின் அணுக்க நண்பர்களின் சார்பாக பேசவந்திருக்கிறேன். அவரை வாழ்க்கையில் ஒரே ஒருமுறைதான் சந்தித்திருக்கிறேன், ஆனால் எங்கள் பெயர்கள் ஒன்றாக இருந்தன."

ஒவ்வொரு உரையும் ஒரு நகைச்சுவைத் துணுக்கோடு தொடங்க வேண்டும் என்று நம்பியபடி சுற்றிமுற்றிப் பார்க்கிறான். கூட்டத்தின் மங்கிய

முகங்கள் இது கவிழ்த்துவிட்டதைச் சொல்கின்றன. ஒரு பொருளாதார நிபுணரின் முகமூடியை அணிந்துகொண்டு தொடர்கிறான்.

“தனிப்பட்ட தகவல்களை தவிர்க்கவிரும்பினாலும், ஜெனரல் கோன்சலேஸ் எனது குடும்பத்துடனான தன் நட்பில் உறுதியாக இருந்தார் என்பதைச் சொல்வேன். ஒருவேளை அதனால்தான் அவரது நண்பர்கள் அந்த நேசிப்பின் நம்பிக்கையின் பிரமாணத்தை திருப்பி அளிக்க வேண்டி என்னை உங்கள் முன் இன்று நிறுத்தியிருக்கிறார்கள். இதை முழுமனதாக செய்கிறேன், எனது உண்மையான இரக்கத்தையும் ஆழ்ந்த துக்கத்தையும் இரண்டாவது முறையாய் அனாதையாகியிருக்கும் அவர் குழந்தைகளுடனும், அவரது குடும்பத்தினருடனும் தோழர்களுடனும், அவர் உற்சாகமாய் உபயமளித்த செர்ரோ அணியின் ரசிகர்களுடனும் அவர் தன் வாழ்க்கையை அக்கறையோடு பகிர்ந்துகொண்ட எல்லோருடனும் பகிர்ந்துகொள்கிறேன். என் சொந்தக் குடும்பத்திற்கு எப்போதைக்கும் துக்கம் கடைபிடிக்கும் நேரமாகிவிட்ட இந்த நாளில் அவரால் முடிந்தளவு எங்களுக்கு உதவ எல்லாவற்றையும் செய்த ஜெனரல் கோன்சலேஸ் மீதான எனது எளிய மானுட வியப்பை வெளிப்படுத்திக்கொள்கிறேன். குவாசு பாசறையில் எங்கள் சந்திப்பு என்னை ஆழமாக பாதித்தது, மேலும் எனது சகோதரி மகளை மரியாதையோடு நினைவில் வைத்திருக்கும் யாவரும் ஜெனரலின் பிம்பத்தைத் தங்கள் இதயத்தில் எப்போதைக்கும் சுமப்பார்களென உறுதியாக நம்புகிறேன். இங்கிருக்கும் நம்மில் பலரும் சில விஷயங்களை அறிந்துகொள்ளக்கூடும் என்பதற்காக இந்த இருவரும், என் சகோதரி மகளும் ஜெனரல் கோன்சலேஸுடம், மிகப்பெரிய விலையைக் கொடுத்திருக்கிறார்கள். இதை சவரக்காரர்கள் சங்கத்தின் பிரதிநிதியாக அல்ல ஒரு தனிப்பட்ட சாட்சியாகவே சொல்கிறேன். இதை எந்த நிறுவனத்தின் சார்பாகவும் சொல்லவில்லை, நான் தலைவராக இருந்தேன், உங்களுக்குத் தெரியுமல்லவா, அதையும் சேர்த்துதான். இன்று காலை அதிலிருந்து என்னை விடுவித்துக்கொண்டேன்; பராகுவேவிற்குத் திரும்புகிறேன், இங்கே உபயோகமான ஒரு பொறுப்பில் சேவையாற்ற முடியுமென நம்புகிறேன். அரசியல் என்னை எப்போதும் ஈர்த்ததில்லை, சனாதிபதியாகி தேசிய கீதத்திற்கு சில ஆண்டுகள் நடைபோடும் ஒற்றைக் குறிக்கோளுக்காக தங்கள் வாழ்க்கைகளை மோசமாக தியாகம் செய்கிற அரசியல்வாதிகளை நான் எப்போதும் புரிந்துகொண்டதுமில்லை. நாற்பது கோடி லத்தீன் அமெரிக்கர்களின் பெருங்கூட்டத்திடையே ஒரு எளிய அடையாளங்களற்ற குடியுரிமையைவிட எனது மதிப்பில் எந்த சனாதிபதி பதவியும் எப்போதும் நிறைவுதருவதாயிருக்க முடியாது. எனது நாடு என்பதால் நான் பராகுவேவிற்குத் திரும்புகிறேன். இதை இப்போதே இன்னும் மழை அடிக்கத் தொடங்கும்முன் முடித்துக்கொள்வது நல்லது.”

அதுமாதிரியே மக்கள் தங்கள் குடைகளை விரித்துக்கொண்டிருக்கின்றனர், தங்கள் மழைக்கோட்டுகளின் கழுத்துப்பட்டைகளை உயர்த்திவிட்டுக்கொண்டு அருகிலிருக்கும் கல்லறைகளின் சிறிய கொடுங்கைகளுக்குக் கீழே இடம் தேடுகிறார்கள். கொர்ரியந்தெஸ் கால்பந்தாட்டக் கழகத்தின் பிரதிநிதி ஒருவர் இன்னும் பேசவிருக்கிறார். சடங்குகள் தடையின்றி தொடர்கின்றன. எருதுச் சண்டைகள்

இருக்கின்றன. பழைய காலனிய விளையாட்டுகள்போல அலங்கார முகமூடியணிந்த உருவங்கள் குதிரைச்சவாரி வருகின்றன, பலகுரல்களால் பாடப்படும் மெல்லிசைகளுக்கு ஏற்ப சுற்றி மூலைகளில் திரும்பியபடி. சராசியர்களாகவும் இந்தியர்களாகவும் ஆடையணிந்த, அலங்காரமாக சேணமிடப்பட்ட குதிரைகளில் அமர்ந்திருக்கும், ஐம்பது ஆட்கள் வெள்ளிக் கொக்கியில் தொங்கிக்கொண்டிருக்கும் நாடா சுற்றிய மோதிரத்தைப் பறிக்கப் போட்டியிடுகின்றனர். ஒவ்வொரு ஆட்டத்தின் வெற்றியாளரும் மோதிரத்தை உணர்ச்சிப் பெருக்கோடு ஒன்பது நாள் பிரார்த்தனைக்காக கூடியிருக்கும் மணப்பெண்களில் ஒருவரிடம் உணர்ச்சிப் பெருக்கோடு கொடுக்கின்றனர், அவர்கள் அதை நாடாவைப் பிடித்துப் பெற்றுக் கொண்டு தனது ஆடையின் கழுத்து வளைவுக்குள்ளே போட்டுக் கொள்கின்றனர். ஆளுநர் ஆயரிடம் திரும்பி திமிர்கொண்ட மோசமான நகைச்சுவை உணர்வோடு சொல்கிறார்: *நித்தியம் என்பது முழுக்க இயல்பானதொரு கருத்தாக்கம், ஒத்துக்கமாட்டீங்களா மதிப்பிற்குரியவரே?* ஆயர் மர்மமான புன்னகையோடு ஆமோதித்து தலையசைக்கிறார். *சரிதான் கனம்பொருந்தியவரே. உடலின் மறுஎழுச்சி, ஒரே உடலோட இருமுறை உறவுகொள்றத விட அதிசயமான விஷயம் ஏதுமில்ல.* அரசாங்க அமைச்சர்களுள் ஒருவரின் கவர்ச்சிகரமான அழகான கன்னி (அல்லது கிட்டத்தட்ட) மகள் போட்டியிலிருந்து கண்ணை எடுக்காமல் ஆளுநர் பக்கமாக சாய்கிறாள். *மேன்மைமிக்கவர் என்ன சொன்னீங்கன்னு கேட்கலாமா?* அதற்கந்த குண்டு மனிதர் தனது பதிலை ஊதிச் சொல்கிறார். *ஒண்ணுமில்ல செல்லம். ஒரு அழகான மூச்சடைக்க வைக்கற இப்படியொரு இறுதிச்சடங்குக்கு நடுவில உன்ன ஈர்க்கக்கூடிய எதுவும் இல்ல. நம்ம நோக்கி பாஞ்சு வர அந்த இந்தியக் குதிரைவீரன பாரு!* ஒரு செம்பழுப்புக் குதிரையின் மேல் அம்மணமாக வியர்வை மினுமினுக்க நின்றபடி க'ஆய்குவா முறைப்படி பச்சைகுத்திய சிறகணிந்த குதிரைவீரன் ஆளுநர் இருக்கையை நோக்கி முன்னேறிக்கொண்டிருக்கிறான். அம்மிருகத்தின் கண்மூடித்தனமான முன்னோக்கிய ஓட்டத்தில் அதன் வால் எரிநட்சரத்தின் வாலைப் போல பின்பக்கம் பறக்கிறது. ஒல்லியாக, பெரிதாக, மிருகத்தின் மேல் நேராக நின்றபடி, உடலும் சதைகளும் லிங்கமும் விரைப்பாக, அந்த பூர்வகுடி வீரன் நீட்டியிருக்கும் கையில் ஒரு நீளமான தேங்காய் பனை முள்ளைப் பிடித்திருக்கிறான் அதில் ஒரு உயிருள்ள சிகப்பு மோதிரம் காற்றினூடே நெளிந்து திரிகிறது. கடிவாளமிடப்படாத அந்தக் குதிரை தன் ஓட்டத்தை மட்டுப்படுத்துகின்றது. அதன் குளம்புகள் இப்போது இசையின் தாளத்துக்கு எதிரொலிக்கின்றன, பார்ரியோஸிற்கு, பீத்தோவனுக்கல்ல. அதன் நாசி இரு பர்ப்பிள் வண்ண நீராவி தெறிக்கும் உயரமூத்த நீர்ப்பாய்ச்சல்களைப் போல அதன் பக்கவாட்டில் கனத்த புகைவளையங்களைப் போல் தாக்கி, அதன் எரிநட்சத்திர வாலை மேலும் கீழுமாக ஆட்டி அவனுக்கு ஏதோ தொன்மங்களிலிருந்து வரும் கருஞ்சிறுத்தைத் தலை குதிரை பூதத்தின் பயங்கரமான தோற்றத்தைக் கொடுத்தது. கோபம் நிரம்பியவராக ஆளுநர் எழுந்து நின்று தனது காவலர்களிடத்தே, காற்றைத் தனது வாள் கைத்தடியால் கிழித்தபடி கத்துகிறார். *பீல்செபப்! சாத்தானே! இப்படி திமிரா நடக்க தைரியமுள்ள இந்த காட்டுமிராண்டி யாரு! காவலர்களே!*

'மயிர்–காலர்களா! துப்பாக்கி வீரர்களா! 'குரங்குத்–தலையர்களா! உடனே வாங்க! மனித–கருஞ்சிறுத்தை–தலையுடைய குதிரையுடல் வீரன் மேடைக்கு எதிரே இரு கால்களில் எழுந்து நின்று காற்றை முன்கால் குளம்புகள் கூரிய நகங்கள் போல் கிழிக்கிறது. மனிதப் பகுதி முன்னே சாய்ந்து ஆளுநர் முகத்தில் பாம்பைப் போடுகிறது. *சுடுங்கடா முட்டாள்களா!* அவர் ஆணையிடுகிறார், வெறியாலும் பயத்தாலும் அவர் குரல் உடைந்திருக்கிறது. *சுடுங்கடா, துப்பாக்கி வெச்சிருக்க தவறிப் பொறந்த கட்டிகளா!* ஆளுநர் திடீர் அமைதியில் கட்டுப்பாடிழந்து திமிறி கத்துகிறார். கடைசியாக துப்பாக்கிகள் வெடிக்கின்றன. தோட்டாக்களின் மெல்லிய சீழ்க்கையொலி காற்றில் கோடிழுக்கிறது. துப்பாக்கிப் புகைமேகங்களிடையே குதிரைக்காரனின் பற்கள் தெரிகின்றன. தூறலிலும் அதிகரிக்கும் இருளிலும் அவனது பச்சைகள் மின்னுகின்றன. அதே தென்னை பனை முள்ளால் அவன் தனது பித்தளைத் தோலை தொண்டையிலிருந்து வயிறு வரை கிழித்து தனது மெழுகு முகமூடியை கொட்டும் சிறகுகள் செதில்களிடையே கழட்டிவீசுகிறான், கிறிஸ்து ஏவாள் மற்றும் காட்டின் ஒரு பிணைவு. கிட்டத்தட்ட வெண்மையாய் வெளியிருக்கும் அவள் தோள். வெள்ளைநிறம் அவள் கண்கள். கருஞ் சிறுத்தை–கிறிஸ்து, நீண்டும் நாசரேத்தியதாகவும் அவள் கூந்தல். சோலெதாத் மோன்தோயா சனாப்ரியா குந்தர், அன்று காலை அங்கே புதைக்கப்பட்டவள், அவர்கள் முன் நிற்கிறாள்! ஸ்பானிய அல்லது ப்ரேஸிலிய அடிமை வியாபாரிகள் எவரும் எப்போதும் அடக்கமுடியாத, கையாகுவா குவலாச்சியின் தலைவி–குறிசொல்லி–சூனியக்காரி. *நீர் ஒரு சூனியக்காரியை வாழ அனுமதிக்கலாகாது!* ஆளுநரின் அறுபட்ட கிறீச்சொலி கேட்கிறது. *குன்யா*–இளவரசன், பெண்–இளவரசன், இருபால் *கரய்* அவளது குதிரை இப்போது ரத்தினத்தாலான கருஞ் சிறுத்தையாகியிருக்கிறது, அதன் தந்தக் கோரைப்பற்கள் சிகப்பான ஈரமான திறந்திருக்கும் மோவாய்க்கு முரணாய், அதன் தோலிலிருக்கும் புள்ளிகள் நிலவின் முழுமையில் உலோகத்தனமாய் மினுங்கியபடி. கொர்ரியந்தெஸின் பேராயர் அந்த மின்னும் தோற்றத்தின் முன் மண்டியிட்டு தனது மார் சிலுவையை சோலெதாதின் பிரகாசமான காயமுற்றிருக்கும் உடலைநோக்கி பயபக்தியுடன் நீட்டுகிறார், அவ்வுடலிலிருந்து தொப்புளின் எல்லா சுவடுகளும் மெதுவாக மறைகின்றன. ஆளுநர் ஆணைகளை ஊளையிடுகிறார், அர்த்தமில்லாத கூச்சல்கள், கருஞ்சிறுத்தை உறுமும்போது கீச்சிடும் சுண்டெலி. துப்பாக்கிகளின் புதிய சரமாரிப் பொழிதல். அந்த அம்மணக் கவிஞர் விரல் சொடுக்குகிறாள், ஒற்றைப் பாய்ச்சலில் பயத்தில் கிடக்கும் மேடையின் மேல் எரிநட்சத்திரமாய் பறக்கிறது கருஞ்சிறுத்தை, ஒரு எரிநட்சத்திரத்தின் வடிவெடுத்து, ஆற்றைத் தாண்டி வானில் கோடாய் மின்னும் ஒரு எரிநட்சத்திரமாக ஆகி, கிழக்கு மலைகளின் மேலிருக்கும் வளிமண்டலத்தில் ஏதுமின்றி சிறுத்து மறைகிறது.

13

பல வருடங்கள் கழித்து இளமையின் பொய்த் தோற்றங்களின் இழப்பு அவளைப் பழைய சார்லி பார்க்கர் பாடல்களில் மயங்கியபடி இருக்கும் சோம்பேறித்தனமான மதியங்களுக்கும் டான் அலெஹாந்திரினோவின் தோட்டச் செடிகளோடு உலாவவும் வெரோனிகாவின் குழந்தைகளுக்கு சில ஆங்கிலத் துணுக்குகளை கற்றுத்தந்தபடி இருக்கும்படியும் விட்டுவிட்டபின், எலிசா இன்னும் அந்தக் கதையின் இழைகள் மாட்ரிடில் ஒன்றிணைய விதிக்கப்பட்டிருந்தாய்தான் நினைத்துக்கொள்கிறாள்.

அந்த 1982 பனிக்காலத்தின் இறுதியில் குந்தர் தம்பதியினர் வாஷிங்டனுக்கு சிலநாட்களுக்குத் திரும்பி தங்கள் மகளை கல்லூரி முதற்பருவத்தில் இருத்திவிட்டு அவர்களது வசதியான வீட்டை ஒரு நிலத்தரகரிடம் கையளித்துவிட்டு பராகுவேவிற்கு விமானச் சீட்டு (இம்முறை ஒருவழிப் பயணத்திற்கு) வாங்கினர். இருந்தாலும் முதலில் ஐரோப்பா சென்று சுற்றிச்செல்ல வேண்டினாள் எலிசா. பாரிஸ் வேண்டாமென எண்ணினாள். காஸ்டியெவிற்கு. காசா தெ காம்போவின் பாப்லர் மரங்கள் பின் ஆகஸ்டில் தங்கள் வண்ணங்களின் சிறப்பில் இருக்காது, ஆனாலும் அங்கே போவது ஒரு அழகான கிறுக்குத்தனமாக இருக்கும், மச்சாதோ கைதட்டிப் பாராட்டியிருக்கக் கூடிய ஒரு தூண்டுதலுற்ற சிறிய முட்டாள்தனம், தென் கோளத்தின் பலவீனமான குளிரான வசந்தத்தில் ஒரு சுரங்கம் வழி நுழைவதுபோல மாட்ரிட் வழியாகச் செல்வது, அந்தச் சுரங்கத்திலிருந்து கைகளில் கசப்பும் கண்களில் நினைவுகள் தீர்ந்து வெளிவருவது. தான் குறிப்பிட்ட சூழல்களில் வாழ்வதைக் கற்பனை செய்துபார்க்கும் நபரல்ல எலிசா, அவள் மூளையைப் பொறுத்தவரை எல்லா சூழல்களுமே இலக்கியமானவை அபத்தமானவை. அவள் எப்போதும் ஒரு புதினத்தன்மையுடைய வாழ்க்கையை வாழ விரும்பியதில்லை, பின் இப்போது இத்தனை ஆண்டுகள் கழித்து அந்தப் படுகுழியைத் தவிர்த்துவிட்டதற்காக பெருமைகொள்கிறாள். ஒருமுறை, சிலகாலம் முன்பு, அவளுக்கு இலக்கியம் அவ்வளவு விருப்பமென்றால் அவள் ஏன் புதிய நாவல் எழுத முயற்சிக்க வில்லை அல்லது குறைந்தது மேடம் லின்ச் பற்றிய நாவலை முடிக்க முயலவில்லை என்று குந்தர் கேட்டிருந்தான். ஒரு

மொழியாக ஸ்பானிஷில் அவளது விருப்பம் இலக்கியத்தில் அவளது விருப்பத்தைவிட முன்னிற்பதாக பதிலளித்தாள், ஏனெனில் பின்னது, வடிவின்றி கருத்தாக்கமாக்கப்பட்டு மிகத் தனிமையான வடிவமாக இருக்கிறதென்பதாலும். மட்டுமில்லாமல் ஒரு புதினத்தில் தொடர்ந்து பணியாற்றும் அளவு அவள் இப்போது இரு மொழிகளிலுமே சரளமாக உணரவில்லை என்றாள். அவள் தனது சொந்த பூரணத்துவ விருப்பையே அஞ்சினாள், மற்ற எல்லா புதினங்களும் அதன்முன் வெற்று இலக்கியமாக தோன்றக்கூடியதொரு கதைசொல்லலை எழுதும் அவள் லட்சியத்தை. வழக்கம்போல் குந்தருக்குப் புரியவில்லை, ஆனால் அதிர்ஷ்டவசமாய் எலிசா இவ்விஷயங்களில் உணர்ச்சிபூர்வமானவள் அல்ல. இல்லை, மாட்ரிடில் அவர்களது தற்காலிகத் தங்கலை ஏதோவொரு புதினத்தின் அத்தியாயமொன்றைப் போல் நடத்தக்கூடாதென அவள் உறுதிகொண்டிருந்தாள். மாறாக, ஆழ மாட்ரிட் அந்த பனிக்காலத்தை எந்த ஒரு அற்புதமான ஆச்சரியங்களும் இல்லாமல் முடிவுக்கு கொண்டுவர ஒரு நல்ல வழியாக இருக்குமென நம்பினாள். அவளுக்கு யாரையும் பார்க்கும் விருப்பமில்லை, மிகையிலோ, ஹுஸ்தி, அன்தோனியோ போன்ற பழைய நண்பர்களை, நிச்சயம் அவள் முன்னாள் கணவனை. அவள் எந்த கலாச்சார நிகழ்விலும் கலந்துக்கொள்ள திட்டமிடவில்லை. அவள் செய்யவிரும்பியதெல்லாம், காசா தெ காம்போவில் அமர்ந்து குளத்தருகே ஐஸ்கிரீம் சாப்பிட்டு விளையாட்டுப் பூங்காவைச் சுற்றிவரும் சிறிய ரயிலில் ஒரு சுற்றுவருவதைத்தான். புத்தகக் கடைகள் அல்ல, இசைத்தட்டுக் கடைகள் அல்ல, அவள் முதல் திருமணத்திற்கு முன்னர் வாழ்ந்த இன்னும் ஃபெர்னாண்டெஸ் தெ லாஸ் ரியோஸில் நின்றுகொண்டிருக்கும் அவள் பழைய வீடு பக்கமாக ஆர்குயேசெஸில் ஒரு நடை. ஒரு எளிய நடை, எப்போதும் புரிந்துகொள்ளப்போகாத குந்தரை இறுகப் பிடித்தபடி, அந்தத் தேவ்டியாப் பையன், அவனை அவள் இன்னும் எவ்வளவு காதலிக்கிறாள்.

விமானம் பஹாரஸ் விமானநிலையத்தை சுற்றிவந்துகொண்டிருக்க, மாட்ரிட் நினைவுகூர்வதற்கல்ல நினைவுகூர்வதை நிறுத்திக்கொள்ளவே மிகச்சரியான இடம் என்பதை எலிசா உணர்ந்தாள். ப்ளாசா மேயர் பகுதியிலிருக்கும் தெருக்கள், சார்மார்ட்டினின் கூம்புவடிவ பயங்கரங்களினிடையே செல்லும் தெருக்களும்கூட, எலிசாவின் அமெரிக்க நாசிக்காவது மர்மமாக பழங்காலத்தன்மையோடு வாசமடித்தன, அவள் கடந்தகாலத்தின் பிம்பங்கள் எப்போதைக்குமாக அவள் நினைவிலிருந்து தவ்வி அந்த கனிவான அசைக்கமுடியாத பாட்டனார்தனமான சுவர்களுக்குள்ளேயே நுழைந்துவிடுவதைப் போல சிலசமயம் ஃப்யூன்ஸ் என்றழைக்கப்படும் குழந்தைகளின் அச்சுகளாலான பலவண்ண வடிவத்தைப் போலே அங்கே சேர்கிறது. மாட்ரிடின் பழமை எலிசாவை இளமையாக உணரச்செய்தது. வாழ்க்கையின்மீது எப்போதும்போலவே ஆசையுடன், அவள் தனது நினைவுகளை ஒரு நீண்டகால நண்பரிடம்போல அந்நகரத்திடம் சொல்லவிரும்பினாள். இறங்குவதற்காக இருக்கைப்பட்டிகளை இறுக்கிக்கொண்டிருந்தபோது, மனதின் கண்கள் பேராயரின் திடமான அறிதலுற்ற கரங்கள் டோடோவின் பதட்டமான போதை உதடுகள்

ஒக்லஹோமாவில் அந்த மார்கரிட்டாவை தனது கடைசியென்பதுபோல உறிஞ்சிக்கொண்டிருப்பதன் அமபோலாவின் பலவீனமான துயர் நிரம்பிய கண்கள் கொர்ரியந்த்தெஸில் கல்லறைமாடத்தின் ஒரு தடுப்புச்சுவரில் மறக்கப்பட்ட பர்கர் பையொன்றின் மங்கலான பிம்பங்கள்மேலே அலைந்தது.

அவள் கணவனின் குரல் பகற்கனவைக் கலைத்தது.

“அவங்க நம்ம நரகத்துக்கு வெடிச்சு சிதறவிடாம இறக்கிடறாங்களா பார்க்கலாம், இந்த விமானநிலையத்தில நடந்த அத்தன விபத்துகளுக்கும் பின்ன.” என்றான் குந்தர். ஆனால் விமானம் தனது பாதையில் சரியாக சென்று தடையின்றி தரையிறங்கியது. “அப்போ, அது முடிவாச்சு,” என்று நினைத்துக்கொண்டாள் எலிசா. அவர்களுக்கு புதினத்தனமாக எதுவும் நடக்கப்போவதில்லை, அவ்வளவு இலக்கியத்தனமாயில்லாத ஒரு மரணத்தின்மேல் அவளுக்கு பிரியம் எதுவும் இல்லையென்றாலும்.

ஏற்பாடு செய்திருந்தமாதிரி, ஆர்குயெசெஸின் நினைவுகளிலிருந்தும் க்ரான் வியாவின் மார்ட்டினிகளிலிருந்து சமதூரத்திலிருந்த மெலியா ப்ரின்சஸில் அறையெடுத்தது எலிசாவுக்கும் குந்தருக்கும் அவர்கள் ஒவ்வொருவரும் கடைசி முறை அணைத்துக்கொள்ள வந்திருந்ததை ருசிக்க ஒரு வாய்ப்பளித்தது. அவர்கள் நீண்ட வாரயிறுதியொன்றை அங்கே கழித்தனர், வியாழனிலிருந்து ஞாயிறுவரை. அன்று மாலை அசுன்சியோன் செல்வதற்கான அவர்கள் விமானம் புறப்பட இருந்ததால் எலிசா திங்கள் காலை சீக்கிரமாக எழுந்து எல்லாவற்றையும் எடுத்துவைக்கத் தொடங்கினாள். குந்தர் செய்தித்தாளும் காலையுணவும் தேடிக் கீழிறங்கிச் சென்றான். திரும்பிவந்தபோது படுக்கைமேல் கடுங்காப்பியும் பிறையப்பங் களும் கொண்ட தட்டை வைத்துவிட்டு எல் பாய்ஸின் ஞாயிறு பதிப்பைத் திறந்து எலிசாவிடம் கலைப் பகுதியைக் காண்பித்தான்.

“பாரு,” ஒரு சிறிய அறிவிப்பையும் உடனிருந்த புகைப்படத்தையும் சுட்டிச் சொன்னான். “உன் இலட்சியப் பிரபலம் மாட்ரிட்ல இருக்காராம்.”

ஃப்ரான்ஸில் வாழும் ஒரு பிரேசிலியக் கலைஞர் தன் புத்தம்புதிய சுதைவேலைச் சித்திரங்களை ஐபீரிய–அமெரிக்க கூட்டுறவு நிறுவனத்தில் அன்று மதியம் காட்சிக்கு வைக்கவிருப்பதாக இருந்த அறிவிப்பை எலிசா படித்தாள்.

“செம” என்றாள் அவள். “நாம போகலாம், இல்லையா? அவ்வளவு தூரமில்ல. சும்மா பாத்து ஹாய் சொல்றதுக்காக. எப்போ அவன திரும்பப் பார்க்க போறோம்னு யாருக்குத் தெரியும்!”

“சரி” என்றான் குந்தர். “ஆனா நாம முதல்ல அறையக் காலி செய்துடலாம். நம்ம பைகள வரவேற்பில வைச்சுப்பாங்க. இன்னிக்கு மதியம் விமானநிலையம் போற வழியில எடுத்துக்கலாம்.”

நிறுவனத்தின் நான்காவது மாடி அறை அவ்வளவு பெரியதல்ல, ஸ்பானிய ஆம்லேட்டுகளையும் உயர்நிலப் பன்றிப் பின்தொடைக்கறியையும் நிரப்பிக்கொண்டிருந்த வாய்களாலும் வாசனைத் திரவியங்களிடப்படாத

அக்குள்களாலும் நிரம்பிவழிந்துகொண்டிருந்தது. குந்தர் பாரிஸில் அந்த நிர்வாண புத்தகக்கடையில் கழித்த நேரத்தை எண்ணிப்பார்த்தான், கும்பலினிடையே இடித்து நுழைந்து லிவியோ ஆப்ரமோதான் எனப் பார்த்த அதே நேரத்தை நினைத்துக்கொண்டான். எலிசா குள்ளமல்ல, ஆனால் அவளைச் சுற்றியிருந்த ஆறடி உடல்களாலான சுவரை தாண்டிப் பார்க்க குதியுயர்ந்த செருப்புகளின்றி இருந்ததால், குந்தரை அந்த கும்பலிடையே எங்கே அந்த ஓவியன் தனித்தமர்ந்திருக்கிறானென கண்டுபிடிக்கச் சொன்னாள்.

"அங்கே!" குந்தர் கத்தினான், கத்தோலிக்க அரசர்களின் நிழற்சாலையை நோக்கியிருந்த பெரிய சாளரத்தை நோக்கி ரோட்ரிகோ தெ ட்ரியானா போல கைகாட்டியபடி. "அந்த தாடிக்காரருக்குப் பக்கத்தில."

தன் மனைவியை இடுப்பைப் பிடித்து அரை மீட்டர் உயரத்திற்குத் தூக்கினான். கலாச்சார அமைச்சருடன் ப்ரேசிலிய சுதைசிற்பக்காரன் அமைதியாக கதையடித்துக்கொண்டிருந்ததை எலிசா கண்டாள். தள்ளிக்கொண்டும் முட்டிக்கொண்டும் வழி ஏற்படுத்தியபடி, தங்கள் ஹிப்பியாயிருந்த—வாசனைகொண்ட செருப்புகளில் நகர்ந்தபடி, குந்தர்கள் கடைசியாக கோயாவின் ஓவியமொன்றிலிருக்கும் பெரிய விரைப்பையைப் போன்ற ஃப்ரான்கோ காலத்து அரச துணியோவியம் தொங்கிக்கொண்டிருந்த சாளரத்திடம் சென்றனர் குந்தர் தம்பதியர். கவர்ச்சியான முலாட்டோ பெண் மற்றும் அவளது பெரிய ஜெர்மானியப் பாதுகாவலனை நோக்கி டான் லிவியோ மற்றும் அமைச்சரின் கண்கள் அனிச்சையாகத் திரும்பின.

"அதுசரி, என்னவொரு ஆச்சரியம்!" முழுக்கப் புதிருற்றவனாக ஓவியன் சிரித்தான், "இங்க என்ன பண்ணிகிட்டு இருக்கீங்க?"

எலிசாவை முத்தமிட்டு குந்தரோடு கைகுலுக்கி அந்தச் சூழலைப் பற்றி எதுவும் அறிந்திராத அமைச்சருக்கு அவர்களை அறிமுகப்படுத்தினான். கையில் தட்டேந்தியபடி ஒரு பரிசாரகர் கடந்துசெல்ல குந்தர் வாய்ப்பைப் பிடித்துக்கொண்டு ஒரு குளிரூட்டப்பட்ட செர்ரி கோப்பையைப் பறித்துக்கொண்டான்.

"அய்யோ, நாம எப்போவும் விசித்திரமான சமயங்கள்லதான் சந்திச்சுக்கறோம் போலத் தெரியுது." கொஞ்சம் அதிக உற்சாகமாகவே எலிசா சொன்னாள். "நாங்க இந்த வழியா போகறோம் அவ்வளவுதான். இன்னிக்கு இரவு அசுன்சியோனுக்குக் கிளம்பறோம்."

"உண்மையாவா?" என்றான் டான் லிவியோ. "பாரிஸ்ல கடைசிவாட்டி பாத்தப்போ எனக்கு ஞாபகம் இருக்கவரை, நீங்க அன்னிக்கு இரவே கிளம்பத் திட்டமிட்டிருக்கலையே."

எலிசா தீவிரமாகி எதுவும் சொல்லாமலிருந்தாள். டான் லிவியோவிற்கு என்ன நடந்ததென சொல்லப்பட்டிருக்குமா, சோலெதாதுடைய மரணத்தின் கதை, ஜெனரல் கோன்சலேஸின் தற்கொலை, குந்தர் வேலையை விட்டது? ஆப்ரமோவிடமிருந்து ஒரு அங்கீகாரத்தின் வெளிப்பாட்டிற்காக

எப்படி ஏங்கினாள் அவள், அவன் பான்ச்சோவின் செய்கையை பாராட்டினான் என்று ஏதோவொரு குறிப்பு, அவனது துணிவை, தியாகத்தை, அவனது எதிர்பாரா லட்சியபூர்வ இரண்டாம் பிறப்பை! எலிசா தன்முன்னின்ற லத்தீன் அமெரிக்க கனவானைப் பார்த்தாள், சிறிதாகவும் மென்மையாகவும் ஆனால் மற்றோரோடு ஒப்பிடயவியலாது தனக்குள்ளே தனது நியாயத்திற்கான சீற்றத்தில் தனதோடே. அவரது தோள்கள் அயலக வாழ்வின் பல்லாண்டுகளால் சோர்வுற்றிருப்பதைக் கண்டாள், இருந்தாலும், ஒவ்வொரு நாடும் தனது ஆகச்சிறந்த கலைஞர்களிடம் கையளிக்கும் ஒருபிடி மண்ணின் உண்மைகளுடைய மூலத்தையும் ரகசியத்தையும், மனசாட்சியின் எடையையும் தம்மேல் சுமந்துகொண்டு. ஒரு தாங்கவியலா முடிச்சு அவள் தொண்டையை இறுக்கியது, பாறையில் பதிக்கப்பட்ட கடினமான மரகதங்களென தன் பெரிய ஈரமான துயர்கொண்ட கண்களை இமைக்காது அவரைப் பார்த்துக்கொண்டிருந்தது அவளை சில கணங்கள் பேச்சிழக்கச் செய்தது. அமைச்சர் தொந்தரவுற்றவராக இருமி, தன் மேலாடைப் பையைத் தனது குழல் புகையிலைப் பையைத் தேடித் தடவினார்.

“அப்போ என் நல்ல நண்பரே,” குந்தர் கடைசியாக பேசினான், பச்சைச் செலரியை தனது வழமையான திடமான அமைதியோடு மென்றபடி பேசினான். “கடைசி வாட்டி உங்கள சாப்பிடக் கூப்பிட்டப்ப மறுத்துட்டீங்க. இந்த வாட்டி க்ரான் வையா பக்கமா கொஞ்சம் பாயேலா சாப்பிடலாம் என்ன சொல்றீங்க?”

“ஆனா பான்ச்சோ...” எலிசா தடுமாறினாள். “லிவியோவுக்கு அமைச்சரோட ஏதாவது திட்டம் இருக்கும்...”

“உங்களுக்கு எங்க போகணுமோ வரேன்.” என்றார் தாடிக்காரர்.

டான் லிவியோ கேலியைவிட மென்மையைப் போல் ஒலிக்கும்படி அதிர்ந்து சிரித்தார்.

“நிச்சயமா குந்தர், என்னையும் சேத்துக்கோங்க.”

அந்த உணவுதான் அவர்கள் கடைசியாக ஒருவரையொருவர் பார்த்துக்கொண்டது. பிள்ளைப்பருவத்திலேயே தவறிய லூத்தரனனான ஃப்ரான்சிஸ்கோ ஹாவியர் குந்தர் 1987இல் கிறிஸ்துமஸ் நேரத்தில் அந்த தெற்குக் கண்டத்தில் தேங்காய் மலர்தல்கூட குளிரும் புனிதநீரால் மீட்கப்படும் உற்சாகம் நிரம்பிய புனிதமாக்கப்பட்ட பருவத்தில் ப்ரோஸ்டேட் சுரப்பியில் புற்றுநோயால் இறந்துபோனான். அவனது தேசத்தில் வாழ்க்கை கடினமாக ஆனால் மகிழ்ச்சியாக இருந்தது. எலிசா அவனது புதைவிடத்தில் ஒரு நீலப்பச்சை லபாச்சோ மரச்செடியை நட்டுவைத்து அது தன் சிறகுகளை விரிப்பதைப் பார்க்க தெற்கிலேயே தங்கினாள்.

விளக்கக் குறிப்புகள்

ஆப்ரமோ, லிவியோ (1903 – 1992), பராகுவேயோடு தொடர்புகொண்டிருந்த ஒரு ப்ரேசிலியக் கலைஞர்.

ஒலிக்கும் பாறையின் காலம், இதாய்ப்புவிலிருக்கும் பாரிய நீர்மின் அணையின் தொழில்நுட்பத் தாக்கத்தைக் குறிப்பது. குவரானியில் இதாய்ப்பு என்றால் "ஒலிக்கும் பாறை."

அலராக்கோ, ஃபெப்ருவரி இயக்கத்தின் தலைவர்களில் ஒருவரான அலரிகோ கின்யோனெஸின் பட்டப்பெயர். அவருடைய உரத்த, விவாதமிடும் இயல்பைக் குறிக்கும் பெயர்.

ஆல்பெர்டி, ஹுவான் பௌதிஸ்தா (1810 – 1884), மும்முனைக் கூட்டணியின் போரில் பராகுவேய நோக்கத்தை ஆதரித்த அர்ஹெந்தீனிய அரசியல்வாதி, அதன் மூலம் போர்மீதான அர்ஹெந்தீனிய நாட்டின் எதிர்ப்பை பிரதிபலித்தவர்.

அல்ஃபோன்சின், ரவுல் (பி. 1927), 1983இலிருந்து 1989வரை அர்ஹெந்தினாவின் சனாதிபதியாக இருந்தவர், அதாவது நாவலில் வரும் சம்பவங்கள் நடந்தேறிய பின்னர்.

அயெந்தே, சால்வடோர் (1908 – 1973), 1970இலிருந்து 1973வரை சிலேய சனாதிபதியாக இருந்தவர்.

ஆல்ட்டோஸ், ஒரு விமான விபத்தில் மார்ஷல் எஸ்திகரீபியா கொல்லப்பட்ட இடத்திற்கு அருகிலிருக்கும் பராகுவேய நகரம்.

அமதிஸ் தெ கவுலா (கிடைக்கப்பெற்ற முற்காலத்திய பதிப்பு 1508), செர்வாந்தெஸின் டான் குயிஸோட்டேயில் கிண்டலடிக்கப்பட்டவற்றில் மிகப் பிரபலமான வீரப் பிரதாப நாவல்.

அன்யா ரகோ பெகுயாரே, குவரானி, "சாத்தானது யோனியின் பெயரால்."

"பின் நான் அவனை நதிக்கு அழைத்துச் சென்றேன் . . ." கார்சியா லோர்காவின் "லா கசடா இன்ஃபியெல்" (நம்பிக்கையற்ற மனைவி) கவிதையின் முதல் வரியுடைய பகடி.

ஆன்ட்ராடே, ஒலெகாரியோ விக்தோர் (1839 – 1882), மும்முனைக் கூட்டணியின் போரில் பராகுவேயை ஆதரித்த அர்ஹெந்தீனிய கவிஞர் மற்றும் பத்திரிகையாளர்.

ஆன்த்தெகுவேரா யி காஸ்ட்ரோ, டாக்டர் ஹோசெ தெ (1690 – 1731), பின்னாட்களில் சுதந்திரப் போருக்குத் தொடக்கமாக கருதப்பட்ட பராகுவேயின் கம்யூனெரோ புரட்சியின் (1717 – 1735) தலைவர். ஆன்த்தெகுவேரா லிமா சிறையில் அடைக்கப்பட்டு அங்கேயே கொல்லப்பட்டார்.

"உலகின் மிகப்பெரிய அரசாங்கத்துக்கு எதிராக விக்டோரிய எதிர்ப்புப் போராட்டம்," மும்மனைக் கூட்டணியில் பராகுவேயின் எதிரிகளுக்கு பிரிட்டீஷ் அளித்த ஆதரவைச் சுட்டுவது.

ஆர்குயெயேஸ், மாட்ரிடின் ஒரு பகுதி.

அர்மா, சதுர்னினோ, 1970களில் செர்ரோ கால்பந்தாட்ட அணியின் சிறந்த வீரர்களில் ஒருவர்.

ஆர்திகாஸ், ஹோசே கெர்வாசியோ (1764 – 1850), உருகுவேயின் சுதந்திரப் போராட்ட தலைவர்களில் ஒருவர். அசுன்சியோனில் கதே நிறுவனத்திற்கு முன்னே அவர் சிலையொன்றிருக்கிறது.

அசுன்சியோன், பராகுவேயின் தலைநகரம்.

"பேரப்பனின் இலையுதிர்காலம்," கார்சியா மார்க்கேஸின் நாவலொன்றைக் குறிப்பது.

அவிலா, ஸ்பானிய நகரமொன்று.

பாடோ, ஹோசே மத்தியாஸ் (1868. மரணம்), தன்னை சிறைப்பிடித்தவர்களிடமிருந்து சிகிச்சை பெற மறுத்து மரணத்தைத் தேர்ந்தெடுத்த, மும்முனைக் கூட்டணியின் போர்க்கால பராகுவேய கதாநாயகர். அவருடைய கைகள் சாதாரண அளவை விட நீளமாக இருந்ததால் அவரது வாள்வீச்சு அசாதாரண பலமுடையதாக இருந்ததாக சொல்லப்படுகிறது.

பக்தீன், மிகையில் (1895 – 1975), ரஷ்ஷிய இலக்கிய அறிஞர், தத்துவவியலாளர்.

பர்ரியோஸ், அகஸ்தின் (1885 – 1944), பராகுவேய இசையின் மேல் சர்வதேச கவனம் குவியச்செய்த இசையியலாளர், கிதார்க் கலைஞர்.

பாதலேர், சார்லஸ் (1821 – 1867), ஃப்ரெஞ்சுக் கவி.

பிக்னோனே, ரெனால்டோ, கால்தியரியின் பணிவிலகலுக்கும் (1982) அல்ஃபோன்சின் தேர்ந்தெடுக்கப் படுவதற்கும் (1983) இடைப்பட்ட காலத்திற்கு அர்ஜெந்தீனிய சனாதிபதியாக பணியாற்றிய ஜெனரல்.

ப்ளாக் பேண்ட், ஃப்ரான்ஜா நெக்ரா, அசுன்சியோன் கால்பந்தாட்டத்தின் செர்ரோவின் எதிரணியான ஒலிம்பியா அணியின் பட்டப்பெயர்.

ப்ளாச், இந்நாவலில் குறிப்பிடப்படும் இருவரின் குடும்பப் பெயர். எர்ன்ஸ்ட் ப்ளாச் (1885 – 1977), ஒரு ஜெர்மானிய மார்க்சிய தத்துவவியலாளர். எர்னெஸ்ட் ப்ளாச் (1880 – 1959) ஒரு ஸ்விஸ் – அமெரிக்க இசைக்கலைஞர்.

நீலமும் கருஞ்சிவப்பும், செர்ரோ சீருடையின் நிறங்கள், பராகுவேயக் கொடியிலும் இடம்பெற்றிருக்கின்றன.

போர்கேஸ், ஹோர்கே லூயிஸ் (1899 – 1986), அர்ஜெந்தீனிய சிறுகதை எழுத்தாளர், கவிஞர்.

போட்டிசெல்லி, சான்ட்ரோ (1445 – 1510), இத்தாலிய ஓவியர்.

ப்ரெச்ட், பெர்டோல்ட் (1898 – 1956), ஜெர்மானிய நாடகாசிரியர், கவிஞர்.

புவார்க்கே தெ ஹோலந்தா, சிக்கோ (பிறப்பு. 1946), பிரபல ப்ரேசிலிய இசைக்கலைஞர், இவருடைய சில பாடல்கள் புரட்சிகரக் கூறுகளைக் கொண்டிருப்பதாக அதிகாரிகளால் தடைசெய்யப்பட்டன.

காபன்யாஸ், ரொபர்ட்டோ, யுனைட்டெட் ஸ்டேட்ஸில் தொழில்முறையாக விளையாடிய பராகுவேய கால்பந்தாட்டக்காரர்.

கேஜ், ஜான் (1912 – 1992), பிரபல அமெரிக்க இசைக்கலைஞர்.

காம்போரா, ஹெக்தர் ஹோசே, 1973இல் சிறிதுகாலம் சனாதிபதியாக இருந்து பின் பெரோனின் வருகையின்போது பதவிவிலகிய அர்ஜெந்தீனிய பெரோனிஸத் தலைவர்.

காம்போஸ் செர்வேரா, ஹெரீப் (1908 – 1953), பராகுவேயக் கவிஞர்.

காம்யூ, ஆல்பர்ட் (1913 – 1960), ஃப்ரெஞ்ச் நாவலாசிரியர், நாடகாசிரியர், பத்திரிகையாளர், கட்டுரையாளர். அவருடைய அந்நியன் நாவலில், நாயகன் மெர்சால்ட் கடற்கரையில் அராபியனைக் கொல்கிறான், ஆனால் காலம்கழித்து தனது செயலின் கொடூரத்தையின் அர்த்தமின்மையையும் புரிந்துகொள்கிறான்.

கார்டினெல், எர்னெஸ்தோ (பிறப்பு. 1925), நிகராகுவா கவிஞர், மார்க்சியப் புரட்சியாளர், கத்தோலிக்க பாதிரியார்.

காசா தெ காம்ப்போ, மாட்ரிடில் இருக்கும் ஒரு பூங்கா.

“செரெஸின் தூண்,”பாலியல் இருமையைச் சுட்டும் ஒரு பிம்பம், தூண் என்பது ஆண் பிறப்புறுப்பொத்த ஒரு அமைப்பையும், செரெஸ் விவசாயத்துக்கும் பேறுக்குமான ரோமானியக் கடவுளையும் குறிக்கும்.

செர்னூடா, லூய்ஸ் (1904 – 1963), ஸ்பானியக் கவிஞர்.

செர்ரோ, அசுன்சியானின் முக்கியமான கால்பந்தாட்ட அணி.

செர்ரோ கோரா, முன்முனைக் கூட்டணிப் போரின் கடைசி யுத்தம், இதில் சொலானா லோபெஸ் சண்டையில் கொல்லப்பட்டார்.

சாக்கோ, மத்திய தென்னமெரிக்காவின் வறண்ட பகுதி, பராகுவே பொலிவியாவைத் தோற்கடித்த சாக்கோ போர் (1932 – 1935) நடைபெற்ற இடம்.

சகால், மார்க் (1887 –1985), நீலப்பச்சை நிறத்தை உயிர்ப்போடு பயன்படுத்திய ரஷ்ய – ஃப்ரெஞ்சு ஓவியர். நீலப்பச்சை நிறக் குறியீடு, நீலச் சிறுத்தையைப் பற்றிய குவரானி கதையின் (பார்க்க “பாரிய வான்சிறுத்தை”) எதிரொலியும் பேராயர் ஒரு பாதிரியாராக அணியவேண்டிய விரைப்பான வெள்ளைக் காலருக்கு முரணுமாகும்.

சாமார்ட்டின், மாட்ரிடின் ஒரு மாகாணம்.

சார், ரெனே (1907 – 1988), ஃப்ரெஞ்சுக் கவிஞர்.

ச்சீ லா ரெய்னா, சாக்கோ போரின்போது பராகுவேயப் படைகளிடையே பிரபலமாக இருந்த ஒரு பாடல். எமிலியானோ ஃபெர்னாண்டெஸால் எழுதப்பட்ட வரிகள் தனது காதலியிடம் படைவீரன் விடைபெறுவதைப் பதிவுசெய்பவை.

கோய்ம்ப்ரா, மும்முனைக் கூட்டணிப் போரில் பராகுவேயின் மிகச்சில வெற்றிகளில் ஒன்றில், 1864இல் பராகுவேயப் படைகளால் கைப்பற்றப்பட்ட ப்ரேசிலிய நகரம்.

கொலராடோ, பராகுவேயின் முக்கிய அரசியல் கட்சிகள் இரண்டில் ஒன்று.

கோமனாசி, நாதியா (பிறப்பு. 1961), ரோமானிய ஜிம்னாசியக் கலைஞர், பல ஒலிம்பிக் பதக்கங்களை வென்றவர்.

கோன்ச்சா, கோன்ச்சா யி டோரோ என்ற வைன் பிராண்டைக் குறிப்பது. கோன்ச்சா என்பது பெண் பிறப்புறுப்பைச் சுட்டும் வழக்குமாகும்.

கான்ஃபெடரேஷன், ஸ்பெயினிடமிருந்து விடுதலைபெற்றதைத் தொடர்ந்த காலங்களில் புவனோஸ் ஏய்ரஸின் கட்டுப்பாட்டின் கீழ் வராத அர்ஜெந்தீனிய மாகாணங்களின் கூட்டமைப்பு. இப்பகுதிகள் 1862வரை பராகுவேயுடன் நட்பு பாராட்டின, புவனோஸ் ஏய்ரஸ் அவற்றின்மேல் தனது ஆட்சியை உறுதிசெய்யும்வரை.

கோர்ரியா, ஜூலியோ (1890 – 1953), பராகுவேய கவிஞர், புனைவாசிரியர், நாடகாசிரியர். அவரது நாடகங்களில் குவரானி நாடகத்தை வளர்க்க பெரிதும் உதவியவை. கோர்ரியாவின் பிரபலமான நாடகங்கள், சாக்கோ போரின் போதும் அதன் பின்னும், போரால் பராகுவேய சமூகத்தில் ஏற்பட்ட பாதிப்புகளை ஆராய்பவை.

கொர்ரியந்த்தெஸ், வடகிழக்கு அர்ஜெந்தீனிய நகரம், பராகுவேயிலிருந்து பரானா நதிக்கு மறுகரையை ஒட்டியிருப்பது. பல நாடுகடந்து வாழும் பராகுவேயர்கள் வசிக்கும் பகுதி.

கோர்த்தஸார், ஹூலியோ(1914 – 1984), அர்ஜெந்தீனிய நாவலாசிரியர் சிறுகதை எழுத்தாளர், நாடுகடத்தப்பட்டு பாரிஸில் வாழ்ந்தவர்.

தவலோஸ், ரெனே (1945 – 1968), பராகுவேயக் கவிஞர்.

தெல் கசல் யி சனாப்ரியா, ஹோரசே, காலனியக் காலகட்டங்களில் அதிகாரம் செலுத்திய பராகுவேயக் குடும்பமொன்றைச் சேர்ந்தவர்.

தெ லிபெரோ, லிபெரோ (பிறப்பு 1907). இத்தாலியக் கவிஞர்.

தெமோய்செய்யே தெ'அவிக்னோன், பிக்காசோவின் புகழ்பெற்ற தெமோய்செயேஸ் தெ'அவிக்னோன் (1907) ஓவியத்தைக் குறிக்கிறது, அதில் இந்நாவலின் சில பாகங்களின் கதைசொல்லல் முறையை ஒத்த பிளவுற்ற, குறுக்குவெட்டு கோடுகள் கொண்ட, கியூபிச முறையில்

நிர்வாணப் பெண் உடல்கள் வரையப் பெற்றிருக்கும். அந்த ஓவியத்தில் இருக்கும் இரு பெண்கள் ஆதிகாலத்திய முகமூடிகளை அணிந்திருப்பது போலிருப்பதும் குறிப்பிடத்தக்கது.

தெஸ்னோஸ், ராபர்ட் (1900 – 1945), ஃப்ரெஞ்சுக் கவிஞர்.

தியாஸ், ஹோசே (1833 – 1867), பராகுவேய ஜெனரல், குருபேய்ட்டி போரின் நாயகன், பின்னர் போரில் அவர் மரணமுற்றது பராகுவேயின் போர் நடவடிக்கைகளுக்கு பெரும் பின்னடைவானது.

டோமின்குய்ட்டோ, டோமிங்கோ சார்மிய்ந்தோவின் மகன், குருப்பேய்ட்டி போரின் நட்பு நாடுகள் பக்கம் போரிட்டு மரணமடைந்தார்.

“... எட்டு கறுப்புக் கிடாக்குதிரைகளும் எட்டு வெண்புரவிகளும் இழுத்துச் செல்லும் ஒரு ஊர்தியில்”, அகஸ்தோ ரோவா பாஸ்தோஸின் யோ எல் சுப்ரீமோ (அதியுச்சமான நான்) (1974) நாவலின் பத்தியொன்றின் தொடக்கவரி. அந்த பிரபலமான காட்சியின் மூலம், மார்க்கோஸ் ஒரு காலனிய திருவிழாவின் தொன்மையான சூழலையும் தற்கால அரசியல் நிலவரத்தையும் ஒன்றிணைக்கிறார். ரோவாவிலிருந்து இந்த இடைச்செருகல்கள் இந்த அத்தியாத்தில் இதன் பின் நிறைய நிகழ்கின்றன. யோ எல் சுப்ரீமோவில் அத்தியாங்களுக்கு எண்கள் கிடையாது; குறிப்பிடப்பட்டுள்ள பத்தி ‘1804’ என தலைப்பிடப்பட்ட பகுதியில் உள்ளது.

கிழக்குக் கடற்கரை, பாண்டா ஓரியெண்டல், உருகுவே நதிக்கு கிழக்கிலிருக்கும் பகுதி. அதுவே நவீன உருகுவேவாக ஆகியிருக்கிறது.

எல் ரெய்னோ தெ எஸ்தே முன்டோ (இந்த உலகத்தின் சாம்ராஜ்யம்) (1949), கூப எழுத்தாளர் அலெஹோ கார்ப்பெந்தியரின் நாவல்.

எலுஆர்ட், பால் (1895 – 1952), ஃப்ரெஞ்சு சர்ரியலிச கவிஞர் யூஜீன் க்ரிண்டெலது புனைப்பெயர்.

“எமிலியானோ”, எமிலியானோ ஃபெர்னான்டெஸ் (1894 – 1949), பிரபல பராகுவேய கவிஞர், பாடகர்.

“எ மோ’ய் கொர்ரியந்த்தெஸ்”. குவரானி, *“Put corrientes”*

என்த்ரே ரியோஸ், பராகுவே அருகிலிருக்கும் அர்ஜெந்தீனிய மாகாணம்.

எஸ்திகரீபியா, ஹோசே ஃபெலிக்ஸ் (1888 – 1940), சாக்கோ போரில் வெற்றிபெற்ற பராகுவேய கமாண்டர், 1939இலிருந்து 1940வரை பராகுவேய சனாதிபதியாக இருந்தவர்.

எசெய்ஸா, புவனோஸ் ஏய்ரஸ் அருகிலிருக்கும் ஊர், அதனருகே ஒரு பெரிய சர்வதேச விமான நிலையம் உள்ளது.

ஃபலாங்கிசவாதி, ஸ்பானிய சர்வாதிகாரி ஃப்ரான்சிஸ்கோ ஃப்ரான்கோவினது அரசை ஆதரித்த ஃபலாங்கே (Falange) என்ற அரசியல் இயக்கத்தைச் சேர்ந்தவர் அல்லது பின்பற்றுபவர்.

ஃபால்க்லாண்ட்ஸ், தென் அட்லாண்டிக்கில் ஆங்கிலேய கட்டுப்பாட்டி லிருக்கும் தீவுக்கூட்டம். ஸ்பானிஷில் மால்வினாஸ் என்றழைக்கப்படும்

அவை அர்ஜெந்தீனாவாலும் சொந்தம் கொண்டாடப்படுகின்றன. 1982 ஏப்ரல் தொடங்கி ஜுன்வரை, இரு நாடுகளும் அறிவிக்கப்படாத ஃபால்க்லாண்ட்ஸ் போரில் ஈடுபட்டன, அதில் அர்ஜெந்தீனிய படைகள் தோல்வியுற்று அத்தீவுகளின் மீதான ஆங்கிலேய அதிகாரம் நிலை நிறுத்தப்பட்டது.

"இறந்தோரின் பள்ளத்தாக்கில் வீழ்ந்து..,"ஸ்பானிய உள்நாட்டுப் போரில் ஃபாசிஸ்டுகளின் பக்கம் போரிட்டு இறந்தோர் நினைவாக ஃப்ரான்கோ அரசால் எழுப்பப்பட்ட பெரிய நினைவிடமான, வீழ்ந்தோரின் பள்ளத்தாக்கை கேலிசெய்வது.

ஃபெப்ருவரி இயக்கம், இரண்டாம் உலகப்போரின் பின்னான வருடங்களில் உருவான இடதுசார்புடைய மத்திம அரசியல் இயக்கம். அது தனது பெயரை, 1936இல் நடைபெற்ற ஃபெப்ருவரி புரட்சியிலிருந்து பெற்றுக்கொண்டது.

ஈசல்கள், ஜான் – பால் சார்த்தரால் இயற்றப்பட்ட நாடகம். 1943இல் முதல்முதலாக மேடையேற்றப்பட்ட ஓ'நீலின் துக்கம் எலக்ட்ராவாகிறது நாடகத்தில் பயன்படுத்தப்பட்ட அதே கிரேக்க இலக்கியப் பகுதிகள் பயன்படுத்திக்கொண்டது.

ஃப்ளோரெஸ், ஹோசே அசுன்சியோன் (1904 – 1972), பராகுவேய இசைக்கலைஞர், குவரானியாவாயை துவக்கிவைத்தவர், தனது அரசியல் நிலைப்பாடுகளுக்குக்காக நாடுகடத்தப்பட்டிருக்கையில் இறந்தவர்.

ஃப்ரான்கோ, ஃப்ரான்சிஸ்கோ(1892 – 1975), 1939இலிருந்து 1975வரை ஸ்பெயினின் சர்வாதிகாரியாக இருந்தவர்.

ஃப்யூனெஸ், போர்கேஸின் "ஃப்யூனெஸ் எல் மெமொரியோஸோ" (1942) கதையின் மையக் கதாபாத்திரம். அவனது சிறப்பு அவனுக்கு நிகழ்ந்த அனைத்தையும் அனைத்து விவரங்களோடு நினைவுகூற முடியும் திறன்.

"மயிர் – காலன்"பார்க்க, பைராஜே.

கால்த்தியர், லியோபோல்டோ (பிறப்பு. 1926), அர்ஜெந்தீனிய ஜெனரல். 1981இல் சனாதிபதியாகி ஃபால்க்லாண்ட்ஸ் போரில் நாட்டை தோல்விக்கு இட்டுச்சென்றதால், 1982இல் பதவி விலக வைக்கப்பட்டார்.

கார்சியா லோர்கா, ஃபெடரிக்கோ (1899 – 1936), ஸ்பானியக் கவிஞர், நாடகாசிரியர்.

கார்சியா மார்க்கேஸ், காப்ரியல் (1927– 2014), கொலம்பிய நாவலாசிரியர், சிறுகதை எழுத்தாளர்.

கௌத்தியர், மார்குயரிட்டே, அலெக்ஸாண்டர் தூமா எழுதிய லா டேம் அவ் கேமெலியாஸ் (the lady of camillas அல்லது camille) என்ற ஃப்ரெஞ்சு நாவலின் மையக் கதாபாத்திரம். 1852இல் இந்நாவலை நாடகமாக எழுதினார் தூமா. அதில் மார்குயரிட்டே அதிகக் குடியால் கடைசியால் இறக்கிறார். கியுசெப்பே வெர்தி தனது லா ட்ராவியாட்டா என்ற 1853ஆம் ஆண்டு ஒபேரா அந்நாடகத்தை தழுவி எழுதினார்.

ஜெனேஸ், இக்னாசியோ, முன்னுனைக் கூட்டணிப் போரில் தோற்றுப்போன ஆனால் புத்திசாலித்தனமான படகுத் தாக்குதலொன்றை ப்ரேசிலிய கடற்படை மேல் நிகழ்த்திய தலைவர்.

கோயா, ஃப்ரான்சிஸ்கோ தெ *(1746 – 1828)*, ஸ்பானியக் கவிஞர்.

"பாரிய வான்சிறுத்தை," குவரானி கதைகளின் படி உலகம் அழிகையில் மனிதர்களை விழுங்கப்போகும் நீலச் சிறுத்தையைக் குறிக்கிறது.

"பச்சை சதையும் பச்சை கூந்தலும் பச்சைக் கைப்பிடிக்குமேலே." கார்சியா லோர்காவின் "ரொமான்ஸ் சொனாம்புலோ"என்ற கவிதையில் வரும், "பச்சையே, உனையே நேசிக்கிறேன் பச்சையே / பச்சைக் காற்று, பச்சைக் கிளைகள்"என்ற வரிகள் நினைவூட்டுவது.

குவாய்ரா, கிழக்குப் பராகுவேயின் ஒரு பகுதி.

குவலாச்சி, தற்போது தென்கிழக்கு பிரேசிலாக இருக்கும் பகுதியில் காலனிய முன்காலனிய காலத்தில் வசித்த குவரானி பேசாத ஒரு பழங்குடி.

குவரானி, பராகுவே மக்கட்தொகையில் பெரும்பான்மையானோராலும், அர்ஜெந்தீனியா, ப்ரேசில், பொலிவியாவில் பராகுவேயை ஒட்டியிருக்கும் பகுதிகளில் பலராலும் பேசப்படும் பழங்குடி மொழி. தென்னமெரிக்காவின் இப்பகுதிகளில் வாழும் பழங்குடி மக்கட்குழுக்கள் இம்மொழியின் பல வேறுபாடுகளை பேசுகிறார்கள்.

குவரானியா, ஒரு பராகுவேய பிரபல இசைவகை.

குய்யென், நிகோலஸ் *(1902 – 1989)*, கூபக் கவிஞர்.

"கரையோரத்தை சேர்ந்தா யாரோ ஒரு ஆள்*பழைய ஸ்பானிய நகைச்சுவைகளை சொன்னதற்காக மட்டுமே ஏதோ ஸ்வீடிய பரிசை வென்றவர் . . ." கார்சியா மார்க்கேஸ் நோபல் வென்றதை நகைச்சுவையாக குறிப்பிடுகிறார். மார்க்கேஸ் 1982இல் நோபல் வென்றார், நாவலில் வரும் இப்பகுதி 1981இல் நடக்கிறது.

"சிறந்தவர் ஹாட்ரியன்," ஆட்ரியானோ இராலா *(1894 – 1933)*, 1912இல் செர்ரோ அணியை உருவாக்கிய எழுத்தாளர், நீதியாளர்.

ஹம்மட், டாஷியேல் *(1894 – 1961)*, துப்பறியும் கதைகள் எழுதுவதில் புகழ்பெற்ற அமெரிக்க எழுத்தாளர்.

ஹெளசர், காஸ்பர் *(1812– 1833)*, பதினாறு வயதில் போலீஸாரால் கண்டெடுக்கப்பட்ட ஜெர்மானிய சிறுவன், அதுவரை மனித தொடர்பே இல்லாது வளர்க்கப்பட்டவன். அவர் பின்னால் ஒரு இருண்ட அறையில் வைக்கப்பட்டிருந்ததாகவும் நாளைக்கு ஒருமுறைதான் உணவளிக்கப் பட்டதாகவும் நினைவுகூர்ந்தார். யாரோ அறியாத ஒரு நபரால் ஏற்படுத்தப்பட்டதாக அவர் சொன்ன காயத்தால் விரைவிலேயே இறந்துபோனார். பால் வெர்லேய்னால் எழுதப்பட்ட கவிதை உட்பட பல இலக்கிய ஆக்கங்களையும், உளவியல் ஆய்வுகளையும் அவரது வழக்கு தொடங்கிவைத்தது.

ஹெர்னான்டெஸ், ஹோசே (1834 – 1886), அர்ஜெந்தீனிய கவிஞர், இதழியலாளர், கட்டுரையாளர்.

ஹெஸ்ஸீ, ஹெர்மன் (1877 – 1962), ஜெர்மானிய நாவலாசிரியர், கவிஞர்.

ஹுமாய்த்தா, மும்முனைக் கூட்டணியின் போரின்போது பராகுவேயப் படைகளால் மூன்றாண்டுகளுக்கு நாயகத்தன்மையோடு பாதுகாக்கப்பட்ட நதித் துறைமுகம்.

இபான்யேஸ், பாக்கோ, ஃப்ரான்கோ அரசை எதிர்க்கும் தனது பாடல்களுக்காக புகழ்பெற்ற ஸ்பானியப் பாடகர்.

இம்பீரியல் வயலெட்ஸ், ஸ்பானிய நடிகர் கார்மென் செவிய்யா முக்கிய பாத்திரத்தில் நடித்த 1953ஆம் ஆண்டுத் திரைப்படம்.

ஹாரா, விக்தர் (இறப்பு. 1973), சிலேயப் பாடகர், சிலேய அதிகாரிகளால் இவரது கைகள் சித்திரவதையின்போது துண்டிக்கப்பட்டன.

ஹராமா, மாட்ரிடின் அருகே ஸ்பானிய உள்நாட்டுப் போரின் கொடூரமான சண்டை நிகழ்ந்த இடம்.

ஹிமெனெஸ், ஹுவான் ரமோன் (1881 – 1958), ஸ்பானியக் கவிஞர், கடைசி பயணம் என்ற இவரது கவிதை கவிஞர் கிளம்பியபிறகு பறவைகள் பாடுவதோடு தொடங்கி முடிகிறது.

ஹுவாரேஸ், பெனிட்டோ (1806 – 1872), மெக்ஸிக ஜனாதிபதி, 1853 – 1863 மற்றும் 1867 – 1872. இடைப்பட்ட காலத்தில் ஃப்ரான்ஸின் மெக்ஸிக ஆக்ரமிப்பை எதிர்த்து போரிட்டார்.

கா'யாய்குவா, கிழக்கு பராகுவேயிலும் தென்கிழக்கு ப்ரேசிலிலும் வசித்த குவரானி பேசாத பழங்குடிக் குழு.

கா'யாக்குப்பே, ப்ராகுவேயிலிருக்கும் ஒரு ஊர். மாதாவின் முக்கியமான ஆலயமொன்றிருக்கும் இடம்.

கரய், உலகின் முடிவை போதித்த துபி – குவரானி நாடோடி தீர்க்கதரிசிகள். நவீன குவரானியில், இவ்வார்த்தை அன்பாக அல்லது மரியாதையாக அழைக்கும் ஒரு சொல்லாகியுள்ளது.

கவிச்சு'ய், குவரானி, "தேனீ" மும்முனைக் கூட்டணிப் போரின்போதான ஒரு குவரானி செய்தித்தாளின் பெயர். கபிச்சுய் என்றும் உச்சரிக்கப்படும், அது பராகுவேய போர் முயற்சிகளை பெரிதும் ஆதரித்தது.

கிரிட்டோ, குவரானி, யேசு.

குன்யா, குவரானி, பெண்.

குன்யாத்தா'ய், குவரானி, சிறுமி.

குருபேய்ட்டி, பராகுவே மும்முனைக் கூட்டணிப் போரில் வென்ற இடங்களில் ஒன்று.

லார்ரா, மரியானோ ஹோசெ தெ (1809 – 1837), ஸ்பானிய கட்டுரையாளர், இதழியலாளர்.

லாவின்ச்சா, சொலானோ லோபெஸுடனான அவரது உறவை எதிர்த்தவர்களால் எலிசா லின்ச்சுக்கு வழங்கப்பட்ட வசைப்பெயர்.

லிபெரல், பராகுவேயின் இரண்டு முக்கிய அரசியல் கட்சிகளில் ஒன்று. ஸ்ட்ரேயெஸ்னர் அரசை எதிர்த்த முக்கிய கட்சி.

"சுதந்திரத் தொப்பி," ஃப்ரெஞ்சுப் புரட்சியின் அடையாளச் சின்னங்களில் ஒன்று, ப்ராகுவேய கொடியிலும் இடம்பெற்றிருக்கும்.

லோபெஸ் ஜோர்டான், ரிக்கார்டோ *(1822 – 1888)*, அர்ஜெந்தினாவின் என்த்ரே ரியோஸ் மாகாணத்தின் அரசியல், ராணுவத் தலைவர். மித்ரே மற்றும் சார்மியந்த்தோவின் எதிரியான அவர், தனது பகுதியின்மேல் அதிகாரம் செலுத்த புவனோஸ் ஏய்ரஸ் எடுத்த முயற்சிகளை தடுத்தார், சொலானோ லோபெஸின் கொள்கைகளை ஆதரித்தார்.

லூகாஸ், கோர்த்தசாரின் உன் தால் லூகாஸ் என்ற குறிப்புத் தொகுதியின் கதாபாத்திரம். பலராலும் கோர்த்தசாரின் மாற்று ஆளுமையாக கருதப்படுகிறது.

லூடோ பார், அசுன்சியோனில் கல்லறைத் தெருவினருகில் இருக்கும் லிடோ பாரினுடைய புனைவு வடிவம். இதன்மூலம், நாவலில் வரும் கொர்ரியந்த்தெஸ் வடிவத்தில் கலாச்சாரத்திலும் அசுன்சியோனை அடிப்படையாக கொண்டிருப்பதாக சொல்லலாம்.

லின்ச், எலிசா *(1835 – 1886)*, ஐர்லாந்தில் பிறந்த, பராகுவேய தலைவர் ஃப்ரான்சிஸ்கோ சொலானோ லோபெஸின் காதலர் துணைவர்.

மச்சதோ, ஆன்டோனியோ*(1875 – 1939)*, ஸ்பானியக் கவிஞர்.

மாசியாஸ், எல்வா (பிறப்பு 1944), மெக்ஸிக கவிஞர், எழுத்தாளர் மெக்ஸிகோவுக்கு அரசியல் நாடுகடத்தப்பட்டபோது அவரது நண்பரானவர். அந்த கடினமான காலகட்டத்தில் எழுத்தாளருக்கு உறுதியளித்த மானுட ஆதரவை நினைவேக்கமாக நினைவுகூறுவதே அந்த சாலட் குறிப்பு.

மகோந்தோ, மார்க்கேஸின் தனிமையின் நூறு ஆண்டுகள் நாவலில் வரும் புனைவு நகரம். ஒரு அத்தியாயத்தில் அந்நகர் முழுக்க தூக்கமின்மையாலும் கூட்டு மறதியாலும் பாதிக்கப்படும்.

மஃபால்டா, ஸ்பானிஷ் பேசும் உலகம் முழுக்க செய்தித்தாள்களில் பதிப்பிக்கப்பட்ட ஒரு பெண் கார்ட்டூன் பாத்திரம்.

மாஹா வெஸ்டிதா, ஸ்பானிய ஓவியர் கோயா ஆல்பாவின் சீமாட்டியை வரைந்த ஒரு ஓவியம். சீமாட்டி ஒரு திவானில் சாய்ந்திருப்பதுபோல் ஓவியம் அமைந்திருக்கும். கோயா மாஹா தெஸ்னூடாவையும் வரைந்தார், அது அதே பெண்ணை அதே தோரணையில் நிர்வாணமாக வரையப்பட்டது.

மாங்கோரே, நிட்சுகா, பராகுவேய இசைக்கலைஞர் அகுஸ்தின் பர்ரியோஸ் அவ்வப்போது பயன்படுத்திய புனைப்பெயர். Nitsuga என்பது Agustinä தலைகீழாக எழுதியது. மாங்கோரே 16ஆம் நூற்றாண்டில் சான்க்டி ஸ்பிரிட்டி கோட்டையை தாக்கும்போது மரணமடைந்த திம்பு இந்தியத் தலைவரது பெயர். ஒரு ஸ்பானிய ஆக்ரமிப்பாளரது மனைவியின்மேல்

மாங்கோரே கொண்டிருந்த ஒருதலைக் காதலுக்கு வஞ்சம் தீர்க்கவும், கூடவே இந்திய நிலத்தில் ஸ்பானிய ஆக்ரமிப்பை தடுக்கவும் அந்த தாக்குதல் நிகழ்த்தப்பட்டதாக சொல்லப்படுகிறது.

மான்ரிக்கே, ஹோர்கே (1440 – 1479), ஸ்பானியக் கவிஞர்.

மார்கூசே, ஹெர்பெர்ட் (1898 – 1979), ஜெர்மானிய – அமரிக்க சமூகவியல் தத்துவவியலாளர்.

மரியாதெகுயி, ஹோாசே (1894 – 1930), பெரூவிய மார்க்சிய கட்டுரையாளர்.

மார்ட்டி, ஹோசே (1853 – 1895), கூப கவிஞர், பத்திரிகையாளர், சுதந்திரப் போராட்டத் தலைவர். தென்னமெரிக்க முதலையின் படம் நேரடிப் பொருளாக கூபத் தீவின் வடிவத்தைக் குறிக்கிறது.

மார்ட்டினெஸ், ரமோனா, மும்முனைக் கூட்டணிப் போரில் இடா – யிபேட்டே(1868) சண்டையில் போரிட்ட 15வயதேயான பராகுவேய கதாநாயகி.

ம்பேயு, குவரானி, சீஸ் மற்றும் சோள மாவால் செய்யப்பட்ட பராகுவேய உணவு.

ம்ப்யா, குவரானி பேசும் ஒரு பழங்குடி.

மெலிய்யா, மொரோக்கோவின் வடக்குக் கரையிலிருக்கும் பகுதி, ஸ்பெய்னின் ஒரு பகுதியாகவே ஆட்சி செய்யப்பட்டு வருகிறது.

“மெனார்ட் பிரதி,” இது ஒரு குழப்பமான குறியீடு 1) போர்கேஸின் “பியர்ரே மெனார்ட், ஆத்தர் டெல் குயோஹேட்டெ”கதையில் குறிப்பிடப்படும் டான் குயிக்ஸாட்டின் புனைவு வடிவம், மற்றும் 2) சமகால ஃப்ரெஞ்சுக் கவி மெனார்ட். குறிப்பிடப்பட்டுள்ள பத்தி இரண்டாமவருடையதுதான், ஆனால் மார்க்கோஸ் வேண்டுமென்றே அதை பராகுவேய கவிஞர் ரெனே தாவலோஸ் பெயருக்கு குறிப்பிடுகிறார். எனவே இரண்டு ரெனேக்கள், இரு மெனார்டுகள், ஃப்ரான்ஸ், பராகுவே, அர்ஜெந்தினாவின் இலக்கிய வரலாறுகள் ஒன்றிணைக்கப்படுகின்றன: தனி எழுத்தாளர்கள் யாருமில்லை, ஒரே எழுத்தாளர்தான் என்ற கருத்தாக்கத்தின் வடிவம்போல.

மென்டோஸா, பெத்ரோ தெ (1487 – 1537), ஸ்பானியப் பயணி, புவனோஸ் ஏய்ரஸைக் கண்டுபிடித்தவர்.

மிராண்டா, ஃப்ரான்சிஸ்கோ தெ (1750 – 1816), வெனிசுலா சுதந்திரப் போராட்டத் தலைவர்.

மிசியோனெஸ், கொர்ரியந்த்தெஸுக்கு வடகிழக்கிலிருக்கும் அர்ஜெந்தீனிய மாகாணம்.

மிஸ்த்ரல், ஹோர்கே, மெக்ஸிக திரைப்பட நடிகர்.

மிட்டா, கரய், குந்தர் சந்திக்கும் வழக்கறிஞரின் செல்லப்பெயர். பார்க்க, கரய். மிட்டா என்றால் குவரானியில் பையன்.

“மிட்டோ,” மிட்டோ செகுவேரா, ஸ்ட்ரோயெஸ்னர் காலத்தில் பாரிஸில் அகதியாக வாழ்ந்த பராகுவேய இசைக்கலைஞர். தற்போது பராகுவேயில் வசிக்கிறார்.

மித்ரே, பார்த்தலோமே (1821 – 1906), மும்முனைக் கூட்டணிப் போரில் பராகுவேக்கு எதிரான முயற்சிகளை ஒருங்கிணைக்க உதவிய அர்ஜெந்தீனிய ஜெனரல், சனாதிபதி.

மோன்க்ளோவா, மாட்ரிடிலிருக்கும் ஒரு நகர்ப்பகுதி. பிரதமரின் இருப்பிடம் மற்றும் பல அறிஞர்கள், மாணவர்கள் வசிக்குமிடம்.

"குரங்குத் தலையர்களா," குவரானியில் அககராஹா, குரங்கு மயிராலான தலைப்பாகையையும் சீருடையில் கொண்ட ஒரு பராகுவேய படைப்பிரிவு.

மோன்டேல், யூஜீனியோ (1896 – 1981), இத்தாலிய கவிஞர்.

நாசிமெண்ட்டோ, மில்டன், சமகால ப்ரேசிலிய பாடகர், பாடலாசிரியர்.

நெருதா, பாப்லோ (1904 – 1973), சிலேய கவிஞர்.

"வடகிழக்கு சமூகம்," கொர்ரியந்தெஸ் அர்ஜெந்தினாவின் வடகிழக்கில் இருப்பதால் அவ்வாறு பெயரிடப்பட்டது.

ஓ'ஹிக்கின்ஸ், பெர்னார்டோ (1778 – 1842), சிலேய சுதந்திரப் போராட்டத் தலைவர்.

ஓ'லியரி, ஹுவான் (1879 – 1968), பராகுவேய எழுத்துக் கலைஞர்.

ஓபஸ் தெய், கல்வி மற்றும் அறிவுத்துறை வாழ்க்கையில் ஈடுபாட்டோடு 1928இல் ஸ்பெயினில் தொடங்கப்பட்ட ரோமானிய கத்தோலிக்க நிறுவனம். ஃப்ரான்கோ அரசின் கடைசிக் காலகட்டத்தில், அமைச்சரவையில் தனது உறுப்பினர்களைக் கொண்டிருந்ததன் மூலம் ஆட்சியில் செல்வாக்கு கொண்டிருந்தது.

ஓர்தேகா யி கஸ்ஸேட், பாலிட்டோ, இரு நபர்களின் நகைச்சுவையான ஒன்றிணைப்பு: உணர்ச்சிபூர்வமான அர்ஜெந்தீனிய பாப் பாடகர் பாலிட்டோ ஓர்தேகா, மற்றும் மேற்குடி ஸ்பானிய தத்துவவியலாளர், ஹோசே ஓர்தேகா யி கஸ்ஸேட் (1882 – 1955).

ஆர்வெல், ஜார்ஜ் (1903 – 1950), ஆங்கிலேய நாவலாசிரியர் கட்டுரையாளர். *Homage to catalonia* (1938) என்ற ஸ்பானிய உள்நாட்டுப் போரைப் பற்றிய அவரது ஃபாசிச எதிர்ப்பு புத்தகம் முதலில் பெரிதாக விற்பனையாகவில்லை, பின்னாளில் அப்போரைப் பற்றி ஆங்கில கருத்தை வடிவமைக்கும் ஒரு புத்தகமானது.

பாம்ப்ளோனா, வடக்கு ஸ்பெயினிலிருக்கும் நகரம், நவார்ரே பகுதியின் தலைநகரம்.

பனாம்பி, குவரானியில் பட்டாம்பூச்சி. இங்கே குறியீடாக சுட்டப்படுவது பட்டாம்பூச்சி ஒரு இறை – இயற்கை உருவாகத் தோன்றும் பராகுவேய குவரானிக் கவிஞர் மனுவேல் ஓர்டிஸ் குயெர்ரெரோவின் கவிதை.

பானே, இக்னேசியோ கி. (1880 – 1920), பராகுவேய கவிஞர், சமூகவியலாளர், தேசியவாதி.

பராகுவேயப் போர், மும்முனைக் கூட்டணிப் போரினது இன்னொரு பெயர்.

பார்க்கர், சார்லி (1920 – 1955), அமெரிக்க கறுப்பின ஜாஸ் இசைக்கலைஞர்.

பாவேஸே, செஸார் (1908 – 1950), இத்தாலிய நாவலாசிரியர், கவிஞர், ஆங்கில அமெரிக்க இலக்கியங்களை மொழிபெயர்த்தவர்.

பாய்ஸான்டு, உருகுவேய நகரம், இந்நகரத்தை ப்ரேசில் 1864இல் கைப்பற்றியதே பின்னாளில் அது உருகுவேயை பராகுவேக்கு எதிரான மும்முனைக் கூட்டணியில் சேர நிர்ப்பந்திக்க உதவியது.

பெரோன், ஹுவான் (1895 – 1974), 1946 – 1955, 1973 – 1974 அர்ஜெந்தினாவின் சனாதிபதியாக இருந்தவர்.

பிலிப் மிமி (1527 – 1598), ஐரோப்பா அமெரிக்காக்கள் மீதான ஸ்பானிய அதிகாரம் உச்சநிலையை அடைந்தபோது ஸ்பெயினின் அரசராக இருந்தவர்.

பினோச்செட், அகுஸ்தோ (1915 – 2006), 1973 – 1990 சிலேய சர்வாதிகாரியாக இருந்தவர். சால்வடோர் அயெந்தேவின் இடதுசாரி அரசை வன்முறைப் போராட்டத்தால் கவிழ்த்துவிட்டு ஆட்சிக்கு வந்தவர்.

பிராண்டெல்லோ, லுய்கி (1867 – 1936), இத்தாலிய நாடகாசிரியர், நாவலாசிரியர்.

ப்ளாசா தெ மாயோ, 1970கள் 80களில் அர்ஜெந்தினாவில் ராணுவ ஆட்சியில் காணாமல் போனவர்களின் அம்மாக்கள் போராட்டம் நடத்திய புவனாஸ் ஏய்ரஸ் சதுக்கம். அவர்கள் தொடர்ந்து தங்களது பிள்ளைகளுக்கு நடந்தவற்றை பற்றி அறிவிக்க வலியுறுத்தும் இயக்கமொன்றை தொடங்கினர்.

பொம்பேரோ, ஒரு துர்ஆவி.

போரா, குவரானி, ஆவி.

போர்டினார், கேன்டிடோ(1903 – 1962), ப்ரேசிலிய ஓவியர்.

செயல்முறை, எல் ப்ரொசெசோ, அர்ஜெந்தீனிய ராணுவ ஆட்சி அதன் எதிரிகளுக்கு எதிராக 70கள் 80களில் நடத்திய கொடிய போரின் பெயர்.

பைராஜே, குவரானி, "கால்களில் மயிர்," பராகுவேயின் குடிமக்களை வேவுபார்க்க ஸ்ட்ரோஎஸ்னர் ஆட்சியால் அமர்த்தப்பட்ட உளவாளிகளுக்கான பெயர்.

கே வய்னா தான் அர்ரேச்சா, வெனிசுலேய வழங்குமொழி, "என்ன ஒரு குண்டி வலி. (தொந்தரவு)"

ரெசிஸ்டென்சியா, வடகிழக்கு அர்ஜெந்தீனிய நகரம். கொர்ரியந்தெஸுக்கு அருகில் அமைந்திருக்கிறது.

ரிம்பா, ஆர்த்தர் (1854 – 1891), ஃப்ரெஞ்சுக் கவி.

ரோவா பாஸ்தோஸ், அகுஸ்தோ (1917 – 2005), பராகுவேய புனைவெழுத்தாளர், திரைக்கதை ஆசிரியர், கவிஞர்.

ரோடோ, ஹோசே என்ரிக்கே (1871 – 1917), உருகுவேய எழுத்தாளர் தத்துவவியலாளர். அட்டிலியோ குறிப்பிடும் அவரது சிலை புனைவே.

ரோசாஸ், ஹுவான் மனுவேல் *(1793 – 1877)*, அர்ஜெந்தீனிய சர்வாதிகாரி.

புனித சிமோனியன், கவுண்ட் தெ செயின்ட் சிமோன்*(1760 – 1825)*, களாத்–ஹென்றி தெ ரோவ்ரோயின் கருத்துகளைப் பின்பற்றிய ஃப்ரெஞ்சு சமூக அறிவியலாளர், தத்துவவியலாளர். தொழில்நுட்ப, அறிவியல் முன்னேற்றத்தில் நம்பிக்கை வைத்திருந்த அவர், கடைசிக் காலத்தில் கிறிஸ்துவத்தை மானுட வாழ்க்கையில் ஒரு நேர்மறையான ஆற்றலால ஏற்றுக்கொண்டார்.

சாண்டினோ, அகுஸ்தோ *(1893 – 1934)*, 1926இலிருந்து 1932வரை அமெரிக்க ஆக்ரமிப்பை எதிர்த்துப் போராடிய நிகராகுவா தலைவர்.

சான் மார்ட்டின், ஹோசே தெ *(1778 – 1850)*, ஸ்பெயினிடமிருந்து லத்தீன் அமெரிக்க விடுதலைக்காக போராடிய தலைவர்.

சான் செபாஸ்தியன், வடக்கு ஸ்பெயினிலிருக்கும் நகரம்.

சாண்டான்டர், சான் செபாஸ்தியனுக்கு அருக்கு ஸ்பெயினின் வடக்கு கடற்கரையிலிருக்கும் நகரம்.

சார்மியந்தோ, டொமிங்கோ *(1811 – 1888)*, அர்ஜெந்தீனிய கட்டுரையாளர், சனாதிபதி, லத்தீன் அமெரிக்க ‘காட்டுமிராண்டித்தனத்திற்கு ஆங்கில – சாக்ஸன் கலாச்சாரத்தின் ‘நாகரீகமயமாக்கல்’ஆற்றலில் தீர்விருப்பதாக நம்பியவர்.

“இரண்டாவது மீள்கட்டமைப்பு,” ஸ்ட்ரோயெஸ்ணர் அரசு தன்னையே விவரித்துக் கொள்ள பயன்படுத்திய ஒரு பதம்.

“புகையும் மனித எலும்புகள்,” செஸார் வயேஹோவின் வெள்ளைக் கல்லில் ஒரு கருப்புக் கல் கவிதையில் வரும் பிரபலமான *huesos húmeros* பிம்பத்தை குறிப்பது.

சொலானோ லோபெஸ், ஃப்ரான்சிஸ்கோ *(1826 – 1870)*, மும்முனைக் கூட்டணிப் போரின்போதும் அதற்கு முன்னும் பராகுவேய அரசின் தலைவராக இருந்தவர்.

“சோஃபியா,” **Sofia** (பி. 1938), ஸ்பெயின் அரசி, ஃப்ரான்கோவின் மரணத்திற்கு பின்னர் அமைக்கப்பட்ட சட்டரீதியான மன்னராட்சியில் அரசர்ஹுவான் கார்லோஸின் மனைவி. அவரது முற்போக்கான, சனநாயகப் பார்வைகள் புகழ்பெற்றவை.

சோசா, மெர்சிடீஸ், சமகால அர்ஜெந்தீனிய பாட்கர், அர்ஜெந்தீனிய நாட்டுப்புற பாடல்களின் மீட்டுருவாக்கங்கள் மற்றும் நாட்டுப்புறவியல் இசையை அடிப்படையாக கொண்ட தனது பாடல்களுக்காக புகழ்பெற்றவர்.

தென் கூம்பு, பராகுவே, உருகுவே, அர்ஜெந்தீனா, சிலேவை உள்ளடக்கிய தென் அமெரிக்காவின் தென்முனை.

ஸ்ட்ரோயெஸ்னர், ஆல்ஃப்ரெடோ *(1912 – 2006)*, 1954முதல் 1989வரை பராகுவேயின் சர்வாதிகாரியாக இருந்தவர்.

ஸ்டிக்ஸ், கிரேக்க புராணத்தின்படி பாதாள உலகை சுற்றிஓடும் ஆறு.

சுக்ரே, ஆண்டோனியோ ஹோசெ தெ (1793 – 1830), ஈக்வடார் பொலிவியாவை விடுவித்த தலைவர்களில் முக்கியமானவர்.

தலவேரா, நத்தாலிசியோ (1839 – 1867), பராகுவேய கவிஞர், மும்முனைக் கூட்டணிப் போரின்போது பத்திரிகையாளராக இருந்தவர். கவிச்சு'ய் இதழின் இயக்குநர்.

தமாயோ, ரூஃபினோ (1899 – 1991), மெக்ஸிக ஓவியர்.

ட்ராக்ல், ஜோர்ஜ் (1887 – 1914), ஆஸ்திரிய கவிஞர்.

த்ரியானா, ரோட்ரிகோ தெ, கொலம்பஸுடைய முதற் பயணத்தில் உடன்சென்ற ஸ்பானிய மாலுமி, அக்டோபர் 12, 1942இல் அக்கப்பற் குழுவில் மேற்கு துருவத்தில் நிலத்தை முதல்முதலாக பார்த்தவர். த்ரியானாவின் உண்மையான பெயர் ஹுவான் ரோட்ரிகேஸ் பெர்மேஹோ எனவும் சொல்லப்படுகிறது.

துபி, குவரானியோடு நெருக்கமாக தொடர்புடைய, தென்னமெரிக்காவில் முக்கியமான பழங்குடி மொழிக் குழு. துபி மொழிகளில் ஒன்றை பேசக்கூடிய பழங்குடிகளும் துபி என அழைக்கப்படுவர்.

உனாமுனோ, மிகைல் தெ (1864 – 1936), ஸ்பானிய நாவலாசிரியர், கவி, கட்டுரையாளர், மானுட நிலையாமையென்ற தத்துவ சிக்கல் மீது அதிக ஈடுபாடு கொண்டிருந்தவர்.

வயேஹோ, செசார் (1892 – 1938), பெரூவிய கவிஞர்.

வென்தோமே சதுக்கம், அழகிய கடைகளுக்காக புகழ்பெற்ற, பாரீஸின் மையத்திலிருக்கும் சதுக்கம்.

வெர்லேய்ன், பால் (1844 – 1896), ஃப்ரெஞ்சுக் கவிஞர்.

விரிதியானா, திரைப்படம் (1960), ஸ்பானிய இயக்குநர் லூயி புனுவேலின் படம்.

மும்முனைக் கூட்டணியின் போர் (1864 – 1870), பராகுவேயில் ஏற்பட்ட பிரச்சனை பிரேசில், அர்ஜெந்தினா, உருகுவேயின் கூட்டு முயற்சியால் படுமோசமானது.

வில்லியம்ஸ், ஜான் (பி. 1941), ஆஸ்திரேலிய கிதார்க் கலைஞர்.

"துயர்மிகு வரிகளை இன்றிரவு எழுதுவதற்கான" இருபது காதல் கவிதைகளும் ஒரு துயரத்தின் பாடலும்(1924) என்ற பாப்லோ நெரூதாவின் புகழ்பெற்ற கவிதைத் தொகுதியின் ஒரு கவிதையை குறிப்பது.

சபாட்டா, எமிலியானோ (1877 – 1919), மெக்ஸிக புரட்சியின் தலைவர்களுல் ஒருவர்.

சுமாயா, இக்கதாபாத்திரமும் அதன் அலறும் உரத்த குரலும், கார்சியா லோர்காவின் 'ரொமான்சே தெ லா லூனா, லூனா' (நிலவின் பாடல், நிலவு) என்ற கவிதையில் வரும் சுமாயாவின்(அலறும் ஆந்தை) அலறலைக் குறிப்பவை.